कुठलीही तात्त्विक भूमिका न घेता आणि बौद्धिक जिज्ञासेच्या पूर्ततेची अपेक्षा न ठेवता, त्याचबरोबर कुठल्याही विश्लेषणाची मातब्बरी न मानता जीवनाला केवळ जीवन म्हणून पाहण्याच्या साक्षीप्रज्ञेनं लिहिली गेलेली सृजनात्मक कलाकृती 'गृहभंग'.

कुठल्याही सिद्धान्ताच्या व्याख्येत न अडकणारी, जीवनाच्या अंतर्दृष्टीच्या संकीर्णतेचा पट उलगडून जीवनदर्शन घडविणारी ही कादंबरी म्हणजे जीवनानं जीवनावर केलेलं भाष्य.

'गृहभंग' भारतातल्या सगळ्या भाषांमध्ये अनुवादित झाली असून, सगळ्या भाषांमधल्या वाचकांना आकृष्ट करत, समकालीन भारतीय कादंबऱ्यांमध्ये ती अग्रक्रमानं गणली गेली आहे.

गृहभंग

डॉ. एस. एल. भैरप्पा

अनुवाद
उमा कुलकर्णी

मेहता पब्लिशिंग हाऊस

Please contact us at **Mehta Publishing House Pvt. Ltd.,** Pune 411030.
✆ +91 020-24476924 / 24460313 / Mob. No. 9545000513
Email : production@mehtapublishinghouse.com
Website : www.mehtapublishinghouse.com

- *या पुस्तकातील लेखकाची मते, घटना, वर्णने ही त्या लेखकाची असून त्याच्याशी प्रकाशक सहमत असतीलच असे नाही.*

GRUHABHANGA by **Dr. S. L. BHYRAPPA**

Translated into Marathi Language by Uma Kulkarni

गृहभंग / अनुवादित कादंबरी

अनुवाद : उमा कुलकर्णी

author@mehtapublishinghouse.com

मराठी अनुवादाचे व प्रकाशनाचे हक्क : मेहता पब्लिशिंग हाऊस प्रा.लि., पुणे.

संस्थापक : सुनील अनिल मेहता

प्रकाशक : मेहता पब्लिशिंग हाऊस प्रा. लि.,
१९४१, सदाशिव पेठ, माडीवाले कॉलनी, पुणे - ३०

मुद्रक : श्री मुद्रा

मुखपृष्ठ : चंद्रमोहन कुलकर्णी

प्रकाशनकाल : मार्च, २०२२ / पुनर्मुद्रण : मे, २०२३

किंमत : ₹ ५५०

P Book ISBN 9789392482779
E Book ISBN 9789392482854
E Books available on : amazonkindle Apple Books Google Play Books

---

* पायरेटेड पुस्तकांची खरेदी-विक्री हा कायद्याने गुन्हा आहे आणि अशा गुन्ह्याविरोधात कायदेशीर कारवाई होऊ शकते.

वाचण्याआधी...

या कादंबरीच्या मुळाशी कुठलीही समस्या नाही. वस्तुनिष्ठपणे जीवनाचं दर्शन घडविण्याचा हा एक प्रयत्न. जीवन हे कुणाच्याही अनुभवांच्या किंवा बौद्धिक आवाक्यात न सापडण्याइतकं विशाल असतं. जटिलही असतं. त्यामुळे या कादंबरीचा काळ आणि पार्श्वभूमी सांगणं आवश्यक आहे. १९२०च्या सुरुवातीच्या दशकात हे कथानक सुरू होतं. साधारण ४४-४५च्या सुमारास संपतं. तिपटूर, चन्नरायपट्टण या तालुक्यांमध्ये हे कथानक घडते. त्यामुळे ही त्याची 'पार्श्वभूमी' आहे. त्यामुळे तिथलीच भाषा यात येणं स्वाभाविक आहे. पण हिच्याकडे पाहताना केवळ 'प्रादेशिक कादंबरी' हे 'क्लासरूम' लेबल लावण्यात येऊ नये. कथानकासाठी एखादी भौगोलिक जागा गरजेची असते. ती अधिक परिचयाची आहे म्हणून मी ही जागा निवडली आहे.

माझ्या 'धर्मश्री' या कादंबरीमध्ये नायकाचं बालपण आणि त्याचे आई-वडील या विषयावर काही प्रमाणात लिहिले आहे. त्या कादंबरीला तेवढा तपशील पुरेसा होता. गेल्या आठ वर्षांत, कल्पनेत छळणारा तो तपशील विस्तार पावून त्यानं हे रूप घेतलं आहे. पण या कलाकृतीचा 'धर्मश्री'शी कुठलाही संबंध नाही. या दोन्ही पूर्णपणे वेगळ्या कादंबऱ्या आहेत.

कदाचित इतर कादंबऱ्यांप्रमाणे ही कादंबरी वेगानं वाचली जाणार नाही. पण जीवनाकडे निर्विकारपणे बघू शकणाऱ्या, अपरंपार सुख-दुःख अनुभवलेल्या, काही प्रमाणात का होईना खेड्यातल्या जीवनाशी ज्यांचा परिचय आहे, अशा वाचकांच्या अंत:करणाला ही कादंबरी स्पर्श केल्याशिवाय राहणार नाही, याची मला खात्री आहे. सावकाश चालणारी व्यक्ती भवताल जितक्या बारकाईनं पाहते, तितकी वेगानं धावणारी व्यक्ती पाहू शकणार नाही.

या कादंबरीचं नाव तितकंसं समर्थ आहे की नाही आहे, याविषयी माझ्या मनात शंका आहे. अनेकदा लेखन सुरू असताना किंवा त्याही आधी नाव सुचलेलं असतं. तर काही वेळा दोन वर्षं गेल्यानंतरही, केसांमधून बोटं फिरवत पुन्हा-पुन्हा डोकं खाजवून विचार केला तरी योग्य नाव सुचत नाही. काही वेळा तर वाटतं, प्रत्येक

वेळी नाव ठेवायलाच पाहिजे का? केवळ लेखकाचं नाव आणि कादंबरीची संख्या एवढंच पुरेसं नाही का? विषय, कृती, स्थळ, विचार या सगळ्यांकडे निर्देश करणं हेच शीर्षकाचं काम असतं. हे ठाऊक असतानाही अखेर नाइलाजानं काही ना काही नामकरण करून मोकळं व्हावंच लागतं.

पण साहित्यकृतीचं नाव ठेवताना एक चूक व्हायची शक्यता असते. इथं शीर्षक हे एक प्रतीक बनतं. संपूर्ण कृतीचा मूळ आणि मौलिक अर्थ वाचक या प्रतीकाला समोर ठेवून पाहत असतो. कलाकृतीचा अर्थही लावायला हे शीर्षक पूरक बनण्याची शक्यता असते. संपूर्ण कलाकृतीचा अर्थ ज्या शीर्षकाच्या प्रतीकातून व्यक्त होणार आहे त्या शीर्षकाचं महत्त्वही अगदीच नाकारून चालणार नाही, याचंही मला भान आहे. त्याचबरोबर कथानकात विविध केंद्रं असताना कलाकृतीचं शीर्षक एकाच केंद्राकडे बोट दाखवत राहतं आणि इतर महत्त्वाच्या गोष्टी धूसर बनवत राहतं. हेही जितकं खरं आहे, तितकंच अपरिहार्य आहे. त्यामुळे संपूर्ण कलाकृती वाचल्यानंतर शीर्षक ठेवणं योग्य असलं तरी लेखकाला सुरुवातीला सुचलेलं शीर्षकच ठेवणं योग्य ठरेल.

'गृहभंग' ही काही या संपूर्ण कलाकृतीची मध्यवर्ती कल्पना म्हणता येणार नाही. वर सांगितलेल्या विशिष्ट अवधीमध्ये घडणाऱ्या जीवनाचं चित्रण करायचा केलेला एक प्रयत्न, हाच यामागील खरा दृष्टिकोन आहे. इथे घर मोडणं-फोडणं एवढंच नाही, प्लेग-कांजण्या यांच्या जीवघेण्या साथींबरोबरच इतरही कितीतरी संदर्भ आहेत. त्यांची पार्श्वभूमी म्हणून कदाचित कुठलीतरी जीवनदृष्टी पुसटशी दिसू शकेल.

सर्वसमावेशक असं नाव मला सुचलं नाही. हस्तलिखित वाचून, त्यावर विस्तारानं टीका-टिप्पणी करून पक्की हस्तप्रत तयार करायला साहाय्यभूत झालेले दिल्लीच्या आकाशवाणीतले एम.शंकर, बेंगळूरूचे एम.एस.के.प्रभू यांनाही नाव सुचलं नाही. नावाशिवाय कादंबरी प्रकाशित होणं शक्य नव्हतं. त्या दडपणाखाली हे नाव सामोरं आलं. त्यामुळे हे नाव ठेवलं.

दिल्ली
१९७० मे १५ — **डॉ. एस. एल. भैरप्पा**

अनुवादिकेचे चार शब्द

अनुवादकानं आवश्यकता असेल तेव्हाच अनुवादित कलाकृतीला चार शब्द लिहावेत, असं मला वाटतं. या कलाकृतीला ती लिहिणं आवश्यक आहे.

'गृहभंग' ही भैरप्पांची मराठीत अनुवादित झालेली पहिली कलाकृती. 'नॅशनल बुक ट्रस्ट ऑफ इंडिया' या संस्थेनं ही कादंबरी भारतातील तेव्हाच्या मान्यताप्राप्त सर्व भाषांमध्ये अनुवादित करून घेऊन प्रकाशित केली होती. त्या वेळी श्रीमती मृणालिनी ढवळे यांनी मराठी अनुवाद केला होता. त्यांनी तो बहुधा हिंदीवरून केला असावा. ८०-८१ साली तो प्रकाशित झाला होता. त्याच सुमारास डॉ. विजयाताई आणि मंगेश विठ्ठल राजाध्यक्ष हे दांपत्य भैरप्पांना भेटले. त्या दोघांनीही हे मराठी पुस्तक पाहिलंही नव्हतं किंवा असा काही अनुवाद प्रकाशित झालाय, हेही त्यांना माहीत नव्हतं. साहित्य-क्षेत्राशी अत्यंत जवळ असलेल्या दांपत्याचा हा अनुभव समजल्यामुळे 'वंशवृक्ष'चा मराठी अनुवाद तयार झाला तेव्हा भैरप्पा खासगी प्रकाशक शोधण्याविषयी आग्रही होते.

पुढील कालखंडात भैरप्पांची बरीच पुस्तकं मराठीत आली आणि त्यांच्या अनेक आवृत्त्याही निघाल्या, अजूनही ती प्रक्रिया सुरूच आहे. आता भैरप्पा सर्व भारतीय भाषांप्रमाणे मराठी साहित्य-क्षेत्रात मान्यताप्राप्त लेखक बनले आहेत. पण मराठी 'गृहभंग'ची मात्र आज, २०२२ सालापर्यंत दुसरी आवृत्तीही निघाली नाही. मराठी वाचक सातत्यानं या कादंबरीची चौकशी करायचे, पण त्यांना ती वाचायला मिळायची नाही. माझ्याकडील प्रत तर इतरांना वाचायला देऊन देऊन आणि झेरॉक्स करून करून 'पत्रावळ' होऊन गेली आहे. या संदर्भात 'नॅशनल बुक ट्रस्ट', इंडियाकडे मागणी करूनही इतक्या वर्षांत काहीही उपयोग झालेला नाही. म्हणून दोनेक वर्षांपूर्वी भैरप्पांनी 'गृहभंग'च्या मराठी अनुवादाचे हक्क माघारी घेतले. अनुवादाचं काम आमच्याकडे आलं.

त्या वेळी हातात भैरप्पांच्याच पुस्तकांची कामं असल्यामुळे हे पुस्तक मागं पडलं. नंतर भैरप्पांच्या सांगण्यावरून सहना विजयकुमार यांच्या 'कशीर'च्या अनुवादाचं काम घेतलं. नंतर या कादंबरीचा सुमारे शंभर पानांचा अनुवाद पुरा केला. विरूपाक्षांच्या

१६ एप्रिल २०२१ रोजी झालेल्या निधनानंतर हे काम अर्धवटच राहील की काय, अशी शक्यता निर्माण झाली होती. अशा वेळी माझी भावजय सौ. मंजिरी राजेंद्र कुलकर्णी ही मदतीला पुढे सरसावली आणि तिने उरलेली कादंबरी वाचून ठेवली. ती ऐकून मी पुढचा अनुवाद पुरा केला आहे.

माझे अनुवादाचे काम थांबेल की काय, असं वाटत असताना श्री. सुनील मेहता यांनी माझी अनुवादाची मानसिकता कायम राहील, असं करत या अनुवादाच्या प्रकाशनाची जबाबदारी घेतली. त्याबद्दल श्री. सुनील मेहता आणि मेहता पब्लिशिंग हाऊसच्या समस्त परिवाराची मी कायमची ऋणी राहीन. अशाही परिस्थितीत माझ्यावरचा विश्वास कायम ठेवून अनुवादाची अनुमती देणाऱ्या एस. एल. भैरप्पांचीही मी ऋणी आहे, आणि अर्थात आमच्या मंजू ऊर्फ सौ. मंजिरी राजेंद्र कुलकर्णी हिचेही मन:पूर्वक आभार!

१६-०२-२०२२
– उमा वि. कुलकर्णी

एक

१

म्हैसूर जिल्ह्यातला तुमकूरजवळचा 'तिपटूर' तालुका. कंबनकेरे, 'होबळ-रामसंद्र' खेड्याचे शानभोग रामण्णा 'फौती' होऊन एव्हाना सहा वर्षं झाली होती. नंतर घरात त्यांची बायको गंगम्मा, दोन मुलं चेन्निंगराय आणि अप्पण्णय्या. रामण्णा 'फौती' झाले ते विश्वश्वरय्या दिवाण झाले त्या वर्षी. फौती होणं म्हणजे 'कालवश' होणं म्हणजेच मरणं. हैदर-टिपूच्या काळात या परिसरात खेडोपाडी रूढ झालेला हा शब्द. तर, रामण्णा मरण पावले तेव्हा त्यांची बायको गंगम्मा पंचवीस वर्षांच्या होत्या. थोरला चेन्निंगराय नऊ वर्षांचा होता आणि धाकटा अप्पण्णय्या सात वर्षांचा. रामण्णा मरण पावल्यापासून त्यांच्याकडे वंशपरंपरेनं आलेली शानभोगकी गावचे पटेल शिवेगौडा यांचा मेहुणा शिवलिंगेगौडा याचेकडे गेली होती. आणखी तीन वर्षांनी पंधरा पूर्ण होऊन 'मेजर' झाल्यावर चेन्निंगरायाकडे वडिलांचा अधिकार येणार होता.

शानभोगकी सांभाळणं ही काय किरकोळ गोष्ट आहे काय? त्यासाठी केवढं शिक्षण पाहिजे! 'जैमिनी-भारत' वाचून समजून घेण्याएवढी कुवत असेल तरच खातेकिर्दी,देण्या-घेण्याचे दस्तऐवज,पावत्या आणि इतर नोंदणी जमणार ना! गावातले मास्तर चन्नकेशव यांच्यापाशी चेन्निंगरायाचं शिक्षण सुरू होतं.

तेरा वर्षांचा झाला तरी धाकटा अप्पण्णराय शिकायला मठापाशी फिरकला नाही. धूळपाटीवर त्यानं कधीच 'श्री ओम नमो' लिहिलं नाही. त्याची अजून मुंजही झाली नव्हती.

"अप्पण्णा, मठात जाणार की नाही?" आईनं रागानं विचारलं.

"नाही गेलो तर तुझं काय जातंय गं, रांडे?" मुलगा बरळला.

"मला रांडमुंड म्हणतोस काय? तुझं तळपट होईल बघ रांडेच्या!" आई म्हणाली.

"मला कशाला शिव्या देतेस? तुझाच निर्वंश होईल!" मुलानं प्रत्युत्तर दिलं. हा संवाद चालला असतानाच बाहेरून कोळ्यांचा मुद्दा आला.

"मला रांडमुंड म्हणतोय! या रांडेच्च्याला घेऊन जा, चन्नकेशवांपाशी बसव जा, मुद्दा!" गंगम्मानं हुकूम सोडला. हे ऐकताच अप्पण्णय्यानं घराबाहेर धूम ठोकली; पण मुद्दा दांडगा माणूस. दोन-चार ढांगांत त्यानं अप्पण्णयाला गाठलं. त्याची गचांडी पकडली. अप्पण्णय्या कळवळला तरी न सोडता त्यानं त्याला गंगम्मापुढे आणून उभं केलं व तिनं आज्ञा दिली, "या रांडेच्याला चार लाथा हाण आणि घेऊन जा तिकडं!"

पण ब्राह्मणाच्या मुलाला मुद्दा पाय कसा लावणार? तसं केलं तर पायांत किडे पडतील हे त्यालाही ठाऊक होतंच, त्यामुळे अप्पण्णय्याच्या दंडाला पकडून तो त्याला ओढत घेऊन गेला.

धाकट्याला घेऊन गेल्यावर गंगम्माची नजर घरात असलेल्या थोरल्याकडे वळली. "काय रे चेन्निंगा! तुझ्यापुढे किती म्हणून डोकं फोडून घ्यायचं रे! होन्नहळ्ळीला जाऊन सीतारामांच्यापाशी हिशेब शिकून ये म्हणून सांगितलं, ते ऐकायला आलं नाही काय? उद्या सकाळी जातोयस की सोट्याचा प्रसाद पाहिजे?"

"माझ्या नादाला लागू नकोस सांगून ठेवतोय! नाय तर रुद्र हजामाला बोलावून तुझं डोकं भादरायला लावतो बघ!" खांबापाशी बसलेला थोरला मुलगा बसल्या जागेवरूनच गुरकावला.

"हलकटा, तुझा बाप उलथला तेव्हाच माझं डोकं भादरलंय! जन्मदात्या आईला असं म्हणतोस? तुझ्या जिभेत किडे पडतील रांडेच्या!"

होन्नवळ्ळी 'रामसंद्रा'पासून पंधरा मैलांवर होतं. दोन्ही एकाच तालुक्यात समाविष्ट असले तरी होबळ्ळी वेगवेगळे होते. रामसंद्र-कंबनकेरे होबळीत समाविष्ट असलं तरी होन्नवळ्ळी तिथलं प्रमुख स्थळ होतं. मागं ते तालुक्याचंही ठिकाण होतं. तिपटूर मोठं झालं तसं ते मागं पडलं. तालुक्याची कचेरी तिपटूरला गेली. चिकमंगळूरनं कडूरला चिल्लर केलं तसं! होन्नवळ्ळी तालुका झाल्यापासून सीताराम 'कसबा-शानभोग' हिशेबात तरबेज होते! इतकंच नव्हे, अंमलदारांनी हलवून टाकायची ताकद असणारी असामी अशी त्यांची ख्याती होती! त्यांच्या हाताखाली हिशेब लिहायला शिकलं तर कुणीही कुठल्याही त्रासाशिवाय 'शानभोगकी' करू शकेल, असं अरसीकेरे, गंडसी, यावगल्लचे पाटील-शानभोग छातीठोकपणे सांगत होते.

पण सीतारामांच्या हाताखाली टिकायचं, ही काही सामान्य गोष्ट नव्हती.

कागदावर हेडिंग लिहून लालशाईनं ओळी मारायला शिकेपर्यंतच त्यांच्या जाडजूड सोट्याचे दणके खावे लागायचे. कूलीमठच्या बोच्चय्यांप्रमाणे तेही सांगायचे, ''छडी लागे छम छम, विद्या येई घम घम...''

दोन्ही मुलांचं हे वागणं बघून गंगम्माच्या जिवाचा तिळपापड झाला. 'इतर घरांतली मुलं आई म्हटली, की कशी भय-भक्तीनं वागतात! या रांडेच्च्यांनाच काय धाड भरलीय! माझं नशीबच फुटकं!' म्हणत तिनं एकदा रडून घेतलं. मग उठून ती सरळ स्वयंपाकघरात गेली आणि उलथणं चुलीत टाकलं. दुपार टळून तीन तास झाले असल्यामुळे चुलीत निखारे नव्हते. निखाऱ्यांवर राख साचलेली होती. हे आईनं आपल्याला डाग देण्याच्या विचारानं केलंय, हे तिच्या पंधरा वर्षांच्या 'जैमिनी-भारत' वाचलेल्या थोरल्या मुलाच्या लक्षात आलं. तो जागचा उठला आणि ''गाढवे, रांडीच्चे, भडवीच्चे...'' आणि अवगत असलेल्या सगळ्या शिव्यांची लाखोली वाहत त्यानं धूम ठोकली.

आता याला पकडणं शक्य नाही, हे गंगम्माच्या लक्षात आलं; पण हार मानणं तिला शक्य नव्हतं. 'या रांडेच्च्यांना कसं ताब्यात आणायचं,' याचा विचार करत ती तशीच बसून राहिली. चुलीतल्या उलथण्याला त्या विझत चाललेल्या निखाऱ्यांतूनच थोडी-थोडी उष्णता मिळत होती.

लग्न करून या घरी आली तेव्हा गंगम्मा तेरा वर्षांची मुलगी होती. नवरा पंचेचाळीस वर्षांचा होता. पहिल्या बायकोला दोन मुलं झाली व त्यानंतर ती मरण पावली. ती बायकोही गंगम्माच्या गावची, म्हणजे 'जावगल्ल'चीच होती. त्या ओळखीनंच रामण्णांचं गंगम्माशी लग्न झालं होतं. 'रामसंद्रा'सह तीन गावांची शानभोगकी, सहा एकर बागाईत जमीन, आठ एकर जिराईत जमीन, तीनशे नारळी, घरात भरपूर भांडीकुंडी, सोनं-चांदी असलेल्या रामण्णांना कुणीही हसत-हसत आपली मुलगी दिली असती! रामण्णा आधीपासूनच साधूमाणूस म्हणून गावातच नव्हे, पंचक्रोशीतही ओळखले जात होते. 'गरीबगाईसारखा माणूस, वासरासारखा म्हणा ना! अगदी तान्ह्या बाळासारखा! गंगम्मा मात्र प्रत्यक्ष वाघीणच!' असंच लोक तेव्हाही बोलायचे.

हे गंगम्माच्या कानांवर आलं तेव्हा तिची प्रतिक्रिया होती, ''या जळल्या लोकांच्या नरड्यात जुनं खेटर कोंबायला पाहिजे! शिंदळीच्चे मेले!''

तिची दोन्ही मुलं हुशार आणि तिच्या शब्दांत राहिली असती तर तिला आवर घालणारं जगातच कुणी राहिलं नसतं! तशा परिस्थितीत तिनं खरोखरच बोलणाऱ्यांच्या तोंडात जबरदस्तीनं जुने जोडेच कोंबले असते! पण काय करणार? ही कार्टी अशी निघाली! यांना अक्कल शिकवायला पायजे! नाय शिकवलं तर मी 'जावगल्ल' गावची लेकच नव्हे! हे उलथणं इथंच असू दे! नाहीतरी संध्याकाळी पिंड गिळायला

येतीलच की! तेव्हा दोन्ही तंगड्यांवर दोन-दोन डाग दिले, की नरम येतील! गुरांसारखे! गुरं तरी डाग दिल्याशिवाय कुठं माणसाळतात? कुरुबांचा म्हणजे धनगराचा बैलूर सांगत असतोय, "गुरांना डाग दिला नाय तर तुमच्या घरात शिरून बसतील!" हे काही खरं नाही. सांगितलेलं ऐकायला पाहिजे म्हणून डाग द्यायचा! गंगम्मानं उलथण्याचा गरम झालेला दांडा आपल्या लाल अलवणाच्या पदरानं धरला आणि फिरवून पुन्हा राखेत घुसवून ठेवला.

त्याच वेळी कौलांवर कुणीतरी चोरट्या पावलांनी चालल्याची चाहूल लागली. दिवसाढवळ्या कोण रांडेचे चोर येतील? आली असतील दळभद्री माकडं! गावाबाहेरची नारळी सोडून गावात शिरण्याइतकं धैर्य आलं काय या रांडेच्यांना!

छपरावर अगदी डोक्यावरच कुणीतरी आल्याचं तिला जाणवलं. तिनं आवाज चढवला, "जळ्ळं मेलं लक्षण ते! आणि ही मारुतीची रुपडी म्हणं! यांना शिव्या घातल्या तर शाप देतात म्हणे!" शापाच्या विचारानं तिनं जिभेचा पट्टा आवरता घेतला आणि मान वर करून पाहिलं.

कौलावर कुणीतरी दोन दणके हाणल्यासारखं वाटलं. पंधरा-वीस कौलांची पूड झाली आणि त्याची पूड तिच्या भादरलेल्या डोक्यावरच्या अलवणावर आणि वर केलेल्या तोंडावर पडली. "तळपट होईल मेल्यांचा!" ती जोरात ओरडली. बाहेरून आवाज आला, "तिकडंच आहे ती! आणखी हाण, अप्पण्णय्या!"

होय. हा आवाज चेन्निंगरायाचाच होता. दोन्ही कार्टी छपरावर चढून हातांतल्या मुसळानं कौलं फोडत असल्याचं तिच्या लक्षात आलं.

"अरे रांडेच्या! थांबा तुम्ही! शिवेगौडा पटेलाला सांगून तुम्हाला फासावर लटकवायला लावते!" ओरडतच मुलांची आई घराबाहेर धावली.

"शिवेगौडाला घेऊन येते म्हणे रे, चन्नय्या!" अप्पण्णय्यानं थोरल्या भावाला सावध केलं. दोघांनीही तिथल्या तिथं मुसळं टाकली आणि घराच्या मागच्या बाजूनं धपकन उड्या मारून सुसाट धूम ठोकली. क्षणार्धात गटारीच्या पलीकडे ते दिसेनासे झाले.

२

पूर्वी 'रामसंद्र' पाचशे उंबऱ्यांचं गाव म्हटलं जात होतं. आता शानभोगांच्या खानेसुमारीच्या नोंदीप्रमाणे एकशे चव्वेचाळीस शेतकऱ्यांची नोंद आहे. गावाला दोन भागांत विभागतं ते तळ्याचं पाणी. पडीक होऊन दर वर्षाला माती काढून घेतल्यामुळे

ढासळत असलेल्या गावाच्या-किल्ल्याच्या तटबंदीला तळ्यातल्या पाण्याच्या लाटा येऊन आदळत राहतात. दक्षिणेकडे असलेलं चोळेश्वर देवालयातलं मूळ लिंग तळ्याकाठच्या चढावर असलेल्या देवळात आहे. गावातल्या बाजारपेठेच्या पुढच्या टोकाला ब्रह्मदेवाचा मंडप आहे. त्याच्या जवळच हनुमंताचं देऊळ आहे. गावाबाहेर देवराईच्या शेजारी ग्रामदेवतेचं, काळम्माचं देऊळ. विणकर, लोहार, कुंभार, तेली, धनगर अशा प्रत्येक जातींतल्या माणसांचा एकेक बोळ होता. हेही काही फारसं काटेकोर नव्हतं; पण मच्छी-मांस खाणाऱ्या जातींच्या लोकांमध्ये शाकाहारी माणसं फारच क्वचित राहत होती.

पटेल शिवेगौडाच्या घर आणि फौती शानभोग रामय्यांच्या घरामध्ये दोन गल्ल्यांइतकं अंतर होतं. म्हणजे सुमारे वीसेक घरांपलीकडे.

गौडा घरातच होता. थेट घरात घुसून गंगम्मा म्हणाली, "शिवेगौडा! लौकर चल... बघ ये! आमचे चेन्निग-अप्पण्णा घरावर चढलेत... मुसळीनं कौलं फोडताहेत! माझ्या डोक्यावर पडून हे बघ रक्त आलंय!"

"ते का?"

"मी म्हटलं मठात शिकायला जा. तर दोघंही नाही म्हणताहेत! उलट माझ्यावर राग काढायला असं करताहेत."

गौडाची बायको गौरम्मा आपल्या नवऱ्याला म्हणाली, "माजलीयेत मुलं! दोन दणके द्या, म्हंजे बगा सगळा माज उतरेल."

ढेरपोट सावरत गौडा उठला. हातात सोटा घेऊन दमदार पावलं टाकत घराबाहेर पडला. ते दोघं घरी येऊन पोचेपर्यंत दोघंही भावंडं बेपत्ता झाली होती. घरासमोर देवळातले महादेवय्या आणि इतर आठ-दहा माणसं जमा झाली होती. स्वयंपाकघरापासून मागच्या जळणाच्या खोलीपर्यंतच्या छपरावरच्या कौलांची पूड-पूड झाली होती. तिथं जमलेल्यांपैकी चौघांना शिवेगौडा म्हणाला, "ए! जा... त्या दोघांना शोधून पकडून घेऊन या!"

स्वयंपाकघराची अवस्था बघून गंगम्माच्या डोळ्यांत पाणी उभं राहिलं. ती उद्गारली, "शिवेगौडा! त्या रांडलेकांना पकडून आणून कान धरून उकिडवं बसवायला पाहिजे!"

कितीही शोधलं तरी मुलं सापडली नाहीत. अंधार पडला, रात्र झाली; तरीही त्यांचा काहीच ठावठिकाणा लागला नाही. गंगम्मा बडबडत-पुटपुटत होती, '...निर्वंश होऊ दे मेल्यांचा! मढं बशिवलं! कार्टी कुठं उलथलीयत कोणजाणे!'

घरात ती एकटीच होती. छपराचा बराच भाग नष्ट होऊन गेला होता. तिला काही एकटं राहायचं भय नव्हतं म्हणा! 'भूतही कधी माझ्या वाट्याला जाणार नाही!' असं ती स्वतःच सांगत होती; पण ही नतद्रष्ट कार्टी कुठं उलथली कोण

जाणे! त्यांच्या जिवाची तिला कधीच काळजी वाटत नव्हती. कुठंतरी लपून बसलीयत! रात्री काय खातील, याचीही तिला फिकीर नव्हती! कुठल्या तरी बागेत शिरून शहाळी काढतील, पाणी पितील आणि आतलं खोबरं खाऊन पोट भरतील. मळ्याकडे गेले असतील तर दोन ऊस मुळासकट उपटून खाल्ले असतील कडाकडा! पण एवढा उशीर झाल्यावर घरी नको का यायला? उद्या सकाळी भाकरी खायला तर येतीलच की! तेव्हा बघून घेते!

त्या घराच्यासमोर चोळेश्वराचं देऊळ होतं. देवळाचा दरवाजा उत्तरेकडे होता. यांच्या घराचं दार पूर्वेला होतं. म्हणजे देवळाच्या डावीकडे हे घर होतं. घराच्या आणि देवळाच्या मध्ये एक बखळ होती. कधीकाळी तो देवळाच्या ओसरीचा भाग होता, हे आताही लक्षात येत होतं. या देवळात महादेवय्या एकटेच बसून उजव्या हातात एकतारी आणि डाव्या हातात चिपळ्या वाजवत 'हर हर...' म्हणत एखादं भजन म्हणत असायचे. हाच त्यांचा दिनक्रम. मध्यरात्रीपर्यंत त्यांचं हे भजन चालत असे. पहाटे पक्ष्यांना जाग येण्याआधीच आन्हिकं उरकून पुन्हा भजनांना प्रारंभ होत असे. ते कुठल्या गावचे-कुठल्या प्रदेशातले हे कुणालाच ठाऊक नव्हतं. त्यांना या गावी येऊन वीस वर्षांपेक्षा जास्त काळ झाला, असं लोक बोलायचे. गंगम्मा लग्न करून या गावी यायच्या थोडेच दिवस आधी ते आले होते. चोळेश्वराचं देऊळ हेच त्यांच्या वसतीचं ठिकाण होतं व आहारासाठी भिक्षा.

उंच देहयष्टी, गोल चेहरा, कपाळावर मोठी तीन आडव्या पट्ट्यांची विभूती. भुवयांच्यामध्ये आणि कानांपाशीही विभूतीची बोटं उमटलेली असत. संपूर्ण क्षौर केलेलं डोकं. कावेच्या रंगाचं धोतर आणि अंगरखा, असा त्यांचा कायमचा वेष.

काही केल्या गंगम्माला झोप यायला तयार नव्हती. अजूनही मुलं घरी परतली नव्हती. 'मंगळारती करा सकल जन, संगय्या बसवणाची...' ऐकू येऊ लागलं. ही तर महादेवय्यांचं भजन संपायची वेळ होत चालली होती.

गंगम्मा उठली. घराचं दार ओढून घेऊन ती देवळात गेली.

देवळाचा पुढचा भाग दरवाजा नसलेल्या मोठाल्या मंडपासारखा होता. तिथंच बसून महादेवय्यांचं भजन चाललं होतं. संध्याकाळच्या वेळी भजन ऐकायला आणि त्यांच्याबरोबर दिमडी-चिपळ्या वाजवून भजन म्हणण्यासाठी काही गावकरी येऊन बसायचे.

एव्हाना मध्यरात्र झाली होती. देवळात आणखी कुणी नव्हतं. गंगम्मा महादेवय्यांच्या समोरच्या खांबापाशी बसली. शेवटची ओळ आळवून हातांतली एकतारी-चिपळी खाली ठेवल्यानंतर तिनं विचारलं, "या हलकट रांडेच्यांना कधी बुद्धी येणार, महादेवय्या?"

"गंगव्वा! मुलांना बुद्धी येईल सावकाश! आधी तुम्ही तुमचं बोलणं सुधारा!"

"मी कुठं वाईट बोलतेय?"

"तुम्हीच किती शिव्या देता? मग मुलांना कधी बुद्धी येणार? असं म्हणा!"

हे काही पहिल्यांदाच घडत नव्हतं. महादेवय्यांनी याआधीही अनेकदा गंगम्माला आपलं बोलणं सुधारायला नाना परीनं सांगितलं होतं. या संदर्भात मिळालेली कुठलीही संधी ते सोडत नसत. तिनं मुलं अजून घरी आली नसल्याचं त्यांच्या कानांवर घातलं.

"गंगव्वा! तुमच्या मुलांना शिक्षा करायला तुम्ही पटेलांना बोलवायला का गेला होतात?"

"पण मुलं माझ्या हाताला तरी लागायला पाहिजेत की नको?"

"तुमचीच चूक आहे! तुम्ही घराच्या यजमानीण आहात! जर आईच मुलांना आवर घालू शकत नसेल तर मुलांना कोण आवरणार?"

हेही नेहमीचंच वाक्य होतं! गंगम्मा कासावीस झाली.

"तुम्ही अप्पण्णय्याला मठात पाठवलं होतं, तिथं हा तिथल्या पोचम्मय्यांनाच शिव्या देऊन पळून आला म्हणून समजलं! मला सांगा, तो कुठं शिकला त्या शिव्या?"

"माझंच कर्म! दुसरं काय! माझं कर्मच त्यांच्या तोंडून तसलं बोलायला लावतंय! तुमचं खरंय! असं बोलल्यावर या रांडेच्याला पोचम्मय्या कसं सोडतील?"

"तिथून पळून आल्यानंतरच या भावंडांनी कौलं फोडली ना?"

"या कार्ट्यांचा निर्वंश होऊ दे, रांडेच्यी कार्टी उलथू देत मेली! आता नवी कौलं घालायला मी कुठून पैसे आणू?"

"काय हे! पुन्हा तेच! पुन्हा घाणेरडं बोलताय गंगव्वा!"

महादेवय्या आणखी काही सांगणार; तेवढ्यात रस्त्यावर काही माणसांची धावपळ ऐकू आली.

"आग... आग..."

"कुठं?"

"गुऱ्हाळाच्या बाजूला आग लागलीय! धावा... या... लौकर..."

ते दोघंही घाईनं देवळाबाहेर धावले. पाहतात तर काय! तळ्याच्या मागच्या बाजूच्या मळ्यातून आगीचे लोट उठताना दिसत होते. त्या उजेडात धूरही दिसत होता.

"अय्यो! आमचा ऊस! कुणा घरच्या रांडेच्यांनी केलं हे!" गंगम्मा आरडाओरडा करत घराच्या दिशेनं धावली. घराची कडी लावून इतर माणसांबरोबर तळ्याच्या दिशेनं धावली.

गाव संपता-संपता तळं होतं. गावाच्या दोन्ही बाजूंनी वेढा घालून उभ्या

असलेल्या तळ्याच्या चढावर गावाच्या पुढच्या बाजूनं वेढा घालून जायचा रस्ता होता. सगळं गावच धावत गावाबाहेरच्या त्या चढावर जमा झालं. समोरच्या निम्म्या जागेहून जास्त जमिनीवर ऊस लावला होता. पश्चिमेला तोल-नाक्यावर दोन्ही बाजूंना आग दिसत होती. पूर्वेकडे पेटलेली आग हळूहळू पश्चिमेला आणि उत्तरेला पसरत होती. सगळा ऊस कापणीला आला असल्यामुळे तळाची पानं सुकून शुष्क झाली होती. त्यामुळे आग पसरणं सोयीचं झालं होतं. वारं नसतं तर आगीचा जोर कमी झाला असता; पण वाऱ्याचा जोर असल्यामुळे आग एकदा दक्षिणेकडे तर एकदा पश्चिमेकडे पसरत होती. एकूणच आग वेगानं पसरत चालली होती. पश्चिमेकडची दोन जागेची आगही आता आणखी पसरत चालली होती.

आता सगळे गावकरी तिथल्या गुऱ्हाळाच्या दिशेनं धावले. अजून तिथपर्यंत आग पोचली नव्हती. त्यांनी तिथल्या गुळाच्या लहान-मोठ्या ढेपा बाहेर काढायला सुरुवात केली. तिथल्या काहिली-साच्यांसारखं अवजड सामानही दोघं-दोघं मिळून बाहेर काढू लागले. लांब बांबू, नारळीच्या झावळ्या आणि उसाच्या चोयट्यांनी बांधलेल्या गुऱ्हाळाला बघता-बघता ज्वाळांनी घेरलं. काही क्षणांत ते भस्मसात होऊन ज्वाळा आकाशाला भिडणार, हे स्पष्ट होतं. ज्यांच्या मळ्यातला ऊस जळत होता, त्यांचे मालक आणि इतर घरांतली माणसं स्वतःच आगीनं घेरल्यासारखी हळहळत होती. आग कशी लागली, कुणी लावली, याविषयी प्रत्येकजण आपापला तर्क व्यक्त करत होतं.

गुऱ्हाळापाशी जवळच गंगम्माचाही छोटा मळा होता. चाळीस नारळी असलेल्या त्या मळ्याचा विस्तार जेमतेम एक एकर होता. तिची बाकीची जमीन थोड्या अंतरावर होती. आता सगळीकडे आग पसरत गेली आणि तिथल्या गुऱ्हाळांना एकेक करून कवेत घेऊन तिच्या ज्वाळा अधिकच आकाशात उंच दिसू लागल्या.

त्याच वेळी मळ्याच्या मधल्या भागातून ओरडल्याचा आवाज ऐकू आला, "... मेलो... मेलो! वाचवा... वाचवा...!" पाठोपाठ बोंब ठोकल्याचा आवाजही आला. आगीच्या चट्-चट् आवाजातही हे ओरडणं आणि बोंबलणं स्पष्टपणे ऐकू आलं. सगळेच घाबरले. कोण असेल, याचा वेध घेत असतानाच गंगम्मा ओरडली, "चेन्निंगा!" "त्याचाच आवाज! रांडेच्या! यावेळी तिकडं कशाला उलथलाय हा?" "त्या मुडद्याला वाचवा रे कुणीतरी... पाया पडते..."

पण भडकलेल्या आगीत कोण शिरणार? आग कुंपणापर्यंत पसरली होती. त्यात आतल्या बाजूला चुलाणासाठी साठवलेल्या चिपाडांचा आणि जळणाचा साठाही असल्याचं सगळ्यांनाच ठाऊक होतं. त्याला एकदा आग लागली तर कुणीच वाचणार नाही! त्यामुळे कुणीच आत शिरायचा विचार केला नाही.

पण महादेवय्या मात्र पुढं होत सगळ्यांना, "काही नाही... बागाईत आहे...

आग तेवढी काही पसरणार नाही... चला या... चला...'' म्हणत आत घुसले. तळ्याकडून मळ्यात जाणाऱ्या कालव्याच्या मार्गानं ते निघाले. गंगम्मा त्वेषानं म्हणाल्या, "आणखी कुणी खऱ्या बापाचे नाहीत काय? मी बाईमाणूस... जातेय! बांगड्या भरा बायल्यांनो...'' आणि तीही मागोमाग धावली. नंतर मात्र कोळ्यांचा मुद्दा, महाराचा बेलूर, याशिवाय भजनासाठी येणारे सात-आठ जणंही निघाले. सगळेच वेगानं गंगम्माला मागं टाकून पुढं निघाले.

मळ्यात चेन्निंगराय एका बुटक्या नारळाच्या झाडावर बसून अजूनही "अय्यय्यो!'' म्हणून ओरडत होता. महादेवय्या ओरडून म्हणाले, "मळ्यापर्यंत आग आलेली नाही! लौक्कर उतर चेन्नय्या!'' पण उतरायला तो घाबरत होता. "नाही... भीती वाटतेय...'' म्हणत तो तसाच बसून राहिला. एव्हाना सगळेच तिथं येऊन पोचले होते. पाठोपाठ गंगम्माही धापा टाकत येऊन पोचली.

"उतर माझ्या राजा! आणि अप्पण्णा कुठाय?''

त्या आवाजानं चेन्नय्याला थोडा धीर आला आणि त्यानं माकडाच्या सराईतपणानं खाली येऊन धाड्कन उडी मारली. तिथं जास्त वेळ थांबण्यात अर्थ नव्हता. कुठल्याही क्षणी आग त्याही भागाला वेढून टाकेल, अशी भीती सगळ्यांनाच होती. सगळे तेवढ्याच घाईनं त्याला पुढं घालून माघारी वळले. कालव्याच्या दोन्ही बाजूंची आग शांत होत होती. गुऱ्हाळाची आग मात्र अजूनही तितक्याच शक्तिनिशी धगधगत होती. आता तर गुऱ्हाळाच्या शेजारी वाळत टाकलेल्या उसाच्या चोयट्यांनाही ती आग भिडली होती.

सगळे आगीपासून दूर उंचावर आल्यावर महादेवय्यांनी विचारलं, "चेन्निंगराय, अप्पण्णय्या कुठं आहे रे? आणि या वेळेला नारळाच्या झाडावर का चढून बसला होतास?''

"अम्मा शिवेगौडाला बोलावून घेऊन येते म्हणाली! म्हणून!''

सगळेच तिथं गोळा झाले. शिवेगौडा पटेलही आला.

"तुम्ही दोघांनी मिळून कौलं का फोडली?'' महादेवय्यांनी विचारलं.

"अय्यो! जळली ती घराची कौलं! अप्पण्णय्या कुठं गेला?'' आता गंगम्माचा आवाजही कातर झाला होता.

"लिंगापूरच्या वाटेनं पळून गेला तो! त्यानंच उसाच्या मळ्याला काडी लावली!''

"तो कशाला आग लावेल रे?''

"आपण नारळाच्या झाडावर लपून बसू या म्हटलं. त्याला झाडावर चढायला येत नाही. म्हणून तो म्हणाला, नको... मी उसामध्येच लपून बसतो! तिकडून गुऱ्हाळात कुणी आलं तरी दिसेल... असं म्हणत तो तिकडं, बांधाच्या बाजूला गेला. बिडी ओढायला म्हणून त्यानं काडी ओढली! ती काडीच उसाच्या सुकलेल्या

पानाला लागली!"

हे ऐकताच पटेल शिवेगौडा गरजले, "जा... त्याला पकडून घेऊन या!"

पण महादेवय्या म्हणाले, "याच्या बोलण्यावर कसा विश्वास ठेवायचा? काय रे! तुला कसं ठाऊक तो बिडी ओढत असतानाच ही आग लागली म्हणून?"

"मी काही खोटं बोलत नाही! पायजे तर देवाची शपथ घेऊन सांगतो! तोच इथं धावत आला आणि मला सांगून गेला, असं-असं झालं म्हणून! मलाच वर म्हणाला, कुणाला सांगू नकोस! मी लिंगापूरकडे पळून जातो म्हणून! मला पण चल म्हणत होता; पण मी म्हटलं, तू आग लावलीस! मी कशाला पळू? तो गेला पळून!"

त्याच्या बोलण्याचा परिणाम काय होईल, हे पटेल शिवेगौडा आणि इतर ग्रामप्रमुखाच्या लक्षात आलं होतं; पण गंगम्माच्या ते लक्षात आलं नाही. महादेवय्या मात्र परिस्थिती लक्षात येऊन पुन्हा म्हणाले, "या पोरासोरांच्या बोलण्यावर कसा विश्वास ठेवायचा?"

"का नाही विश्वास ठेवायचा?" पटेलांनी जोरात विचारलं. त्यातच चेन्निंगरायाला पुन्हा जोर चढला, "देवाशप्पत खरं सांगतोय मी! यात माझी काही म्हणजे काहीही चूक नाही!"

घरचा थोरला मुलगाच मूर्खासारखा बोलत असताना आपण त्याची बाजू घ्यायला गेलो तर गावचे पटेल आणि इतर लोक आपल्यावरच तुटून पडतील, हे लक्षात येताच महादेवय्या गप्प बसले.

३

पटेलांच्या आज्ञेप्रमाणे कुळवाड्याची पोरं अप्पण्णय्याला शोधायला निघाली. रात्रीच्या अंधारात तोही काही फार लांब गेला नव्हता. बांधापलीकडच्या मळ्यातल्या मंडपात उकिडवा बसला होता. कोळ्याच्या मुद्दानं त्याला पकडलं, तेव्हा घाबरा होऊन त्यानं यायला नकार दिला. गयावया करू लागला. पकडल्यावर हातांतून निसटून पळायचा प्रयत्न करू लागला. पण दांडग्या मुद्दासमोर त्याचं काही चाललं नाही. मुद्दानं त्याची गचांडी वळून त्याला खांद्यावर टाकलं आणि घेऊन निघाला.

जमलेले गावकरी चढावरच होते. एव्हाना सगळ्या गुऱ्हाळांचीही राख होऊन केवळ निखाऱ्यासारखी धग दिसत होती. मळ्यातला ऊस काळाठिक्कर पडला होता. आकाशात चांदणं नसलं तरी सगळं काही स्पष्ट दिसत होतं.

अप्पण्णय्याला सगळ्या गावकऱ्यांसमोर खांद्यावरून उतरवलं तेव्हा तो घाबरून थरथर कापत होता. पुढच्या बाजूचं तुळतुळीत कपाळ आणि मागच्या बाजूला गाठ मारता येतील, एवढे सोडलेले केसही घामामुळे ओले झाले होते. मुलाचा चेहरा समोर येताच गंगम्मानं सुटकेचा निःश्वास सोडला. पाठोपाठ, शिवेगौडाला सांगून याला चार दणके द्यायचा तिचा विचार पक्का झाला.

पण गौडाच्या मनात वेगळंच काहीतरी होतं.

"उसाच्या गुऱ्हाळाला आग कशाला लावलीत रे?"

घाबरून गेलेला अप्पण्णय्या काहीच बोलला नाही. पुन्हा दरडावून तोच प्रश्न विचारताच तो उत्तरला, "मला ठाऊक नाही!"

"अरे वा! नाही म्हणतोय! काय रे? बिडी पेटवताना आग लागली नाही काय? तसं तूच मी झाडावर बसलो होतो तेव्हा सांगितलंस की!" चेन्निंगराय आपण होऊन म्हणाला.

यावर न बोलता अप्पण्णय्या मुकाट्यानं उभा राहिला. त्याचे कापणारे पाय त्याच्या तोकड्या पंचातून दिसत होते.

त्या घोळक्यांतले अय्याशास्त्री म्हणाले, "मौनं संमति सूचकम्... म्हणजे त्यानंच आग लावलीय, हे तर सिद्ध झालंय. आता पुढं काय करायचं ते बोला!"

एकदा विषय निघाल्यावर तिथले सगळे मळ्याचे मालक बोलू लागले...

"माजा ऊस साखरेइतक्या गोडीचा गूळ बनवत होता. गुरुवारच्या बाजारात माजा गूळ सांगेन त्या दराला हसत हसत उचलत होते! आण्याला दोन ढेकळं सांगितलं तरी बी! माजं काय नाय म्हटलं तरी तीनशे रुपयांचं नुकसान झालंया!" धनगराचा सण्णय्या म्हणाला.

परीट रेवण्णा शेट्टी म्हणाला, "माजं खोडवं होतं हे खरंय, तरी बी चारशे रुपये कसे बी आले आस्ते!"

सगळेच आपापल्या जळलेल्या उसाच्या किमतीचा अंदाज सांगू लागले.

अय्याशास्त्रींची एकूणच कुठंही जमीन नव्हती. त्यांनीही आपल्या नुकसानीचा पाढा वाचला, "माझी जमीन नाही हे खरं! पण सगळ्यांची गुऱ्हाळं संपायच्या वेळी गणपतीपूजेसाठी प्रत्येक काहिलीसाठी गुळाचा खडा द्यायची पद्धत आहे. सगळा हिशेब केला तर काही नाही म्हटलं, तरी एकूण पाचशे खडे मला यायला पाहिजे होते. हिशेब केला तर पन्नास रुपये झाले असते! त्याशिवाय उसाचा रस, सायीचा गूळ, गुऱ्हाळाच्या वेळी गेलो असतो तर मिळाला असता, तो गरम-गरम गूळ या सगळ्याचंही नुकसान..."

"शास्त्री! हा तुमचा व्याजाचा हिशेब फारच भारी झाला की! ज्यांचा खराच ऊस जळलाय, त्यांनी हिशेब केला तर त्याला अर्थ आहे! गणप्पाच्या पूजेवर नुकसानीचा

हिशेब नका करू!'' महादेवय्या मध्येच म्हणाले, "सगळी आग पूर्णपणे शांत होऊ दे. नंतर रेवण्णांचा हिशेब करू या. त्यांना सगळ्या हिशेबाचे चारशे रुपये होतात. त्यांची जेमतेम दीड एकर जमीन आहे. पहिल्या कापणीलाही त्यांना जेमतेम शंभर रुपये मिळायचे. आता खोडव्याला चारशे कसे द्यायचे? मी खोडवं काढत नाही. जमीन पड ठेवून नंतर तिथं भात पेरतो. उसानं जमिनीचा कस खराब व्हायला लागलाय, असं त्यांनी मला सांगितलं होतं.''

आणखी कितीजण आपापलं नुकसान वाढवून सांगत होते कोण जाणे! पण अय्याशास्त्रींच्या बोलण्यामुळे अवांतर सांगण्याला खीळ बसली आणि त्यांना चारचौघांना पटेल, असं काहीतरी सांगायची पाळी आली. अय्याशास्त्री पुढं काही बोलण्याआधी कुणीतरी म्हणालं, "गणपतीच्या पूजेसाठी द्यायचं ते एक आठवड्याचं गुळाचं ढेकूळ. तसे पाचशे दिले तर पन्नास रुपये तरी कोण कसं देईल? म्हणजे रुपयाला दहा ढेकळं झाली! बाजारात रुपयाला चाळीस ढेकळं सहजच मिळतात. एका ढेकळाला दीड आणा कोण देईल?''

आता मात्र अय्यशास्त्रींचं तोंड पुरतं बंद झालं. अखेरचा निष्कर्ष सांगावा तसं महादेवय्यांनी सांगितलं, "असा नुकसानीचा हिशेब करत राहिलात तर कुणालाच काही मिळणार नाही. एक लक्षात घ्या. पोरानं मुद्दाम करायचं म्हणून काही केलेलं नाही. एवढासा मुलगा बिडी ओढतोय, ही खरी गंभीर गोष्ट आहे. त्याला अक्कल शिकवायची गरज आहे. त्यासाठी त्याला चार दणके द्या. नाहीतर त्याच्या बोचण्णांना सांगून कोलदांडा लावायला सांगा.''

"नको... नको! मला कोलदांडा नको! पाया पडतो...'' अप्पण्णय्या गयावया करू लागला.

मध्येच चेन्निंगराय विनाकारण म्हणाला, "माझी काहीही चूक नाही! त्याला कोलदांडा लावा...''

पण पटेल तिरूमलेगौडा शिवेगौडानं वेगळाच मुद्दा काढला, "महादेवय्या! तुम्ही संन्यासी! तुम्हाला ना घरदार, ना बायको-मुलं! मुलांना शहाणपण शिकवणं हा वेगळा मुद्दा आहे; पण आता झालेलं नुकसान कोण भरून देणार? मी गावचा पटेल आहे. मी सांगतो काय न्याय करायचा ते! यांनी गावाला विशिष्ट दंड दिला पाहिजे. ते पैसे ज्यांचं नुकसान झालंय, त्यांच्यामध्ये वाटायला पाहिजेत.''

हे सगळ्याच गावकऱ्यांना पटलं. रेवण्णा शेट्टी आणि अय्याशास्त्री तर जोरातच म्हणाले, "हे खऱ्या बापाच्या लेकाचं बोलणं झालं!'' हे म्हणताना नकळत त्यांचा रोख महादेवय्यांकडेच होता, हे लक्षात आलं तरी महादेवय्यांनी तिकडे दुर्लक्ष केलं.

हे सगळं प्रकरण कुठल्या दिशेनं चाललंय, याचा गंगम्माला अंदाज आला. ती हात जोडून गयावया करू लागली, "मी नवरा मेलेली रांड-मुंड बाई-माणूस!

लेकरांना अकला नाहीत, काहीतरी वेडेपणा केलाय अडाणीपणानं...''

पण मध्येच चेन्निंगराय तोंड खुपसत म्हणाला, ''माझी काहीही चूक नाहीये! फक्त अप्पण्णय्याचीच चूक आहे! माझं नाव घेऊ नकोस!''

तिकडं लक्ष न देता गंगम्मा म्हणाली, ''त्यानं चूक केलीय, त्याला कोलदांडा घाला. दंडबिंड भरायला माझ्याकडे काहीही नाही.''

अप्पण्णय्याही रडत म्हणाला, ''माला कोलदांडा नको... दंडच घ्या!''

नंतरची चर्चा गावातल्या चार प्रमुख गावकऱ्यांच्यातच झाली. कुणाचं काय नुकसान झालं, याचा हिशेब करण्यात आला. सगळी नुकसानभरपाई शक्य नसली तरी एक ठरलं, गंगम्मानं दोन हजार रुपये द्यावेत; अय्याशास्त्रींना दहा, रेवण्णाशेट्टींना वीस रुपये द्यायचे ठरले. बाकीचेही नुकसानीच्या हिशेबात वाटले जावेत.

गंगम्मानं हात-पाय जोडले, गयावया केलं, पण त्याचा काहीच उपयोग झाला नाही. हिच्या बाजूनं बोलून काहीही उपयोग नाही, हे लक्षात येऊन महादेवय्याही गप्प झाले. गंगम्मानं आपल्याकडे फुटकी कवडीही नसल्याचं सांगितलं.

पटेल शिवेगौडानं उपायही सांगितला, ''तुझं घरदार आणि शेती-मळा माझ्या नावानं लिहून दे! मी पैसे देतो. माझे पैसे परत करशील तेव्हा तुझं घर आणि जमीन तुझी तुला परत मिळेल, तसा कागद करू या.''

यावर काय बोलावं, हे गंगम्माला अजिबात समजलं नाही. तिनं अय्याशास्त्रींकडे पाहिलं. आपल्याला मिळणारे दहा रुपये तरी ते का सोडतील? त्यामुळे त्यांचा काहीही उपयोग नाही, हे लक्षात आलं. गावातले दुसरे पुरोहित अण्णाजोईस होते. पण त्यांचं अय्याशास्त्र्यांशी नातं होतं. त्यांच्या दूरच्या भाऊबंधातले हे होते. आपल्या काकांविरुद्ध ते काही बोलणार नाहीत, हे गंगम्माला ठाऊक होतं.

गावातल्या सगळ्या ज्येष्ठ मंडळींनी घेतलेला तो निर्णय होता. त्यामुळे तिला ते मान्य करावंच लागलं. दंड कमी करायला महादेवय्यांनी प्रयत्न केले. त्याचाही काही उपयोग झाला नाही.

तरीही त्यांनी एकवार गंगम्माला सांगितलं, ''जमीन गहाण ठेवून कर्ज काढू नका! तुमच्यापाशी असेल ते सोनं-चांदी विकून कर्ज फेडा. अगदी घरातलं धान्यधुन्य देऊन कर्ज फेडा. स्थावरावर पैसा काढू नका! कर्ज काढलं तर व्याजानं ते वाढतच राहतं. ते फेडायला तुम्हाला जमणं शक्य नाही!''

पटेल शिवेगौडा मध्येच म्हणाला, ''त्यात न जमायचा काय प्रश्न आहे? मी काय त्यांच्याकडून व्याज घेणार आहे? असू दे म्हणून नावापुरता कागद लिहून घ्यायची पद्धत आहे! लग्नातले, घरच्या थोरामोठ्यांनी दिलेले दागिने एकदा हातातून गेले, की पुन्हा येतील काय? संन्याशाला सोनं-चांदी नको असली तरी गृहस्थांना नको काय? काय गंगम्मा! या संन्याशाचं ऐकणार की दहा शहाण्या-सुरत्या

गावकऱ्यांचं ऐकणार?''

गर्दीतले दहाजणंही म्हणाले, ''पटेल बोलताहेत ते खरंय!'' पटेलांचा मेहुणा, जो आता शानभोगकी बघत होता, तो शिवलिंगेगौडा म्हणाला, ''नवरा मेलेल्या बाईला लग्नात मिळालेले दागिने विकायचा हक्कच नाही! जमीन हवी तर गहाण टाकू शकते!''

अय्याशास्त्री म्हणाले, ''या सगळ्या कायद्याच्या गोष्टी महादेवय्यांना कुठं समजतात?''

महादेवय्यांना जाणवलं, या गावकऱ्यांच्या पंचायतीत आपल्या बोलण्याला काहीही किंमत नाही! शिवाय इकडं गंगम्माही आपल्या शब्दाला महत्त्व द्यायची खात्री नाही! ते गप्प झाले.

आता न्यायकार्याला उशीर करण्यात अर्थ नाही. लगोलग दोन बैलगाड्या जुंपून गंगम्मा, तिची दोन्ही मुलं यांना घेऊन पटेल आणि शिवलिंगेगौडा, अय्याशास्त्री तिपटूरला गेले. तिथं रजिस्ट्रारनी दोन हजार रुपये शिवेगौडांना दिले. आपल्या सांसारिक अडचणींचं कारण सांगून गंगम्मानं आपला सगळा जमीन-जुमला गहाण ठेवला. कागद शिवलिंगेगौडांनी लिहिला. त्यासाठी आपल्याला किमान पंचवीस रुपये मिळाले पाहिजेत, म्हणून त्यानं हट्ट धरला. या वर्षी पीक आल्यावर वाल विकून ते पैसे देण्याचं गंगम्मानं कबूल केलं. त्यानंही महान उपकार केल्याच्या आविर्भावात ते मान्य केलं. आपल्या उसाच्या झालेल्या नुकासानीपोटी चारशे रुपये ठेवून घेऊन पटेल शिवेगौडांनी बाकीचे पैसे इतरांना वाटले.

विधवा गंगम्मानं तिपटूरच्या हॉटेलातलं काही खरकटं खायचा प्रश्नच नव्हता. तळ्यात अंघोळ करून तिनं ओलेत्यानं दोन मुठी भाजके हरभरे आणि गुळाचं एक ढेकूळ खाल्लं आणि सगळे परतीच्या प्रवासासाठी गाडीत बसले. मुलांना सहा आणे देऊन तिनं त्यांना एका ब्राह्मणाच्या हॉटेलात दोसे आणि चटणीचा गोळा खाऊ घातला.

गावी परतल्यावर चार-सहा दिवस प्रचंड अपमानाच्या ओझ्याखाली ती घराबाहेर पडली नाही. तीन मैल अंतरावर असलेल्या सण्णय्या कुंभाराला सोळा रुपये देऊन तिनं पाचशे कौलं आणवून घेतली. घराचा मागचा भाग कौलं बदलून पूर्णपणे शाकारून घेतला.

आठवडा गेला. एक दिवस तिनं देवळातल्या महादेवय्यांना निरोप पाठवला. मनातलं सुख-दुःख बोलून दाखवून तिनं त्यांना पुढं काय करावं म्हणून विचारलं तेव्हा ते म्हणाले, ''अप्पण्णय्याला पोचण्णांपाशी पाठवून द्या. थोडी विद्या आली, की तो थोडा सरळ होईल. चेन्निंगरायाला होन्नवळ्ळीला पाठवून द्या. तुम्ही स्वतः त्याच्याबरोबर जा. तुमच्या घराण्याची शानभोगकी उद्या हाच बघणार आहे, याला

शिकवून शहाणं करा, म्हणून विनंती करा. आणखी उशीर होत गेला तर काहीच हाताला लागणार नाही. तोही आता पंधरा वर्षांचा झालाय, नाही का?''

हे गंगम्मानं मान्य केलं. चन्निंगरायाला होनवळ्ळीच्या सीतारामय्या शानभोगांच्या हाताखाली हिशेब शिकायला पाठवत असल्याची बातमी पटेल शिवेगौडाला समजली. तो घरी येऊन म्हणाला, ''येवढ्या दूर लेकराला कशाला पाठवतीस बाई? आमच्या शिवलिंगाकडेच पाठव. इथल्या इथं तुझ्या नजरेपुढं राहून शिकला तर बरंच की!''

पण होनवळ्ळीच्या सीतारामय्यांकडे शिकलं तरच योग्य ती विद्या मिळेल, याविषयी गंगम्माची खात्री होती. सगळे शानभोगकी करत असले तरी या जगात या विषयाचा गुरू व्हायची लायकी फक्त होनवळ्ळी सीतारामय्यांचीच आहे! 'जावगल्ल पंचक्रोशी'त हळेबिडच्या व्यंकटेश्वरय्यांनाही तेवढी लायकी आहे; पण ते या पंचक्रोशीतले नाहीत. त्या त्या पंचक्रोशीतले बाकीचे बारकावे तिथल्या लोकांनाच ठाऊक असतात!

काही का असेना, अखेर गंगम्मा सवारीची गाडी जुंपून दोन्ही मुलांसह होन्नवळ्ळीला जायला निघाली.

निघायच्या आधी चेन्निंगरायानं भंडारी मुद्दण्णाकडून डोकं स्वच्छ बोळवून त्यावर चंदनाचा लेप लावला. दुसरे दिवशी तेल-पाण्यानं न्हाणंही झालं. कडबोळी-तंबिट्टाचं गाठोडं तयार झालं. कोट-टोपी घालून तो गाडीत चढू लागला तेव्हा महादेवय्यांनी सांगितलं, ''मोठ्या ठिकाणी जातोयस. यानंतर तुझ्या तोंडात शिवी येता कामा नये! शहाणा होऊन माघारी ये.''

होन्नवळ्ळी रामकृष्णय्या रामण्णांना चांगलं ओळखत होते. गंगम्माची विनंती मान्य करून त्यांनी चेन्निंगरायाला आपल्या घरात ठेवून घेऊन हिशेब शिकवायचं मान्य केलं. आई आणि भाऊ परतीच्या प्रवासासाठी गाडीत चढले तेव्हा चेन्निंगराय रडत उभा होता. निघताना त्यानं रडतच आईला सांगितलं, ''किमान आणखी एकदा तरी कुणाकडून तरी कडबोळी-तंबिट्टाचे लाडू पाठवून दे!''

गावी परतल्यावर अप्पण्णय्यालाही तिनं चाताळी चन्नकेशवय्यांच्या मठात दाखल केलं. दररोज मठात पाठवण्यासाठी त्याला पंचाच्या पदरात भाजलेले हरभरे, गुळाचं ढेकूळ, अर्धा तुकडा खोबरं द्यावं लागत होतं.

दोन

१

चेन्निंगराय होनवळ्ळीत एकंदर तीन वर्षं शिकायला म्हणून राहिला. आता त्याला डाव्या बोटांनी छडी आणि पट्टी पुढं ढकलता येऊ लागली होती. उजव्या हातात स्टीलचं टोक किंवा शिसपेन्सिल घेऊन ओळ आखायलाही येऊ लागली. मुलकीपत्रात डावीकडे सगळे अंक बिनचूकपणे लिहायलाच नव्हे तर उजवीकडेही कसं लिहायचे, हे त्याला जमू लागलं होतं. त्याचं शिक्षण पुरं झालं की नाही, हे सांगणं कठीण होतं. त्याचे गुरू सीतारामय्या सांगत होते, “तू एका रुपयातलं चार आणेही शिकलेला नाहीस!” चेन्निंगराय त्यांच्याशी वाद घालत नसला तरी त्याचा त्यावर विश्वास नव्हता. यांच्या हिशेबाप्रमाणे आपण कायमचे इथंच गाडले जावं म्हणून ते असं म्हणताहेत, असंच त्याला वाटत होतं.

तो पायीच वर्षातून तीन-चार वेळा गावाकडे जाऊन येत होता. या खेपेला आला तेव्हा तो गंगम्माला म्हणाला, “किती दिवस तिकडंच राहायचं? यानंतर मी गावात येऊन शानभोगकीचा चार्ज घेतो!”

“हिशेब नीट जमायला लागला की नाही?”

“न यायला काय झालं? विचार हवं ते! पहिला नंबर खातेदार, दुसरा बंजर-तक्ता, तिसरा नंबर लावणी, चार... पडपत्रक... कसलं तरी खाते, पाच वसुलीबाकीपत्र, सहा कमी-जास्ती, सात तकरार-तक्ता, आठ इनाम-रजिस्टर, नऊ जमा गोषवारा, बाकीवार जमा-खर्च, अकरा रसीद-पट्टी, बारा खानेसुमारी, या शिवाय शानभोगकीचे बारा प्रकारचे लेख...” अशाप्रकारे प्रभव-विभवासकट साठ संवत्सरांची नावं सांगावीत तसं त्यानं घोकून सांगितली.

मुलाचं अगाध ज्ञान बघून गंगम्मा अवाक् झाली. आपला मुलगा विद्वान झालाय

याविषयी गंगम्माच्या मनात संशय राहिला नाही. नंतर तो म्हणाला, "आता तू अजून अशीच बसून राहणार आहेस, की माझ्या लग्नाचा काहीतरी विचार करणार आहेस?"

"करू या की! पण थोडं थांब. आधी शानभोगकी तर हातात येऊ दे!"

"ते तर येईलच गं! आता मला अठरा संपत आली! सज्ञान झालोय मी! बाकी सगळे आई-बाप मुलं सोळा वर्षांची झाली, की लग्नाचा विचार करायला लागतात! आम्ही असेच राहिलो तर लोक काय म्हणतील?"

चेन्निंगरायाला मुलगी द्यायला एव्हाना कितीतरी जणांनी तयारी दाखवली होती; पण तिकडं गंगम्मानं फारसं लक्ष दिलं नव्हतं. आता मुलगाच विचारायला लागलाय म्हटल्यावर लग्न करायला पाहिजे! याविषयी तिनं महादेवय्यांचा सल्ला विचारला. ते म्हणाले, "त्याला आणखी एक-दोन वर्षं हेच काम शिकू दे. शानभोगकी हातात येऊ दे. नंतर लग्नाचं बघा."

चेन्निंगरायाला राग आला. त्यानं त्रागा केला, "ओऽऽऽ! आणखी दोन वर्षं वाट बघायची? तुम्हाला काय समजतंय? काहीही बोलू नका!" याआधी कधीही तो त्यांना या शब्दांत बोलला नव्हता. महादेवय्या काहीच बोलले नाहीत.

चेन्निंगराय पुन्हा होन्नवळ्ळीला गेलाच नाही. एक दिवस तो सरळ शिवलिंगे गौडाकडे गेला आणि म्हणाला, "माझा शानभोगकीचा हक्क माझ्या ताब्यात द्या!"

"देतो की! वरून येऊ दे!" तो उत्तरला.

या भावी शानभोगांना यावर आपण काय करायचं असतं, हे ठाऊक नव्हतं. त्याच सुमारास घरात त्याच्या लग्नाचा विषय चालल्यामुळे त्यानंही शानभोगकीकडे तितकंसं लक्ष दिलं नाही.

एक दिवस त्यांच्या घरापुढे एक उंचापुरा शुभ्र घोडा येऊन उभा राहिला. पाठीवर चमकदार खोगीर होतं. त्यावरून पांढरी शुभ्र निकर, पांढरा कोट, पायांत मोजे आणि बूट घातलेले एक प्रौढ वयाचे उंचेपुरे, सुदृढ गृहस्थ उतरले. तो मोठा पांढरा घोडा आणि त्याचा थाटमाट पाहताच डिस्ट्रिक्टचे धनी, डेप्युटी कमिशनर असले पाहिजेत, याविषयी कुणाच्याही मनात शंकाच राहिली नसती. गंगम्माची तर तशीच खात्री झाली. तिनं आत जाऊन चेन्निंगरायाला हेच सांगितलं. तोही बाहेर आला आणि नतमस्तक होऊन घाबऱ्या-घाबऱ्या अतिविनयानं म्हणाला, "यावे यावे धनी! कृपावंत व्हावे!" आपल्याला शानभोगकी देण्यासाठी स्वत: धनी आपण होऊन आपल्याकडे आले आहेत, याची त्याला खात्रीच वाटली! म्हणून त्यानं पुढं विचारलं, "धनी! शिवलिंगेगौडाला निरोप पाठवू काय?"

"का?"

"नाही... आता शानभोगकीचा चार्ज त्याच्याकडे आहे, म्हणून म्हटलं... त्याच्याकडून चार्ज मला मिळवून द्यावा! फौती रामण्णांचा थोरला मुलगा चेन्निगराय मीच आहे!"

"ते होईल! आधी आत चला."

दोघंही घरात आले. घरात खुर्ची नव्हती. अण्णाजोईसांच्या घरातल्या एकमेव खुर्चीव्यतिरिक्त संपूर्ण गावात आणखी कुणाकडेच खुर्ची नव्हती. त्यामुळे ते चटईवरच बसले. चन्निंगरायानं आतून पाण्याचा तांब्या आणून त्यांच्यासमोर ठेवला. ते म्हणाले, "पहिल्याच खेपेला आम्ही तुमच्याकडे पाणी पिता कामा नये!"

हे ऐकून माय-लेक गोंधळात पडले. शेवटी तेच म्हणाले, "नागलापूर नाव ऐकलंय की नाही? आम्ही तिथले ग्रामपुरोहित. माझं नाव कंठीजोईस. माझी मुलगी आहे. नंजम्मा तिचं नाव. रेवती नक्षत्र. द्वितीय पाद. बारावं वर्ष सुरू आहे. पत्रिका आणलीय मी. तुमच्या मुलाची पत्रिका मला लागेल."

डिस्ट्रिक्ट कमिशनरापासून नागलापूरच्या ग्रामपुरोहित कंठीजोईस इथपर्यंतचा मानसिक प्रवास करून यायला गंगम्माला थोडा वेळ जावा लागला. असे गृहस्थ आपल्या मुलाला मुलगी देण्याचा प्रस्ताव घेऊन आलेले बघून तिचा आत्मविश्वास फुलारला. तरीही एवढ्या थाटात आलेल्या गृहस्थांचं दडपणही होतंच. तिनं सांगितलं, "शानभोगकी हातात आल्याशिवाय याचं लग्न करायचं नाही, असं ठरवलंय मी!"

पण मुलानं मध्येच तोंड घातलं, "तुला काय कळतंय, तू गप्प बैस! त्यांनी सांगितलंय की आधीच, ते काम होईल म्हणून?"

"ते मला ठाऊक आहे. तुमचा हक्क तुम्हाला मिळवून द्यायला कितीसा वेळ लागणार आहे? अंमलदाराला सांगून ते सहज करता येईल; पण आधी लग्न होऊ द्या!"

अखेर गंगम्मानं मुलाची पत्रिका त्यांच्या हातात दिली. स्वत: कंठीजोईसांनाही ही विद्या होतीच. त्यांनी तिथल्या तिथे दोन्ही पत्रिका जुळवून पाहिल्या आणि म्हणाले, "पत्रिका उत्तम जुळतात. आता पुढं काय ते बोला!"

२

'रामसंद्र'च्या पश्चिमेला बारा मैलांवरचं छोटं खेडं नागलापूर. तिथले कंठीजोईस त्या पंचक्रोशीतच नव्हे, आणखी बाहेरच्या परिसरातही चांगलेच प्रसिद्ध होते. 'रामसंद्र' तिपटूर तालुक्यातलं, जिल्हा तुमकूर तर नागलापूर चन्नरायपट्टण तालुका

आणि जिल्हा हासन. त्यामुळे अंतर कमी असलं तरी कंठीजोईसांचं नाव तिथल्याइतकं या भागात जनमानसात पोचलं नव्हतं. चन्नरायपट्टण तालुका, शांतीग्राम, हासन, कौशिक, या सगळ्या भागांत त्यांचं नाव ठाऊक होतं.

भरपूर उंची, रुंद कपाळ, तेजस्वी डोळे असलेली असामी कंठीजोईस. त्यांचं सोळाव्या वर्षी लग्न झालं. विसाव्या वर्षी बायको घरी नांदायला आली. दोन वर्षांत एक मुलगा जन्मला. आणखी दोन वर्षांनी एक मूल जन्मलं, मरून गेलं. आणखी दोन मुलं झाली, मेली. त्यानंतर अखेरच्या बाळंतपणात मुलगी झाली; पण बायकोच मरण पावली. मुलगी वाचली. तिला कंठीजोईसांच्या आईनं अक्कम्मानं सांभाळली. जोईसांनी पुन्हा लग्न केलं नाही. आता त्यांची हयात असलेली दोनच मुलं. थोरला मुलगा कल्लेश पोलीस कॉन्स्टेबल होता. श्रवणबेळगोळमध्ये त्याची नोकरी होती. आईच्या माघारी जगलेल्या नंजम्माचंच आता चेन्निंगरायाशी लग्न ठरवायचं होतं.

कंठीजोईसांची प्रसिद्धी केवळ ते जोईस असल्यामुळे नव्हती. काही 'सिद्धी' असल्याशिवाय प्रसिद्धी कशी मिळणार? भीमसेनासारखं त्यांचं बलदंड शरीर एकदा पाहिलं की कुणी विसरू शकत नव्हतं, हे तर खरंच. नाटक-'यक्षगाना'त पार्ट करायचा त्यांचा शौकही या प्रसिद्धीमागे होता. एकदा त्यांना रंगभूमीवर पाहिलं तर कुणीच विसरायचं नाही. 'कालिदास' नाटकात 'भोजराजा'चं पात्र त्यांच्याइतकं आणखी कुणालाच शोभायचं नाही. महाभारतात दुर्योधन व्हायची कुवत पंचक्रोशीत त्यांच्या व्यतिरिक्त आणखी कुणाचीच नव्हती. 'यक्षगाना'त एकदा वीरवेष घातला तर दोन फळकुटं मोडल्याशिवाय ते गिरक्या घ्यायचं थांबवत नसत. हार्मोनिअम तर वाजवतच; शिवाय तबला वाजवण्यातही कुणी त्यांचा हात धरू शकत नव्हतं. ते शुभ-अशुभ दोन्ही प्रकारचं पौरोहित्य करतच; शिवाय ज्योतिष्यविद्या, करणी यांसारखे प्रकारही त्यांना ठाऊक असायचे. या सगळ्याबरोबरच अंमलदाराबरोबर इंग्लिशमध्ये बोलायचं धैर्य होतं!

त्यांच्या निडर स्वभावामुळे त्यांना मोठ्या प्रमाणात प्रसिद्धी मिळाली होती. मागं कुठल्या-कुठल्या कोर्टकेसेस ते जिंकले होते. चार-दोन खूनही त्यांनी पचवले आहेत, असं लोक त्यांच्या माघारी बोलायचे. त्याची सत्यासत्यता कुणीच पडताळून बघायच्या फंदात पडलं नव्हतं. स्वत: कंठीजोईस मात्र हा आरोप धुडकावून लावायचे. भांडणाचा ताव वाढला असताना त्यांनी कुणाला तरी, 'तुझा खून करतो बघ!' असा दम भरला होता, त्यामुळे तशी अफवा पसरली असेल, असं त्यांचं म्हणणं. लोकांच्या मनात मात्र, 'यांनी किती खून केलेत कोण जाणे!' अशी भीती पुरेपूर भरली होती.

कंठीजोईसांच्या मनात अंधाराचं किंचितही भय नसल्यामुळे तसे ते निशाचरच होते. कमरेला एक छोटा कोयता अडकवला, की संध्याकाळी निघून पायी चालत

सकाळपर्यंत चोवीसमैलांवर असलेल्या हासनला जाऊन पोचायचे. जोईस दिवसाउजेडीच फार कमीवेळा चालायचे. रात्री रानातल्या वाटेनं जाताना वाटेत भेटणाऱ्या विविध प्रकारच्या भुतांना ते सहजच धैर्यानं सामोरे जात; उलट भुतांनाच पळवून लावणाऱ्या कंठीजोईसांची कीर्ती इतकी पसरली तर त्यात काय आश्चर्य?

चेन्निंगरायाच्या लग्नाला 'रामसंद्र'हून सगळे ब्राह्मण गेले होते. त्याचबरोबर त्यांच्या शानभोगकीच्या गावातून, कुरुबरहळ्ळीचे पटेल गुंडेगौडा आणि इतर काही प्रमुख मंडळीही आली होती. पटेल शिवेगौडा किंवा शानभोग शिवलिंगेगौडा मात्र आले नव्हते. एकंदरीत मुलाकडचे पाहुणे चार गाड्या जुंपून लग्नाला गेले होते. नागलापूरच्या तळ्याजवळच्या चढावर ताशे-वाजंत्री वाजवून पाहुण्यांचं स्वागत करण्यात आलं होतं. नवऱ्या मुलाला घेऊन जाण्यासाठी कंठीजोईसांचा मोठा शुभ्र घोडा सजवून आणण्यात आला होता. त्यावर सवार व्हायच्या विचारानं चेन्निंगरायाचं धाबं दणाणलं. स्वार झालं नाही तर संपूर्ण 'रामसंद्र' गावाचाच अपमान व्हायचा! गंगम्मानं याची जाणीव करून देत, "थू: बायल्या रांडेच्च्या..." म्हणून शिव्या हासडल्यावर मात्र तो कसाबसा जीव मुठीत भरून घोड्यावर चढून बसला. घोड्यानं काही गडबड-गोंधळ करू नये, म्हणून मुलीचा थोरला भाऊ पोलीस कॉन्स्टेबल कल्लेश घोड्याचा लगाम धरून सोबत चालू लागला.

लग्नाला आलेल्या मुलाकडच्या पाहुण्यांना कंठीजोईसांच्या स्वभावाचा परिचय झाला. अगदी गडगंज श्रीमंतीचा थाट नसला तरी लग्नाचा एकंदर थाट, खाण्या-पिण्याची सरबराई निश्चितच वाखाणण्याजोगी होती. लग्नासाठी हासनहून एक वकील आले होते; हेही कंठीजोईसांनीच ओळख करून देताना सांगितलं. त्यांनीच स्वयंपाक बनवला! मुलाकडचे पुरोहित म्हणून अय्याशास्त्री आणि अण्णाजोईस होते. अय्याशास्त्रींना मासिक-श्राद्ध, गौरी-गणेशाचं व्रत या व्यतिरिक्त इतर कर्म करण्याचं पौरोहित्य तोंडपाठ नव्हतं. वयानं लहान असले, तरी अण्णाजोईस सिंधघाटाच्या सूरण्णा जोईसांच्या हाताखाली शिस्तबद्ध शिक्षण घेऊन तयार झाले होते, त्यामुळे त्या परिसरात त्यांनी नाव कमावलं होतं. एवढ्याच अवधीत असंख्य लग्नं लावून दिल्यामुळे लग्नाचे मंत्र म्हणणं म्हणजे सहजतेनं पाणी प्यायल्यासारखं वाटावं, इतका त्यांना सराव झाला होता. मुलाकडच्या जागेत होम करताना अण्णाजोईस मोठ्यानं मंत्र म्हणत होते, "ओम् भूलग्नीये प्राणाय स्वाहा: इदमग्नीये प्राणाय स्वाहा: ..."

नवऱ्यामुलाची उतरण्याची जागा नवऱ्यामुलीच्या वस्तीजवळच होती. यांचे मंत्र मुलीच्या वस्तीच्या घरापर्यंत सहजच पोचत होते. ते कानांवर पडताच कंठीजोईस तिथं वेगानं आले आणि म्हणाले, "जोईस! अग्नीला आहुती द्यायचे मंत्र आणखी

एकदा म्हणा पाहू!''

''का?''

''मला ऐकायचे आहेत! हं, म्हणा!''

''वेदमंत्र पुन्हा-पुन्हा म्हणायचे नसतात!'' अण्णाजोईसांनी अय्याशास्त्रींकडे पाहिलं.

''का म्हणायचे नाहीत? आणि तुम्ही चुकीचे म्हटले तर चालतात काय?''

''मी चुकीचे म्हणतोय? सिंधूघाटाच्या सूरण्णा जोईसांच्या पायाशी बसून शिकलोय मी! माझं चुकलं? बोला काका! मी हे लग्न लावायचंय की इथंच सोडून निघून जायचं?'' संतापानं जोईस उभे राहिले.

''हे पाहा! तुमच्या गुरूची लायकी मला ठाऊक आहे! त्यांच्या संस्कृतच्या ज्ञानाचं मला सांगू नका! भूलग्नीये म्हणालात! ते चुकीचं आहे! भूलग्नये म्हणायला पाहिजे होतं. तुम्ही म्हणताय ते व्याकरणशुद्ध नाही. ग्रंथातला संदर्भ काढून दाखवू काय? वेदमंत्र चुकीच्या पद्धतीनं म्हटले तर मस्तकाची हजार शकलं होतील!''

अण्णा जोईस काहीच बोलले नाहीत. कंठीजोईसांचं मंत्रज्ञान पाहून 'रामसंद्र'चे लोक थक्क झाले. पुढच्या कन्यादानाचे मंत्र म्हणताना केवळ त्यांचाच घनगंभीर आवाज संपूर्ण मंडपात घुमत असल्याचं सगळेच ऐकत राहिले.

लग्न उरकून मुलाकडचे माघारी जायला निघाले, तेव्हा अण्णाजोईस कंठीजोईसांपाशी जाऊन नम्रपणे म्हणाले, ''माझं केवळ पाठांतर झालंय. व्याकरणाचा भाग थोडा मागंच पडलाय. अध्ययन पुरं व्हायच्या आधीच वडील मरण पावले. त्यामुळे निम्म्यावर सोडून परतावं लागलं. बाकीचं अध्ययन मी पुस्तकातून वाचून केलंय. चूक झाली असेल तर क्षमा असावी!''

लग्न उत्तमच झालं. मुलीला वेणीत सोन्याची शेवंतीची माळ, हातांत बांगड्या, गळ्यात हार, पायांत तोरड्या आणि साखळ्या, पायांच्या बोटांत वेढण्या आणि इतर काही दागिने घातले होते. मुलाकडच्यांनी प्रथेप्रमाणे गळ्यातलं मंगळसूत्र, कानांतल्या कुड्या आणि नाकातलं मुगवट घातलं होतं. वडिलांसारखा उंचापुरा बांधा, रुंद कपाळ आणि मोठाले डोळे असलेली नवरी-मुलगी देखणी दिसत होती. 'रामसंद्र'ची माणसं आपसात बोलत होती, 'आपल्या चेन्निंगरायाला अशी बायको मिळणं म्हणजे पूर्वजन्मीचं पुण्य असलं पाहिजे!'

पण गंगम्माला हे ऐकून रागच आला.

जेवणाच्या पंगतीत ताटात वाढलेलं सगळं चेन्निंगरायानं चाटूनपुसून फस्त केलेलं बघून नागलापूरच्या लोकांनी नावं ठेवली. तसं सगळं खाऊन संपवायला नको होतं, असं 'रामसंद्र'च्या लोकांचंही म्हणणं पडलं. ते त्यांनी बोलूनही दाखवलं. पण चेन्निंगरायानं वाद घालत आपल्या वागण्याचं समर्थन केलं, 'एवढा घमघमीत

वास येत होता! आणि चवीलाही सगळं उत्तमच होतं! मग कसं उष्टं करून पानात टाकून उठायचं?’

३

चेन्निंगरायानं कितीही वेळा मागणी केली तरी शिवलिंगेगौडा शानभोगकी परत करायचं नावही घेईना. सुरुवातीला काही दिवस नुसतंच, ‘देऊ या की! नाही कोन म्हनतंय...’ म्हणत राहिला. यामागचा खरा अर्थ न समजून घेता चेन्निंगराय वाट बघत होता. पुन्हा विचारलं तरी उत्तर ठरलेलं होतं. एक दिवस, “वर्षाअखेरचा हिशेब चुकता व्हायचा आहे. त्यानंतर बघू या...” असं उत्तर मिळालं. वर्षाची अखेर म्हणजे एप्रिलअखेर. त्यासाठी अजून पाच महिने जायचे होते. “हिशेब पुरा करून दिला नाही तर तुला काय समजणार आहे?” म्हटल्यावर तेही चेन्निंगरायाला पटलं.

घरात करायला आणखी काहीच काम नव्हतं. बायको अजून लहान असल्यामुळे अजून गर्भाधान झालं नव्हतं. ती माहेरीच होती. दोन महिने मठात शिकायला गेला असला तरी गतजन्मीची पुण्याई नसल्यामुळे अप्पण्णालाही विद्या डोक्यात शिरत नव्हती. अखेर तसा निर्णय करून बोचय्यांनी त्याच्यापुढे हात टेकले होते. आता तो कुंपणाच्या लगतची फळं चोरणे, नारळ पाडून त्यातलं पाणी आणि खोबरं फस्त करणं, असे उद्योग करत वेळ काढत होता. चेन्निंगराय सकाळी अंघोळ करायचा. नंतर डोकेदुखीसाठी कपाळावर पट्टी बांधावी, तशी विभूती माखायचा, ओली लंगोट बांधून संध्यावंदन करायचा, जानव्याची ब्रह्मगाठ हातात धरून, “ओम् तत्सत् त् त् त्...” असं काहीतरी म्हणत हजार वेळा ‘गायत्रीमंत्र’ म्हणायचा.

वर्षअखेर आली. ठरल्याप्रमाणे हा शिवलिंगेगौडाला विचारायला गेला. शिवलिंगेगौडा म्हणाला, “वरून हुकूम नसताना अशी कशी शानभोगकी देता येईल?”

“माझं मला द्यायला वरून हुकूम कशाला पाहिजे?”

“हं! तिथं काय तुझ्या बापाचं नाव लिवलेलं नाय! मला बी दहा वर्षांचा शानभोगकीचा अनुभव आहे की! तुला काय अनुभव हाय? मग माझ्याकडून तू कसं काढून घेणार?”

हे ऐकताच चेन्निंगराय रडकुंडीला आला. तोंडात आई-माईवरून शिवी आली तरी ती त्यानं आवरली. नंतर शिवलिंगेगौडाचा मेहुणा पाटील यानं शिवेगौडापाशी जाऊन हाच विषय काढला तर तो म्हणाला, “अरं भाऊ! जमनार हाय काय तुला शानभोगकी करायला? ती काय मस्करी वाटली की काय तुला?”

यावर काय बोलायचं हे चेन्निंगरायला सुचलं नाही. गावच्या पटेलांसमोर बोलायचं धैर्यही त्याच्याकडे नव्हतं. कसं वाटणार? लहानपणापासून गंगम्मा त्याला घाबरवायला सतत या पटेलांचंच नाव सांगायची, त्यांना बोलवून घ्यायची.

तो सरळ आईपाशी आला आणि त्यानं पटेल आणि शिवलिंगेगौडा काय म्हणाले, ते तिच्या कानावर घातलं. गप्प राहील तर ती गंगम्मा कसली? ती तशीच पटेलांच्या दारात जाऊन उभी राहिली आणि टिपेच्या सुरात म्हणाली, "शिवेगौडा! दिसेल त्या बाईची विष्ठा खाऊन किती दिवस जगणार आहेस? तळपट होईल तुझं!"

हे ऐकताच पटेलांची बायको गौरम्मा घाबरी झाली. ब्राह्मण विधवेचा शाप आपल्या घराला भोवला तर काय गत? ती नवऱ्याला म्हणाली, "त्यांच्या लक्तराचा तुकडा घेऊन आपल्याला काय मिळणार हाय? भिरकाटून दे म्हणून शिवलिंगाला सांगा!"

पटेल बाहेर आला आणि त्यानं सांगितलं, "गंगव्वा! कशाला वाईट बोलतीस? आत ये. बसून बोलू या!"

ओसरीत गौरम्मानं पाट मांडला. त्यावर गंगम्मा बसली. पटेलानंही आतून एक चटई आणि तक्क्या मागवला आणि त्यावर बसला. भावी शानभोग चेन्निंगराय खट्ट्याच्या खाली उभाच होता. निरोप पाठवल्यावर आलेला टेंपररी शानभोग शिवलिंगय्या समोरच्या खुर्चीवर पायावर पाय टाकून बसला. पटेल म्हणाला, "शिवा! चार्ज द्यायला का जमत नाहीये, ते या अम्माला थोडं नीट समजावून सांग!"

शिवलिंगानं गंगम्माला विचारलं, "तुझ्या मुलाचं वय काय हाय?"

"एकोणीसावं सुरू आहे."

"असं तुमी म्हनताय! सरकारी दफ्तरात अजून सोळा म्हणूनच हाय! अजून तो मेजॉरिटीला नाय आला! मग सरकारी काम कसं देनार?"

"हा जन्माला आला तेव्हा आमचे मालकच शानभोगकी करायचे. ते खोटं कसं लिहितील? नीट बघ बघू!"

"जनन-मरण रजिस्टर आमच्यापाशी नाय. नसतंय. ते बगायला सरकारला फी द्यावी लागते! आदी पन्नास रुपये द्या. तिपटूरला जाऊन बगून येतो."

जनन-मरण रजिस्टर शानभोगांकडे असतं की नसतं, ते बघायला फी द्यावी लागते काय, ती फी पन्नास रुपये असते काय, याविषयी गंगम्माला काहीही ठाऊक नव्हतं. तिनं लेकाला विचारलं, "काय रे चेन्निंगा! हा सांगतोय ते खरंय काय? जन्माचा दाखला बघायला एवढे पैसे लागतात? तू शिकलायस की नाही? बोल!"

कट्ट्याच्या खाली उभ्या असलेल्या चेन्निंगानं चेहरा पाडून विचार करायला

सुरुवात केली. गंगम्मानं पुन्हा विचारलं तेव्हा म्हणाला, "मला ठाऊक नाही गं!"

"आणि मला सगळं काम येतंय म्हणून सांगत होतास की!"

ही संधी पकडून शिवलिंग म्हणाला, "त्या होनवळ्ळीवाल्यापाशी गेला न्हवं काय शिकायला! त्याला येत असंल त्यो तुला शिकवनार! जाऊ दे! यानंतर तरी चार वर्षं झाडू मारायला-टोपल्या उचलायला शीक! मी शिकवतो तुला!"

आता पटेल शिवेगौडाही म्हणाला, "ते जाऊ दे गंगव्वा! पन्नास रुपये आणून दे. याचं काय वय हाय ते वरून विचारून लिहून आणतो."

"पैसे कशाला द्यायचे रे?"

"सरकारी काम हाय! मस्करी नाय!"

आता मात्र गंगम्मापुढे दुसरा मार्ग राहिला नाही. पन्नास रुपये दिल्याशिवाय लेकाच्या वयाची नोंद मिळणार नाही! ती नसेल तर शानभोगकी हातात येणार नाही. पण घरात तेवढे पैसे नव्हते. तिनं घरी येऊन पाहिलं, राणीच्या छापाचे तीस रुपये होते. बरोबर सहा पायली नाचणी भरली आणि शिवलिंगाकडे नेऊन दिली. म्हणाली, "आता लौकर काम कर बाबा! माझ्या नवऱ्याची शानभोगकी माझा मुलगा करत असल्याचं मला या डोळ्यांनी बघू दे!"

या घटनेला तीन महिने होऊन गेले तरी पुढं काही घडलं नाही. गंगम्मा पुन्हा दाराशी गेली तेव्हा शिवलिंग म्हणाला, "सरकारी काम हाय! येवड्या लौकर कसं होईल? डिस्ट्रिक्ट कमिशनरकडे जातं, तिकडून दिवाण मिर्जासाबकडे जाऊन नंतर माघारी यायला पायजे! म्हैसूरच्या राजाच्या दिवाणापर्यंत जाऊन यायला वेळ लागणारच की! अशा कशाला खाजकुली लागल्यागत घायकुतीला आलाय! जरा दमानं घ्या!"

निरुपायानं गंगम्मा घरी परतली. लेकाला म्हणाली, "चेन्निंगा! हा काही देईल असं दिसत नाही! तूच जा, अंमलदारांना साष्टांग नमस्कार घाल आणि काम करून घेऊन ये."

एकट्यानं अंमलदाराला भेटायच्या विचारानंच त्याला कापरं भरलं. आपली पत्रिकाच चुकीची असेल, सरकारी कागद कसा चुकीचा असेल? असा सोईस्कर विचार करून तो म्हणाला, "अम्मा, खरंच मला सोळा वर्षं असतील! आणखी दोन वर्षं थांबू या..."

"थू: रांडेच्या! तुला जन्म दिलेली मी समोर धडधाकट उभीय! आणि मला ठाऊक नाही काय तुझं वय? एकोणीस संपायला आली तुला, मुडद्या! जा! अंमलदारांना आडवा दंडवत घाल जा मेल्या!" गंगम्माचा संताप अनावर झाला होता.

"मी? मला... भीती वाटते!"

"अरे मुडद्या... काही लाज? बायल्या मेल्या! चल... मी येते तुझ्याबरोबर!" गंगम्मा म्हणाली खरी; पण सरकारी कामासाठी बायकांनी जायचं नसतं, हे आठवून ती गप्प राहिली. बायकांनी सरकारी कागदांना हात लावल्याचं समजलं तरी पोलीस पकडून घेऊन जातात म्हणे! मग आपणच अंमलदाराच्या समोर जाऊन उभं राहिलं तर कसे गप्प बसतील?

निरुपाय झाला होता. असाच महिना गेला. एक दिवस गंगम्माच म्हणाली, "काही का असेना... तू असं कर... नागलापूरला जा. तुझ्या अंमलदार सासऱ्यांना सांग. ते करतील बघ काहीतरी..."

४

चेन्निंगरायाचं लग्न होऊन दीड वर्ष झालं असलं तरी तो याआधी एकदाही सासुरवाडीला गेला नव्हता. कधी मनातच आलं नव्हतं, असंही नाही. पण कुणी आवर्जून बोलावलंही नव्हतं. आपण होऊन जायची भीती, आणि शरमही! आता या शानभोगकीच्या कामासाठी जाऊन यायचं फर्मान अम्मानंच काढलं होतं! त्यामुळे त्याला एकीकडे आनंदच झाला होता.

पहाटेच उठून त्यानं अंघोळ केली, तीन आचमनातच संध्यावंदन उरकलं. पावट्याची रोटी, नारळाच्या चटणी आणि दह्याबरोबर खाल्ली. वाटेत खायला म्हणून तीन रोट्या आणि चटणी बांधून घेतली. अंगावर लग्नातला कोट चढवला. ठेवणीतला पंचा नेसून पायात जोडे चढवून बघितले. पण सवय नसल्यामुळे ते पुन्हा काढून ठेवले आणि पश्चिमेला बारा मैलांवर असलेल्या नागलापूरला अनवाणीच जायला निघाला.

'रामसंद्र'हून तीन मैल गेल्यावर असलेला एक चढ चढून उतरल्यावर चोळाचा डोंगर. काळ्या दगडाच्या त्या डोंगराच्या कपारीतच असलेला मोठा वाळूनं भरलेला झरा. झऱ्याच्या दोन्ही बाजूलाच नव्हे तर मध्येही भरपूर वाढलेली पळसाची झाडं. वाटेत दिसणारी वाळूतली विहीर बघून चेन्निंगरायांनी जवळच बसून जवळचं गाठोडं सोडून रोटी-चटणी खाऊन घेतली. वर सहा ओंजळी पाणी पिऊन घेतलं. पुन्हा पुढचा प्रवास सुरू केला. चोळाचा डोंगर उजवीकडे टाकून थोडा चढ ओलांडला, की केम्मण्णुहळ्ळ. लाल माती असलेला ओढा. त्यानंतर जवळच कटकेहळ्ळु. थोडं पुढं गेलं, की हूविनहळ्ळी नागलापूरच्या फाट्यावरच होतं. त्या गावापासून मैलभर अंतरावर नागलापूरच्या मोठ्या तळ्याचं दर्शन होतं; पण त्याच्या उगमापर्यंत

पोचायला कत्ताळेगल्ली, कणिगलेहळ्ळ हे सगळं ओलांडून आणखी दोन मैल चालावं लागत होतं. तळ्याच्या काठानं मैलभर चालून गेल्यावर गावाच्या रस्त्याला लागून आणखी पुढं जाऊन मोठा मळा ओलांडल्यावर नागलापूर लागतं.

गावाच्या तळ्याच्या अलीकडे कोडीच्याजवळ आल्यावर त्याला भीती वाटू लागली. आपल्याला कुणीतरी ओळखलं तर? आता का आलास म्हणून विचारलं तर? सासरेबुवांनीच असं विचारलं तर काय सांगायचं? आणि ही? कशी असेल ती? ती तरी माझ्याशी काहीतरी बोलेल की नाही? नाही बोलली तर? आत्ता गप्प बसेन! नंतर ती गाढवीच्ची घरी येईलच की! तेव्हा दाखवतो! पण कधी येणार ती आमच्या गावाला! आत्ता तेरा वर्षं पूर्ण झालीत म्हणे! मोठी व्हायला आणखी किती दिवस लागणार आहेत कोण जाणे!

याच विचारांच्या तंद्रीत तळ्याकाठच्या रस्त्यानं चालत तो गावाजवळच्या वेशीपाशी पोचला. गावात प्रवेश करताना मनात पुन्हा भय निर्माण झालं. त्याच्या लग्नाची वरातही याच रस्त्यावरून गेली होती. कुणी ओळखलं तर?

वेगवेगळ्या वस्तीसारख्या बांधलेल्या त्या घरांच्या गावात शिरताक्षणीच सामोरी येणारी एकुलती एक गल्ली म्हणजे, 'शानभोगांची गल्ली'! हेच नाव त्या रस्त्याचं. गावचे श्यामण्णा शानभोग मोठ्या थाटानं अधिकार चालवतात म्हणे! त्यामुळे या आळीला ते नाव पडलंय. तसंच पुढे चालत गेलं तर चेन्निंगरायाची सासुरवाडी. वेड्यावाकड्या आळीत. सगळ्या गावातली घरं तशीच आहेत. त्यातल्या त्यात हे कंठीजोईसांचं घर थोडं मोठं.

धडधडणाऱ्या छातीच्या ठोक्यांना कसाबसा आवर घालत त्यानं अर्धवट उघडं दार लोटलं आणि आत गेला. कुणाचीच चाहूल नव्हती. क्षणभर वाट पाहून त्यानं बळ एकवटलं आणि हाक मारली, "आहे का कुणी घरात?"

स्वयंपाकघरातून म्हातारीनं विचारलं, "कोणाय? काळेगौडा?"

"नाही! रामसंद्रचा. फौती रामण्णांचा मुलगा! चेन्निंगराय!"

"ये... ये!" म्हणत अक्कम्मा जवळजवळ धावतच बाहेर आली. एक चटई अंथरून "बैस..." म्हणाली. गडबडीनं आतून एक मोठा तांब्याचा लोटाभर पाणी आणून त्याच्यापुढे ठेवलं. नंतर विचारलं, "गावाकडे सगळे ठीक आहेत, नव्हं?"

ती हे विचारत असतानाच परसदारातून चेन्निंगरायाची तेरा वर्षांची बायको एका हातात धुतलेल्या लुगड्याचा ओला पीळा आणि पोलकं घेऊन आत आली. काहीच न समजून आतल्या मंद उजेडात हातांतल्या लुगड्याचा पिळा उलगडून झटकू लागली.

तिनं जेमतेम पिळा उलगडला होता, तोच अक्कम्मा म्हणाली, "नंजा! तुझा नवरा आलाय बघ! तिकडं बसलाय! अंधारात! दिसला नाही काय?"

आजीचं हे वाक्य कानांवर जेमतेम पडलं असेल; तेवढ्यात झटकलेल्या लुगड्यात पाय अडकून घडपडत असतानाही स्वत:ला सावरत ती परसदारातून धावत निघून गेली.

आजीनंच जावयाला हात-पाय धुवायला पाणी दिलं. नंतर गरम कढी-भात-पापड-लोणचं-तूप-दही वाढून पोटभर जेवू घातलं. आजीला फारसा आग्रह करायची संधी न देता चेन्निंगरायानं, "आणखी वाढा..." म्हणून सांगत नाचणीच्या उकडीचा दीड उंडा मागून घेऊन भरपेट जेवण केलं.

जेवण झाल्यावर समजलं, सासरेबुवा बहुतेककरून गावात असतच नाहीत. सतत चन्नरायपट्टण-नरसीपूर-हासन... असे कुठं ना कुठं घोड्यावरून फिरत असतात. वीस दिवसांपूर्वीच ते घराबाहेर पडलेत; दोन-तीन दिवसांत कदाचित येतील. आता इथपर्यंत आल्यावर त्यांना न भेटता आणि न बोलता कसं जायचं? आजीनंही राहायचा आग्रह केला. खरंतर त्याची काहीच गरज नव्हती. चेन्निंगरायनं राहायचं आधीच ठरवलं होतं.

तो राहायलाय म्हटल्यावर शेजारपाजारची पुरुषमंडळी आली आणि त्याला इकडेतिकडे फिरायला घेऊन गेली. त्यांनीच त्याला कंठीजोईसांची शेतजमीन आणि मळा दाखवून दिला. दुसरे दिवशी आजीनंच तेल लावून अंघोळीला पाणी घातलं. पण नंजम्मा मात्र नजरेला पडली नाही. आल्या-आल्या ओलं लुगडं झटकत असताना अंधूक उजेडात तिचं जेवढं दर्शन झालं, तेवढंच! आपण होऊन शेजारीपाजारी फिरून शोध घ्यायची त्याला भीती, किंवा संकोच वाटला. कदाचित मुखदुर्बळपणाही नडला असेल. वेळ जाणं मात्र कठीण झालं होतं. म्हणून त्यानं नेहमीप्रमाणे सकाळी लवकर अंघोळ केली, कपाळाला विभूतीचा पट्टा लावला, ओल्या लंगोटीऐवजी ओला पंचा नेसून संध्यावंदन केलं. त्याचबरोबर एक हजार आठ वेळा गायत्री मंत्र म्हटला. हे पाहत असलेल्या म्हाताऱ्या अक्कम्माचा ऊर समाधान आणि अभिमानानं भरून आला!

असे चार दिवस गेले. चौथ्या रात्री, म्हणजे मध्यरात्री एकाएकी रस्त्यावरची कुत्री भुंकू लागली. कुठून तरी टप-टप आवाज ऐकू आला. कुत्र्यांचं भुंकणं वाढलं. मधूनच "हॅट् तेरी भैंचोद्..." असा आवाज ऐकू आला. टप-टप आवाज हळूहळू घराच्या दारापाशी येऊन थांबला आणि कुणीतरी जोरात दरवाजा वाजवला. पाठोपाठ तोच आवाज ऐकू आला, "नंजा... दरवाजा उघड!"

हेच आपले सासरेबुवा, हे चेन्निंगरायाच्या लक्षात आलं. पण उठून दरवाजा उघडायची त्याला भीती वाटली. त्यानं डोक्यावरून कांबळं आणखी ओढून घेतलं आणि डोळेही घट्ट मिटून घेतले.

अप्पा आल्याचं स्वयंपाकघरात झोपलेल्या नंजम्मालाही समजलं होतं; पण

बाहेरच्या पडवीत नवरा झोपलेला असताना आपण बाहेर जाऊन दरवाजा उघडायची तिला लाज वाटली. तिनं आजीला बोटानं टोचून जागं केलं. आजीनं रॉकेलची चिमणी पेटवली आणि बाहेर येऊन दरवाजा उघडला. उघड्या दारातून घोड्याला परसात नेऊन बांधल्यावर आत येऊन कंठीजोईसांनी विचारलं, "कोण झोपलंय इकडं?"

"चेन्निंगराय आलाय. चार दिवस झाले. तुझीच वाट बघत होता."

"चेन्निंगराय!" कुणीतरी डोक्यात मारावं अशा आवाजात एकवार जोईसांनी हाक मारली.

"झोपलाय तो! उठवू नकोस!" आजीनं सांगितलं. ते गप्प बसले. आजीनं जेवणखाण विचारलं. जेवण झालेलं असल्यामुळे "काही नको," असं सांगून त्यांनी तोंडात तंबाखूची चिमूट टाकली. अंथरूण टाकायला मुलीला हाक न मारता त्यांनी स्वतःच पडवीत, चेन्निंगरायापासून थोड्या पलीकडे अंथरूण पसरलं. कोट-बूट-पतलून काढून एक पंचा गुंडाळला आणि ते झोपले.

५

सकाळी दहा वाजता उठून त्यांनी जावयाची चौकशी केली. सगळं समजून घेतलं. शिवलिंगानं आपल्याकडून पंचवीस रुपये घेतल्याचं त्यानं सांगताच त्यांनी विचारलं, "तुझ्या डोक्यात बुद्धी आहे, की चिकणमाती भरलीय? शानभोगकीचा साधा कायदा माहीत नाही तुला! काय करणारायस तू? दगड अन् माती?"

चेन्निंगरायाला सूक्ष्म कंप सुटला होता. तो खाली मान घालून बसून राहिला. आलेल्या दिवशीच त्यानं सगळं आजीला सांगितलं होतं. आता तेच सगळं सासऱ्यांना सांगत असताना आजीही जवळच होती. जावयाशी अशा प्रकारे बोलणं चाललेलं बघून मध्येच बोलणं तोडत आजीच म्हणाली, "काय रे हे कंठी! असं काय म्हणतोयस त्याला? मुलगा आहे तो! नाही समजलं त्याला! तुझं बोलणं नेहमीच असलं कठोर! तोंड उघडलं की असलंच काहीतरी बोलतोस! जा! त्याच्याबरोबर जाऊन त्याला त्याचा हक्क मिळवून दे!"

यावर कंठीजोईस काही बोलले नाहीत. उठले, अंघोळ केली, संध्यावंदनाचे मंत्र संपवले. तेवढ्या अवधीत स्वयंपाकघरात नंजम्मानं तांदळाच्या पिठाचं थालीपीठ केलं होतं. आजीनं ते बाहेर आणून दिलं. वांग्याच्या भाजीसोबत ते खाल्लं. सोबत जावईही होताच. चेन्निंगरायानंही त्यावर ताव मारला. नंतर तंबाखूची चिमूट दाढेखाली

सारली. चार-पाच वेळा थुंकून आल्यानंतर 'रामसंद्र'मधल्या वास्तवाविषयी त्यांनी चार-पाच प्रश्न जावयाला विचारले. चेन्निंगरायानंही स्वत:ला समजलं तेवढं उत्तर दिलं. नंतर कंठीजोईसांनी त्यांची शेती करणाऱ्या कोपऱ्यावरच्या होन्नाला बोलावलं. त्याच्या हातात एक चिठ्ठी दिली आणि लगोलग श्रवणबेळगोळला जाऊन तिथं असलेल्या आपल्या मुलाला, पोलीस कॉन्स्टेबल कल्लेशला द्यायला सांगितलं. उलटपावली उत्तरही घेऊन यायला बजावलं.

त्यानंतर कंठीजोईस जावयाबरोबर काहीच बोलले नाहीत. कारण त्यानंतर, ते गावाहून परतल्याची बातमी समजून त्यांच्याकडे येणाऱ्यांची गर्दी सुरू झाली. करणी करणं, आजारांवर उपचार, भुतापासून सुटका करून घेणं अशा अनेक कामांसाठी येणारी ती माणसं होती. जावयाला कंटाळा येईल म्हणून आजीनं त्याला स्वयंपाकघरात बोलावून घेतलं. तो आत येणार म्हटल्यावर नंजम्मा जवळच्या शेजाऱ्यांच्या घरी निघून गेली.

दुसरे दिवशी अकरा वाजता होन्न श्रवणबेळगोळहून आला आणि चिठ्ठी देऊन आपल्या घरी निघून गेला. त्यानं आणलेली चिठ्ठी कंठीजोईसनी वाचली. त्यांनी आजीला सांगितलं, "अक्कम्मा, आज रात्री मी याच्याबरोबर 'रामसंद्र'ला जातोय."

"काय रे हे? आजच निघालास? जावईमाणूस आलंय! मी काही गोडधोडही केलं नाही."

"संध्याकाळपर्यंत काय करायचं ते कर! रात्रीच्या जेवणात कर खीरबीर काहीतरी!"

"तू तर वेताळासारखा रात्री-अपरात्री फिरत असतोस! त्याला कशाला रात्रीच्या अंधारात घेऊन चाललायस?"

"तो काय बाई आहे? मर्द आहे म्हणूनच माझ्या मुलीला दिलीय ना याला!"

अंधाराला खूप घाबरत नसला तरी ती भूत-पिशाच वावरायची वेळ असल्याचं आठवून चेन्निंगरायाची छाती दडपून गेली. शिवाय चोळेश्वराच्या डोंगरापाशी रात्री चकवा लागतोय म्हणे! शिवाय रानकुत्र्यांचा वावर असायची जागा! पण मनातली भीती सासऱ्यांपुढे बोलून दाखवली तर ते रागावतील, याची भीती! दोन्हीकडून भयाचंच संकट असल्यामुळे तो काही बोलला नाही.

गडबडीनं आजीनं कडबोळीचं पीठ भिजवलं. तरी बरं, आदले दिवशीच नंजम्मानं चकलीची भाजणी दळून ठेवली होती. त्यामुळे चकल्याही तळल्या. रात्री खिरीचं जेवण झाल्यावर कंठीजोईसांनी पायमोजे चढवले, बूट घातले, पांढरा शर्ट-पतलून घातली आणि त्यावर खाकी कोट घालून डोक्यावर खाकी हॅट घातली. त्याच दिवशी सकाळीच हजामानं जाड मिशी कातरून तिला पीळ दिला होता. तिला आणखी थोडा पीळ दिल्यावर मिशी चेहऱ्यावर उठून दिसू लागली. घोड्यावर जीन चढवलं, लगाम अडकवला, कपडे घातलेली एक पिशवी घेतली. सामानाच्या दोन

पिशव्या जीनच्या पुढच्या बाजूला लोंबत सोडल्या.

निघायच्या वेळी चेन्निंगराय आजी आणि सासऱ्यांच्या पाया पडला. आजीनं "नंजा! तुझ्या नवऱ्याला नमस्कार कर!" सांगितलं; पण ती बाहेर आली नाही. दुसऱ्यांदा कंठीजोईसांनी तेच ओरडून सांगितल्यावर मात्र ती आली आणि लांबूनच नमस्कार करून आत पळून गेली. तेवढ्या अवधीत बायकोला बघायची प्रबळ इच्छा असली तरी समोर सासरे असल्यामुळे भीती वाटली. त्यानं मान त्या दिशेला वळवली नाही.

रात्री दहा वाजता ते निघाले. अमावस्या असल्यामुळे नजर जाईल तिथपर्यंत घनदाट अंधार पसरला होता. गावाबाहेर पडल्यावर कंठीजोईस जावयाला म्हणाले, "चढ घोड्यावर. दोघंही बसून जाऊ या."

"नको! मला सवय नाही! भीती वाटते!"

"मी पकडेन तुला!"

"उंहूं! काही पण म्हणा! मला जमणार नाही!" तो घाबऱ्या-घाबऱ्या, पण हट्टानं म्हणाला.

"बरं बाबा! पायीच जाऊ या. चल..." म्हणत ते चालू लागले. त्या घनदाट अंधारातही त्यांना स्पष्ट रस्ता दिसत असावा, अशाप्रकारे ते झपझप चालत होते. त्यांच्या मागोमाग घोडा चालत होता. त्याच्या मागे चार पावलांवरून चेन्निंगराय चालत होता. त्यांच्या वेगाबरोबर चालताना त्याची धावपळ होत होती. सासरे काही न बोलता चालत होते. जावयाचा जीव कासावीस होत होता, शिवाय भयही वाटत होतं. अंधारात वाऱ्याचा सुंई आवाज येत होता.

६

तळ्याचा चढ ओलांडून हूविनहळ्ळी-कटगेहळ्ळी मागं टाकून चोळेश्वर डोंगराच्या पश्चिमेकडे वळून वाटेतला केम्मणओढा ओलांडला. सुमारे आठ मैलांचा रस्ता मागं पडला होता. कंठीजोईस पुढे होते.त्यांच्या मागे उंच शुभ्र घोडा, घोड्यामागे दमल्यामुळे पाय ओढत आणि भीतीमुळे धावत-पळत येणाऱ्या चेन्निंगरायाला शुभ्र घोडाही अंधूक दिसत होता.

चालता-चालता सासरे अचानक थबकले. पाठोपाठ घोडाही थांबला. हे अचानक घडल्यामुळे मागून येणारा चेन्निंगराय घोड्याच्या पार्श्वभागावर आदळणारच होता; पण त्यानं स्वतःला कसंबसं सावरलं. वाटेत थोड्या अंतरावर एका आडोशाला

उजेड दिसत होता. सासऱ्यांनी त्याला थोडं पुढं यायला सांगितलं. घोड्याला ओलांडून तो पुढे आला. त्यांनी उजेडाकडे बोट दाखवलं.

त्यानं तिकडे पाहिलं आणि नखशिखांत घामानं डवरून गेला. त्याचे हात-पाय थरथर कापू लागले.

तिथल्या हलत्या दिव्याच्या उजेडात त्याच्या कमरेपर्यंत उंचीची कालीची मूर्ती होती. वीरासनात बसलेली, उघड्या तोडातून लोंबणारी तिची लालभडक जीभ रक्तरंजित वाटत होती. गळ्यात लाल कण्हेरीचा भला मोठा हार होता. दोन्ही बाजूला मातीच्या पात्रात मोठे दिवे जळत होते. समोर तीन कोंबडे कापल्याचं रक्त पसरलं होतं. जवळच फोडून टाकलेल्या कोहळ्याचे दोन तुकडे, तीन केळीच्या फण्या, सगळीकडे भरपूर कुंकू उधळलेलं. कालीच्या अंगावर हळद-कुंकू भरपूर माखलेलं-उधळलेलं होतं. भिजलेला धागा, तांब्याचा पत्रा, ताईत, काही हाडांचे तुकडे-माणसाचे की प्राण्याचे कोणजाणे-सगळीकडे पडले होते.

ते सगळंच दृश्य दिव्याच्या उजेडात जड अंधकाराला भेदून स्पष्टपणे धगधगत नजरेत येत होतं.

सासऱ्यांनी विचारलं, ''बघितलंस की नाही?''

नुसता होकार द्यायलाही जावयाची जीभ अडखळत होती. सासऱ्यांनी सांगितलं, ''जा! त्या केळीच्या फणी घेऊन ये! त्या मूर्तीच्या छाताडावर लाथ मारून पाड. तुला पैसे मिळतील!''

हे ऐकताच तो उडालाच! अडखळतच म्हणाला, ''अं... नको... नको...!''

''तर मग तू घोड्याचा लगाम पकड,'' म्हणत त्याच्या हातात लगाम देत ते पुढे सरसावले. मूर्तीपाशी जाऊन त्यांनी केळीच्या फणी उचलून घेतल्या. काही क्षण मूर्तीचं निरीक्षण करून तिच्या बाजू, जीभ, मांड्या, दंड चाचपून काहीतरी काढून घेतलं. चांदीची नाणी असावीत. नंतर आपल्या डाव्या पायातल्या बुटानं तिच्या छातीवर लाथ मारली. मूर्ती मोडून खाली पडली. पडतानाही आणखी काही नाणी इकडंतिकडं विखुरली गेली. त्यात एक काहीतरी सोन्याचं नाणं किंवा आणखी काहीतरी असलेलं दिसलं. ते सगळं शोधून गोळा करून खिशात घालत ते माघारी आले. पुन्हा घोड्याचा लगाम आपल्या हातात घेत ते, ''चल...'' म्हणाले आणि चालू लागले.

आताही कंठीजोईस पुढे व त्यांच्यामागे पांढरा घोडा आणि त्या मागे चेन्निगराय असेच चालू लागले. त्यामुळे तो मारीच्या मूर्तीच्याजवळ राहिला. त्याला तिकडे वळून बघायचंही भय वाटू लागलं. नाही पाहिलं तर ती आपल्या पाठोपाठ येईल, पाठीत दणका घालेल, मागून गचांडी पकडेल याची भीती वाटत होती. शिवाय वातावरणात नि:शब्दता भरून राहिली होती. सासरेबुवा काहीही न बोलता भुतासारखे

वेगानं पुढे धावताहेत! काहीतरी बोललं तर भय कमी होईल, असं वाटून त्यानं विचारलं,

"काय आहे ते...?"

"आज अमावस्या आहे ना!"

"होय... म्हणजे... म्हणून केलंय काय?"

"कुणावर तरी करणी केलीय! तरीकेरे वीराचारी नावाचा आहे एकजण! तोच करतोय असलं सगळं! करणी करायला सांगितलेल्यांसमोर हे सगळं करून तोही त्यांच्याबरोबर निघून गेलाय! नंतर भुजा-जीभ-मांडी आणि मूर्तीच्या इतर भागांवर ठेवलेले पैसे, केळी, सगळं घेऊन जायला येईल! आज येऊ दे त्याला! बघू दे! काय मिळणार आज? दगड-धोंडे आणि माती!"

"ते... ते... ते... तुम्ही हात लावून काढून घेतलं... तुम्हाला काही... होणार नाही?"

"छातीला हात लावून बघायला पाहिजे! छाती घट्ट असेल तर एक केसही काढून घेता येणार नाही! नाही तर रक्त ओकून मरणारे बायलेही असतात!"

हे ऐकून चेन्निगराय घाबरा झाला. एव्हाना ते पुढं आल्यामुळे ती कपार मागे पडून ती मूर्तीही दिसेनाशी झाली होती. मोठ्या धैर्यानं त्यानं एकदा मागं वळून पाहिलं. तिथं घनदाट अंधाराशिवाय काहीही दिसलं नाही. डोंगराचा उतारही सुरू झाला होता. पळसाच्या झाडांनी भरलेला ओढा, तळं मागं पडलं होतं. सगळा रस्ताच चिरपरिचित असल्याप्रमाणे सासरेबुवा धडाधडा पावलं टाकत चालले होते.

७

दोघं घरी पोचले तेव्हा मध्यरात्र उलटून दोन तास झाले होते.

कंठीजोईसांचा मुलगा पोलीस कॉन्स्टेबल कल्लेश सुमारे अर्ध्या तासापूर्वीच आपल्यासोबत एका हवालदाराला घेऊन गंगम्माच्या घरी पोचला होता. गंगम्मा आणि अप्पण्णय्याला कल्लेशची ओळख पटली होती. दोघेही खाकी पोशाखात होते. पायांना बॅन्डेज करकचून बांधलं होतं. पायात पोलीस खात्याचे बूट होते. अंगात पोलिसांचा ओव्हरकोटही होता. हातात हंटर होता. सुरुवातीला, हे दोघं या अवेळी का आले असतील, याचा गंगम्माला काहीच अंदाज येईना. त्यांनीही कारण सांगितलं नाही. तिनं दोघांनाही गरम-गरम थालीपिठं लावून दिली. कॉफी करायची म्हटलं तरी शक्य नव्हतं. सगळं दूध संपलं होतं. उरलेल्याचं विरजणही लावून झालं

होतं. त्यांनी आपणच, सोबत आणलेली कॉफीची पूड घालून गूळ घातलेलं डिकॉक्शन करून घेतलं. त्यांच्याकडूनच चेन्निंगराय आपल्या सासऱ्यांसोबत एवढ्यात येतोय, हेही समजलं.

घोडा आणि जावयाबरोबर आलेल्या कंठीजोईसांनी कल्लेशला शानभोगकीची सगळी हकिकत सांगितली. ते तर म्हणाले, "चल! आत्ताच्या आत्ता चार्ज द्यायला लावू या!"

कल्लेशसोबत आलेल्या हवालदारनं विचारलं, "कसं?"

"तुम्ही मुकाट्यानं माझ्यासोबत चला. बाकी सगळं मी बघतो!" म्हणत कंठीजोईस बाहेर आले आणि जावयाला म्हणाले, "चल. दाखव त्यांचं घर!"

चेन्निंगराय गडबडून गेला. त्याला काही समजेना. त्याला भीती वाटायला लागली. ती बोलून दाखवली तर हे काय म्हणतील, याची भीती! तो चालू लागला. त्याच्या मागोमाग घोड्यावर बसलेले कंठीजोईस व त्यांच्या मागोमाग दोन पोलीसखात्यातली माणसं. सगळी वरात शिवलिंगेगौडाच्या घरापुढे येऊन थांबली. जोईसांनी सांगितलं, "दरवाजा वाजवून उठव त्याला!"

चेन्निंगरायानं दरवाजा वाजवला. आतून शिवलिंगय्याच्या बायकोनं ओरडून विचारलं, "कोणाय?"

"मी आहे! गौडांना उठव," चेन्निंगराय सांगत असतानाच दरवाजा उघडला. दारात शिवलिंगेगौडा उभे होते. त्यांनी झोपाळलेल्या डोळ्यांची उघड-झाप करत रागातच विचारलं, "काय रे? या वेळी येऊन झोपेचं मातेरं कशाला करायलास? तुला कुणी सांगणारं-विचारणारं नाही काय?"

हे बोलत असतानाच त्यांचं लक्ष त्याच्या मागोमाग असलेल्या भक्कम घोडेस्वाराकडे आणि त्यांच्या मागे असलेल्या पोलिसांकडे गेलं. क्षणभर त्यांच्या छातीची धडधड थांबल्यासारखी झाली. त्याची बोलतीच बंद झाली. घोडेस्वारानं आज्ञा सोडली, "हवालदार! याला अरेस्ट करा बघू!"

दोन्ही पोलिसांनी पुढं होऊन त्याचे दंड धरले. मागं उभी असलेली त्याची बायको शिवम्मा किंचाळली, "अय्यय्यो! काय जालं शिवा हे! काय केलं माझ्या नवऱ्यानं?"

कल्लेश म्हणाला, "आधी तोंड बंद कर! नाहीतर तुलाही पकडून बेड्या घालू! तोंड बंद!" हे ऐकताच तिनं दोन्ही हात आपल्या तोंडावर घट्ट दाबून धरले. जोईस पायउतार होऊन सगळ्यांना घरात घेऊन गेले. शिवलिंगालाही दामटत पोलीस घरात शिरले. सगळे आत शिरताच त्यांनी आतून दरवाजा बंद केला. नंतर शिवलिंगाकडे वळून विचारलं, "जन्मतारखेचा दाखला आणायला पन्नास रुपये उकळलेस तू! आमच्याकडे कंप्लेंट आलीय! तुला फासावर लटकवतो! बदमाश!

हलकट रांडेच्या...''

"जा... जा... जाऊ... द्या... जाऊ द्या!'' चेन्निंगराय सासऱ्याच्या रुद्रावतारानं घाबरून गेला होता. हे ऐकताच घोडेस्वार त्याच्याकडे वळून दरडावत म्हणाला, "तोंड बंद!'' त्यानंही शिवम्माप्रमाणे दोन्ही हातांनी आपलं तोंड बंद केलं. नंतर कंठीजोईस पुन्हा शिवलिंगाकडे वळले आणि म्हणाले, "हे राजा-सरकारचं राज्य आहे! दिवाण मिर्झा सरकारचा हुकूम चालतोय! फालतूगिरी चलती नै! समझा क्या! वा रे भान्चोद! भाडखाऊ! भोसडीच्या...! सरकारच्या नावाखाली खातोस? फासावर लटकवायला पाहिजे तुला! तशी युरोपियन इंग्लिश राजाकडून आर्डर आलीय! इसको हातबेडी लगाओ!''

आता शिवलिंगाच्या हातापायांतलं बळ नष्ट झालं. त्याचा थरकाप उडाला. त्याच्या बायकोनं तर भुईवर अंग टाकलं आणि हात जोडून गयावया करू लागली. त्यांनी शिवलिंगेगौडाला पुन्हा दरडावून सांगितलं, "आधी जा! ते चांदीचे पन्नास बंदे रुपये घेऊन ये!''

शिवलिंगा चाचरत बायकोला म्हणाला, "अं... ते... लोखंडी... पेटीत हायेत... कुलूप... उघडून दे...''

ती उठली. पदर सावरत तिनं गादीखालची चावी काढली, पेटीचं कुलूप काढून पेटी उघडली. त्यातले पन्नास रुपये मोजून काढले आणि यांच्या हातात दिले.

"इन्स्पेक्टर! घ्या ते पैसे. खिशात ठेवा! उद्या ट्रेझरीत भरायला पाहिजेत!'' घोडेस्वारानं सांगताक्षणी हवालदारांनी ते खिशात टाकले. नंतर त्यांनी पुढचा मुद्दा काढला, "हक्कदाराला शानभोगकी देणार नाही, म्हणून कटकट करतोयस काय! का रे, हरामखोर, भोसडीच्या, मादरचोद...'' आणखीही काही शिव्यांची मुक्ताफळं उधळत त्यांनी विचारलं.

"ना... नाही... मी... नाही...'' शिवलिंगच्या तोंडून शब्द फुटेनासा झाला होता.

कंठीजोईसांनी हुकूम सोडला, "त्याचे हात सोडा बघू!'' पोलिसांनी त्याचे दंड सोडले. "एक कागद, पट्टी, दौत, टाक घेऊन इथं बैस!'' त्यांनी त्याला सांगितलं. शिवलिंगानं तसं केल्यावर वाघासारखं एकवार डरकावत त्यांनी सांगितलं, "हं! लिही मी सांगतो तसं! हं! सन एक हजार नऊशे... म्हैसूर संस्थानाच्या... महाराज सरकारच्या तुमकूर जिल्हा, तिपटून तालुका, कम्मनकेरे महाल... रामसंद्र गावाच्या बरावर्दार फौती रामण्णा यांचा ज्येष्ठ चिरंजीव... हक्कदार शानभोग चेन्निंगराय यांना सदर जिल्हा, सदर तालुका, सदर महाल, सदर ग्रामाच्या ऐवजी शानभोगकी पाहत असलेला मी, शिवलिंगेगौडा, या अर्जाद्वारे लिहून देतो की, या तारखेपर्यंत पाहिलेली शानभोगकी तुमची असून तुम्ही मायनर असल्यामुळे मी पाहत होतो. आता तुम्ही

सज्ञान होऊन दीड वर्ष झालेले असल्यामुळे सदर हक्क आजच्या तारखेपासून तुम्हाला वापस देऊन संबंधित सगळी कागदपत्रे राजीखुशीने तुमच्या स्वाधीन करत आहे. यासंदर्भात माझी काहीही तक्रार नाही. त्याशिवाय मी सक्त आजारी असल्यामुळे सरकारी काम करणे अशक्य होत असल्यामुळे सरकारकडून हुकूम येण्याआधीच मी तुम्हाला सुपूर्द करत आहे. यानंतर तुम्ही ही सर्व जबाबदारी तुमच्याकडे घेणे, म्हणून हा कागद लिहून दिला... सोबत खालील कागदपत्रे देत आहे. एक खातेदार दफ्तर, दोन बंजर-पट्टी, तीन... इत्यादी बारा नमुन्याची कागदपत्रे... खाली श्यामलिंगेगौडाची सही...''

तो कागद आपल्या ताब्यात घेतल्यानंतर त्यांनी सांगितलं, ''सगळ्या वह्या-दफ्तर समोर आणून ठेव.'' शिवलिंगेगौडानं तसं केल्यावर ते म्हणाले, ''सगळं तू आणि तुझी बायको उचला, आणि त्यांच्या घरी नेऊन ठेवा!''

त्या दोघा नवरा-बायकोनं तसं केलं. सोबत जागे होऊन थरथर कापत उभ्या असलेल्या त्यांच्या मुलांनी सगळं बाड उचललं आणि चेन्निंगरायाच्या घरी आणून ठेवलं. नंतर त्यांना दम दिला, ''लक्षात ठेवायचं! शेपूट जरी हलवलं तर! निक्काल लावून टाकेन! कुले झाकून घरी जा मुकाट्यानं आणि झोपा! पोलीस इथंच गस्त घालत असतील! समजलं? जा!''

त्याप्रमाणे शिवलिंगा, त्याची बायको आणि मुलं घराकडे धावली. घरात शिरल्यावर त्यांनी घट्ट दार लावून घेतलं. अनपेक्षितपणे, एखाद्या स्वप्नात घडावं तसं घडलेल्या या घटनेनं त्याची गाळण उडाली होती. पण त्याच्या बायकोनं समजूत काढली, ''काही का असेना, आपल्या जिवाला काही त्रास झाला नाही! हेच खूप झालं!''

दोन्ही पोलिसांनी घरातच ढाराढूर झोप काढली. गंगम्मा, अप्पण्णय्या, चेन्निंगराय सगळे स्वयंपाकघरात झोपले. चेन्निंगरायाला झोप आली नाही. कसलीशी भीती वाटून अंग तापल्यासारखं झालं होतं. कंठीजोईसांना रात्री झोप लागली की नाही, हे कुणीच पाहिलं नाही. बहुतेक त्यांना भूक लागली असावी. रात्री त्यांनी चौडीच्या मूर्तीजवळून आणलेल्या केळीची फणी फस्त करून सालं जवळच्या खांबापाशी रचून ठेवली होती. सकाळी सात वाजता त्यांनी अप्पण्णय्याला हाक मारली. कुळवाड्याला बोलावून घ्यायला सांगितलं. तसा तो येताच त्याला त्यांनी हुकूम केला, ''दिमडी घेऊन ये आणि गावात सगळीकडे यानंतर शानभोगकी चेन्निंगरायांकडे आल्याची दवंडी पिटून ये. यानंतर सगळ्यांनी त्यांचं ऐकायला पाहिजे... नाही तर तो कायदाभंग होईल, असं सांगायचं! जा दवंडी पिटून ये! आत पोलीस झोपलेत. त्या खांबापाशी बघ, त्यांचे कोट-टोपी आहेत! बघितलंस की नाही?''

वाकून नमस्कार करून कुळवाडी निघून गेला. चेन्निंगराय शानभोग झाले!

अर्ध्या तासात सगळ्या गावात दवंडी पिटली गेली. त्याच भागातल्या इतर छोट्या वस्त्यांमध्ये-कुरुबरहळ्ळी, लिंगापूर इथेही-दवंडी पिटायला कुळवाडी गेला.

अकरा वाजता पोलीस उठले. त्यांना अंघोळीसाठी गरम पाणी, दूध-गुळाची कॉफी, खाणं झालं. कल्लेशाबरोबर आलेल्या हवालदाराला पंचवीस रुपये देण्यात आले. उरलेले पंचवीस हातात घेऊन कंठीजोईस निघाले. वाटेत शेखदाराला भेटून पुढची कार्यवाही करायला सांगून ते कंबनकेरेला गेले. जेवण झाल्यावर कल्लेश आणि हवालदारही श्रवणबेळगोळला रवाना झाले.

रात्री दहाच्या सुमारास कंठीजोईस घोड्यावरून माघारी परतले, तेव्हा नवे शानभोग चेन्निंगराय तापानं फणफणलेले होते. गंगम्मानं लेकाच्या मस्तकाला घट्ट पट्टी करकचून बांधली होती. चेन्निंगराय अर्धवट गुंगीत बडबडत होते, “अय्यय्य्यय्यो! मी नाही लाथ मारली... माझं चुकलं... चूक झाली... सोड... मला सोड...”

या बडबडीचा कुणालाच अर्थ समजत नव्हता. आत पाऊल टाकताच कंठीजोईसांना त्यामागचं कारण समजलं. त्यांनी एक कागद मागून घेतला. त्यावर मंडल काढलं. त्या कागदाची सुरळी केली, तिला हळदीच्या ओल्या धाग्यानं बांधलं. एक नारळ फोडला. त्यातलं पाणी तीनवेळा निवाळून टाकलं. रोग्याच्या चेहऱ्यावर दोन हबके मारले. नंतर ती सुरळी एका गोफाला बांधून ताईत तयार केला आणि तो त्याच्या गळ्यात बांधला. नंतर शिंदीचा झाडू तीन वेळा फिरवून ओवाळून त्याच्या डोक्यावर चार वेळा मारला. एवढं सगळं केल्यानंतर त्यांनी गंगम्माला लवंग-मिरे-सुंठीचा काढा करायला लावला आणि तो चेन्निंगरायांना प्यायला दिला. एवढं झाल्यावर शानभोग शांतपणे गाढ झोपी गेले.

दुसरे दिवशी जाग आली तेव्हा ताप उतरला होता.

तीन

१

नंजम्मा मोठी झाली, गर्भाधान झालं आणि ती सासरी नांदायला आली. शानभोग चेन्निंगरायांना बायकोविषयी मोह होता. तसंच, तिच्यावर वर्चस्व गाजवायची जबरदस्त अपेक्षा होती. बायकोवर वर्चस्व गाजवायचं म्हणजे काय? अधूनमधून मारायचं; पण हे त्यांना झेपण्यासारखं नव्हतं. हुंदडणाऱ्या एखाद्या वासराला किंवा एखाद्या उनाड सांडालाही मारायचं त्यांना माहीत नव्हतं. त्यामुळे जिभेनंच ती हौस फेडून घेणं एवढंच त्यांच्या हातात होतं. आपल्याला सहजपणे येणाऱ्या 'महार', 'मांग', 'हजाम' यांसारख्या जातिवाचक शब्दांबरोबर इतर सगळ्या शिव्यांना पुढे 'रांड' असा शब्द जोडून त्या शिव्यांची ते बायकोवर बरसात करून आपल्या जिभेची खाज भागवून घ्यायचे. शिवाय काही विशेषणांचाही मोकळेपणे वापर करत ते आपली रग भागवून घ्यायचे. मातेकडून त्यांना याहून कितीतरी प्रमाणात 'भाषासामर्थ्य'अवगत असलं तरी ते स्वतःला आवरत होते. कारण शिव्यांचा अतिरेक झाला तर बायकोकडून सासरेबुवांना समजेल, याचं भय कुठेतरी होतंच.

सुनेवर राज्य करायची आशा किंवा शिव्यांची भाषा यांची गंगम्माकडे अजिबात कमतरता नव्हती; पण तिच्याही मनात व्याह्याविषयी भय होतंच. त्यामुळे अधून-मधून केवळ गुरकावूनच ती आपल्या मनाचं समाधान करून घेत होती.

हातात शानभोगकी मिळालेल्या पहिल्या वर्षी चेन्निंगरायांनी स्वतःच सगळ्या नोंदी केल्या, हिशेब लिहिले आणि जमा-खर्च लिहून घेऊन गेले. तो केवळ तालुक्याचा जमा-खर्चही नव्हता. इतरही बरंच काही होतं. हेडकारकूनानं त्यात शंभरहून जास्त चुका काढून दाखवल्या. तिथं ताळेबंदी जमली नाही. 'थूः! तिच्याईला...' त्यांनी मनातल्या मनात उद्गार काढले. तेवढंच! तोंड उघडून कुणालाही शिव्या

हासडणं शक्य नव्हतं.

"ताळेबंदी होत नाही... ते सगळं बघून आणखी दोन दिवसांच्या आत तिपटूरला येऊन साहेबांची सही करून घ्या!" हेडकारकुनानं सांगितलं.

त्याच ताळेबंदीसाठी आलेल्या तिमलापूरचे शानभोग द्यावरसय्या बिनचूक हिशेब लिहिणारे म्हणून प्रसिद्ध होते. जगण्यासाठी शानभोगकी हा एकमेव मार्ग आहे, असं ते मानत नव्हते. शानभोगकी हे संपूर्ण संसारात लज्जत आणणाऱ्या लोणच्यासारखं साधन आहे, केवळ यावर पोट भरत नाही, हे आपलं मत ते बोलूनही दाखवत होते. चेन्निंगराय या द्यावरसय्यांना शरण गेले.

सगळं ऐकून घेऊन त्यांनी, केवळ हाच नव्हे, सगळेच हिशेब लिहून द्यायला वर्षाकाठी पन्नास रुपये द्यावे लागतील, असं सांगितलं. चेन्निंगरायांना तीन गावांच्या सगळ्या दफ्तरांची लिखापढी केल्यानंतर पोटगीचे मिळायचे ते एकशे पंचवीस रुपये सात आणे आणि अकरा पैसे. त्यातली एक नोट तर कागद-शाईसाठीच जायची. वर्षाच्या अखेरीस खर्च बघितला तर शिरस्तेदाराला दहा (त्यातले अंमलदाराला सहा, शिरस्तेदाराला चार असे वाटे!), हेडकारकुनाला दोन, होबळीच्या म्हणजे महालाच्या कारकुनाला दोन, नगदीला एक, शिपायांना दरडोई आठ आणे जुमला, सतरा-अठरा रुपये जायचे. याशिवाय तालुक्याच्या गावी जाणं, तिथं जेवणखाणं हा सगळा जमा-खर्चाचा वरचा खर्च, एवढं सगळं झाल्यानंतर हिशेब लिहायला पन्नास रुपये दिल्यावर चेन्निंगरायांच्या हातात काय राहणार? वसुली करताना दहा रुपयांपेक्षा जास्त खंड देणारे रयत एक रुपया, त्याहून कमी असणारे आठ आणे, दोन रुपये खंड देणारे चार आणे शाईचा खर्च म्हणून द्यायचे. पण 'रामसंद्र'च्या शाईच्या खर्चासाठी मिळणारी सगळी रक्कम पटेलच खाऊन टाकायचा. लिंगापूरहूनही काही मिळायचं नाही. कुरुबरहळ्ळीचे मात्र एकूण चाळीस रुपये मिळायचे. याशिवाय वरची कमाई जी काही असायची, ती त्या-त्या शानभोगांच्या शक्तीनुसार कमी-जास्त व्हायची. वाटणीपट्टी, खरेदी-विक्री, आधार, तक्रारदस्तऐवज, दरखास्त यांसारख्या बाबींतून उत्पन्न मिळायला पाहिजे. खातं-किर्द हिशेब न जमणाऱ्या चेन्निंगरायांना रजिस्ट्रीकागद चोखपणे लिहायला कुठून जमायला? त्यामुळे त्यांना तशा प्रकारची मिळकतही नव्हती; पण दुसरा उपायही नव्हता.

तिमलापूरच्या द्यावरसय्यांनी 'रामसंद्र'ला येऊन पंधरा दिवस मुक्काम टाकला. त्यांचं जेवणखाण बघायची जबाबदारी गंगम्मा-नंजम्मानी निभावली. बाकी पाहुणचार चेन्निंगरायांनीच केला. हिशेब 'कम्प्लीट' होऊन आपले पैसे काढून घेऊन हेडकारकुनाला दोन, आणि शिरस्तेदाराला पाच रुपये देऊन योग्य तो सन्मान करून द्यावरसय्यांनीच ताळेबंदी झाल्याची सही करून दिली. कोट-फेटा-वर उपरणं अशा थाटात चेन्निंगराय तालुक्याच्या कचेरीत जाऊन आले. साहेबांची सही होताना हे हात जोडूनच उभे

असले तरी यांच्या सुदैवानं त्यांनी यांना काही विचारलं नाही. हेडकारकुनानं सांगितलेल्या जागी सही करून ते समाधान पावले.

तिपटूरहून गाडीनं आधी तिमलापूरला जाऊन, द्यावरसय्यांना त्यांच्या घरी उतरवून दुपारी घरी परतलेल्या चेन्निंगरायांनी बायकोला हाक मारली, "ए रांडे! ताळेबंदी करून आलोय! माझं सगळं अंग ठणकायला लागलंय! एरंडाचं तेल घेऊन ये. सगळं अंग रगडून दे!"

नंजम्मा उंचनीच, घट्टमुट्ट-भरलेल्या बांध्याची, दणकट तरुण मुलगी. तिनं परसातल्या रहाटाच्या विहिरीतून पाणी शेंदलंच शेंदलं. भलामोठा हंडा चुलाणावर चढवला. मोठालं लाकूड खाली पेटवलं. भरपूर पाणी तापवलं. पतिदेवांच्या डोक्याला तेल चोपडून घसाघसा घासलं. पाठ-दंड-पाय-पावलांना तेल लावून भरपूर घासलं. वर गरमगरम पाणी ओतून बारीक दळलेल्या शिकेकाईनं चोळून-चोळून न्हाऊ घातलं. त्यांनी अंग पुसल्यानंतर ते बाहेर येईपर्यंत तिनं अंथरूण तयार करून ठेवलं होतं. ते झोपल्यावर चौघडी-कांबळं जोडून त्यांना पांघरलं. नंतर शेजारी बसून, त्यांनी 'पुरे' म्हणेपर्यंत त्यांचं अंग-हात-पाय चेपून देत राहिली.

२

खरंतर अप्पण्णय्याचंही याआधीच दोन वर्षं लग्न व्हायला हवं होतं; पण त्याचवेळी चेन्निंगरायांचं लग्न झालं होतं. पुढे त्यांचा शानभोग व्हायचा आणि त्यानंतर ते निभावण्याचा खटाटोप सुरू होता. त्यामुळे अप्पण्णय्याच्या लग्नाचा विचार मागंच पडला. तो योग आता जुळून आला.

अप्पण्णय्या चन्नकेशवरायांच्या मठात दोन वर्षं गेला होता हे खरं असलं, तरी अखेर त्याच्या नशिबात विद्या लिहिलेली नाही, असं स्वत: पोचण्णय्यांनीच सांगितलं होतं! मग यात अप्पण्णय्यांची कशी चूक? फक्त वाळूत अक्षरं लिहिणाऱ्या त्याच्या बोटाचं नख पार झिजून गेलं!

अर्थात, यासाठी कुणालाच दु:ख झालं नव्हतं म्हणा! त्याला मठात पाठवायचं कारणही गंगम्माच्या दृष्टीनं अगदी स्पष्ट होतं! यानं पुन्हा उसाच्या फडात शिरून, कुठंतरी आग लावून नसते उद्योग करून ठेवू नयेत, एवढंच तिला अपेक्षित होतं.

कडूरकडच्या नुग्गीकेरे गावच्या श्यामभट्ट नावाच्या पुरोहितांनी त्याला मुलगी दिली. ते मूळचे गंगम्माच्या माहेरच्या 'जावगल्ल'शेजारच्या, जाऊदहळ्ळी गावचे. त्यांना अप्पण्णय्याविषयी माहिती समजली. त्यांनीच स्वत: येऊन घर आणि मुलगा

बघितला आणि लग्न ठरवलं होतं. त्यांची ती एकुलती एक मुलगी. मुलगे नाहीत. मुलीला सोवळ्या-ओवळ्याबरोबरच कशिदा करायची कलाही अवगत होती. तिला पिंपळपानावरचा कृष्णही भरता येत होतं. म्हणजे खूपच सुसंस्कृत मुलगी होती! पण, परिस्थितीचा अंदाज घेऊन श्यामभट्टांनी गंगम्माला हे सांगितलं नाही. ते समजलं असतं आणि गंगम्मानं नक्कीच, 'आम्हाला असली नटवी मुलगी नको!' म्हणत लग्न मोडलं असतं!

शेरभर वजनाच्या चांदीच्या पंचपात्रापासून मुकटा, पळी, जरीचा फेटा वगैरे सगळं देऊन लग्नही मोठ्या थाटात करून देण्यात आलं. कन्यादानाच्या वेळी मुलाच्या आई-वडिलांच्या जागी वहिनी नंजम्मा आणि भाऊ चेन्निंगरायांनी मुलीला पदरात घेतलं. लग्न झाल्यानंतर सहा महिन्यांत सातम्मा मोठी झाली. न्हाल्यानंतर सोळाव्या दिवशी गर्भाधान होऊन घरी आली.

बायकोवर कसं वर्चस्व ठेवायचं, हे अप्पण्णय्यालाही सुरुवातीला अवघडच होतं. त्यानं थोरल्या भावाचं बघून ठेवलं होतं. आपणही अशाच प्रकारे आपल्या बायकोशी वागलो तर ती आपल्या ताब्यात राहील, असा त्यानं विचार केला आणि ती आल्या-आल्या त्यानं ओरडून सांगितलं, "ए रांडे! मला तेल लावून दे, ये!"

हे तो कुणाला म्हणतो आहे, हे आधी सातम्माला समजलं नाही. त्यामुळे ती खालच्या मानेनं केर काढत राहिली. त्यानं पुन्हा ओरडून सांगितलं, "ए छिनाल! ऐकू नाही काय आलं? तुलाच सांगतोय मी! सातीरांडेच्या! कान फुटले काय तुझे?" हे ऐकल्यावर मात्र ती भलतीच दचकली आणि त्याच्याकडे बघू लागली.

"काय बघतीयस गाढवीच्चे! ऐकू नाही आलं?" तो पुन्हा म्हणाला.

आता मात्र सातूला रडू आलं. हातातली केरसुणी तिथंच टाकून ती सासूपाशी आली आणि रडव्या सुरात म्हणाली, "तुमच्या मुलाचं बोलणं ऐकलं काय? बायकोशी असं बोलायला कुणी शिकवलं त्यांना?"

सून म्हणून नव्यानं आलेली मुलगी एवढं धैर्य दाखवेल, याची गंगम्माला अजिबात कल्पना नव्हती. थोरल्या सुनेला चेन्निंगराय अशीच हाक मारतो. ती एका शब्दानंही काही उलट बोलत नाही! आणि ही छिनाल समोर उभी राहून असं विचारतेय! काय हिची छाती!

तिनं उलट विचारलं, "मग? नवऱ्यानं बायकोला आणखी कसं बोलवायचं असतंय गं बाजारबसवे?"

"मी कशाला बाजारबसवी असेन? मला म्हणणाऱ्याच असतील!"

हे ऐकल्यावर तर गंगम्माच्या सर्वांगाचा तिळपापड झाला. "बघ-बघ बायल्या! तुझी बायको तुला जन्म देणाऱ्या आईला काय म्हणतेय ते ऐकू आलं की नाही? मी बाजारबसवी? तुला बायकोला नीट नांदवायला येतंय की नाही? शिखंडी रांडेच्या!"

हे ऐकताच अप्पण्णय्याचा पुरुषीपणा डिवचला गेला. तिच्याकडे धावून त्यानं तिची गचांडी धरत तिला दोन गुद्दे हाणले. सातू खाली कोसळली. तो पुन्हा ओरडला, "जीव घेतो या भोसडीचा..."

स्वयंपाकघरात राहून सगळं ऐकत असलेली नंजम्मा आता मात्र हातातलं काम टाकून धावत बाहेर आली. इतक्या दिवसांत ती कधीही अप्पण्णय्याच्या समोर उभी राहून मोठ्यानं बोलली नव्हती. आता म्हणाली, "अप्पण्णय्या! घरी आलेल्या सुनेशी असा वागलास तर तुझा हात झडून जाईल! काय झालंय तुला? डोकं ताळ्यावर आहे की नाही?" बोलता-बोलता तिनं आतून पाणी आणून सातूच्या डोक्यावर मारलं.

तसा अप्पण्णय्या वहिनीशी बोलतानाही असे शब्द सहजच वापरायचा; पण आता तो दचकला. कदाचित वहिनीच्या वडिलांची, कंठीजोईसांची आठवण झाली असावी. मग मात्र तो गप्प बसला.

सातू पूर्णपणे बेशुद्ध झाली नव्हती. ती उठली आणि म्हणाली, "उत्तम घराण्यात जन्मले असतील तरच यांच्या तोंडात चांगले शब्द येतील!"

"काही बोलू नकोस तू सातू! चल बघू तू!" म्हणत नंजम्मानं तिचा दंड धरून तिला पायऱ्यांवरून माडीवर घेऊन गेली.

"बघ-बघ! तिचे कान फुंकायला कशी लग्गा-लग्गा घेऊन गेली ही! मोठी लागून गेलीय की नायी!" हे गंगम्माचं वाक्य कानावर आलं तरी ऐकू न आल्यासारखं करत ती पायऱ्या चढत राहिली.

"काय हे! ब्राह्मणाचं घर हे! यांच्या तोंडात ही असली शिवराळ भाषा?" माडीवर एका पाटावर बसल्यावर सातूनं विचारलं.

"तुला हे नवं आहे म्हणून! या घराची हीच रीत आहे!"

"म्हणजे भावजीही तुमच्याशी असेच बोलतात?"

"दोन वर्षं झाली मला इथं येऊन. सवय झालीय मला त्याची!"

"पण तुम्ही का ऐकून गप्प बसता? तुम्ही गप्प बसता म्हणून हेही तसंच बोलायला लागलेत!"

यावर नंजम्मा गप्प बसली. ती स्वत:शीच विचार करत असल्यासारखं वाटलं.

सातीनं पुन्हा विचारलं, "तुमचे वडील एवढे मोठे असामी आहेत! आमच्या लग्नात सगळे किती घाबरत होते त्यांना! माझे अप्पाही सांगत होते, ते फार मोठे आहेत म्हणून! त्यांनीच पुढं होऊन भाऊजींना शानभोगकी मिळवून दिलीय म्हणे! काही नाही... एकदा वडिलांना सांगते म्हणून सांगा! मग कसे तोंड मिटून गप्प बसतील! नाही तर असं करा... एकदा त्यांच्याकडूनच सांगायला लावा! ते चांगला धडा शिकवतील!"

"तू अजून लहान आहेस, सातू! तुला समजत नाही. नवऱ्याला अक्कल शिकवा म्हणून बाईनं कधीही आपल्या वडिलांना सांगता कामा नये!" एवढंच सांगून ती थांबली. मात्र आपल्या वडिलांचा स्वभाव नेमका कसा आहे, याविषयी ती काहीच बोलली नाही. त्यांच्यासमोर तक्रार नेली तर ते मागं-पुढं न बघता झिंज्या पकडून दरादरा ओढत नेतील आणि कसलाही विचार न करता दाताड तुटेपर्यंत ठोकून काढून त्यानंतर पुढची चौकशी करतील, याची तिला खात्री होती. याशिवाय त्यांची दुसरी काहीच पद्धत नाही! अशा वेळी हा आपला जावई आहे, आपल्या मुलीचा नवरा आहे, असला कुठलाही विचार त्यांच्या मनात येणार नाही! शिवाय आपल्या पतिदेवांनी सासऱ्यांसमोर स्वत:चा मान राखलेला नाही, हेही तिला ठाऊक होतं. जे धीट नाहीत, त्यांच्याविषयी त्यांना नेहमीच तुच्छता वाटते हे ती ओळखून होती. तो त्यांच्या स्वभावाचाच भाग; पण बाईमाणसाला आपल्या नवऱ्याचा मान राखता आला नाही तर कसं चालेल? ते तिचं कर्तव्यच नाही काय?

सातू म्हणाली, "काही का असेना, यांना तुम्हीच समजावून सांगा! यानंतर माझ्याशी बोलताना तरी ते नीट बोलतील असं करा!"

त्याच वेळी खालून चेन्निगरायांचा आवाज ऐकू आला, "कुठं उलथली ही? हिचं तळपट होऊ दे! अजून भाकऱ्या भाजून चटणी वाटली नाही काय?"

"ऐकलीस की नाही तुझ्या भावजींची मुक्ताफळं? चल! मला खाली जाऊन भाकऱ्या बडवायच्या आहेत! तू चटणी कर ये! नाहीतर तुझ्या नवऱ्याला तेल लाव जा." म्हणत नंजम्मा उठून उभी राहिली.

सातूही म्हणाली, "नको! चटणी करते!" हवं तर त्यांना त्यांच्या आईकडून तेल लावून घेऊ दे! हे वाक्य मात्र ती मनातच म्हणाली.

चार

१

नंजम्मा सात महिन्यांची गरोदर होती तेव्हा एक दिवस कंठीजोईस आपल्या शुभ्र घोड्यावर बसून 'रामसंद्र'ला आले. या वेळी दिवसाउजेडीच आले. दोनेक तास गेले असतील, एक गाद्यागिर्द्या अंथरलेली सवारी-बैलगाडी आली. लेकीला बाळंतपणासाठी घेऊन जायला ते आले होते. त्याच वेळी त्यांनी कल्लेशच्या लग्नाचीही हकिकत सांगितली. पंधरा दिवसांनंतरचा मुहूर्त होता. मुलीकडच्यांच्या घरी लग्न. मुलगी हासनची. सगळ्यांनी लग्नासाठी नागलापूरला यायला सांगितलं. तिथून गाड्या करून सगळ्यांनी एकत्र लग्नाच्या घरी जायचं ठरलं होतं. निमंत्रण देऊन झाल्यावर मुलीबरोबर ते परतीच्या प्रवासाला निघाले. नंजम्मा बैलगाडीत चढून बसली. गाडीच्या पुढे कंठीजोईसांची शुभ्र घोड्यावरची स्वारी.

नागलापूरच्या घरात आताही म्हातारी आजी अक्कम्मा तेवढीच होती. जन्मल्यापासून नंजम्माला तिनंच सांभाळून वाढवलं होतं.

अक्कम्मा दिसताच नंजम्माचे डोळे भरून आले. बऱ्याच दिवसांनी आजी दिसली म्हणून; की आणखी काही कारण? तिला समजलं नाही. गरोदर नातीला याआधीच माहेरी बोलावून घ्यायची अक्कम्माची इच्छा होती. पण कुठं-कुठं भटकत असलेले कंठीजोईस काल रात्री थाऱ्याला आले होते. तेही मुलाच्या लग्नाची तारीख पक्की करूनच!

कल्लेशचं लग्न याआधीच करायला पाहिजे होतं; पण त्यांनी तिकडं लक्षच दिलं नव्हतं. त्याचं वागणं गेल्या काही दिवसांत ठीक नाही, अशी बातमी त्यांना दुसऱ्या कुणा कॉन्स्टेबलनं सांगितली होती. ही बातमी समजल्यावर त्यांनी पुढच्या दोन दिवसांतच त्याचं लग्न ठरवून टाकलं होतं.

कल्लेशअण्णाच्या लग्नाची नंजम्माही तयारी करू लागली. घराला चुना लावण्यापासून सगळंच व्हायचं होतं. त्यासाठी येणाऱ्या रंगाऱ्यांशी बोलून देखरेख करायची जबाबदारीही तिच्यावरच होती. सतत गावात, एका ठिकाणी राहणं कंठीजोईसांच्या रक्तातच नव्हतं. नंजम्माला घरी सोडून ते पुन्हा निघून गेले ते आठवड्यानं परतले.

सहा दिवसांवर लग्न आलं. कल्लेश पोलीसवेषातच गावी आला. तसा तो सगळ्या कामांत हुशार होता. तो आल्यानंतर मात्र अक्कम्मा आणि नंजम्माच्या जिवात जीव आला. त्याची बरीच मदत होऊ लागली. त्यांचे मुख्य नातेवाईक म्हणजे वऱ्हाड म्हणजे नंजम्माच्या सासरची माणसं. देवकार्याच्या आदले दिवशी चेन्निंगराय, अप्पण्णय्या आणि सातू हजर झाले. विधवा असल्यामुळे येणार नसल्याचं गंगम्मानं सांगून पाठवलं होतं.

देवकार्य झालेल्या रात्री सगळ्यांनी निघायचं होतं; पण दुपारपासूनच नंजम्मा मलूल झाली होती. संध्याकाळी तर ती आडवीच झाली. अशा वेळी रात्रीच्या वेळी बैलगाडीतून चोवीस मैल प्रवास करणं योग्य नाही, हे सगळ्यांनाच समजत होतं. ती आणि अक्कम्मानं घरीच राहायचं ठरलं.

घरात दोघीच बायका. त्यात नंजम्मा पहिलटकरीण. त्यामुळे साहजिकच तिच्या मनात भीती होतीच. त्यामुळे अशा वेळी नवरा आपल्याबरोबर राहिला तर बरं होईल, असं तिला मनातून वाटत होतं. तिनं चेन्निंगरायांना निरोप पाठवला. सगळ्यात आधी पुढं होऊन रात्री झोपायलाही सोयीची होईल, अशी जागा पकडून बसायच्या तयारीत असलेल्या चेन्निंगरायांना रागच आला. तिच्यापाशी येत त्यांनी दबलेल्या, पण गुरकावल्याच्या स्वरात विचारलं, "काय हे?"

"मला भीती वाटतेय! कसंतरी व्हायला लागलंय! घरात कुणीच पुरुषमाणूस नाही! रात्री-अपरात्री पोटात दुखायला लागलं तर काय करणार? अप्पण्णय्या-सातूना जाऊ द्या लग्नाला. तुम्ही राहा!"

"असं कसं चालेल?" हे म्हणताना त्यांच्या डोळ्यांसमोर गोपुराच्या उंचीचा हुळी-भात आणि पुरणपोळ्यांची चवड तरळून गेली. असं समोरचं भरलेलं ताट कुणीतरी हिरावून घ्यावं, असं वाटू लागलं.

"का नाही चालणार? मी सांगेन कल्लेशअण्णाला! अप्पांनाही सांगेन."

"काही नाही! पाहिजे तर सातूला ठेवून घे!"

यावर नंजम्मा काहीच बोलली नाही. दोन वर्षांचा संसार झालेला असल्यामुळे नवऱ्याचा स्वभाव तिला ठाऊक होता. ती उत्तरली, "ठीकाय! जा तुम्ही!" ते लगेच निघून गेले आणि बैलगाडीतली वारं लागणार नाही, नीट झोप होऊ शकेल, अशी आधी हेरून ठेवलेली जागा पटकावून बसले. सातूलाच काहीतरी अंदाज येऊन तिनं

विचारलं, "अक्का, मी थांबू काय तुमच्याबरोबर?"

"नको! जा तू!" नंजम्मा म्हणाली. पण हे सातूला पटलं नाही. ती म्हणाली, "तुम्ही दोघीच कशा राहाल? आजी एकट्या काय करतील? थांबते मी!"

"लग्नघरात आपल्या बाजूनं वावरायला कुणीतरी बाईमाणूस नको काय? तू गेली नाहीस तर मांडवात बघायला, आरती करायला, ओटी भरायला कुणीच सवाष्ण नाही, असं होईल. जा तू म्हटलं ना! मी बघते नंजूकडे!" आजीच म्हणाल्या. मग नाइलाजानं सातू निघाली.

रात्री आठ वाजता गाड्यांना बैल जुंपण्यात आले. कंठीजोईस कोट-बूट-फेटा घालून घोड्यावर बसून सगळ्यात पुढे उभे निघाले. हवालदार-कॉन्स्टेबल मित्रांबरोबर कल्लेश मागच्या गाडीत बसला. दाराशी उभी असलेली नंजम्मा चारही गाड्या नजरेआड होईपर्यंत पाहत राहिली.

रात्री दोघी झोपल्या तेव्हा अक्कम्मा म्हणाली, "बघितलंस काय नंजा! बकरीच्या थानासारखी तुम्ही दोनच लेकरं याची! तू सात महिन्यांची भरलेली गरवारशी आहेस, हे तुझ्या बापाला ठाऊक आहे! तरीही हा आत्ताच मुलाच्या लग्नाचा मुहूर्त ठरवून आलाय! याला काही अक्कल आहे की नाही?"

"त्यांचा स्वभाव काही नवीन नाही गं आजी! जे करायचं ते धामधुडुकी... पावशेर अडकी! सगळं यड्डम यड्डम!"

"तुला जन्म देऊन तुझी आई मरून गेली! तेव्हापासून बघतेय मीही! कल्लेश मुलगा! तू जन्मलीस तेव्हा सात वर्षांचा होता तो. मुलगे कसेही वाढतात बघ! तुझा हा बाप! तीन दिवस घरात असला तर तीन महिने नसतो! तू लग्न करून निघून गेल्यावर मी तर अगदी एकटी झाले! एकटं राहायचा कंटाळा येतोय गं! तुझ्या पोटची मुलं बघायची, तुझं बाळंतपण करायची फार आशा होती. देव तीही पूर्ण करतोय, खरं! पण तू लेकमाणूस! ये म्हटल्यावर लगेच यायला कसं जमणार?"

"आता नाही तुला कंटाळा येणार! 'कल्लेशअण्णा'ची बायको येईल. तेवढीच तुला सोबत!"

"तुला तसं वाटतंय! पण हे काही खरं नाही. तो पोलीसखात्याचा माणूस! बदली होईल त्या गावाला जाणार! त्याची बायको कशाला राहील माझ्यासारख्या म्हातारीबरोबर? मुख्य म्हणजे ती हासनसारख्या शहरगावात राहिलेली मुलगी! मुलाचं लग्न ठरवताना तुझ्या बापानं मला एका शब्दानं विचारलं तरी का? मनात येईल तसा वागून मोकळा होतोय! या असल्या लेकराला जन्म दिल्यावर नशिबाला येईल ते भोगायलाच पाहिजे मी!"

नंजम्मालाही वडिलांच्या स्वभावाचा पूर्ण परिचय होताच. ती त्याच विचारात असताना अक्कम्मानं विचारलं, "तुझी सासू तुला खरंच चांगलं बघते काय?"

"हं. छानच बघतात!"

"मग ठीकाय! बायकांना आणखी काय पाहिजे!" एवढं बोलून अक्कम्मा बोलायची थांबली. काही क्षण गेल्यावर पुन्हा बोलू लागली, "हे बघ पुट्टी! तेव्हा तू म्हणायचीस, सीता-वनवासाचं गाणं! ते गं, लव-कुशांनी म्हटलेलं... आठवतंय?"

"त्या घरी गेल्यावर मी ते एकदाही म्हटलेलं नाही! एकदा पहाटेच्या वेळी नाचणी दळताना म्हणायला लागले तर, झोप मोडते-म्हणू नकोस, म्हणून सगळ्यांनी गप्प केलं! त्यानंतर मी तोंड मिटून दळायला सुरुवात केली!"

"उद्यापासून दररोज म्हणायला सुरुवात कर! मला ऐकायची फार इच्छा आहे..." पुन्हा थोडा विचार करून ती म्हणाली, "नाही तर नको! गरवारशी! सीता-वनवासाची गाणी कशाला म्हणायची? गरवारशीनं असली गाणी म्हणायचीही नसतात आणि ऐकायचीही नसतात!"...पुन्हा थोड्या वेळानं ती म्हणाली, "तुझं लग्न झाल्यानंतर तू सासरी गेलीस. इथं गावात गाणं म्हणणारं कुणीही राहिलेलं नाही! गावात कुणाच्याही घरी आरती-पूजा असली तरी शुकशुकाट असतोय. मुक्यानं आरती म्हणजे भणभण होतंय! सगळेजण हेच सांगतात. तुझी गाण्याची वहीही इकडंच विसरून गेलीस! परवा कधीतरी कंठीला मिळाली. कुठंतरी काढून ठेवली असेल. सकाळी शोधून काढून ठेवून घे. इथंच राहिली तर विसरून जाशील पुन्हा!"

२

हासनमध्ये कल्लेशच्या लग्नाच्याच दिवशी नागलापूरच्या बेस्तरकेरेमध्ये उंदीर पडल्याची बातमी आली. म्हणजे 'पिलेग-मारम्मा'चा गावाकडे फेरा आला म्हणायचा! जे आपल्याला काही ना काही अर्पण करणार नाहीत, जे भक्तिभावानं शरण येणार नाहीत, त्या सगळ्यांना गिळून गट्ट करणार! तिचा गावात प्रवेश व्हायच्या आधी सगळ्यांनी गावं-वस्त्या रिकाम्या करून गावाबाहेर माळावर किंवा शेतांवर झोपड्या उभारून राहायला जायला पाहिजे. तीन-चार महिने तिथंच राहायचं. "पिलेग-मारम्मा' निघून गेल्यानंतर पुन्हा माघारी गावात येऊन राहायचं.

त्याच्या दुसरे दिवशी कडकलक्ष्मी आली. दंडाएवढ्या जाडीच्या आणि हातभर लांबीच्या दोरखंडानं विणलेला चाबूक फिरवत, स्वत:ला फटाक्-फटाक् मारून घेत अंगाला हळद-कुंकू माखून कडकलक्ष्मीच्या अवतारात डोक्यावर देवीचा पेटारा घेऊन तो आला. त्याच्या मागोमाग त्याची बायको भविष्य विचारत होती.

"भोवताली छप्पन्न गावांमध्ये अम्मा आलीये! थैमान घालतेय! मायेला सोडतेय-लेकराला खातेय! लेकरांच्या मायेला ओढून नेतेय! शोभन न झालेली मुलगी खातेय! शोभनासाठी गेलेल्या नवऱ्याची मुंडी मोडतेय! गरवारश्यांना कचाकचा खातेय!" "हा... ललल..." म्हणत मधूनच पुरुष हातातल्या चाबकानं स्वत:च्या पाठीवर फटाक्-फटाक् मारून घेत होता.

अशाप्रकारे कडकलक्ष्मी येणं आणि भविष्य सांगणं, यात नवं काहीच नव्हतं. पण 'गरवारश्यांना कचाकचा खातेय...' हे ऐकून अक्कम्मा घाबरी झाली. हळद-कुंकू, तांदूळ, डाळ, नारळ, यांशिवाय तीन पैसे दक्षिणा सुपात घेऊन जाऊन तिनं सगळ्यांच्या आधी अम्माला दिलं. तिनं दिलेलं प्रसादाचं कुंकू आणून नंजूच्या हातात देऊन लावून घ्यायला सांगितलं.

दुसरे दिवशी मेलेल्या उंदरांची संख्या वाढली. गावाच्या इतर वस्त्यांमध्येही उंदीर पडल्याच्या बातम्या येऊ लागल्या. सभोवतालच्या सगळ्या गावांमधून गावं रिकामी पडत असल्याच्या बातम्या आल्या. यांनीही शक्य तितक्या लवकर शेड घालायचं चाललं होतं. गावचे शानभोग श्यामण्णांनी संध्याकाळी घरटी एकेकाला बोलावून पंचायत भरवण्यात आली. त्यात, येत्या सोमवारच्या आत सगळ्यांनी गाव रिकामं करायचं ठरलं. त्याप्रमाणे दुसरे दिवशी सकाळपासूनच माणसं घरं रिकामी करून आपापल्या शेतावर जायला निघाली. ज्यांच्या जमिनी नव्हत्या, तेही कुणा-कुणा परिचयाच्या शेतावर शेड बांधून जायला निघाले. लहान गाड्यांमधून सामानही नेलं जाऊ लागलं.

मुलाचं लग्न उरकून कंठीजोईस गावी परतले, त्याच दिवसापर्यंत कितीतरी लोकांनी सामान हलवलं होतं. लग्नाची गडबड संपल्यावर विश्रांती घ्यायचा विचार करत असतानाच हे काम सामोरं आलं. नव्यानं रंगरंगोटी केलेलं घर रिकामं करायचं!

घर रिकामं करून निघायचं असेल तर गावच्या पुरोहिताला विचारायची परंपरा. लहानसहान गोष्टींसाठी स्वत: कंठीजोईसच बघून घ्यायचे. शिवाय पुट्टभट्ट नावाचे एक पुरोहित नेमून त्याला त्याची मिळकत मिळेल, असंही त्यांनी केलं होतं. पण या वेळी शानभोग श्यामण्णानं कुणालाच विचारलं नाही. कंठीजोईसांनाही नाही. एवढंच नव्हे, ते नसताना त्यानं पुट्टभट्टांनाही निरोप पाठवला नव्हता. त्यानं स्वत:च सगळे निर्णय घेतले होते!

त्यातच, कंठीजोईस आणि शानभोग श्यामण्णा यांच्यात पूर्वापार वैर चालत आलं होतं. त्यातच गेल्या वर्षी दोघांमध्ये शेताला पाणी पाजण्यावरूनही वाद झाला होता. त्यानंतर तोही असाच वागत होता. काहीतरी करून भांडण काढतोय! या शानभोगाला विरोध करायचा कंठीजोईसांनी निश्चय केला.

आल्याच्या दुसरे दिवशीच बाकीची शास्त्रं उरकून त्यांनी मांडव हलवला.

चेन्निंगराय, अप्पण्णय्या आणि सातू गाडी जुंपून गावी परतले.

या श्यामण्णाचं काय करायचं, हा त्यांच्यापुढचा प्रश्न होता. उत्तर सोपं होतं. त्यानं घेतलेल्या निर्णयाला विरोध करायचा! पण एव्हाना गावातले सगळे दाराला कुलूप लावून, साक्षरांनी दारांवर 'उद्या ये' असं लिहून, सामानासकट गावाबाहेर निघाले होते. एकानं गाव सोडलं,की उरलेले सगळे भराभरा सामान बांधून मेंढरांसारखे त्यांच्या मागोमाग चालू लागतात! त्यांना "मी शास्त्र पाहिलंय... गावाला काहीही होणार नाहीये... कुणीही गाव सोडून जाऊ नका..." असं कंठीजोईसांनी सांगितलं तरी कुणीच तिकडं लक्ष दिलं नाही.

कुणीतरी उलट विचारलं, "असं असेल तर तुम्ही गावातच थांबणार काय?"

"होय! राहणार आहे!" त्यांनी हट्टानं सांगितलं. कबूल केल्याप्रमाणे आपण गावातच राहायचा त्यांनी निश्चय केला.

मात्र या त्यांच्या निश्चयाला अक्कम्मानं जोरदार विरोध केला. ती म्हणाली, "पहिलटकरीण लेक बाळंतपणाला आलीय! ओस पडलेल्या गावात एकच संसार कसा काय राहणार? जोखमीचं काम आहे. आपणही गाव सोडायलाच पाहिजे! नाहीतर मी तिला तिच्या सासरी पाठवून देते! सासरच्यांना काय म्हणायचं ते म्हणू दे! म्हणतील, पहिलं बाळंतपण करायचीही शक्ती नसलेले पाहुणे भेटले, म्हणून! म्हणू देत! पाहिजे तर मीच तिथं राहून तिचं बाळंतपण करून येते."

"पण मी गाव सोडणार नाही, म्हणून जूरप्पाला सांगितलंय! निघून गेलो तर माझी काय किंमत राहील गावात?"

"त्यात कसला आलाय मान आणि किंमत? मुकाट्यानं चल तू पण!"

कंठीजोईस आपला मान गमावायला तयार झाले नाहीत. पुन्हा थोडा वाद घालून अखेर अक्कम्मा आणि नंजम्मा शेतात एक शेड घालून राहायला जायचं ठरलं. नंजम्माचं बाळंतपण शेडमध्येच होणार, हे पक्कं झालं. पण कंठीजोईस मात्र गावातल्या घरातून हलणार नाहीत, असं ठरलं. "तुझं डोकं पहिल्यापासून असंच तिरपागडं! एकटा काय करणार आहेस ओसाड गावात भुतासारखा राहून?"

"पिलेगअम्मा मला काहीही करणार नाही! मर्द आहे मी! इथेच राहीन!"

अखेर निरुपायानं उभारलेल्या तात्पुरत्या शेडमध्ये आजी-नात सामानासकट राहायला गेल्या. पण श्यामण्णानं पंचायत बसवून कंठीजोईसांच्या अंगातही अम्माची वस्ती असल्यामुळे त्यांनी गावाबाहेरच्या शेडकडे फिरकायचं नाही, असा दंडक घातला. याचाच अर्थ असा होता, नंजम्माच्या बाळंतपणाची सगळी जबाबदारी आणि सुख-दुःख म्हाताऱ्या अक्कम्मावरच होती!

३

संपूर्ण गावात कंठीजोईस एकटेच राहिले. एक गाय त्यांनी शेडवर पाठवली होती. दुसरी त्यांनी स्वत:साठी घरीच ठेवून घेतली. स्वत:साठीचा स्वयंपाक ते स्वत:च बनवत होते. सगळ्या घराची स्वच्छता करून ते व्याघ्राजिनावर बसून गोळा केलेले सगळे भविष्याच्या संदर्भातले कागदपत्रं वाचू लागले. कितीतरी प्रकारची यंत्रं-मंत्र, पंचकोन-चौकोन-त्रिकोण यांसारख्या आकृती, मंडलं, क्लीम् - ऱ्हीम् - ओम् यांसारखे अक्षर-मंत्र, शक्ती यांवर मनातल्या मनात विचार करत होते. कधी कुठला तरी मंत्र मोठ्यानं म्हणत परसात फेऱ्या मारायचे. फारच कंटाळा आला तर कधीतरी घोड्यावर बसून चन्नरायपट्टणच्या दिशेनं फेरफटका मारून यायचे.

त्यांना याआधी कधीच इतके दिवस सलग गावात राहायची वेळ आली नव्हती. आताही राहायलाच पाहिजे, असं काही नव्हतं. पण एक प्रकारे शानभोग श्यामण्णावरच्या किंवा आपण सांगत असतानाही निघून गेलेल्या गावकऱ्यांवरच्या हट्टामुळे असेल, ते त्या उजाड गावात एकटेच राहत होते. अंधार, एकटेपणा, चोर-चिलटे, दरोडेखोर, साप-विंचू अशा कशालाही घाबरणं त्यांच्या रक्तातच नव्हतं.

एक दिवस त्या उजाड गावात एकजण आले. पन्नाशीचे असतील. डोक्याच्या पुढच्या भागाचे केस काढलेले. मागच्या बाजूच्या पांढऱ्या केसांची गाठ मारली होती. अंगात लाल अंगरखा, काळा कळकट कोट, काच्याचा पंचा असा वेष होता. पुढचे दोन दात पडले होते. प्रथमदर्शनी यांना तंबाखूची सवय असल्याचं लक्षात येत होतं. उजव्या हाताच्या मधल्या बोटात सोन्याच्या धाग्यानं विणल्यासारखी मांत्रिक-अंगठी होती.

पाहताक्षणी ओळख पटली नाही, तरी एखादा क्षण गेल्यावर ओळख पटून कंठीजोईसच म्हणाले, ''काय वीराचारी! आमच्या ओसाड गावात आलात?''

''तुम्हालाच भेटून जायचं म्हणून आलो होतो! चार दिवस झाले तुम्हालाच शोधतोय! तुम्ही गावात असता-नसता! कुणाला ठाऊकही नसतं कधी येणार ते! आज म्हटलं, बघून तरी जाऊ या! म्हणून आलो होतो!''

''ये ये! आत येऊन बैस.''

वीराचारी घरात आला. त्यानं पाहिलं, कंठीजोईसांच्या बसायच्या जागेलगत चार जुने पायताणाचे जोड पडले होते. त्यानं विचारलं, ''जुन्या पायताणांची ताकद तुम्हाला मान्य आहे की काय?''

''तर! हातात घेऊन उभं राहिलं तर कुणीही आपलं म्हणणं ऐकतो!''

''ते नाही हो विचारलं! बाधाबिधा पळवून लावतंय म्हणे खेटर!''

“ते तर आहेच म्हणा! मी मात्र माणसांसाठी बाळगून आहे ती खेटरं!”

अशाच इकडच्या-तिकडच्या, तिरक्या-सरळ गप्पा झाल्यावर कंठीजोईसांनीच विचारलं, “हं बोल! कशासाठी आला होतास?”

“काही नाही! सहजच आलो होतो! दोन वर्षांपूर्वी एक घडलं होतं. चोळाच्या डोंगरापाशी कटिगेकडच्यांची एक करणी केली होती, अमावस्येच्या रात्री. चौडम्माच्या अंगावर ठेवलेले दक्षिणेचे पैसे, केळीच्या तीन फणी... कुणीतरी सगळं लुटून नेलं होतं. त्याविषयी तुम्हाला काही माहीत असेल तर विचारावं म्हणून आलो होतो.”

“एवढी करणी करायला ज्याला येतंय, त्याला कवड्या टाकून शास्त्र बघायला येत नाही काय? यात मला काय विचारायचं? असलं शास्त्र बघायच्या बाबतीत तर तू माझ्यापेक्षा जास्त तयारीचा आहेस!”

“हे समजायला कशाला पाहिजे शास्त्र? त्या रात्री जाऊन बघितलं तेव्हाच समजलं मला! मी केलेल्या चौडम्माला मोडून त्यात ठेवलेले पैसे घेऊन आणि तिला नैवेद्यासाठी ठेवलेली केळी खाऊन पचवायची शक्ती आणखी कुणात आहे तुमच्याशिवाय? अमावस्येच्या रात्री अशा जागी जायची छाती तरी आणखी कुणाची आहे? या पंचक्रोशीत कंठप्पा सोडला तर एवढं धैर्य असणारं कुणीही नाही, हे मला तेव्हाच समजलं. खरंय की नाही? बोला!”

“अरे वा! म्हणजे तुलाही अक्कल आहे तर! मग? आता काय ते पैसे आणि केळी मागायला आलायस काय?”

“मरू देत ते पैसे! ते जाऊ दे. यानंतर जिथं मी हात घातलेला असेल तिथं तुम्ही पाय टाकायचा नाही, असं काहीतरी ठरवू या का? हवं तर हात जोडतो तुम्हाला!”

“एवढंच? जाऊ दे तो विषय. मी अजून स्वयंपाक केलेला नाही. दोघांसाठी रांधतो. जेवून जा!”

वीराचारी जेवायला थांबला. संध्याकाळी चार वाजेपर्यंत थांबून निघून गेला.

त्या रात्री अचानक कंठीजोईसांना लेकीची आठवण झाली. तिचे बाळंतपणाचे दिवस जवळ आले असतील. तिला भेटायला गेलोच नाही. त्या बदमाश श्यामण्णानं पंचायतीसमोर वचन घ्यायला लावलंय! पण म्हणून मी का घाबरून त्याचं ऐकावं? ते काही नाही! उद्याच्या उद्या जाऊन नंजीला बघून यायला पाहिजे! बघू या हा शानभोग काय करतोय! त्याचीही शेड आपल्या शेताजवळच आहे. चोरूनमारून नाही; सरळ-सरळ त्याच्या समोरूनच जातो! त्यानं गुरगुर केलीच तर चामडं सोलून देईन मादरचोदचं! माझंच चुकलं. इतके दिवस थांबायचीही गरज नव्हती खरं तर! आता तर तो, ‘पंचायतीला घाबरून कंठी आला नाही...’ असं समजून बसला असेल मिशीला पीळ देत! याच्या मिशा माझ्या मुतात भादरायला पाहिजेत भडव्याच्या!

याच विचारात कूस बदलत असताना कौलावर काहीतरी पडल्याचा आवाज झाला. एक-दोन क्षण गेले, पुन्हा दोन दगड पडले. हा त्या वीराचारीचा तर खेळ नसेल, हा विचार मनात येत असतानाच त्यांच्या घरावर धडाधडा दगड पडायला सुरुवात झाली. वीस-तीस दगड पडले.

नाही. याचा वीराचारीशी काही संबंध नाही. गावातलंच कुणीतरी असणार. मला घाबरवायला? असंच काहीतरी दिसतंय. ठीकाय! दाखवतो या शिखंडी रांडलेकांना!

ते उठले. आवाज न करता परसदरवाजा उघडून बाहेर आले. भिंतीवरून उडी मारून शेजारच्या घराला वळसा घातला आणि पुढच्या बाजूला आले. मोठ्यानं ओरडले, "कोण रे तो भडवा? भांचोद! तुझी चामडी लोळवली नाही तर..."

त्यांचा तो आवाज ऐकताच चार-पाचजणं काही न सुचून सैरावैरा धावत सुटले. त्यांची भीतीनं गाळण उडाली तशी यांनी पुन्हा एकदा आरोळी ठोकली आणि धावत सुटलेल्यांपैकी एकाला पकडलं. बाकीचे मात्र पळून गेले.

जो सापडला त्याचं नाव जुट्टग. श्यामण्णा शानभोगांचं शेत कसणारा. मोठा शूर म्हणूनही गावात प्रसिद्ध होता; पण आता मात्र त्याची गाळण उडाली होती. थरथर कापत बोलू लागला. कंठीजोईस म्हणजे काय! मारम्मा आणि यांच्यात काहीही फरक नाही! ओसाड गावात मारम्मा असतेच, हे तोही ऐकून होता. अंधारात, मध्यरात्री आपल्याबरोबरचे सगळे निघून गेल्यानंतरही डरकाळी फोडून समोर ठाकणाऱ्या आणि आपल्यावर झडप घालून पकडणाऱ्याची ओळख पटायलाही काही क्षण गेले. मारम्मा की कंठीजोईस असा मनात संभ्रम निर्माण झाला. कंठीजोईस असल्याचं लक्षात आलं तरी मारम्मा नसेल कशावरून, असंही वाटलं."

"य... य... यप्पा! म... म... मला... सो... सोडा...!" हात जोडून तो गयावया करू लागला.

"कोण तू? कुणी पाठवलं? श्यामण्णानं?"

"अं... होय..."

"तुझं धाडस कसं झालं इकडे यायचं?"

"अं... तुम्ही गावात नसता म्हणून सांगितलं."

"मी गावात असेन किंवा नसेन! माझ्या घरावर दगडं फेकायची कुणाची शामत आहे?"

"मी पण नाहीच म्हणत होतो जी... नाही गेलास तर तुला जमीन कसायला देणार नाही, म्हणाले जी..."

"आणि पळून गेले ते कोण होते?"

"तिम्मक्काच्या घरचा गिड्डा, नागनकेरेचा गुळ्ळिग, तळवाराचा सिद्दूर..."

"ते कसे तयार झाले?"

"गेलं नाही तर सरकारी कोट्यातली जमीन मिळणार नाही, म्हणाले जी!"

"ठीकाय! तुझ्या बायकोचं कुंकू पुसायला म्हणून तू माझ्या दारात आलास काय?"

"नाय... नाय जी! पाया पडतो जी! तसं करू नका जी!"

"माझ्या घरावर दगड टाकून तू कसा जीव वाचवणार होतास? बोल!"

तोंडातून शब्द न फुटल्यामुळे जुट्टिग थराथरा कापत उभा राहिला. याला आत्ताच्या आत्ता शानभोग श्यामण्णाच्या शेडवर रॉकेल टाकून आग लावायला सांगायचं मनात आलं तरी कंठीजोईसनी स्वत:ला आवरलं. कारण त्याच्या शेजारीच या आजी-नात बाळंतपणासाठी राहताहेत, हे त्यांना आठवलं. ती शेड जळायला लागली तर ही शेडही आगीत सापडणार, हे लक्षात येऊन त्यांनी स्वत:ला आवरलं होतं. शिवाय त्या कुत्तरड्याला धडा शिकवायचा असेल तर तो दिवसाढवळ्याच शिकवायला पाहिजे! रात्रीच केलं तर त्याच्या आणि माझ्यात फरक काय राहिला?

जुट्टिगा तसाच हात जोडून उभा होता. एव्हाना कंठीजोईसांचाही पारा खाली आला होता. त्यांनी जुट्टिगाला विचारलं, "काय रे! आमच्या शेडकडे गेला होतास काय?"

"आत नव्हतो, पण तिकडे गेलो होतो जी!"

"कशा आहेत अम्मा?"

"नंजम्माला मुलगी झालीय म्हनं! आज दुपारला! बाळ-बाळंतीण सुखरूप आहेत म्हणं!"

हे ऐकताच कंठीजोईसांचं मन समाधानानं भरून गेलं. उद्याच जाऊन बघून यायला पाहिजे, असं त्यांना तीव्रपणे वाटलं. तेव्हाच त्या श्यामण्णालाही जाब विचारता येईल! ते जुट्टिगाला म्हणाले, "ठीकाय! नीघ तू!"

पण तो जागचा हलला नाही.

"का रे?"

"एकटा कसा जाऊ? भीती वाटते! तुम्ही पोचवायला चला..."

"अरे वा रे वा, रांडेचा! यायला नाही भीती वाटली! आता जाताना म्हणे पोचवायला यायचं! मुकाट्यानं जातोयस की देऊ चार...!"

आता मात्र "नको... नको... जातो..." म्हणत त्यानं सूबाल्या केला. पण तिथल्या गल्ली-बोळाच्या रस्त्यांत अडकून पडायच्या ऐवजी त्या गावाबाहेर पडण्यासाठी किमान दोन-तीनशे पावलं चालणं आवश्यक होतं. मोठ्या धैर्यानं कंठीजोईसांच्या घरासमोरचा रस्ता ओलांडून जाताना मध्येच कशाला तरी अडखळून "अय्यय्यप्पो...' म्हणून किंचाळत पळत सुटल्याचा आवाज ऐकू आला.

पुढच्या दाराला कडी लावून अडणा घातलेला असल्यामुळे कंठीजोईसांना पुन्हा

मागच्या बाजूला येऊन भिंतीवरून उडी मारत परसदारानंच घरात यावं लागलं. घरात जाऊन ते झोपले; पण लगेच झोप लागली नाही.

श्यामण्णा आणि यांच्या घराण्यातली तेढ काही आजकालची नव्हती. श्यामण्णाचा बाप असल्यापासूनची होती. शानभोगकी म्हणजे 'राजघराण्या'चं काम म्हणे. याच्या बापानं नरसिंहय्यांनी हेच याला सांगितलंय. यांचं 'राजगृहा'चं काम म्हणून! हा हलकटही तसंच समजतोय! पण आम्ही कुठे कमी आहोत? त्यांचं 'राजगृहा'चं असेल तर आमचं 'गुरूगृहा'चं काम आहे! इतकी वर्षं हे 'गुरूगृहा'ला पायदळी तुडवत होते! आता मी आलोय इथं! दान मिळालेलं खात मुकाट्यानं जगत राहिलं तर यांना बरं वाटतं! तसंच पाहिजे आहे यांना! माझ्यासारखा मर्द जोईस म्हणून आला तर यांचा खेळ बंद होतोय! काय वाटलं त्यांना कंठीजोईस म्हणजे! कंठी म्हणजे रणभीर-कंठीरव! हे स्वत:ला 'राजगृह'वाले म्हणवतात ते सगळे शिखंडीची अवलाद आहेत! दाखवतो उद्या या भित्रट हरामखोरांना!

या विचारातच पहाटे पहाटे त्यांचा डोळा लागला. सकाळी जाग आली तेव्हा दहा वाजले होते. श्यामण्णाच्या शेडकडे जाऊन यायचा विचार करत ते परसाकडेला जाऊन आले. त्याच वेळी दारापुढे एक पोलीस-कॉन्स्टेबल आलेला दिसला. चौकशी करताच त्यानं सांगितलं,

"तुमच्या मुलाला, कल्लेशला प्लेग झालाय! डाव्या काखेत गाठ आलीय! चला तुम्ही!"

"आँ! कुठाय तो?"

"श्रवणबेळगोळमध्येच आहे. अजून शुद्धीवर आहे. तुम्हाला घेऊन यायला हवालदारांनी सांगितलंय. तिकडं गावात गेला होता तेव्हा अम्माचा फटका बसला! चला लौकर!"

यावर आणखी बोलायला काहीच नव्हतं. परसातल्या गोठ्यात बांधलेली गाय-वासरू सोडून गावाबाहेर घेऊन जाऊन समोर भेटलेल्याला, "यांना आमच्या शेडमध्ये नेऊन सोड..." असं सांगून ते घरी परतले. घराला कुलूप लावून कॉन्स्टेबलला मागे बसवून तेही घोड्यावर चढले आणि त्यांनी श्रवणबेळगोळच्या दिशेनं घोडा हाकला.

४

यंदाच्या प्लेगनं नागलापूरच्या कुणालाही पकडलं नाही. सगळ्यांनी आजूबाजूला गावापासून अंतरावर ठाणं ठोकलं होतं. 'रामसंद्र'च्या गावकऱ्यांनीही गावाबाहेर कुठं-कुठं शेड घातले असले तरी तिथं तिघांचा बळी गेला. इतर गावांमध्येही बरीच माणसं मेली होती. तसं पाहिलं तर नागलापूरमध्ये पिलेगअम्माला एकही बळी मिळाला नाही, असंही म्हणता येणार नाही.

रात्रीच्या वेळी कंठीजोईसांच्या घरावर दगडफेक करायला जाऊन त्यांच्या हातात सापडलेल्या जुट्टिगाला घरी आल्या-आल्या थोडा ताप आला. आपण ओसाड गावात जाऊन आलो! एकटाच येताना एका बोळकांड्यातून एक काळी, दांडगी बाई आली आणि तिनं आपल्यावर काळा पदर टाकल्याचा भास झाल्याचं त्यानं बायकोला सांगितलं. बघता-बघता ताप वाढला. नंतर तो उतरला नाही. दुसरे दिवशी दुपारपर्यंत त्याची शुद्ध हरपली. संध्याकाळी थोडी शुद्ध आली. जाग येताच त्यानं बायकोला सांगितलं, "कंठ्यप्पाजोईसांकडून करणी करायला लाव!" तिनं आपल्या धाकट्या मामाला गावाकडे पाठवून दिलं. कंठीजोईसांच्या घराला टाळं लावलेलं होतं. ते कुठं गेलेत-केव्हा येणार, ते समजलं नाही. दुसरे दिवशीही दरवाजा बंदच होता. पुन्हा शुद्ध येताच जुट्टिगानं विचारलं, "कंठ्यप्पाजोईस आले?" नाही म्हणून समजताच त्यानं डोळे मिटले, ते पुन्हा उघडले नाहीत. दोन दिवस मध्ये गेले असतील. तो पुन्हा शुद्धीवर आलाच नाही; तसाच मरून गेला.

त्याला गाठ आली होती की नाही, ते कुणालाच समजलं नाही. अम्माचा कोप होऊन मरायचं असेल तर गाठ यायलाच पाहिजे, असा कुठं नियम आहे? काही का असेन, जुट्टिगाची बायको रांड-मुंड झाली हे खरं! असं व्हायला नको म्हणून त्यानं कंठीजोईसांपुढे गयावया केले होते.

नंजू बाळंत होऊन बाळ-बाळंतीण सुखरूप असल्याचा निरोप सांगण्यासाठी अक्कम्मानं आपल्या रयताला, होन्नय्याला दुसऱ्याच दिवशी दुपारी पाठवून दिलं होतं. घराला कुलूप असल्याचं त्यानंही सांगितलं होतं. आपण दगड टाकायला गेल्याचं मात्र जुट्टिगानं किंवा आणखी कुणीच सांगितलं नव्हतं. त्यामुळे अक्कम्मा-नंजम्माला त्याविषयी काहीच ठाऊक नव्हतं. गाय-वासरू पाठवून दिल्यामुळे आपला मुलगा कुठंतरी परगावी, जास्त दिवसांसाठी गेला असणार, हे अक्कम्मानं जाणलं होतं. यात तिला काही नवंही नव्हतं म्हणा! पुरोहित पुट्टभट्टाची बायको मदतीला आली.

अक्कम्मानं पुट्टभट्टांकरवीच 'रामसंद्र'ला जाऊन नंजम्मा बाळंतीण झाल्याची

बातमी सांगून चेन्निंगरायांना बारशालाही यायचा निरोप पाठवला. पुट्टभट्टांनी निरोप दिला तेव्हा चेन्निंगरायांनी, "ओसाड गावात कसं यायचं?" अशी शंका उपस्थित केली. तेव्हा पुट्टभट्टांनी बाळ-बाळंतीण शेतावरच्या शेडमध्ये असून तिथं जाण्यात कसलीच भीती नसल्याचं सांगितलं. निरोप देऊन त्यांनी पूर्वेकडे प्रयाण केलं.

त्याप्रमाणे दहा दिवसांचा हिशेब करून दहाव्या दिवशी चेन्निंगराय निघाला. गाडी जुंपून सोबत अप्पण्णय्या आणि सातूलाही घेऊन जाणं शक्य होतं. पण सातूला नुकतेच दिवस गेले होते. तिचे डोहाळे कडक होते. अजून उलट्यांचा त्रास सुरू होता. शिवाय अलीकडे तिनं गंगम्मा किंवा अप्पण्णय्या यांच्याशी बोलणं टाकलं होतं. एकदा त्या दोघांशी भांडण होऊन तिनं त्यांना बरीच दूषणं दिली होती. थोरल्या दिराबरोबर जास्त बोलायचा प्रश्नच नव्हता. त्यांनीही कधी तिच्याशी आपण होऊन बोलणं वाढवलं नव्हतं. अशा सगळ्या कारणांमुळे ते एकटेच नागलापूरला जायला निघाले.

अकराच्या सुमारास ते मरुळहळ्ळा ओलांडून, चोळनगुड्डा, कटिगेहळ्ळी मागं टाकून वाटेत भेटणाऱ्या हूविनहळ्ळीला आले. तिथल्या एका दुकानात सुकेळीचा घड लटकवलेला होता. तीन आण्याला एक याप्रमाणे चेन्निंगरायांनी तीन मोठ्या फणी विकत घेतल्या. बारशाच्या वेळी विड्याबरोबर ठेवता येईल, असा त्यांनी विचार केला. दुकानात एका उघड्या डब्यात पिठीसाखरही दिसली; तीही सव्वाशेर विकत घेतली. साखरेचा कागदी पुडका आणि केळी एका गाठोड्यात बांधून घेऊन ते पुढं चालू लागले.

दोनेक मैल ते चालले असतील; त्यांच्या मनात एक विचार आला. बाळंतपण म्हणजे तीन दिवसांनी एकदा गरम-गरम पाण्यानं, भरपूर तेल लावून अंघोळ करणं, जेवायला पळी-पळीभर तूप, घमघमणारा कशाय! हे सगळं भरपूर खायचं आणि सतत गडद मुस्कट मारून झोपून राहायचं! नंजाची चैन चाललेय इथं! मला मात्र काहीच नाही! ही बाळंतपणाला आल्यापासून मला छानसं तेल लावून अंग चेपून देऊन कुणी ऊन-ऊन पाण्यानं न्हाऊच घातलेलं नाही! माझं अंग दुखणार नाही काय? ती म्हातारी आपल्या नातीला गरोदरपणात काय खायला हवंय ते विचारून बनवून देत होती म्हणे! आईवेगळी अनाथ मुलगी म्हणून जास्तच लाड करत होती म्हणे! पुट्टभट्ट किती कौतुक करत होते म्हातारीचं! मला त्यातलं काहीतरी पाठवून दिलं होतं काय? "अमुक-अमुक खायला करते, ये..." असा निरोप तरी कुठं पाठवला? ही यांची लायकी! जोड्यानं मारायला पाहिजे यांना!

ते याच विचारात असताना वाटेत एक वडाचं झाड दिसलं. जवळच एक कुंडही होतं. स्वत:च्या नकळत चेन्निंगराय झाडाच्या सावलीत बसले आणि त्यांनी गाठोडं खोललं. केळीच नाहीत तर साखर तरी कशाला तिथं घेऊन जायची, हा

प्रश्न मनात यायचीच खोटी! त्यांनी केळीचे घड बाहेर काढले, पुडकं उघडून पूडसाखरही खोलून समोर ठेवली. एकेक केळ सोलून साखरेत घोळून खायला सुरुवात केली. निम्मं केळ चावून खायच्या आधीच गट्कन गिळून पुढचं केळ सोलायला सुरुवात करू लागले.

अशाप्रकारे एकूण अडतीस केळी आणि सव्वाशेर साखर संपवल्यानंतर तहान जाणवली. शेजारच्या कुंडातलं पाणी पशानं प्यायल्यानंतर ते पुन्हा झाडाखाली आले, गाठोडं उशाशी घेतलं आणि संध्याकाळपर्यंत ढाराढूर झोप काढली. जाग आली. ते घाईघाईनं नागलापूरकडे निघाले. पुट्टभट्टांनी शेडची नेमकी जागा सांगितल्यामुळे जाऊन पोचायला काही अडचण आली नाही.

अक्कम्मा त्यांची वाटच बघत होती. सकाळचा स्वयंपाक गार झाला होता. त्यामुळे ते येताच ती पुन्हा गरम स्वयंपाक करायला स्वयंपाकघराकडे वळली. शेडच्या एका बाजूला बाळंतिणीसाठी तयार केलेल्या छोट्याशा खोलीत पलंगावर बाळासमवेत नंजम्मा झोपली होती. ते त्या दारापाशी जाताच तिनं विचारलं, ''दुपारसाठी तुमच्यासाठी केलेलं अन्न निवून गेलं! सरळ गावी यायच्या ऐवजी त्या झाडाखाली का झोपला होतात?''

हे ऐकताच चेन्निंगराय चकित झाले. त्यांनी रागातच विचारलं, ''कुणी सांगितलं हे?''

''हूविनहळ्ळीच्या दुकानदारानं, चन्नय्यानं! तोच आमच्या घरचं पौरोहित्य करतोय. तो सांगत होता, तुम्ही त्याच्या दुकानातून तीन केळीच्या फण्या विकत घेतल्या म्हणून! सव्वाशेर पिठीसाखरही घेतली म्हणाला! सामान आणायचं म्हणून तोही या गावाकडे यायला निघाला होता. वाटेत त्यानं तुम्हाला वडाच्या झाडाखाली झोपलेलं बघितलं. बाजूला केळीची सालंही पडलेली होती म्हणून सांगत होता.''

''असं म्हणाला? त्याच्या आईला...''

त्यांना मध्येच थांबवत तिनं विचारलं, ''कशाला वाईट बोलता? वाटेत भूक लागली, केळी घेऊन खाल्ली! काय बिघडलं त्यात? ते नाही म्हणायचं मला. त्यापेक्षा लौकर घरी येऊन पोटभर जेवला का नाहीत?''

त्यांना यावर काही उत्तर सुचलं नाही. त्या क्षणी कुठली शिवीही सुचली नाही!

पुट्टभट्ट आणि त्यांच्या बायकोच्या मदतीनं अक्कम्मानं दहा जणांच्या जेवणाची तयारी केली. शानभोग श्यामण्णांच्या घरची मंडळीही आली होती. घरातलं पहिलं कन्यारत्न असल्यामुळे बाळाला आजीचं नाव ठेवायचं होतं. गंगम्मा; पण त्या हयात असल्यामुळे ते न ठेवता, आणि हाक मारायला सोपं जावं म्हणून; शिवाय जन्मनक्षत्रालाही जुळेल, असं नाव ठेवायचं होतं. त्यामुळे पार्वती नाव ठेवण्यात आलं.

बारशानंतरही आठवडाभर चेन्निंगराय तिथंच मुक्कामाला होते. अक्कम्माकडून बाळंतिणीबरोबर गरमागरम जेवण करत ते इतरही आदरोपचार करून घेत राहिले. बाळंतिणीसाठी म्हणून मागवून ठेवलेलं गूळ-खोबरं चविष्ट होतं ; शिवाय बाळंतीणच चुना लावून विडा करून देत होती. नातीबरोबर नातजावयालाही विविध प्रकारचे खाद्यपदार्थ करून घालायची आजीलाही इच्छा होती. पण मनात कितीही असलं तरी तिच्या हातून वयामुळे करायला जमत नव्हतं. शिवाय हवं ते सामान मागवून घ्यायला जवळ पैसाही नव्हता. त्यात मुलगा कंठी कुठं गेलाय, हे गावात कुणालाही ठाऊक नव्हतं.

एक दिवस नंजूच नवऱ्याला म्हणाली, "गावाकडे शानभोगकी आहे! तुम्ही कुणालाही निरोप न देता इथेच राहिलात तर कसं?"

"हवं तर तसं शेखदारांना पत्र लिहून कळवतो. कसं?"

"तसं नव्हे! वसुलीचा काळ जवळ येतोय. तुम्हीच गावात नसाल तर देणेकरी तरी कशाला काय करतील? आणि वसुली हे तर तुमचंच काम ना! चौदा-पंधरा तारीख आली! त्यातच परवा पाऊसही झालाय. गावाकडे जमिनीकडे नको काय बघायला?"

यावर मात्र गावाकडे निघाल्यावाचून गत्यंतर नव्हतं. त्यामुळे शानभोग चेन्निंगराय दुसरे दिवशी खाणं खाऊन निघाले. आजीनं बांधून दिलेला दही-भात आणि खमंग कैरीचं लोणचं बांधून घेऊन घराबाहेर पडले.

ते घराबाहेर पडताच अक्कम्मा म्हणाली, "का गं नंजू! तुझ्या नवऱ्यानं एकदाही बाळाला उचलून घेतलं नाही! खेळवलंही नाही! मुलगी झाली म्हणून रागावले की काय?"

यावर नंजू काहीच बोलली नाही. तिचे डोळे भरून आले होते. मुलगा असता तरी त्यांनी उचलून घेतलं नसतं, असं म्हणायचं जिभेच्या टोकावर आलं तरी तिनं त्याचा उच्चार केला नाही. आजीचं बोलणं ऐकूच न आल्यासारखं दाखवत ती डोळे पुसत गप्प बसली.

९

कंठीजोईस जाऊन पोचले तेव्हा कल्लेशच्या काखेतली गाठ सुजून ठणका वाढला होता. तिथल्या दवाखान्यातल्या डॉक्टरांनी औषध दिलं असलं, तरी त्यांनीही गुण यायची हमी दिली नव्हती. त्यांच्या दृष्टीनं तर पेशंटला हलवणंही

धोक्याचं होतं.

कंठीजोईसांनी गेल्या-गेल्या परिस्थिती आपल्या ताब्यात घेतली. हवालदाराला सांगितलं, "एक व्हॅन मिळवून द्यायची व्यवस्था करा. मी याला हासनला घेऊन जातो." त्याप्रमाणे हवालदारानं चन्नरायपट्टणहून एक व्हॅन आणून दिली. त्यात कल्लेशला झोपवून हासनला घेऊन गेले. परिस्थिती इतकी अवघड होती, की कदाचित तो रस्त्यातच मरण पावला असता; पण तसं घडलं नाही. हासनच्या मोठ्या हॉस्पिटलमध्ये त्याला दाखल करून घेण्यात आलं. कल्लेशचे सासरे रंगण्णा गेली पंचवीस वर्षं तिथेच पोस्टमन म्हणून नोकरी करत होते. त्यांचा मोठ्या हॉस्पिटलमधल्या डॉक्टरांशी परिचय होता. डॉक्टरांनी हातून होईल तेवढे प्रयत्न केले. काखेतली गाठ कापून काढून साफ केली, व्यवस्थित ड्रेसिंग केलं आणि औषधही दिलं. त्यांनी जिवाला भीती नाही, अशी ग्वाहीही दिली.

या सगळ्या प्रकारात कल्लेश अशक्त झाला होता. सगळ्या दृष्टीनं त्यानं आणखी पंधरा दिवस हॉस्पिटलमध्ये राहिलं पाहिजे, असं डॉक्टरांनी सांगितलं. तितके दिवस कंठीजोईस पाहुण्यांच्या घरात राहून मुलाची देखभाल करत होते.

हॉस्पिटलहून घरी सोडायचा दिवस आला, तरी कल्लेशचा डावा हात पूर्णपणे बरा झाला नव्हता. डॉक्टरांनी सांगितलं, "यांना आणखी काही दिवस याच गावात राहू द्या. म्हणजे औषधोपचार सुरू राहतील." त्याप्रमाणे रंगण्णांनी जावयाला आपल्या घरी नेलं. आठवड्यानंतर कंठीजोईसही घोड्यावर सवार होऊन गावाकडे परतले. पंचवीस दिवसांत घोडं बरंच खंगलं होतं. पाहुण्यांच्या घरात कंठीजोईसांचं खाणं-पिणं व्यवस्थित होत होतं. हासनच्या बाजारात पोस्टमन म्हणून संसार करणाऱ्या रंगण्णांच्या घरी त्यांच्या अपेक्षेइतकं कसदार खाणं मिळत नसलं, तरी पोटभर जेवण मिळत होतं. पण त्यांच्या शुभ्र घोड्यासाठी हवा तसा खुराक ते तरी कुठून आणणार?

हे गावी परतले त्या वेळेपर्यंत प्लेगचा जोर ओसरला होता. पावसाच्या दोन सरीही येऊन गेल्या होत्या. नागलापूरचे रहिवासी शेड सोडून गावात आले होते.

कल्लेशचा प्लेग, त्याला हासनला घेऊन जाणं, त्याला बरं वाटेपर्यंत कंठीजोईसांचं तिथंच राहणं याविषयी अक्कम्मा-नंजम्माला कुणाकुणाकडून समजलं होतं. गावी परतण्यासाठी मुलावर अवलंबून राहाण्यात अर्थ नाही, हे अक्कम्माला समजत होतं. त्यामुळे रयत माणसं आणि पुट्टभट्टांचे कुटुंबीयांची मदत घेऊन शेडचं सामान परत करून बाळ-बाळंतिणीला घरी घेऊन यायचं ठरवून अक्कम्मा आधी एकटीच घरी परतली. सुताराला बोलावून त्याच्याकरवी दरवाजा उघडून घेतला. आत जाऊन पाहिलं तर काय! पावसाचं पाणी घरभर गळालं होतं. जमीन भिजून चिखल झाला होता. कौलांतून गळालेलं पाणी पायऱ्यांवरून वाहत येऊन तिथंही ओलसरपणा

दाटला होता. नंतर कुणीतरी कौलावर दगडफेक झाल्याचंही सांगितलं. कुणी दगडफेक केली, या तपशिलात आता जायला वेळ नव्हता. शिडी लावून, छतावर चढून, तिथली कौलं मागं-पुढं करून तात्पुरती व्यवस्था करून दोन्हीकडची दारं उघडी टाकून घर थोडंफार कोरडं होईल, असं केलं. तरीही जमीन कोरडी होईना, तेव्हा त्यावर होन्नाकरवी नवीन वाळू-माती टाकून जमीन चोपून घ्यावीच लागली. सगळा उपद्व्याप करून अक्कम्मा इतरांपेक्षा चार-पाच दिवस उशिराच बाळ-बाळंतिणीसोबत घरी परतली.

नंजू बाळंत होऊन जेमतेम महिना झाला होता. तिची उठून काहीतरी काम करायची तयारी असली, तरी अक्कम्मानं तिला पाण्यात हात घालू दिला नाही. केरवाऱ्यापासून गाईगुरांचं बघण्यापर्यंत सगळं अक्कम्माच करत होती.

त्यांना येऊन चार दिवस झाले होते. एक दिवस दुपारी तीन वाजता कंठीजोईस घोड्यावरून घरी परतले. कल्लेशची सगळी बातमी अक्कम्मा आणि नंजूच्या कानांवर घातल्यानंतर त्यांचं लक्ष जमिनीकडे गेलं. त्यांनी विचारलं, "काय हे? नव्यानं जमीन चोपून घेतली? आता काय अडलेलं होतं त्याशिवाय?"

"अरे, घरावर कुणीतरी दगड टाकले होते, की गिधाडं बसून, की काय कोणजाणे, सगळी कौलं चूरचूर झाली होती. पावसाचं पाणी आत येऊन जमिनीची दलदल झाली होती! आत पाय ठेवणंही शक्य नव्हतं. ओल्या बाळंतिणीला कशी घेऊन येणार? होन्नाकडून सगळं करून घेतल्यानंतरच आम्हाला येता आलं."

"याच्याईला... म्हारडी... बघतो भाडखाऊकडे!" बडबडत कंठीजोईस लगोलग बाहेर पडले. कुठं व का, याचा या दोघींनाही काहीच संदर्भ लागला नाही.

दुपारचं जेवण उरकून शानभोग श्यामण्णाच्या मोठ्या पडवीवर गावातली काही माणसं जमून संध्याकाळी उशिरापर्यंत सोंगट्या खेळत असतात, हे कंठीजोईसांना माहीत होतं. त्यामुळे या वेळी श्यामण्णा तिथंच असणार, याची त्यांना खात्री होती.

ते तडक निघाले, श्यामण्णाच्या घरी पोचले आणि तसेच ओसरीवर जाऊन उभे राहिले. नंतर विचारलं, "काय रे ए हरामखोरा! रात्रीच्या अंधारात माझ्या घरावर दगड टाकायला लावलेत! पुरुष असतास तर दिवसाउजेडी यायला पाहिजे होतं. तेही ओसाड गावात नव्हे! भरलेल्या गावात! काय वाटलो मी तुला? मर्द आहे मी! तुझ्या आईचा जार! भानचोद!"

यांच्या अनपेक्षित येण्यामुळे आणि या असल्या मुक्ताफळांमुळे तिथं जमलेले सगळेच शिलेदार गांगरून गेले. श्यामण्णाही गडबडून गेला. कंठीजोईस सरळ श्यामण्णाच्या घरात शिरले. परसदारालगतच्या उखळापाशी उभं केलेलं मुसळ उचललं. सुपारीच्या घोसालगत असलेली बांबूची शिडी काढून घेतली आणि ते बाहेर आले. भिंतीला शिडी लावून ते छपरावर चढले आणि हातातल्या मुसळानं तिथली

कौलं फोडू लागले. चार-सहा वारांतच ओसरीवरच्या सगळ्या कौलांची पूड-पूड झाली आणि खालच्या माणसांना तिथून आकाश दिसू लागलं. कंठीजोईस तसेच वरच्या बाजूला सरकले. तिथं त्यांनी एकवार मुसळ मारताच सोंगट्या खेळणारे सगळे रस्त्यावर उतरले. छतावर उभ्या असलेल्या कंठीजोईसांनी एकवार त्यांच्याकडे बघून गर्जना केली, ''ए शिखंडी! थांबा तिथंच! तुमच्या बायकांचं कुंकू पुसून केस भादरवतो!'' आणि त्यांनी दोन कौलं उचलून रस्त्यावर उभ्या असलेल्या मंडळींवर फेकली. ती गर्दीतल्या दोघांना लागली आणि एकाच्या कपाळाला रक्ताची धार लागली.

आता मात्र गर्दीत धावपळ झाली. सगळे सैरावैरा पळू लागले. आपणही वर चढून कंठीला धडा शिकवावा, असं श्यामण्णच्या मनात येऊन गेलं. तेवढं धैर्य असलं तरी अशा प्रसंगी तसं काही करण्यात धोका आहे, हेही त्याला समजत होतं. शिवाय या घटनेचं उत्तर अशा आततायीपणे न देता वेगळ्या प्रकारेही देता येऊ शकतं, हे त्याला समजत होतं.

अशाप्रकारे छतावरच्या देशी कौलांची माती केल्यानंतर सुमारे अर्ध्या तासानं कंठीजोईस निवांतपणे खाली उतरले. मुसळ आणि शिडी जागच्या जागी ठेवून बाहेर आले. घाबरून रस्त्यावरून शेजारच्या घराच्या ओसरीत जाऊन उभी असलेली श्यामण्णाची बायको थरथरत होती. ते तडक तिच्यासमोर जाऊन म्हणाले, ''हे बघ! तू हूविनकेरे तमय्याजोईसांची मुलगी आहेस म्हणून सांगतोय तुला! तम्मय्याजोईस म्हणजे माझ्या गुरूच्या जागी आहेत! ओसाड गावात मी एकटा असल्याचं बघून तुझ्या नवऱ्यानं मध्यरात्री माणसं पाठवून अंधारात माझ्या घरावर दगडफेक करवली; पण माझं तसं नाही! दिवसाढवळ्या उजेडात येऊन काय करायचं ते केलंय मी! हा कंठी म्हणजे मर्द आहे! तुझ्या नवऱ्याला सांग, यानंतर तरी हे शिखंडीसारखं आडून काम करायचं सोडून दे म्हणून! त्या भेकड हलकटाबरोबर मी अवाक्षरही बोलणार नाही!'' आणि तडक आपल्या घरी निघून आले.

श्यामण्णाची बायको अवाक् होऊन जागीच खिळल्यासारखी उभी होती.

घरी परतलेल्यावर कंठीजोईस स्वयंपाकघरात गेले. अक्कम्मानं नुकतंच चुलीवरून लाल तांदळाच्या भाताचं तपेलं चढवलं होतं. जवळच नुकतंच कल्हईच्या पातेल्यात केलेलं गरम-गरम सार झाकून ठेवलं होतं. ते तसेच परसात गेले. दोन घागरी पाणी विहिरीतून काढून डोक्यावर ओतून घेऊन अंघोळ संपवली. तोंडातून खणखणीत आवाजात संध्यावंदनाचे मंत्र बाहेर पडत होते. अंग पुसून, पंचा नेसून ते आत आले. देवघरापाशी असलेल्या सहाणेवर गंध उगाळून कपाळावर लावलं, हात धुतला आणि जेवायला बसले. गरम-गरम शेरभर तांदळाचा भात शिजून तयार होता. तूपही बाळंतिणीला पुरून उरत असल्यामुळे तेही मुबलकपणे भातावर घालून आधी पानभर

सार-भात खाल्ला. तीनच मिनिटांत तो खाऊन संपल्यावर पुढचा भात लोणच्याच्या खाराबरोबर कालवून खात असताना त्यांनी अक्कम्माला सांगितलं, "घरचं दुभतं बाळंतिणीला पुरतंय की नाही?"

"भरपूर होतंय! आणखी एक गाडगंभर तूप शिल्लक आहे!"

"ठीकाय! ती बाळंतपण संपवून जाईल तेव्हा तिच्याबरोबर चार गाडगी तूप पाठवून दे. सुखानं जेवू दे! मोठं भात कांडलं होतं की बारीक भात?"

"ओल्या बाळंतिणीला कोण जाडाभरडा भात वाढेल रे? बाधणार नाही काय?"

"बरं! नाव ठेवलं?"

"हो. चेन्निंगराय आले होते. पार्वती म्हणून नाव ठेवलंय."

दहीभात खाऊन झाल्यावर ढेकर देत, हात धुवून ते बाळंतिणीच्या खोलीत आले. म्हणाले, "नंजा, तुझ्या लेकीला दे बघू इकडं! बघू दे मला!" बाळाला मांडीवर घेऊन ते उंबऱ्यावर बसले. बाळ गोरं आणि गुटगुटीत होतं. कंठीजोईस म्हणाले, "अगदी तुझ्यासारखीच दिसते ही! बघ! कपाळ किती भव्य आहे! नक्षत्र कुठलं लागलंय?"

"पुट्टभट्टनी सांगितलं काहीतरी. कुंडली तुम्हीच लिहायची आहे. तुम्ही जास्त चांगली लिहिता म्हणत होते ते!"

"ठीक आहे. उद्या मला आठवण कर. जन्मवेळ नीट टिपून ठेवलीय की नाही? मला विड्याची पानं दे बघू! सकाळपासून पानच खायला मिळालं नाही!" बाळाला उचलून घेऊन ते स्वयंपाकघरात गेले. तिथं अक्कम्माला विचारलं, "अक्कम्मा, तिखट, मिरे, लेह या सगळ्यांसाठी पैसे लागले असतील. काय केलंस? त्या वेळी लक्षातच आलं नाही बघ!" ते बाहेर आले आणि कोटाच्या खिशातून तीस रुपये आणून देत सांगितलं, "कुणाकडून घेतले असतील तर परत देऊन टाक! यानंतर आठवडाभर तरी मी गावातच असणार आहे. आणखी वीस दिवसांनंतर मात्र हासनला जाऊन कल्लेशला इथे घेऊन यायला पाहिजे. तेव्हापर्यंत तो बरा झाला असेल."

लेकीनं करून दिलेला विडा खाऊन झाला. बाळाला तिच्या मांडीवर झोपवून ते बाहेर आले. डाव्या तळहातावरच्या तंबाखूच्या दोन चिमटी उजव्या अंगठ्यानं मळत तोंडात सारल्यानंतर, पाच-सहा-वेळा बाहेर उकिरड्यावर थुंकून आल्यावर त्यांनी एक चटई अंथरली आणि एक पाट उशाशी घेऊन ताणून दिली. संध्याकाळी उठून शेतावर जाऊन आल्यावर रात्री गरम-गरम भात, सांबार, उकड खाऊन गाढ झोपी गेले.

६

मध्यरात्री कुणीतरी दारावर थाप मारल्यासारखं वाटलं. कंठीजोईस जागे झाले. "कोण रे ते?" त्यांनी जोरातच विचारलं. यावर उत्तर आलं त्यानं ते चकित झाले.

"सासुरवाडीचे पाहुणे! मुकाट्यानं दार उघडा!"

"कोण रे भडवा? डोकं ताळ्यावर नाही की काय? हैवान!" म्हणत त्यांनी रागातच दरवाजा उघडला. दारातून चार कॉन्स्टेबल घरात घुसले आणि त्यांनी यांचे दंड पकडले. यांनी सोडवून घ्यायला धडपड केली तरी त्यांनी सोडलं नाही. "दफेदार...!" हवालदारांनी एकदा शिटी वाजवली. मागच्या दारापाशी उभे असलेले दोन पोलीसही पुढच्या बाजूला येऊन त्यांना सामील झाले.

"काय झालंय? काय केलंय मी? मला कशाला पकडायला आलात? काय ऑथॉरिटी आहे तुम्हाला?"

"जे काही आहे, ते पोलीस स्टेशनवर गेल्यावर समजेल! मुकाट्यानं चला!" दफेदार एवढं सांगून चालू लागले. या गोंधळानं जागे झालेल्या अक्कम्मा-नंजम्मा बाहेर आल्या आणि परिस्थिती बघून, "अय्यो..." म्हणून रडू लागल्या.

कंठीजोईसच म्हणाले, "अक्कम्मा, रडू नकोस. हे सगळं त्या श्यामण्णाचंच कारस्थान दिसतंय! मी चन्नरायपट्टणला जाऊन येतो. तुम्ही दार लावून गप्प राहा. मी नसताना घराकडे कुठलं कुत्रं जरी फिरकलं तरी व्हाणेनं बडवून हाकलून द्या!" आणि त्यांच्याबरोबर निघाले. गावाबाहेर पोलीस व्हॅन उभी होती. हे सगळे बसताच ती चन्नरायपट्टणकडे निघाली. श्यामण्णा काही त्यांच्याबरोबर आला नाही.

कंठी श्यामण्णाच्या घराची कौलं फोडून आल्याची बातमी अक्कम्माला तो संध्याकाळी शेताकडे गेला होता, तेव्हा समजली होती. त्यामागचं कारणही समजलं होतं. आता पोलिसांकरवी आपल्या मुलाला पकडून घेऊन गेल्यामुळे तिला अतिशय संताप आला. रात्री ती एकटीच श्यामण्णाच्या घरापुढे गेली आणि रस्त्यावरची माती गोळा करून ती पशापशानं उधळत तिनं शिव्या द्यायला सुरुवात केली, "अय्यय्यो! तुझ्या आई-बाबाच्या तोंडात माझी विष्ठा घातली! बायल्या... रांडेच्या...! रात्रीच्या अंधारात आमच्या घरावर दगड टाकायला माणसं धाडतोस, मढं बशिवलं तुझं! शिखंडी... रांडेच्या! माझ्या मुलाला मर्दासारखं वाढवलंय मी! म्हणून ढळढळीत दिवसा-उजेडी तुझ्या घराची कौलं फोडली! घाबरून पोलिसांत सांगायला गेलास? बायल्या! तू काय लुगडं नेसून हातांत बांगड्या भरल्यायस काय! तुझं तळपट होऊ दे! निर्वंश होऊ दे तुझा! तुझ्या मुलांची नाव भोवऱ्यात अडकू दे! तुझी बायको रांड होऊ दे! माझ्यासारखी डोकं बोळवून घेऊ दे! लाल आलवाण नेसू दे! सत्यानाश

होऊ दे! माझा, रांडेचा शाप म्हणजे काय वाटलं? कद्धी खोटा होणार नाही!''

एव्हाना आजूबाजूच्या घरांतली माणसं जागी होऊन घराबाहेर आली. काय चाललंय ते सगळ्यांना समजलं होतं. कुणीच काही बोललं नाही. श्यामण्णाच्या घराचं दारही उघडलं नाही. घरात नंजू बाळासहित एकटीच असल्याची आठवण होऊन अक्कम्मा तशाच शिव्या देत देत घरी परतली.

चन्नरायपट्टणच्या पोलीस स्टेशनात गेल्यावर सांगण्यात आलं, ''रात्री इथंच राहा. सकाळी सबइन्स्पेक्टर आल्यावर पुढची कारवाई होईल!''

पण कंठीजोईसांनी हे मान्य केलं नाही. त्यांनी बजावलं, ''ते काही नाही! आत्ताच्या आता त्यांना बोलवा; जी काही चौकशी करायची आहे ती आताच करा. उगाचच रात्रभर तुमच्या पोलीस स्टेशनात राहायला मी काही चोरी केलेली नाही!'' पोलिसांनाही त्यांच्यावर हात उगारून गप्प बसवायची भीती वाटली. कंठीजोईसांची ख्याती त्यांनाही माहीत होती.

निरोप मिळताच सबइन्स्पेक्टर लगेच आले. काही केलं तरी श्यामण्णा शानभोग सरकारी अधिकारी. त्यांच्या घराची कौलं फोडली; इतकंच नव्हे, घरात शिरून शानभोगकीच्या हिशेबाची कागदपत्रं घेऊन गेल्याची तक्रार करण्यात आली होती. कौलं फोडल्यावर पोलिसांनी लगेच कारवाई केली असती, की नाही कोणजाणे! पण सरकारी कागदपत्रांचं अपहरण केल्याच्या तक्रारीवर गप्प बसून कसं चालेल? त्यात श्यामण्णानं या तक्रारीची प्रत तालुक्याला अंमलदारांकडेही दिली होती.

''मला काही ठाऊक नाही. मी त्याच्या घरातही गेलेलो नाही. हे सगळं खोटं आहे!'' कंठीजोईसांनी जबाब दिला. दुसरे दिवशी स्थानिक मॅजिस्ट्रेट अंमलदारांच्या समोरही हीच साक्ष देऊन झाल्यावर पोलिसांनी यांच्या विरोधात केस दाखल करून घेतली. स्थानिक म्युनिसिपालिटी मेंबर हनुमंतशेट्ट जामीन राहिल्यामुळे कंठीजोईसांना पोलिसांनी जायची परवानगी दिली. गावात आल्या-आल्या मिशीला पीळ देत ते एकदा गावातल्या सगळ्या गल्ल्यांमधून फेरी मारून आले.

श्यामण्णाला पकडून बांधून ठेवून बदडून काढायची दुर्दम्य इच्छा मनात येत असली तरी स्वत:वर केस असताना असं काहीतरी करू नये, याचं त्यांना भान होतं. त्यामुळे ते गप्प बसले.

काही दिवसांनी होळेनरसिंहपूरच्या कोर्टाकडून समन्स आलं. प्रसिद्ध वकील वेंकटरायांना यांनी वकीलपत्र दिलं. पुढचे तीन महिने कंठीजोईसांनी होळेनरसिंहपूर-हासनच्या चकरा मारल्या.

साक्षी-चौकशीच्या दिवशी सकाळी त्यांना वकिलाची भेट घ्यायची होती. आदल्या रात्री घोड्यावरून कंठीजोईस चन्नरायपट्टणच्या अलीकडे गन्यकुक्कळला आले तेव्हा ओढ्याला पूर आला होता. हे अनपेक्षित होतं. काहीतरी करून त्यांना

सकाळी होळेनरसिंहपूरला पोचायलाच हवं होतं. एव्हाना मध्यरात्र झाली होती. चांदण्यांच्या उजेडात उसळून दोन्ही काठांपर्यंत भरून वाहणारं नदीचं पात्र नजरेत भरत होतं. एरवी जे पत्र घोड्यावरून सहज पार केलं जात होतं ते आता घोड्यावरून पार करणं शक्य नव्हतं. नदीच्या काठावरच असलेल्या मुसाफिरखान्यात झोपलेल्या जवानाला त्यांनी जागं करून चौकशी केली, तेव्हा गेल्या दोन दिवसांत पाणी उतरायची काहीही लक्षणं नसल्याचं समजलं. पण कंठीजोईसांना मुकाट्यानं राहणं शक्य नव्हतं. घोड्याची जबाबदारी त्याच्याकडे टाकून खर्चासाठी एक रुपयाही दिला. जवळची चांदीच्या रुपयांची थैली त्यांनी कमरेला करकचून बांधली. कोट-शर्ट-निकर काढून कमरेला एक चौक बांधला. कपड्याचं गाठोडं डोक्यावर घेतलं. जवान नको-नको म्हणत असतानाही ते प्रवाहाच्या थोड्या वरच्या बाजूला गेले आणि त्यांनी प्रवाहात स्वत:ला झोकून दिलं.

सुमारे अर्धा मैल पोहून ते पलीकडच्या काठावर पोचले. केवळ त्यांचं अंग आणि कमरेची लंगोटी तेवढी ओली झाली होती. डोक्यावरच्या बोचक्याचाही थोडासा भाग भिजला होता. तसेच काठाकाठानं अर्धा मैल चालून जाईपर्यंत ते कपडेही वाळले. त्यांनी सगळे कपडे अंगावर चढवले. अनवाणीच आणखी थोडं अंतर चालून गेले. तिथून आठ मैलांवर असलेल्या होळेनरसिंहपूरला ते कोंबडा आरवायच्या वेळी जाऊन पोचले. नदीच्या काठावरच प्रातर्विधी, अंघोळ, संध्यावंदन संपवून ठरल्याप्रमाणे दिवस उजाडायच्या वेळी ते वकिलाकडे हजर झाले.

त्या दिवशी मुख्य अशा दोन साक्षी व्हायच्या होत्या. त्यातली एक श्यामण्णाच्या बायकोचीच होती. कोर्टाच्या समोर असलेल्या बसवण्णाच्या समोर तिला वचन घ्यायला लावून, "खोटं बोललं तर नवरा आणि मुलं मरतील!" असं सांगून वकिलांनी शपथ घ्यायला लावली होती. त्यातच अक्कम्माची शापवचनंही तिला आठवली. त्यामुळे ती मुळातच रडवेली झाली होती... 'खरं सांगायला पाहिजे,' असं बजावण्यात आल्यानंतर तर ती पुरती घाबरी झाली आणि बोलायला लागली... "कंठय्याजोईसांनी परसातल्या उखळीजवळचं मुसळ घेतलं आणि कौलं फोडली, हे खरं आहे. आमच्या यांनीही गुळ्ळीगा, जुट्टीगाला पाठवून त्यांच्या घरावर दगडं टाकायला लावली होती. म्हणून कंठय्याजोईसांनी तसं केलं."

जवळच उभा असलेला श्यामण्णा बायकोकडे खाऊ की गिळू , अशा नजरेनं पाहत होता. जोईसांच्या वकिलांनी पुढे विचारलं, "अम्मा! खरं सांगा! देवापुढे उभं राहून तुम्ही शपथ घेतलीय! त्या वेळी कंठीजोईसांनी घरात घुसून शानभोगकीचे कागद-दफ्तर उचलून नेलं काय?"

"नाही! त्यांनी कुठलीही कागदपत्रं आमच्या घरातून नेली नाहीत! मी तिथंच होते."

गावी गेल्यानंतर श्यामण्णानं बायकोला बेदम मारलं म्हणे!

श्रवणबेळगोळच्या पोलिसांनी, हवालदारांनीही त्या दिवशी दुपारी आपण हासनला गेल्याचं आणि तिथं कंठीजोईसांना बघितल्याची साक्ष दिली. त्यामुळे यांनी आपल्या घरात घुसून शानभोगकीची कागदपत्रं हिरावून घेतल्याची आणि कौलं फोडल्याची घटना दुपारी तीन वाजता घडल्याचं श्यामण्णानं आपल्या तक्रारीत सांगितलं होतं.

आणखी आठ दिवसांनी जजमेंट येणार असल्याचं जज्ज यांनी सांगितलं. जजमेंटच्या दिवशी श्यामण्णाही हजर होता. कंठीजोईस तर होतेच. एक वाजता जज्ज यांनी निकाल वाचून दाखवला, "आरोपीनं शानभोगकीच्या कागदपत्रांना हातही लावला नाही, असं फिर्यादीची बायकोच सांगतेय! आरोपीच्या घरावर फिर्यादीनं रात्रीच्या वेळी दगडफेक केली होती. त्यावरची प्रतिक्रिया म्हणून आरोपीनं यांच्या घराची कौलं फोडली असावीत; पण मुख्य आरोप होता तो सरकारी कागदपत्रांच्या अपहरणाचा. घटना घडलेल्या वेळी आरोपी हासनमध्ये पाहिल्याचं श्रवणबेळगोळचे हवालदारही साक्ष देतात. या सगळ्या मुद्द्यांकडे लक्ष दिल्यावर असे लक्षात येते, की आरोपात तथ्य नाही. दोघांमध्ये परस्परांविषयी द्वेष असल्यामुळे दोघांमध्ये भांडण झालेलं दिसतंय. कोर्ट ही केस बरखास्त करत आहे!"

७

आपल्या वकिलाला द्यायला कंठीजोईसांनी पन्नास रुपये आणले होते. ते घरी जाऊन द्यायचे होते. वकिलांचं कोर्टाच्या ऑफिसमध्ये काहीतरी काम होतं. तेवढ्या अवधीत हॉटेलात जेवून यायचा विचार करून कंठीजोईस कोर्टाच्या इमारतीबाहेर आले आणि तिथल्या झाडाला बांधलेल्या घोड्याला सोडून त्यावर बसून जेमतेम फर्लांगभर गेले असतील-नसतील; तोच त्यांना श्यामण्णा एकटाच निघालेला दिसला. त्याला पाहताच त्यांचा संताप अनावर झाला.

"अरे ए! तुझ्यायला... काय रे! काय झालं माझं वाकडं? कोर्टात गेलास माझ्या विरुद्ध!" म्हणत ते घोड्यावरून उतरले. त्यांचा आवेश बघून श्यामण्णा घाबरून मुकाट्यानं जागीच उभा राहिला. कंठीजोईसांनी उजव्या पायातला बूट काढून हातात घेतला आणि त्याच्या डोक्यावर हाणला. श्यामण्णानं हाताचा आडोसा करत स्वत:ला वाचवायचा प्रयत्न केला. त्यांनी मग आणखी चेवानं त्याची मानगूट पकडून खाली दाबली. त्यांच्या या आवेशानं तो खाली तर पडलाच; पण त्याच्या तोंडातून रक्त येऊन तो बेशुद्ध झाला.

ही घटना होईपर्यंत कंठीजोईसांची बुद्धी संतापाच्या स्वाधीन होती. नंतर मात्र ते घाबरे झाले. त्याचवेळी मागून आवाज आला, "मर्डर दिसतोय! पकडा याला!"

त्यांनी वळून पाहिलं, मागे त्यांच्या खटल्याचा निकाल देणारे जज्ज हा सगळा प्रकार बघत उभे होते! त्यांच्यासोबत रक्षक म्हणून येणाऱ्या पोलिसाला ते सांगत होते.

कंठीजोईसांच्या सर्वांगाला घाम फुटला. पोलीस त्यांच्यावर धावून आला. ते क्षणार्धात घोड्यावर स्वार झाले आणि चाबकानं घोड्याला इशारा केला. ते आणखी हातभर जवळ असते तर पोलिसानं त्यांना पकडलंच असतं. घोड्याला इशारा समजला आणि त्यानं वेगानं धाव घेतली. जोईसांनी मागं वळूनही पाहिलं नाही.

मुख्य रस्त्यानं थोडं अंतर जाऊन त्यांनी घोडा डाव्या बाजूच्या ओढ्याकडे-खेड्याकडे वळवला. मिळेल त्या मार्गानं धावत त्यांनी संध्याकाळपर्यंत बरगूर गाठलं. आपल्यामागं पोलीस लागले असणार, याविषयी त्यांच्या मनात अजिबात शंका नव्हती. खून करणाऱ्याला कुठंही असला तरी पकडलं पाहिजे, असा संस्थानच्या अधिकाऱ्यांनी हुकूम सोडला असणार! खुन्याला फाशीचीच शिक्षा! त्यात ही घटना कोर्टाचे जज्ज यांनी आपल्या डोळ्यांनी पाहिली असल्यामुळे कुठल्याही वकिलाचा काही उपयोग होणार नाही! काहीतरी करून या संस्थानच्या बाहेर जायला पाहिजे! तरच वाचायची थोडी तरी शक्यता! घोड्यावरून जाणंही धोकादायक आहे, हे जाणवलं तरी त्याला कुठं सोडायचं, हाही प्रश्न होताच. उजवीकडे चार मैल गेल्यावर ते थांबले. घोडा एवढं पळून दमला होता. त्याला चालवत ते गावाकडे घेऊन निघाले. तिथून पुन्हा घोड्यावर स्वार होऊन निघाले. 'नागलापूर' पाच मैलांवर होतं. हा रस्ता घोड्याच्या परिचयाचा होता. तिथं त्यांनी घोडा सोडला; इथून तो घरी सहज जाईल. तिथं त्याला बांधून ठेवलं तरी हरकत नाही. घोड्याला सोडून ते तसेच पुढच्या गावापर्यंत पायीच निघाले. ते 'बेविनहळ्ळी' असल्याचं त्यांनाही ठाऊक होतं. तिथं एक कपड्याचं दुकान असल्याचं त्यांना आठवलं. त्या दुकानातून मग त्यांनी एक जाडंभरडं धोतर विकत घेतलं. जवळच असलेल्या एका टपरीतून एक आण्याची हळदपूड घेतली. गावाबाहेर जाऊन एका मळ्यातल्या विहिरीपाशी जाऊन त्यांनी त्या धोतराची खळ पाण्यानं धुवून काढली. त्याला हळद आणि आपल्याजवळच्या चुन्याच्या डबीतला चुना घालून त्या धोतराचं भगव्या छाटीत रूपांतर केलं. नंतर ते डोक्याला बांधून ते उत्तर दिशेला चालू लागले. मध्यरात्रीपर्यंत ते कोरडं झालं.

वाटेत लागलेल्या एका वाळूच्या ओढ्यात त्यांनी एक खड्डा खणला. निकर सोडता अंगावरचे इतर कपडे काढून त्यांनी ते त्या खड्ड्यात ठेवून जवळचं सुकं गवत त्यावर टाकून आग लावली. नीट राख झाल्यावर त्यावर पुन्हा वाळू सारली आणि पूर्ववत दिसेल असं केलं. जवळच्या पैशाची पुरचुंडी करून त्यांनी ती

आतल्या बाजूला लंगोटीलगत बांधली. आणखी आठ मैल चाललं तर 'अरसीकेरे'चं स्टेशन. आणखी उशीर करण्यात धोका जाणवून त्यांनी पटपट पावलं टाकायला सुरुवात केली. 'अरसीकेरे'च्या स्टेशनवर पोचताच समजलं, हुबळीकडे जाणारी एक रेल्वे पहाटेच्या सुमारास येते. बाकीचा वेळ स्टेशनवर काढून पहाटे ती गाडी पकडून ते निघाले. संस्थानचं शेवटचं स्टेशन 'हरिहर' ओलांडल्यावर कंपनीचं सरकार! मग घाबरायचं कारण नाही! तिथं पोचल्यावर हे भडवे माझा केसही वाकडा करू शकणार नाहीत!

आता कंठीजोईस निर्धास्त झाले.

८

सतत आठ महिने औषधोपचार चालले तरी कल्लेशचा डावा हात पूर्ववत झाला नाही. हाताचा कंप बघताना दिसत नसला तरी त्या हाताने काही जड वस्तू उचलता येत नव्हती, त्या हाताला घट्ट पकड नसल्यामुळे फारसं कामही करता येत नव्हतं. केवळ उजव्या हातानं सायकलचं हॅन्डलही धरता येत नव्हतं. याचा परिणाम म्हणून त्याला पोलीस-कॉन्स्टेबल म्हणून नोकरीत राहणंही शक्य नव्हतं. 'मेडिकली अनफिट' म्हणून त्याला नोकरीवरून काढून टाकण्यात आलं. पोलीस-खात्यात तो कनिष्ठ हुद्यावरचा कॉन्स्टेबल असला तरी त्या वेळेपर्यंत सरकारी खात्यातला दर्प आणि त्यांतून आलेल्या भल्याबुऱ्या, त्यातही बुऱ्याच, सवयी अंगी बाणवून होता. नोकरी तर गेलीच होती. सरळपणे जगलं तर जगायला कमी पडणार नाही, एवढा पिढीजात जमीनजुमला होताच. त्यामुळे पोटापाण्याची काळजी नव्हती.

या कालावधीत 'नरसीपूर'ला कंठीजोईस कुठेतरी निघून गेल्याची बातमी समजली. त्यांच्या मारण्यामुळे शानभोग श्यामण्णाच्या तोंडातून रक्त आल्याची बातमीही समजली. प्रत्यक्षात श्यामण्णा मेला नव्हता. पुढचे दोन दात पडल्यामुळे रक्त आलं होतं. बुटाच्या आघातामुळे काही क्षण शुद्धही हरपली होती. तिथं हजर असलेल्या जजांनी डॉक्टरांना बोलावून घेऊन योग्य ते उपचार करवले होते.

दुसऱ्यांदा कंठीजोईसांवर केस करायला श्यामण्णा तयार झाला नाही. केस करून कंठीजोईसांना दंड भरायला लावणं किंवा जेलला पाठवणं शक्य असलं, तरी नंतर जेलमधून सुटल्यानंतर गावात रात्रीच्या वेळी हा माणूस काय करेल, हे सांगणं शक्य नव्हतं. कदाचित बाहेरून कडी घालून आपलं घरच जाळून टाकेल! तेव्हा कोण येणाराय वाचवायला, असा विचार करून तो गप्प राहिला.

कंठीजोईसांच्या अंदाजाप्रमाणे घोडा घरी येऊन पोचला होता. होन्नाला सांगून अक्कम्मानं त्याला बांधून ठेवलं. आपला मुलगा कुठं गेला, का गेला, याविषयी तिला किंवा कल्लेशला समजलं नाही.

मधल्या कालावधीत कल्लेश गावी परतला होता. आपल्या डाव्या दंडाला घोरपडीची चरबी लावून चोळायचा उपाय त्यानं सुरू केला होता. त्यालाही कंठीजोईसांच्या संदर्भात काहीच माहिती नव्हती.

तशातच कल्लेशची बायको 'कमली'ला न्हाण आलं. सहा महिने झाले तरी कंठीजोईसांची काहीच बातमी समजली नव्हती. अक्कम्मानंच सांगितलं, "त्याची वाट नको बघायला! योग्य ते विधी करून मुलीला नांदायला घेऊन यायला पाहिजे. आता गप्प राहणं चांगलं नाही."

त्याप्रमाणे दिवस ठरला. कल्लेश रामसंद्रला गेला आणि बहिणीला, नंजम्माला आणि तिच्या बाळाला-मेहुण्यांना घेऊन आला. अक्कम्मा आणि हे सगळे गाडी जुंपून हासनला गेले.

एकांत मिळताच कमलूनं नवऱ्याला अजिबात जवळ यायची संधी दिली नाही. मांड्या घट्ट आणि अंगाचं घट्ट मुटकुळं करून सगळी रात्र घालवली. कल्लेशनं आधी कुठल्याच बाईला हात लावला नव्हता, असंही नाही. चांगला जाणता तरुण होता. उपचाराच्या निमित्तानं सात महिने सासुरवाडीला राहत असल्यामुळे त्याला कमलूचा परिचयही होता. आता त्यानं परोपरीनं तिला समजावायचा प्रयत्न केला तरी ती तयार झाली नाही. काही बोललीही नाही. दुसऱ्या रात्री त्यानं परोपरीनं विनवलं तेव्हा तिनं तोंड उघडलं, "त्या दरिद्री खेड्यात येऊन राहायला मला जमणार नाही."

कल्लेशला सगळा उलघडा झाला; पण काहीच करणं शक्य नव्हतं. तो म्हणाला, "खेडं असलं म्हणून काय झालं? घरचं दुभतं आहे. इथल्यासारखं तिथं दुभत्याला कमतरता नाहीये! दूध-तूप-धान्यधुन्य-भाजीपाला सगळं भरपूर असतं तिथं!"

"मला खेड्यात राहायला जमणार नाही!"

"मीही सरकारी नोकरीत होतोच की! पण दुर्दैवानं हे असं झालं! काय करणार? गावाकडं शेतीवाडी-घरदार आहे! राहायचं सुखानं!"

"आणखी कुठलीतरी सरकारी नोकरी बघा की!" भिंतीकडचं तोंड न वळवताच ती म्हणाली.

"बघता येईल; पण 'मेडिकली अनफिट' असा एका विभागानं शेरा मारल्यावर दुसऱ्या विभागात नोकरी मिळेल की नाही कोणजाणे?"

"मला नाही ते ठाऊक!" ती म्हणाली आणि आपल्या हट्टाला बिलगूनच राहिली.

तिला गालफड सुजेल अशी ठेवून द्यायची त्याला प्रबळ इच्छा झाली, तरी

त्यानं स्वत:ला आवरलं. बाहेर पाहुण्यांकडची माणसं आहेत; आपली आजी-बहीण-भाऊजी आहेत, अशा वेळी गोंधळ घालणं योग्य नाही, याचा विचार करून तो गप्प बसला. मनात आणखी एक मुद्दा सलत होता. आपण जगतो की मरतो, अशा अवस्थेत असताना या घरानं आपली सुश्रूषा केलीय! त्यातही सासरेबुवा! जावयासाठी त्यांनी तर खूपच कष्ट घेतले होते! त्यांना दुखावणं त्याला कठीण वाटत होतं. त्यामुळे तो गप्प बसला.

दुसरे दिवशी सकाळी निघायच्या तयारीत असतानाच कमलूनं आईबरोबर गाऱ्हाणं मांडलं, "मी तिथं जाणार नाही!"

"गप्प बस! हसतील कुणी ऐकलं तर! खुळी म्हणतील!" याहून त्या काहीच जास्तीचं बोलल्या नाहीत. माहेर सोडून सासरी जाताना मुलींनी असं म्हणण्यात काहीच गैर नाही, असंच त्यांना वाटलं. तिचे वडील, आई, भाऊ, बहिणी... सगळेच गाडीतून नागलापूरला आले. चार दिवस पाहुणचार आणि मानपान करून घेऊन माघारी वळले. त्याच दिवशी नंजूही आपल्या पार्वतीच्या पाठीवर जन्मलेल्या मुलाबरोबर सासरी गेली.

त्या रात्री कमलूनं पुन्हा तोच राग आळवायला सुरुवात केली. कल्लेश समजुतीनं म्हणाला, "बघितलंस की नाही! काय कमी आहे या घरात? एवढं दुभतं, एवढा भाजीपाला, एवढं धान्य हासनला कुठं आहे?"

"मला नाही ते काही ठाऊक!" म्हणत तिनं भिंतीकडे वळून अंगाचं मुटकुळं केलं.

सासू-सासरे असेपर्यंत कल्लेशनं कसाबसा संयम बाळगला होता; आता मात्र तो ढासळला आणि त्यानं तिच्या थोबाडीत लगावली. ती रडायला लागली. पोलीस खात्यात नोकरी केलेली असल्यामुळे त्या पद्धतीनं त्यानं तिच्या पाठीत गुद्दे हाणले. सगळा गोंधळ ऐकून बाहेर झोपलेली अक्कम्मा मोठ्यानं म्हणाली, "काय चाललंय रे हे?"

"ही छिनाल कशी वागतेय! मी कधी बाईच पाहिली नाही, असं वाटतंय हिला!" असं म्हणत त्यानं आपल्या अंथरुणाची वळकटी केली आणि बाहेर येऊन पसरली. सगळं समजल्यावर अक्कम्माच खोलीत गेली आणि कमलूला समजावत म्हणाली, "असं का गं म्हणतीस? काय कमी झालंय इथं तुला? इथं जेवायला-खायला नाही काय? तुला कुणी उपाशी ठेवलंय काय? असं बोलू नये! आम्ही तुला अजिबात त्रास देणार नाही. नवऱ्याबरोबर सुखानं राहा!"

"मला नाय या दरिद्री खेड्यात राहायचं!" हुंदके देत तिचा ठेका चालूच राहिला. यावर काय सांगायचं, हे अक्कम्मालाही समजलं नाही. खरंतर ही शहरातली मुलगी घरी आणतानाच तिच्या मनात शंकेची पाल चुकचुकली होती; पण कंठीनं

हे लग्न ठरवताना कुणालाच काही विचारलं नव्हतं. आता जे व्हायचं ते होऊन गेलंय! कसं का होईना, जुळवून घ्यायलाच पाहिजे, हे तिला समजत होतं.

बाहेरूनच कल्लेश म्हणाला, "ती नखरे करतेय म्हणून तू गोंजारायला जाऊ नकोस! मुकाट्यानं झोपायला ये!"

निरुपायानं अक्कम्मा बाहेर येऊन झोपली. काही वेळातच कल्लेशला झोप लागली. सकाळी उठल्यावर अंघोळ करून खाणं झाल्यावर तो वडिलांच्या शुभ्र घोड्यावरून रपेट मारायला गेला. जवळच्याच खेड्यात त्याच्या ओळखीचं कुणीतरी होतं.

पाच

१

पाच महिन्यांची गर्भवती सातू बऱ्यापैकी अवघडली होती. पाचव्या महिन्यांत तिचे वडील आले आणि तिला बाळंतपणासाठी घेऊन गेले. नंजम्माही गरोदर होती.

तिमलापूरचे द्यावरसय्या नेहमीप्रमाणे शानभोगकीचा हिशेब लिहून देत होते. पण आता त्यांनी साठी ओलांडली होती. त्यांनी स्वत:बरोबर आणखी काही जणांचे हिशेब लिहायचं काम अंगावर घेतलं होतं. त्यातच हे चेन्निंगरायांचं काम त्यांना डोईजड होत होतं; पण मिळणाऱ्या पन्नास रुपयांबरोबर त्यांचा या घराशी एक प्रकारचा ऋणानुबंध वाढला होता. सगळेच विविध प्रकारे या मूर्खांच्या त्रासाला कंटाळलेले; पण संसारातल्या सुनेचा, नंजम्माचा स्वभाव पाहून त्यांना तिच्याविषयी आत्मीयता आणि आदर वाटत होता.

एक दिवस ते आले तेव्हा घरात नंजम्माशिवाय कुणीच नव्हतं. चेन्निंगराय गावातल्या देवळात तंबाखूची तलफ भागवायला गेले होते. तिथं तळहातावर तंबाखू मळता-मळता ते तिथं चाललेलं भजन ऐकत मान डोलवत होते. अप्पण्णय्या धोबीघाटावरच्या कोळ्याच्या घरात बसून बिडी ओढत होता. गंगम्मा तेली इरप्पम्माच्या घरापुढे बसून तीळ निवडत होती.

द्यावरसय्या नंजम्माला म्हणाले, "हे बघ बाळ! माझंही वय झालंय! आणखी एक-दोन वर्षं मी तुमचा हिशेब लिहून द्यायचं काम करेन. आमच्या चेन्निंगरायांनी आतापर्यंत हे काम शिकून घ्यायला पाहिजे होतं; पण नाही शिकले! पुढं काय करणार?"

"तुम्ही त्यांना सोपं करून शिकवा!"

"या हिशेबात एवढं काय कठीण आहे? अगदी सोपं आहे! होन्नवळ्ळी

सीतारामय्यांपाशी तीन वर्षं राहूनही हे शिकले नाहीत! याचा अर्थ यांना येणं शक्य नाही! इतकी वर्षं मी इथं येऊन लिहून जातोय! आताही सगळं माझ्यावरच टाकून हे ढारढूर झोपा काढतात! कधी जवळ बसून समजून घ्यायचा प्रयत्नच करत नाहीत! माझ्याबरोबर बसून लिहीत गेलं तर आपोआपच सगळं समजेल! काही समजलं नाही तर मीही सांगत जाईन! आपलं काम आपणच करायला नको काय? आणखी किती दिवस असंच पैसे देऊन लिहून घेणार?''

हे विचार तर गेली दोन वर्षं नंजम्माच्या मनात येतच होते; पण तिच्या हातात काय होतं? ती म्हणाली, ''मी काय सांगू? तुम्हाला तर सगळंच ठाऊक आहे! तुम्हीच सांगा काय करू?''

''अम्मा! मी तुझी गाण्याची वही बघितलीय. तुला छान लिहिता येतंय. तुझं अक्षरही उत्तम हरभऱ्याच्या दाण्यासारखं गोल-गोल आहे. तुला मी शिकवेन. तू सगळं शिकून घे. घरात बसून सगळं लिहून देशील. कोट-फेटा घालून चेन्निगराय कचेरीत जाऊन जमाबंदी करून येतील. हे केलं नाही तर परिस्थिती कधीच सुधारणार नाही.''

''पण... बायका सरकारी हिशेब लिहू शकतात?''

या प्रश्नावर द्यावरसय्यांकडेही लगेच उत्तर नव्हतं. या संदर्भातला सरकारी कायदा काय आहे, हे त्यांनाही माहीत नव्हतं. तरीही ते म्हणाले, ''हे बघ, तू काही शानभोगकी मिरवायला दप्तर घेऊन कचेरीत जात नाहीयेस. घरातच बसून लिही. कागदावरच्या अक्षरांवरून ते बाईनं लिहिलंय की पुरुषानं, हे कुठं समजतंय? माझं ऐक. तू शिकून घे!''

असं म्हणत द्यावरसय्यांनी आपल्यासमोरची वही तिच्यापुढे सारली आणि सांगितलं, ''हं! पुढच्या रेषा तू मारायला शीक. हं! हे असं. रूळ वरच्या लाल रेषेच्याबरोबर सारखा ठेवायचा. डाव्या हाताच्या बोटांनी तो असा घट्ट पकडून धरायचा, आणि शाईही अशी बेतानं घ्यायची टाकात! म्हणजे पसरून कागद खराब होणार नाही. आता तू मार बघू!'' नंजम्मानं त्यांचं सांगणं काटेकोरपणे ऐकत रेघ मारली. त्यांच्याइतका वेग नसला तरी सगळ्या रेघा जागच्या जागी नीट आल्या. ते बघून द्यावरसय्या समाधानानं म्हणाले, ''व्यवस्थित आल्यात. काही हरकत नाही. वहीतल्या सगळ्या रेषा अशाच आखून ठेव.'' आणि ते बाहेर आले.

नंजम्माला या निमित्तानं एक नवाच अनुभव येत होता. मागं, ती लहान असताना ती आपल्या शाळेतल्या वह्यांवर अशा रेषा मारायची. तेव्हा ती पाटीच्या साहाय्यानं रेषा आखायची. आता वेगळ्या रुळाच्या आधारानं, तेही सरकारी वहीत रेषा मारताना ती मोहरून गेली होती. त्यात पहिल्यांदाच काहीही चूक न होता रेघ मारायला जमली!

'शानभोगकी म्हणजे काय? वहीत सरळ रेषा मारायला यायलाच सहा वर्षं लागतात! हिशेब करायला येणं म्हणजे काही खायची गोष्ट नाही!' असं शानभोगांनी अनेकदा सांगितलं होतं, तेही तिला आठवलं.

ती वहीत रेषा आखत असताना अप्पण्णय्या घरात शिरला. आपली वहिनी करत असलेलं काम बघून तो आधी तर अवाक् झाला व संतापला. पाठोपाठ उलटपावली तो तेल्यांच्या गल्लीकडे गेला आणि तिथं तीळ निवडत बसलेल्या गंगम्माला म्हणाला, "अम्मा! बघ तिकडं घरात काय चाललंय! ती... ती... हिशेबाचं बुक खराब करायला लागलेय!"

"काय सांगतोयस? कोण?"

"ती... तुझी थोरली सून! बुकात रूळ ठेवून रेघा मारायला लागलेय!"

"काय रे हे! हिचं मढं बशिवलं... हिचं घर उलथलं... छिनाल रांड मेली..." शिव्या देत गंगम्मा उठून घराच्या दिशेनं धावली. ती घरापाशी आली तेव्हा द्यावरसय्या तळ्याकडून येऊन बाहेरच्या ओसरीत बसून तपकीर ओढत होते. त्यांच्या अंगावरून घरात जाऊन पाहिलं तर काय! आत बसून सून वहीवर रेषा मारत होती!

"तुझं डोकं फिरलंय काय गं भोसडे! काय करायला लागलीस?"

हे ऐकून द्यावसरय्या आत आले. त्यांनी विचारलं, "काय झालं?"

"रेकार्ड पुस्तकाला हात लावून बघ ही काय करतेय!"

"तसं नाही अम्मा! मीच सांगितलंय तिला रेषा मारायला. मला बरं वाटत नाही. वेळेवर हिशेब कम्प्लीट करून द्यायला पाहिजे! चेन्निंगराय तर काहीच करत नाहीत!"

"बाईमाणसाला, रांडेच्यीला हिशेबाच्या वहीला हात लावायला सांगता काय!"

"कशाला वाईट शब्द बोलता, अम्मा? काही होत नाही!"

"आमचे यजमान शानभोगकी करायचे! आता ही छिनाल त्या वहीला हात लावणार काय! मढं बशिवलं हिचं!"

"असं काय करता अम्मा! ती तुमच्या यजमानांची सूनच आहे की नाही? ही काय बाहेरची कुणीतरी आहे?"

गांगरलेली नंजम्मा हातातला रूळ आणि वही तिथल्या तिथं टाकून आत निघून गेली होती. द्यावरसय्यांनी तिला हाक मारली, "नंजम्मा! का निघून गेलीस? ये! तुझं काम तू कर, ये! तुझ्या सासूबाईंना मी सांगितलंय."

गंगम्मा तशीच देवळात गेली आणि मुलाला बोलावून घेऊन आली. नंजम्मा पुन्हा रेषा काढत बसली होती. तिच्याकडे हात करत गंगम्मा म्हणाली, "बघ, बघ! तुझी बायको! छिनाल तुझ्या बरोबरीनं शानभोगकी करायला लागलीय!"

आता द्यावरसय्याच चेन्निंगरायना म्हणाले, "हे बघा! मला तर बरं नाही! बसून रेषा आखून-आखून मला पाठदुखी सुरू झालीय! चोपडी बांधून रेषा आखायच्या, नंतर सगळा हिशेब करायचा... हे सगळं करायची काही आपली बोली नव्हती. हे सगळं तुम्ही करून दिल्यानंतर फक्त हिशेब लिहायचं माझं काम! तुमच्या बायकोला नीट रेषा आखायला येतात. नीट गोल अक्षर आहे. तिच्याकडून हे काम करून घ्यायला देताय? की तुम्ही स्वत: बसून करून देताय? सांगा! नाहीतर मी चाललो माझ्या गावाला!"

आता चेन्निंगरायांची पंचाईत झाली. क्षणभर थांबून त्यांनी सांगितलं, "याच रांडेकडून करून घ्या! मला भजन ऐकायला जायचंय!" आणि ते निघून गेले. मुलाला शिव्या देत गंगम्माही तेली गल्लीला निघून गेली. इथं एकट्यानंच राहायचा अपमान वाटून अप्पण्णय्याही धोबी गल्लीकडे निघून गेला.

द्यावरसय्या पुन्हा नंजम्माकडे वळून म्हणाले, "बाळा! या घरचं सगळं प्रकरण मला पहिल्यापासून माहीत आहे. तुमच्या सासऱ्यांची पहिली बायको वारल्यानंतर ही बाई या घरात शिरली. दुसरं लग्न झालं तेव्हा ते चाळिशीच्या पुढचे होते. तुझी सासू पहिल्यापासून अशीच आहे! त्यांना काहीही म्हणू दे! तू हे सगळं कामकाज शिकून घे. नाहीतर तुझ्या संसाराचं काही खरं नाही! तुझे सासरे शानभोगकी करायचे. एका प्रसंगी त्यांनी मला महत्त्वाची मदत केली आहे. तुला सगळं कामकाज शिकवून देईन मी! तेवढेच उपकार कमी होतील! मी सांगेन तसं तू कर. समजलं?"

२

या घटनेनंतर तीन महिन्यांच्या आत सगळा हिशेब पुरा करायला हवा होता. शानभोगकीच्या सगळ्या कामांत हेच सगळ्यात महत्त्वाचं होतं. हा जमा-खर्च व्यवस्थित लिहायला जमला तर पुढच्या वर्षीच्या हिशेबातली गडबड टाळता येणार होती. द्यावरसय्या म्हणाले, "अम्मा! देवानं तुला एवढी बुद्धी दिली आहे! चार वर्षं झाली तरी बाकीच्यांना डावी-उजवी बाजू समजत नाही! तुला त्रास झाला तरी हरकत नाही; मी सांगतोय तसं तू लिहून काढ! हे जमलं की मी तुला पुढचंही शिकवतो."

त्याप्रमाणे त्यांनी नंजम्माकडून हिशेब लिहून घेतला आणि ते गावी निघून गेले. ते माघारी यायच्या आत तिनं सगळा हिशेब लिहून ठेवायचं असं ठरलं होतं.

नंजम्माचे पाच महिने भरून सहावा महिना सुरू होता. सातू बाळंतपणासाठी तिच्या माहेरी गेली होती. तिच्या बाळंतपणाविषयी अजून काही समजलं नव्हतं.

घरची कामं करून गरवारशीला पुन्हा एका जागी सतत बसून हिशेब लिहिणं कठीण जात होतं. गंगम्माचं म्हणणं, "ही बाईमाणूस! ही सतत पुरुषासारखी हिशेब लिहीत राहिली तर मी का घरातली कामं करून मरून जाऊ?" त्यामुळे गंगम्मानं स्वयंपाक करणंही सोडून दिलं होतं.

एका दुपारी नंजम्मा लिहीत बसली होती. जवळच चेन्निगराय आणि अप्पण्णय्या झोपले होते. दोघांच्यात घोरण्याची चढाओढ लागल्यासारखी दिसत होती. दारापाशी बसून गंगम्मा आपल्या रात्रीच्या फराळासाठी उसळ करायला म्हणून मुगाची डाळ निवडत होती. नंजम्माची थोरली, पार्वती–आत झोपली होती.

गोठ्यातल्या गाईला कुणी चरायला नेलं नव्हतं. त्यामुळे त्यांची धडपड सुरू झाली होती. बाहेर नेणं तर राहिलंच, कोरडा चारा आणि पाणीही कुणी ठेवलं नव्हतं. एक-दोनदा गाय हंबरली. त्यानंतर तिनं जागीच धडपडायला सुरुवात केली. हे लक्षात येऊन नंजम्मानं नवऱ्याला हाक मारली, "ऐकलं काय?"

त्यांना जाग आली नाही. अप्पण्णय्याची थोडी झोपमोड झाली. नंजम्मा त्याला म्हणाली, "अप्पण्णय्या, जाग आली काय?"

"हं..." म्हणत त्यानं कूस बदलली आणि पुन्हा डोक्यावरून पांघरूण घेतलं.

नंजम्मा म्हणाली, "आपलं सगळ्यांचं पोट भरलं! गोमाता उपाशीच आहे! तिला चरायला घेऊन जायला नको काय?"

"हं..." म्हणत तो पुन्हा झोपी जायच्या पवित्र्यात गेला. काही वेळ गप्प राहून नंजम्माच पुन्हा म्हणाली, "तिनं दिवसांतून दोनदा दूध द्यायचं! तिची निगराणी मात्र कुणीच बघायला तयार नाही! एवढा आळशीपणा केला तर देवानं तरी कसं पोटभर अन्न द्यावं?"

हे ऐकताच गंगम्माला संताप आला. ती म्हणाली, "काय गं भुंकतेयस तू?"

"मी काहीही चुकीचं बोललेली नाही. गाईला उपाशी ठेवलंय, म्हणून म्हटलं!"

"एवढं समजतंय तर तूच घेऊन जा की चरायला!"

"आणि इथं हिशेब कोण लिहिणार?'

"आऽ हाऽ हाऽ हाऽ! छिनाल हिशेब लिहिते म्हणे! एवढंसं काम केल्यावर तू काय दौलतीची यजमानीण झालीस काय गं भवाने... थयथय नाचायला? अचानकपणे कंठीजोईस परागंदा झाले असून ते इतक्यात परतायची शक्यता नाही, हे ठाऊक असल्यामुळे या सुनेची गंगम्माच्या मनात किंचितही भीती राहिली नव्हती. एव्हाना नंजम्मालाही "छिनाल'-'रांड' या सारख्या शिव्या अंगवळणी पडल्या होत्या.

आईच्या आवाजानं अप्पण्णय्याला जाग आली. दुपारच्या झोपेत विघ्न आल्यामुळे त्यानं विचारलं, "काय चाललंय दोघींचं?"

"मी हिशेब लिहून कमावतेय-तुम्ही अन्न गिळून पसरलाय- उठा, गुरं राखून

या रांडिच्यानो...म्हणतेय तुझी वहिनी! बघ! तुझ्यावर कशी हुकूम चालवतेय!''

अप्पण्णय्या भडकून उठला. ''काय गं ए भवाने... असं म्हणतीस? अक्कल कुठं शेण खायला गेलीय?''

''आई! कशाला खोटं-नाटं सांगता? देवाची शपथ घेऊन सांगा, मी तसं म्हणाले?''

''बघ बघ अप्पण्णय्या!! मी देवाची शपथ घ्यायची? खोटं बोलायला मी काय गू खाते पोटाला? तुझ्या आईला, जन्मदात्रीला खोटारडी म्हणतेय, ही छिनाल! बघतोस काय! हाण लाथ या भडवीला...!''

गंगम्माचं वाक्य पुरं व्हायच्या आधीच अप्पण्णय्यानं उजवा पाय उचलला आणि नंजम्माच्या पाठीवर लाथ मारली. ती जमिनीवर आडवी पडली. पुन्हा पाय उगारून त्यानं बजावलं, ''तुझा जीवच घेतो बघ, आमच्या आईला तसं म्हटलंस तर!''

त्याच वेळी बाहेर कुणीतरी पोलीसवाले आले. खाकी कपडे, खाकी हॅट, खाकी बूट, हातात चामडी बॅग, काळा कोट... म्हणजे पोलीसच. सोबत आणखी दोघे पायांना खाकी पट्ट्या गुंडाळलेले... हातात पिशवी, दोरखंडाचं वेटोळं... काही काही सामान होतं.

त्यांना पाहताच अप्पण्णय्याच्या छातीत धडकी भरली. ''अय्यय्यो... अय्यय्यप्पा...'' म्हणत तो दाराबाहेर पडून पळत सुटला. गल्लीतली कुत्री त्याच्यावर भुंकली. यांना बघून गंगम्माही घाबरी झाली. सगळ्या गोंधळात चेन्निंगरायांनाही जाग आली. ते उठून बसले. आत बाळ रडू लागलं. नंजम्मा स्वत:ला सावरत उठली आणि रडणाऱ्या बाळाला उचलायला आत निघाली. कंबर दुखत होती. कमरेवरून हात फिरवत ती कंबर वाकवून कशीबशी आत निघाली. चेन्निंगरायांनी हात जोडून भक्तिभावानं आलेल्यांचं स्वागत केलं, ''यावं... ध... ध... नी...''

''तुम्हीच काय शानभोग चेन्निंगराय?''

''होय... स्वामी...''

''पळून गेले ते कोण? तुमचे भाऊ? बायकोला लाथ मारणारे?''

''ती त्याची नाही, माझी बायको आहे जी!''

''ओह! वहिनीला लाथ मारत होते ते?''

''नाही जी!''

''काय हे! सरकारी अधिकारी असून खोटं बोलता काय? बायकोकडे नीट बघायला येत नाही काय?''

गंगम्माच्या सर्वांगाला घाम फुटला होता. तोंडातून शब्द फुटत नव्हता. चेन्निंगरायांनी पडवीत एक चटई अंथरली. पाहुण्यांना बसायला सांगून ते शेजारीच

हात जोडून उभे राहिले. संधी साधून गंगम्मानंही काढता पाय घेतला आणि ती बेस्तरकेरे-परीटगल्लीला निघून गेली. माटाच्या घरी जाऊन त्याला विचारलं तर तो कुजबुजला, "माडीवर केळीच्या पानांत दडवून ठेवलंय!" गंगम्मा माडीवरून गेली आणि तिथं लपलेल्या अप्पण्णय्याला हळूच म्हणाली,"बघितलंस काय त्यांच्या हातात काय आहे! दोरखंडाचं वेटोळं दिसतंय! पहारीसारखं काहीतरी दिसतंय. पकडलं तर दोरखंडानं बांधून डोक्यात पहार घालतात की काय कोण जाणे! तिचा भाऊ कल्लेश पोलीस खात्यात होता... त्याची माणसं असतील. तू मागच्या दारानं मळ्याकडे पळून जा... आणखी पाच-सहा महिने तरी इकडे फिरकू नकोस... कुठं तरी पळून जा..."

अप्पण्णय्या म्हणाला, "...आता काय गं करायचं?"

"माझ्या लेकरा! थांबू नकोस... पळ लौकर... ही दळभद्री छिनाल आपल्या घरात शिरली... आपल्या मागं साडेसाती लागलीय!" अप्पण्णय्या केळीच्या पानांमधून बाहेर येऊन मागच्या दाराबाहेर पडला. एकवार दोन्ही बाजूला बघत, कुणी नाही याची खात्री करून घेऊन कुंपणामधल्या ढोरवाटेनं पलीकडे जाऊन धावत सुटला. तो दिसेनासा होईपर्यंत गंगम्मा कुंपणाआडून पाहत राहिली. तो दिसेनासा झाल्यावर गंगम्माच्या जिवात जीव आला.

इकडे घरी आलेली माणसं सरकारी मोजणीदार होते. संस्थानातल्या शेतजमिनीच्या यजमानाप्रमाणे नोंद करून त्याच मोजमापाची नोंद करायचं काम करणारे ते लोक होते. त्याची मोजणी करून त्या आधारावर इंडेक्स तयार करायची रेव्हेन्यू कमिशनरांची आज्ञा झाली होती. नव्या कामासाठी नेमण्यात आलेले मोजणी-अधिकारी आपल्या शिपायांबरोबर तिथं आले होते. सुमारे तीन महिने 'रामसंद्र'मध्ये मुक्काम करून आजूबाजूच्या खेड्यांमधल्या जमिनी मोजणं, हे त्यांचं काम होतं. त्यांच्या राहण्याच्या व्यवस्थेपासून धोबी-भांडी घासणे यांसारख्या इतर सगळ्या व्यवस्था करून ती नोंद ठेवायची जबाबदारी शानभोगांचीच होती.

३

दुसऱ्या बाळंतपणासाठी अक्कम्माच गाडी जुंपून येऊन नंजूला घेऊन गेली. आता कल्लेशच्या हाताचं दुखणं आणखी कमी झालं होतं. दोन्ही हातांनी घट्ट पकडून तो नारळीवर चढू शकत होता. शेतातली कामंही थोडीफार करत होता. त्याच्या बायकोला खेड्यात राहणं कितीही नको वाटलं, तरी त्याला यानंतर सरकारी

नोकरी मिळणं शक्य नव्हतं. त्याचंही त्या संदर्भात काही असमाधान नव्हतं. पण तिला मात्र तिथल्या जीवनाशी जुळवून घेणं जमत नव्हतं. कदाचित स्वभावाचाही तो भाग असावा. काही का असेना, आजी-नातवाला तिच्यापासून कुठलंही सुख नव्हतं.

नंजू बाळंतपणाला आली तेव्हा सोबत अडीच वर्षांची पार्वतीही होती. कल्लेश तिला उचलून घ्यायचा, पापे घ्यायचा. तो एकदा शेतावर गेला असताना कमलू स्वत:शीच बडबडत होती, "...डुकरिणीसारखं घडोघडी गरोदर राहिलं तर कसं? सासरच्यांची बाळंतपण करायची लायकी नसेल तर कशाला एवढ्या वरचेवर गरोदर राहायचं? माहेरचे करतात-करतात म्हणून त्यांचं एवढं रक्त शोषायचं की काय?"

तिच्या अपेक्षेप्रमाणे हे बोलणं नंजूच्याही कानावर आलं. नंजूच्या मनात आलं, आपल्याला चांगली सासू तर मिळाली नाहीच; वहिनीही चांगली मिळाली नाही. आपलं नशीब! अजून काही महिने इथेच राहावं लागणार आहे... बाळ तीन महिन्यांचं होईपर्यंत- म्हणजे किमान पाच-सहा महिने तरी इथं राहावं लागणार... गावी निघून गेलं तर? पण तिथं गेलं तर सासूचा त्रास. बाळंतपणासाठी म्हणून माहेरी जाऊन तशीच परतले तर सासू फाडून खाईल! त्यात बायकोच्या बाजूनं अवाक्षरही न बोलणारा नवरा... त्यापेक्षा पोटच पाडलं तर?

नंजम्माच्या डोळ्यांत पाणी उभं राहिलं.

कमलम्माचं बोलणं अक्कम्माच्याही कानावर आलं. तिनं कसंबसं स्वत:ला आवरलं होतं; पण नातीच्या डोळ्यांतलं वाहणारं पाणी बघून तिचा ताबा सुटला. ती कमलूच्या पुढ्यात उभी राहून म्हणाली, "गर्भाधान करून वर्ष होऊन गेलंय... तरी अजून गरोदर राहायची लायकी नाही तुझी! तू तिला डुकरीण म्हणतेस? आडाला पाणी नाही-पोटाला मूल नाही; तुझ्यासारख्या पापिणीच्या पोटात कसा राहील गर्भ?"

कमलूही भडकली, "तुझा दिवटा नातू पोलीस रांडांबरोबर सगळं संपवून आला तर घरातली बायको कशी गर्भार राहील गं, थेरडे? असले उठवळ करंटे तुझ्याच घरात जन्मल्यावर, माझ्या तोंडावर कशाला बोलतेस? मला बोलायची गरज नाही!"

म्हातारी आणखी उखडली, "गाढवे... नीट नवऱ्याबरोबर झोपायला शिकली असतीस तर तुझा नवरा कशाला कुठल्या रांडेकडे जाईल? तू बाई तरी आहेस की नाही, कोण जाणे!"

या सगळ्या संवादामुळे नंजूलाही बरेच नवे विषय समजले; तरीही शरमून जाऊन ती जवळ जाऊन म्हणाली, "अक्कम्मा! सावकाश! शेजाऱ्यांना ऐकू येईल!"

"शेजाऱ्यांचं काय! या गावातल्या सगळ्यांना माहीत आहे, या नटव्या बाईची

कथा! या घरी आल्यावर महिन्याच्या आतच या बयेनं घराची अब्रू वेशीला टांगली! पाणी आणायला पाणवठ्यावर गेली, की आमच्याच घरचा विषय सगळ्या गावाला सांगून येते! घरंदाज घरातली मुलगी असती तरच तिला घराची अब्रू म्हणजे काय, ते समजलं असतं की नाही?''

कमलू उखडली. म्हणाली, ''ए थेरडे! माझ्या माहेराला नावं ठेवतेस? माझ्या माहेरच्या पाण्यात तुझं अलवाण धुतलंस तर तुला पुण्य लागेल!''

''अक्कम्मा! गप्प! बोलू नकोस... आत चल.'' म्हणत नंजू आजीला आत घेऊन गेली. नंतर अंगणात येऊन भावजयीलाही म्हणाली, ''वहिनी! थोडं सांभाळून नाही का घ्यायचं? आपलं काहीही असू देत; पण इतरांना समजलं तर माघारी बोलतात, हसतात!''

''नवऱ्याच्या घरी गिळायला अन्न नाही! आणि इकडं बाळंतपणासाठी आलीयस! आलीय मोठी मला अक्कल शिकवायला! जा जा! मला अक्कल शिकवायला येऊ नकोस!''

यावर नंजू गप्प बसली. कमलू झोपायच्या खोलीत जाऊन चटईवर पालथी झोपली. कोपगृहात कैकयीदेवी झोपली होती तशी केस पिंजारून आणि कपाळावरचं कुंकू पुसून टाकून, आधीच गरगरीत असलेला चेहरा तिनं आणखी फुलवला. नंतर मात्र कुणीही तिच्याशी बोलायला गेलं नाही.

एकच्या सुमारास कल्लेश घरी परतला. आल्या-आल्या अंघोळीला गेला. बायकोचा बिघडलेला मूड त्याच्या लक्षात आला नव्हता; पण कमलू कशी गप्प राहील? तिनं खोलीतून बडबडायला सुरुवात केली. ती ऐकू आल्यावर त्याचं तिकडे लक्ष गेलं. तो खोलीच्या दारापाशी गेला. तिची ती वेगानं चाललेली बडबड त्याला स्पष्टपणे ऐकू आली.

''...हलकट रांडेच्या घराचं तळपट होऊ दे... हिचा निर्वंश होऊ दे... यांच्या घरादारावर गंडांतर येऊ दे... या सगळ्या रांडांना पटकी होऊ दे... रांडेचे... रांडेचे...'' ही शेवटची शिवी तर ती पुन्हा पुन्हा उच्चारत होती.

शेतावर भरपूर राबून भर दुपारच्या कडकडीत उन्हात भुकेजून घरी आलेल्या कल्लेशचा मग भडकाच उडाला. त्यानं ओरडूनच हात उगारला, ''भोसडीच्चे... कुणाला शिव्या द्यायला लागलीस गं, छिनाल?''

कमलूच्या शिव्या थांबायला तयार नव्हत्या. हातवारे करत ती फटाक्याच्या माळेसारखी फुटत होती. तिनं त्वेषानं कटकटा बोटं मोडली. तोंड फिरवून म्हणाली, ''रांडेच्या! मला मारायला येतोस? तुझा डावा हात झडून गेलायच... तसाच उजवा हातही झडून जाईल... काय वाटलं तुला, माझा शाप म्हणजे!'' आणखी एक दणका बसला तशी ती आणखी ओरडली, ''आजारपणाचं निमित्त करून माझ्या

अप्पांच्या घरी आठ महिने आयतं अन्न गिळलंस आणि माझ्यावरच हात उगारायला बळ आलं तुला? तुझे हात किडून जाऊ देत!''

एवढ्यात नंजू धावत आली. या सगळ्या गोंधळामुळे छोटी पार्वती स्वयंपाकघरात बसून रडू लागली. नंजू भावाला आवरत म्हणाली, ''दादा! अरे, काय हे! तू तरी स्वत:ला आवरायचंस! बायकोवर असा हात उगारायचा काय? काही कमी-जास्त झालं तर काय करायचं? तू आधी आत चल बघू! जेव चल बघू!''

''आधी माझा हात सोड... आज या चंडिकेचा काहीतरी सोक्षमोक्ष लावतोच.'' म्हणत त्यानं स्वत:चा हात सोडवून घेतला. आता कमलू ताड्कन उठली आणि त्याच्याकडे पाठ करत ओरडली, ''मार! मार! दंड मोडतील एवढं मार! आज तुला नाही फासावर लटकवलं तर बापाचं नाव सांगणार नाही! आज शेवटचा दिवस... मार... आणखी मार...''

नंजूनं भावाचा हात आणखी घट्ट धरला आणि त्याला बाहेर ओढायला सुरुवात केली. ती सशक्त बाई होती. कल्लेशही काही कमी शक्तीचा नव्हता. दोघंही कंठीजोईसांचीच मुलं! पण त्यानं या खेपेला हात सोडवून घेतला नाही. त्यानं डावा पाय उचलला आणि कमलूच्या पेकाटात लाथ मारली. त्यासरशी ती मुडपून खाली पडली.

''भैंचोद! पुन्हा तमाशा करायला लागलीस? बघतोच थांब तुझ्याकडे...'' म्हणत तो बाहेर आला तर ती आतूनच म्हणाली, ''थांब तुला फासावर लटकवते...''

कल्लेश आत बसून जेवू लागला. असली घटना त्या घराच्या दृष्टीनं अजिबात नवी नव्हती; पण त्या दिवशी तिची परिसीमा गाठली होती. हिचं काय करावं ते न समजल्यामुळे तो काही न बोलता मुकाट्यानं नाचणीचा उंडा फोडून आमटीबरोबर गट्कन गिळत होता. त्याच्याबरोबर जेवायची इच्छा नसल्यामुळे नंजू म्हणाली, ''मी नंतर जेवते...'' असं सांगून ती कपडे धुवायला मागच्या दाराशी निघून गेली. अक्कम्मा गाडग्यात पीठ कालवून ठेवत होती.

त्याच वेळी नंजूचं ओरडणं ऐकू आलं, ''अण्णय्या... धाव! कमलम्मा विहिरीत पडली...''

''तिच्या आईला...'' म्हणत कल्लेश एका ढांगेत मागच्या दारी धावला. अक्कम्मा आपल्या वाकलेल्या पाठीवर हात ठेवूनच धावत आली. विहिरीपाशी असलेला दोर त्यांनी आत सोडला. नंजूला तो घट्ट धरायला सांगून कल्लेश सरसर आत उतरला. नंजूनं विहिरीच्या कठड्याला पाय रोवून दोर ओढून धरला. त्या दोराच्या साहाय्यानं घसरत तो आत गेला.

नंजूचं ओरडणं शेजारच्या कपिनीपतैय्यांच्या बायकोलाही ऐकू गेलं होतं. ते दोघं नवरा-बायकोही धावत आले. त्यांच्या आरडा-ओरड्यामुळे आजू-बाजूच्या घरातलेही

धावले. बातमी विजेच्या वेगानं पसरली तसे आजू-बाजूच्या वस्तीवरचेही जमले.

कमलू एकदा बुडून वर आली होती. वर येताच जीव वाचवायच्या धडपडीत तीही हात-पाय मारायला लागली होती. तिनंही मरायला म्हणून विहिरीत उडी मारली नव्हती. नवऱ्याला फासावर लटकावायचे आपले शब्द राखण्यासाठी म्हणून तिनं उडी मारली होती. पण नाका-तोंडात पाणी जाऊन जीव घाबरा झाल्यावर तिची जगायची दुर्दम्य इच्छा उसळून आली होती. पण पुन्हा पाण्यानं तिला आत खेचलं होतं. तिसरी संधी देण्यासाठी गंगामातेनं तिला आणखी एकदा वर उचललं. ही संधी मात्र न सोडता कल्लेशनं तिची वेणी पकडून तिला खेचलं. तेवढ्यात कपिनीपतैय्या आणि इतर माणसं वरच्या बाजूला जमली होती. कल्लेशनं दोरखंड थोडा ओढायला सांगितलं. उजव्या हातानं त्यानं दोर धरला होता. डाव्या हातात तिची वेणी होती. तोही आता पाण्यातून छातीएवढा बाहेर आला होता. तिचा हातही पाण्यावरच होता; पण तिचा भार फारवेळ पेलण्याइतकी शक्ती त्याच्या हातांत नव्हती. त्यानं विहिरीच्या भिंतीला असलेल्या खाचेत पाय अडकवून स्वत:ला स्थिर केलं. तिनं बडबडायला सुरुवात केली, "अय्यय्यो... मला भीती वाटतेय... मला वाचवा... मला वर ओढून घ्या..."

वरच्या माणसांनी धावपळ करून एक छोटा पाळणा आणला आणि बळकट दोरखंड बांधून तो हळूहळू विहिरीत सोडला. तो पाण्यापर्यंत आल्यावर कल्लेशनं तिला उचलून त्यात बसवलं. त्यानं वरच्यांना दोरखंड ओढायला सांगितलं तर ही इकडं "मला भीती वाटते... मी नाही..." म्हणू लागली. वर जाणाऱ्या पाळण्यात हिनं धडपड करून पुन्हा पाण्यात उडी मारली तर आपण वाचणार नाही, हे लक्षात येऊन कल्लेशनं कमरेचं धोतर सोडून त्यानं तिला पाळण्याला घट्ट बांधलं आणि अंगातला बनियन काढून त्याचाच लंगोट केला. पाळणा हळूहळू वर गेला. तिथं असलेल्या चार पुरुषांनी तो पाळणा कडेला ओढून घेतला. विहिरीतून अलगद वर आलेली, सुमारे नऊ वार वस्त्रात गुरफटलेली कमलू पाण्यातून वर येणाऱ्या गौरम्मासारखी दिसली. तिच्या पाठोपाठ कल्लेशही वर चढून आला. पोटात भरपूर पाणी गेल्यामुळे तिचं पोट टमटमीत झालं होतं. भय, शरम, संताप या सगळ्या भावना एकवटल्यामुळे डोळे लाल झाले होते. रागाच्या भरात उडी मारताना विहिरीच्या भिंतीला घासल्यामुळे हात, चेहरा, डोकं, पाय खरचटले होते. तिथून रक्त ठिबकत होतं.

तिला आधी जमिनीवर पालथं निजवण्यात आलं. कल्लेशनं तिच्या पाठीवर कमरेपाशी हलकेच दाब दिला. पोटातलं बरंच पाणी तोंडातून बाहेर पडलं. जवळच उगवलेला दगडीपाला खुडून-चुरगाळून तिच्या जखमांना त्याचा रस चोळण्यात आला. जखमा चुरचुरल्यामुळे ती "अय्यय्यय्यो...' म्हणून ओरडू लागली.

कल्लेश जमलेल्यांकडे वळून म्हणाला, "आता तुमचं इथं काय काम? आपापल्या घरी जा..." आधी कुणी जायला तयारच नव्हतं; पण कल्लेशनं तिथल्या पुरुषांना समजावलं, त्यांनी आपापल्या बायका-मुलांना तिथून निघायला सांगितलं. कपनीपतैय्यांच्या पत्नीने, "तिला गरम-गरम कॉफी पाजा..." असं सांगितलं.

"...एवढा राडा केलाय... वर या छिनालला कॉफी पाजायची म्हणे!! हिच्या आईच्या..." म्हणत कल्लेश धोतर नेसायला आत गेला. पोलीस-नोकरीत असल्यामुळे तो कॉफी प्यायला शिकला होता; पण ती रोजची गरज नव्हती. पण हासनसारख्या शहरात राहून; त्यातही पोस्टमॅनची मुलगी असल्यामुळे घरात कॉफीपावडर कायमच असायची. नंजूनंच एक लोटाभर कॉफी करून आणून भावजयीला दिली. त्यातला एक घोट घेऊन कमलूनं लोटा खाली ठेवत म्हटलं, "थू:! या खेडवळ रांडीच्चांना नीट कॉफीच करायला येत नाही! कधी प्यायली असेल तर येणार!!!"

हे कल्लेशला ऐकू आलं. त्यानं बाहेर येऊन तो लोटा उचलला आणि कमलूच्या डोक्यावर उपडा केला. यावर मात्र ती काही बोलली नाही. तोही आत निघून गेला. अक्कम्मा कमलूला म्हणाल्या, "ऊठ गं! लुगडं बदल..." हे ऐकताच त्यांच्यासोबत आलेले दोन पुरुषही बाहेर गेले. तिथं फक्त बायकाच राहिल्या.

पण कमलू उठली नाही आणि अंगावरचं ओलं लुगडं बदलायलाही गेली नाही. ओल्या पिंजारलेल्या केसांसह ती विहिरीच्या काठावरच बसकण मारून बसली होती.

त्या रात्रीही कमलू जेवली नाही. कल्लेश आपल्यापुरता जेवून मोकळा झाला. नंजू नको म्हणत होती; तरी अक्कम्मानं तिला, "दोन जिवाची.' म्हणून समजावलं आणि खाऊ घातलं. अक्कम्माचं तर रात्रीचं जेवण असायचा प्रश्नच नव्हता. वयामुळे तिची पचनक्रिया मंदावली होती, त्यामुळे तिने फलाहारही सोडला होता, त्याला दहा वर्षं झाली होती.

रात्री कमलू आपल्या खोलीत पडली होती. अक्कम्मा आणि नंजूला पुढच्या-मागच्या दारापाशी झोपायची कल्लेशनं सूचना दिली होती. पुन्हा रात्री ही बया विहिरीत उडी मारेल, अशी अंतर्सूचना त्याच्या मनातल्या पोलीस खात्यानं दिली होती. त्या दोघी अशा झोपल्या होत्या, की रात्रीच्या वेळी कुणीही दार उघडून बाहेर जाणं शक्य नव्हतं. स्वत: कल्लेशही झोपायच्या खोलीबाहेर आपलं अंथरूण टाकून झोपला. त्याला लवकर झोप लागली नाही. मनात विचार उमटत होते... आपल्या बापानं ही कसली बया आपल्या गळ्यात मारली! मनात वडिलांविषयी संताप धुमसत होता. बाहेर कुणीतरी बोललेल्याचा अस्पष्ट आवाज हळूहळू कमी होत गेला. कितीतरी उशिरा डोळा लागला.

पण मध्येच दचकून जाग आली. स्वयंपाकघरात काहीतरी खुडबुड ऐकू येत होती. थोडा उजेडही दिसल्यासारखं वाटलं. त्यानं झोपल्या जागेवरून डोकं वर

करून पाहिलं. ती खोलीत दिसली नाही. तो हळूच उठला. अजिबात चाहूल लागू न देता मांजराच्या पावलानं स्वयंपाकघराच्या दाराशी जाऊन पाहिलं तर, कमलू चुलीपुढे बसली होती. केस तसेच पिंजारलेले होते, देवापुढचा दिवा जळत होता. त्या उजेडात त्यानं पाहिलं, ती काहीतरी चोरून खात होती. तो आणखी एक पाऊल पुढे गेला. रात्री जेवण नको म्हणणारी कमलू भाताच्या भगोल्यात आमटी ओतून, कालवून ताव मारत होती. शेजारीच ताकाचं गाडगं होतं.

तो हलक्या पावलानं माघारी वळला आणि पुन्हा आपल्या अंथरुणावर झोपला. याआधीही अनेकदा असं घडलं होतं. ती रात्री हट्ट करून जेवण सोडायची आणि नंतर सगळे झोपी गेल्यानंतर अंधारात एकटीनं 'निशाभोजन' करायची; सकाळी उठून, "काल रात्री मला उपास घडवला... या घराचं तळपट होऊ दे..." अशी बडबड करत तिने शाप दिले होते. तिची ही सवय ठाऊक असल्यामुळे मुद्दाम राखून ठेवलेला भात-आमटी सकाळी अदृश्य झालेलं असायचं. त्या रात्री मात्र हे त्यानं प्रत्यक्ष डोळ्यांनीच पाहिलं.

त्याच्या मनात पुन्हा एकदा तीव्रपणे वाटलं, दुसरं लग्न करून या छिनाल-रांडेला पळवून लावायला पाहिजे. तो याच विचारात असताना बाहेर एखादं वाहन थांबल्याचा आवाज झाला. कोण-कुणाच्या घरी असेल? असा विचार करत डोळे चोळत असतानाच कारमधून उतरलेली माणसं त्यांच्याच घराकडे आली आणि दाराची कडी वाजवली. त्यानं "कोण?" असं विचारत दिवा पेटवला, दाराशी झोपलेल्या अक्कम्माला उठवलं आणि दार उघडलं.

दारात त्याचे सासरे उभे होते. सासूबाईही होत्या; शिवाय नात्यांतली चार माणसंही होती. कुणीतरी अनोळखी कार-ड्रायव्हर होता. सगळ्यांना दारात बघून कल्लेश चकित झाला.

"कमलू... कमलू... कशी आहेस बाळा..." म्हणत आकांत करतच तिची आई घरात शिरली.

त्यानं सांगितलं, "स्वयंपाकघरात बघा!"

त्यांनी तिथं जाऊन पाहिलं तर ती तिथं नव्हती. देवापुढचा दिवा नुकताच विझवल्याचा वास दरवळत होता. "अरेच्चा! कुठं गेली ही..." म्हणत त्यानं खोलीत जाऊन पाहिलं तर ती चटईवर पालथी पडली होती. डोळेही बंद करून घेतले होते. त्यानं सांगितलं, "तुम्ही आलात तेव्हा ही स्वयंपाकघरात बसून भाताच्या भोगोल्यात भात-आमटी ओरपत होती. आता दिवा मालवून आपण त्या गावचीच नाही, असं दाखवत झोपलीय! तुम्ही बघा, या खोटं वाटलं तर!" म्हणत त्यानं त्यांना सगळं दाखवलं.

त्यांनी म्हटलं, "ते जाऊ दे... पण सगळं ठीकाय ना?"

माजी पोलीस-कॉन्स्टेबल 'कल्लेशनं' विचारलं, "पण तुम्ही कसे काय आलात? काय झालं?"

"तूच आम्हाला फोन करायला लावला होतास ना? कमलू विहिरीत पडलीय... या, म्हणून?"

"हं, हं... मला सांगा, तुम्हाला फोन कुणी केला होता? गडबडीत मी विसरून गेलो..."

आतून कमलूचा आवाज आला, "ते घेऊन तुला काय करायचंय?"

सगळ्यांनाच फोन तिनं करायला लावल्याचं लक्षात आलं; पण तिनं कुणाकरवी हा उपद्व्याप केला, हे मात्र समजलं नाही. हे शोधून काढणं काही कठीण नाही, हे लक्षात येऊन कल्लेश पुढं काही बोलला नाही. त्यानं पुढं होऊन शेजाऱ्यांना हाक मारली. कारच्या आवाजानं त्यांनाही जाग आलीच होती. कपनीपतय्या आणि पुट्टम्मा दोघेही आले. तसंच शेजारच्या आणखीही एका घरच्यांना उठवून घेऊन आला. सगळ्यांच्यासमोर त्यानंच बोलायला सुरुवात केली,

"आम्ही सांगायला गेलो तर खोटं वाटेल, म्हणून यांना बोलावलंय. तुम्ही यांनाच विचारा. कपनीपतय्या! तुम्हीच जे घडलं ते यांना सांगा."

जमलेल्यांपैकी कुणीच काही बोललं नाही. मग कल्लेशनंच सांगायला सुरुवात केली. त्यानं आपण मारल्याचं सांगितलं; पण पेकाटात लाथ घातल्याचं सांगितलं नाही. जमलेल्यांनी त्याला मात्र होकार दिला; तरीही कमलूच्या आई म्हणाल्या, "आमच्या लाडात वाढलेल्या मुलीला आम्ही तुमच्या या कुग्रामात पाठवली! तुम्ही तिला सांभाळून घ्यायला पाहिजे!"

पण सासरे पोस्टमन रंगण्णांनी मात्र खाली गेलेली मान वर केली नाही. त्यांना कल्लेशनं विचारलं, "मला आता तुम्ही सांगा, त्या कुणा रांडेच्यानं तुम्हाला फोन करून बातमी सांगितली?"

"खोटं कशाला बोलू? चन्नरायपट्टणहून फोन आला होता... तिथल्या इलेक्ट्रिक कॅम्पकडून हासनच्या कॅम्पला निरोप आला...पोस्टमन रंगण्णांना लगेच कळवा म्हणून! रोज पत्रं द्यायला तिकडं जात असतो ना मी! तिथल्या इलेक्ट्रिक फोरमननं सांगितलं, कल्लेश नावाच्या माणसानं फोन केला होता म्हणून! म्हटलं, काय कर्म उभं राहिलंय! विचार न करता पाच रुपयांची गाडी ठरवली आणि लगेच निघून आलो..."

कल्लेश म्हणाला, "नाही तरी आलाच आहात; सोबत कारही आहे. तुमची मुलगीही वैतागलेली आहे. घेऊन जा तिला!"

सासूबाईही म्हणाल्या, "चार दिवस राहून थोडी शांत होईल... ते बरं होईल!"

पण त्यांचं बोलणं संपायच्या आधीच सासरेबुवा म्हणाले, "नाही... नको...!

नवरा-बायकोचं भांडण झालेलं असताना आम्ही मुलीला घेऊन जाणं गैर आहे. तसं करू नये. ते दोघेही हसतखेळत असताना घेऊन जावं!''

''आपल्या लेकीला तिच्या माहेरी घेऊन जायला कुणाचं काय बिघडतंय?'' त्यांच्या बायकोनं विचारलं.

आता मात्र सासरे उखडले, ''हे बघ, तुला काही समजत नाही! तू गप्प राहा बघू! ही ती वेळ नाही!''

आता कमलू उठली आणि म्हणाली, ''मी येणार म्हणजे येणार!'' आणि आईच्या शेजारी उभी राहिली.

तिच्या वडिलांनीच तिला बजावलं, ''बेटा! माझं ऐक. तू आता यायचं नाहीस.'' पण तिनं तिकडे लक्ष दिलं नाही. आता उशीर करण्यात अर्थ नाही, असा विचार करत ते उठले आणि सोबत आलेल्यांना कारमध्ये बसायला सांगितलं. बायको ''पण. आपलं लेकरू...'' म्हणत असतानाच ते तिला म्हणाले, ''सतत तुमचं ऐकत राहिलो म्हणून हे असं झालं! आता तोंड बंद!''

सगळे कारमध्ये जाऊन बसले. हट्टानं कमलूही आत घुसायचा प्रयत्न करू लागली; पण रंगण्णांनी तिचा हात धरून तिला बाहेरच उभी केली. आतून नंजू धावत बाहेर येऊन पाहुणीसमोर कुंकवाचा करंडा धरण्याआधीच ड्रायव्हरनं कार स्टार्ट केली. ''पंचवीस रुपये फुकट खर्च झाले... एक महिन्याचा पगार! कुठून आणायचे?'' रंगण्णा स्वत:शीच म्हणाले... नंजूला हे ऐकू आलं.

वीस पावलं दूर गेल्यावर कार थांबली. रंगण्णांनी कल्लेशला हाक मारली. तो जवळ आला. कारमधून खाली उतरून त्याचा हात हातात घेऊन रंगण्णा म्हणाले, ''संतापू नकोस! रागावर आवर घालायला पाहिजे. कितीही अवखळ जनावर आणलं तरी चारा-पाणी घालून त्याला कह्यात घेता आलं पाहिजे. तिच्याकडे नाही... माझ्याकडे बघ!'' हे सांगताना त्यांच्या डोळ्यांत पाणी होतं.

''तुम्ही सांगताय; पण तिचंच सगळं चुकलं म्हणायचंय काय?'' बायकोनं विचारलं.

बोलून काहीही उपयोग नाही, असं वाटून रंगण्णा पुन्हा कारमध्ये बसले. ड्रायव्हरनं गाडी सुरू केली.

शेजारपाजारचे आपापल्या घरी जाऊन झोपी गेले. कल्लेशच्या घरचेही झोपले. बोलायला कितीतरी विषय असले तरी बोलण्यासारखी परिस्थिती नव्हती. अक्कम्मा मात्र स्वत:शीच चार-सहा वेळा म्हणाली, ''नाटकी कुठली... पदरातला निखारा आहे. घरदार जाळायला कमी करणार नाही, ही छिनाल!''

नंजू मात्र नेहमीप्रमाणे काही बोलली नाही. कल्लेशही गप्प असल्यामुळे अक्कम्माला विषय वाढवायची संधी मिळाली नाही. त्याच्या डोळ्यांसमोर सासऱ्यांच्या

डोळ्यांतून गळणाऱ्या पाण्याचे थेंब तरळत होते. आपल्याला प्लेग झालेला असताना त्यांनी पोटच्या मुलाची घ्यावी, तशी आपली काळजी घेतली होती. त्यांच्या मनातली ममता आणि विचारी स्वभावाविषयी त्याच्या मनातली आदराची भावना आणखी दाट झाली होती. उठून बायकोचं पेकाट मोडेल, अशा लाथा घालायची त्याला जबरदस्त इच्छा होत होती; पण सासऱ्यांच्या डोळ्यांतल्या पाण्याच्या आठवणीनं त्याला अंथरुणातून उठायला मज्जाव केला होता.

सहा

१

सुमारे सहा महिने उलटल्यावर एका मध्यरात्रीच्या अंधारात अप्पण्णय्या आला आणि त्यानं बेस्तरकेरेच्या माटय्याचा दरवाजा वाजवला. माटानं दार उघडलं. याला बघून विचारू लागला, "कुठं निघून गेला होता धनी?"

"पोलीस-बिलीस शोधताहेत काय रे मला?"

"पोलीस कशाचे धनी?"

"तेच... त्या दिवशी..."

आता माटालाही मागं घडलेली घटना आठवली. त्यानं सांगितलं, "ते पोलीस नव्हते जी... मोजणीदार व्हते... जमिनीची मोजणी करायला म्हणून आले व्हते ते... तीन महिने व्हते आपल्या गावात. तुम्ही का इतके दिवस लपून बसलात? अम्मा लेकरू कुटं गेलं म्हणून तळमळत व्हत्या."

"म्हणजे घरी जायला हरकत नाही, नव्हे?"

"जावा की!"

"मला भीती वाटतेय... तू पण चल," म्हणत माटाला सोबत घेऊन अप्पण्णय्यानं आपल्या घराचा दरवाजा वाजवला. गंगम्मा आतूनच ओरडली, "कोण ते या वेळी दार वाजवतंय?" माटाच ओरडून म्हणाला, "मी हाय..." चिमणी पेटवून गंगम्मानं दार उघडलं. मुलाला बघून, "माझ्या लेकरा... इतके दिवस कुठं गेला होतास रे लेकरा? त्या नतद्रष्ट कार्टीला घाबरून कुठं-कुठं फिरलास रे?" म्हणताना तिच्या डोळ्यांना धारा लागल्या.

माटा आत येऊन बसला. नंजम्मा बाळंतपणासाठी नागलापूरला गेली होती. एवढ्याशा आवाजानं जाग येणारी चेन्निंगरायांची झोप नव्हती. गंगम्मानंच मुलाची

चौकशी केली. तो कुठं-कुठं फिरला, खायचं-प्यायचं काय-काय केलं, वगैरे विचारू लागली.

"मी काही घाबरलो नव्हतो... कुठंही काहीही अडचण आली नाही... आली ती मी निभावून नेली!" वीरपुत्र आपल्या साहसाची कथा सांगू लागला. "...इकडून निघालो... कुठं-कुठं गेलो... वाटेत सण्णेगौडाच्या घरी गेलो... सांगितलं, ब्राह्मण आहे... स्वयंपाक करून घ्यायला सामान द्या, म्हणून... त्यांनी दोन शेर तांदूळ, पावट्याची डाळ, तेल, तिखट-मीठ सगळं दिलं. स्वयंपाक करून जेवलो, उरलेलं अन्न ठेवलं... तिकडं महिनाभर राहिलो... आता कसा आलास... घरात सगळे कसे आहेत... म्हणून ती महामाया, वेंकटरामूची बायको विचारायला लागली... रात्रीच निघालो... अरसीकेरेकडे निघालो... मग तिकडून फिरत-फिरत कडूरला गेलो... पुढं शिवमोग्याला गेलो... तिकडं नदीच्या काठावरच मठ आहे... तिकडं राहायला-झोपायला मिळत होतं..."

"जेवायचं काय केलंस रे?"

"मठातल्यांनीच सांगितलं. तो लिंगायतांचा मठ होता... तिथं मी कसं जेवणार? त्या गावात एक ब्राह्मणांची गल्ली आहे. सगळे चांगल्या परिस्थितीतले... रोज तिकडे भिक्षान्नासाठी जात होतो. अम्मा, तुला सांगतो, तू कसाही स्वयंपाक केलास तरी तो त्या भिक्षान्नापुढे फिका आहे बघ! भिक्षान्न झोळीतून आणायचो, नदीकाठी बसून त्यावर आडवा ताव मारत होतो!"

माटानं विचारलं, "भिक्षान्न म्हणजे काय?"

"जेवायच्या वेळी सगळ्या घरांसमोर उभं राहून, 'भवति भिक्षान्देही...' म्हटलं की झोळीत भात-आमटी-भाजी-गोज्जु-ताक... सगळं एकावर एक घालतात... नंतर सगळं एकत्र कालवून जेवायचं... काय छान लागतंय म्हणून सांगू..."

"लागणार नाही तर काय! गवळ्याकडचं दुभतं छान! चवचाल बाईची मुलगी छान, अशी म्हणच आहे की! मिटक्या मारत, माट म्हणाला.

"अम्मा! त्या दरिद्री 'शिवमोग्यात' फक्त भातच खाऊन-खाऊन वैताग आलाय बघ! एवढी उकड शिजवून घाल मला! पोटात आग पडलीय माझ्या!"

"या वेळेला शिजवू?"

"रात्रीचं काही राहिलं नाही काय?"

"त्या रांडा असत्या तर दोघींपैकी कुणाला तरी उठवून, छिनाल, झोपतीस काय... उकड शिजव, म्हणून सांगितलं असतं! अप्पण्णय्या, तुझ्या बायकोला मुलगी झालीय म्हणे! बारशाला बोलवायला आले होते शिंदळीचे! झाले असतील चार महिने... जाऊन घेऊन ये तिला... स्वयंपाक करून-करून माझी पुरेवाट झालीय," म्हणत गंगम्मा कमरेवर हात ठेवत उठली.

२

गावात ताठ मानेनं चार दिवस फिरल्यानंतर अप्पण्णय्या बायको-मुलीला आणायला सासुरवाडीला निघाला. भाकऱ्या-चटणीचं गाठोडं काकोटीला मारून तिपटूरपर्यंत पायी चालत जाऊन, पुढं थोडं अंतर बसनं जाऊन पुढे नऊ मैल चालल्यावर तो सासुरवाडीला पोचला. मुलगी चार महिन्यांची झाली होती. त्यांनीच 'लक्ष्मी' म्हणून नाव ठेवलं होतं.

अप्पण्णय्या पोचला तेव्हा संध्याकाळ झाली होती. सातू अजूनही बाळंतिणीच्या खोलीतच होती. गेल्यावर त्यानं बाळाला उचलून घेऊन थोडा वेळ खेळवलं. बायकोशीही बोलला. रात्री माजघरात सासऱ्यांच्या शेजारी त्याचं अंथरूण घातलं होतं. चेहरा पाडून तो तिथंच बसला. सासऱ्यांनी विचारलं, "बारशाचा निरोप पाठवला होता... कुठं गेला होतास तेव्हा?"

"शिवमोग्याला... नाही... तिकडून जवळच..."

"बायकोचे बाळंतपणाचे दिवस माहीत नव्हते काय? तसा का घरी न सांगता एकाएकी निघून गेला होतास?"

"काम होतं..."

बाळंतिणीच्या खोलीत झोपलेली सातू उठून येत म्हणाली, "काय काम होतं? उगाच खोटं कशाला बोलताय? सांगा खरं काय झालं ते! सांगा की, भावजयीला लाथ मारली-नंतर पोलीस पकडतील म्हणून पळून गेलात की नाही?"

यावर अप्पण्णय्या काहीच बोलला नाही. खाली मान घालून बसून राहिला. सातूनं विचारलं, "तुमच्या आईने लाथ मारायला सांगितली आणि तुम्ही हाणलीत! होय की नाही? ती दळभद्रीबाई मेल्याशिवाय तुम्हाला नाही अक्कल येणार!"

आपल्या आईला बोलल्याबद्दल अप्पण्णय्याला प्रचंड राग आला; पण तो दाखवायची ही वेळ नाही, हे त्याला समजत होतं. शिवाय सातू काही आपल्या वहिनीसारखी गरीब बाई नाही! त्यामुळे त्याचा निरुपाय झाला होता. सातू खोलीतूनच बोलली, "एक स्पष्टच सांगते. तुमच्या आईबरोबर मी राहणार नाही. घराच्या मागच्या बाजूला रिकामी जागा आहे किनई... तिथं एक लहानसं घर बांधा, तिथं स्वतंत्र राहायची व्यवस्था करा आणि नंतर मला आणि बाळाला घेऊन जायची व्यवस्था करा!"

पकडलेली मानगूट सोडवून घेण्यासाठी धडपडावं, तसा धडपडत त्यानं विचारलं, "असं कसं शक्य आहे?"

"का नाही? राहायला छोटं घर बांधा. घरात वाटण्या करून थोडी भांडी

मिळतील; शिवाय संसाराला लागणारी भांडी तर माझ्या लग्नातच बाबांनी दिलेली आहेत. ती पुरणार नसतील तर मी आणखी आणेन.''

यावरही तो काही बोलला नाही. सातू पुढं म्हणाली, ''तुम्ही तुमच्या सगळ्या माणसांना सोडा, असं माझं मुळीच म्हणणं नाही. तुम्ही भावंडं मिळून-मिसळून राहा. मी नंजक्कांबरोबर जुळवून घेऊन राहीन. माझं त्यांच्याशी काहीच वाकडं नाही; पण तुमच्या आईबरोबर राहणं शक्य नाही. पाहिजे तर त्यांना वेगळं खोपटं करून वेगळं ठेवा. एकूणच त्या असलेल्या घरात मी येणार नाही... काहीतरी वेगळी व्यवस्था करून त्यानंतर मला आणि लेकराला बोलवायला या.''

आईवर आक्षेप घेतल्यामुळे त्याचा चेहरा रागीट दिसू लागला, हे लक्षात येऊन त्याच्या सासूबाई म्हणाल्या, ''सातू सतत तुमचं वर्णनच करत असते... माझा नवरा चांगला आहे... सोन्यासारखा आहे... पण सासू-सुनेचं नाही पटत. तुम्ही वेगळे व्हा. सातूही गरजेच्या वेळी तुमच्या आईचं सगळं करेल.''

आता त्याच्या चेहऱ्यावर समाधान उमटलं.

सासऱ्यांनी अखेरचं सांगितलं, ''कितीही झालं तरी संसारात नवरा-बायकोनं सुखासमाधानानं राहणं महत्त्वाचं आहे. दररोज सकाळी उठल्या-उठल्या रांड-छिनालसारखी भाषा कानावर पडणं चांगलं नाही. आता तर घरात लहान मुलगी आहे! थोडक्यात काय, तू त्यासाठी आवश्यक ती सगळी व्यवस्था करून बायको-मुलीला घेऊन जा. आमची ही एकुलती एक मुलगी... आणखी मुलगाही नाही आणि मुलगीही नाही! ती सुखात नको काय राहायला?''

अप्पण्णय्या नंतरही चार दिवस सासुरवाडीला होता. हसतमुखानं बाळाला खेळवत होता, बायकोशी हसतमुखानं बोलत होता; तरीही त्याच्या वागण्या-बोलण्यातला अनावश्यक ताठा सगळ्यांनाच त्रासदायक वाटत होता. एक दिवस नारळ सोलताना त्याची शेंडी लवकर निघेना, तेव्हा त्याच्या तोंडून ''च्याआईला...'' आलंच. आणखी एकदा गोठ्यात तर एका गाईलाही त्यानं अशीच काहीतरी शिवी दिली. सासूबाई जवळच होत्या. त्यांच्याही ते कानावर आलं. याला सुधारणं ही काही सामान्य गोष्ट नाही, हे एव्हाना त्यांनाही उमजलं होतं. अशा माणसाशी गाठ बांधलेल्या आपल्या मुलीच्या भविष्याचा विचार करून त्यांनी नि:श्वास सोडला.

तो निघायच्या दिवशीही सासूबाई आणि सासऱ्यांनी वेगळं राहायची व्यवस्था करायची त्याला आठवण करून दिली. सातूनं तर त्याला हो म्हणायलाच लावलं. तिथून तो रेल्वेनं तिपटूरला उतरला. तिथून सोळा मैल चालायला हवं होतं. नुकत्याच मोटारी सुरू झाल्या असल्या, तरी त्या दिवसाआड धावत होत्या. अप्पण्णय्यानं एकदा त्यात बसून त्या प्रवासाची मजा घेतली होती. त्याला अजिबात भीती वाटली नव्हती. रेल्वेत एकट्यानं प्रवास करणाऱ्याला मोटारीचं कसलं भय?

पण तो तिपटूरला शुक्रवारी संध्याकाळी पोचला होता. आता पुढचे दोन दिवस मोटार धावणार नव्हती. चालत जाण्यात काहीच गैर नव्हतं; पण मोटारीत बसायची संधी मात्र हातची गेली होती.

दिवस कलायला लागल्यामुळे तो तिपटूरमध्येच राहिला. हॉटेलमध्ये भरपेट जेवला. त्यातली वांग्याच्या फोडी घातलेली आमटी, सांडगे-पापड, सार, दही रुचकर लागल्यामुळे तीन-तीन वेळा भात वाढून घेऊन मनसोक्त जेवला. सहा आण्यात मागेल तेवढं जेवण मिळालं. नंतर तिथल्या धर्मशाळेत त्यानं ताणून दिली. सकाळी उठल्यावर तळ्याच्या काठी प्रातर्विधी उरकून त्यानं पुन्हा त्याच खानावळीत जाऊन मसाला-दोसा खाल्ला. याआधी 'शिवमोग्या'तही त्यानं दोनदा मसाला-दोसा खाल्ला होता; पण त्यांना तिपटूरच्या मसाला-दोशाची सर नाही, असं त्याचं मत झालं. ओली मिरची-कांदा आणि कोथिंबीर भरपूर असलेली ती भाजी अप्रतिम होती. सोबतची चटणीही थोडी तिखट असली, तरी त्यानं मिटक्या मारत तीही संपवली. आणखी एक मसाला-दोसा संपवल्यावर एकूण सहा आणे देऊन तो 'रामसंद्र'च्या दिशेनं चालू लागला.

दोन मैल जाईपर्यंत त्याला तहान लागली. 'तिच्यायला... दोसा खाल्ल्यावर तहान किती लागते...'' म्हणत त्यानं इकडंतिकडं पाहिलं. रस्त्यालगतच नारळीची बाग होती. जवळपास कुणीच नव्हतं. तो हळूच कुंपणातून वाट काढत आत शिरला. तिथल्या खोपीलगत उतरवलेले नारळ होते. एका काठीनं त्यानं एकेक करून तीन नारळांचे डोळे फोडले आणि त्यातलं पाणी गटागटा नरड्यात ओतलं. खोबऱ्याचीही आशा होती; पण कुणीतरी येऊन पकडायचं भयही होतं. त्यामुळे नारळ तिथंच टाकून तो पुन्हा कुंपणातल्या वाटेनं बाहेर पडून रस्त्याला लागला. रस्त्यात भेटलेल्या एका गुराख्यानं त्याला एक बिडी दिली. आपल्या खर्चानं, विकत घेऊन बिडी ओढणाऱ्यांपैकी अप्पण्णय्या नसला, तरी कुणी फुकटात दिली तर तो सोडतही नव्हता. मळ्याला आग लागल्याच्या घटनेनंतर त्यानं ते सोडूनच दिलं होतं. फुकटात मिळालेली बिडी मात्र तिथल्या तिथं ओढून तिथेच थोटूक टाकून येत होता.

३

तो गावी पोचला तेव्हा संध्याकाळचे चार वाजले होते. तो घरी पोचला तेव्हा नुकतेच पटेल शिवेगौडा, त्याचा मेहुणा शानभोग हिरीगौडा येऊन बसले होते. हा

येताच शिवेगौडानं बोलायला सुरुवात केली, "गंगव्वा, आता तर तू म्हणत होतीस तसा अप्पण्णय्याही आलाय. मला सांग, "माझ्या पैशांचं कसं काय करणारायस? की विसरूनच गेलाय?"

"कुठले पैसे?" गंगम्मानं विचारलं. काही क्षण तिला काहीच आठवलं नाही; मग शिवेगौडानंच आठवण करून दिली, "मुद्दल दोन हजार, त्यावरचं व्याज... त्याचे झाले एक हजार आठशे ऐंशी. इतकी वर्षं व्याजही दिलं नाही, त्याच्यावरचं व्याज धरलं तर वर सहाशे... म्हणजे एकूण चार हजार सहाशे ऐंशी रुपये झाले... एक महिन्यात माझे सगळे पैसे देऊन मला मोकळं करा. वायदा मोडलाय... पैसे दिले नाहीत तर मी कोर्टात जाईन!"

"काय हे! मुलानं काहीतरी पोरकटपणा केला म्हणून मी कुठून एवढे पैसे देऊ, शिवेगौडा?"

"पोरकटपणा म्हणताय! पण मी पैसे दिले, ते काय खोटं होतं? काय बोलताय तुम्ही! चेन्निंगय्या! तू तर शानभोगकी करतोस न्हवं? तू सांग, मी पैसे दिले ते खोटंय काय?"

चेन्निंगराय गप्प बसले होते. उठताना पुन्हा एकदा, "आणखी आठ दिवसांत सगळे पैसे दिले नाहीत, तर केस करेन... आता आणखी बोलायला काहीच राहिलेलं नाही..." असं सांगून शिवलिंगेगौडा निघून गेला.

गंगम्मानं विचारलं, "आता काय करायचं रे चेनिंगा?"

"मला काय ठाऊक?"

"तू शानभोग आहेस... तुला नको काय ठाऊक असायला?"

अप्पण्णय्या म्हणाला, "आमच्याकडून हा काय काढून घेणार आहे, बघू या... सांग, देणार नाही, म्हणून!"

"असं म्हणतोस?"

"तर! म्हण तसंच!"

"अम्मा, भूक लागलीय मला... आधी जेवायला वाढ... तो काय वसूल करतोय ते नंतर बघू या..."

गंगम्मा अप्पण्णय्याला वाढायला आत गेली. या संदर्भात कुणाला विचारलं तर योग्य ठरेल, याचा ती विचार करत होती. तिला रेवणशेट्टीचं नाव आठवलं.

या रेवणशेट्टीला गावकऱ्यांपैकी अनेकजण वकील शेट्टीच म्हणत होते. कुठल्या-कुठल्या खटल्यांच्या निमित्तानं तो वरचेवर 'तिपटूर'ला जायचा. लोक म्हणायचे, मोठमोठ्या वकिलांना सुचणार नाहीत, असे डावपेच याला माहीत आहेत.

गंगम्मा सरळ त्याच्या घरी गेली. त्याची बायको सर्वक्कानं सांगितलं, "ते नाहीत. कोडीहळ्ळीला गेलेत."

"तिकडं काय काम?"

"गंगम्मा! तुम्हाला ठाऊक नाही, असं काय आहे?" थोडं घुटमळत तिनं सांगितलं. "ते असू दे. भर उन्हाच्याच आलात! बसा. पाट घालते."

पाटावर बसून गंगम्मानं शिवेगौडा येऊन गेल्याचं आणि त्याआधी मागं जमीन गहाण ठेवून पैसे काढल्याचं सांगितलं. जमीन गहाण टाकल्याचं तर सगळ्या गावालाच ठाऊक होतं. सर्वक्का म्हणाली, "तर मग त्याचे पैसे तुम्ही आधीच द्यायला पाहिजे होते, होय की नाही? इतक्या दिवसांत का नाही दिले?"

"ते काही खाल्ले नाहीत-प्यायले नाहीत! मग कशाला द्यायचे?"

यावर काही चपखल बोलण्याइतकं सर्वक्कालाही समजलं नाही. ती तिशीची होती. एव्हाना तिला पाच मुलं झाली होती; शिवाय तीन मुलं वारली होती. दोन वर्षं झाली; तिला पुन्हा दिवस राहिले नव्हते. अप्पण्णय्याकडून जेव्हा मळ्याला आग लागली होती, तेव्हा तिच्या नवऱ्यानं खोटा हिशेब सांगून पैसे सांगितल्याचं तिला ठाऊक होतं. हे अन्यायकारक आहे, असं तेव्हा तिनं नवऱ्याला बोलूनही दाखवलं होतं; परिणामी तिच्या दातकुटावर मार बसला होता.

त्या दोघींच्या इतर काही गप्पा व्हायच्या वेळी स्वत: रेवण्णा शेट्टीही आला. बगळ्यासारखा शुभ्र पंचा, पायांत रबरी चपला, इस्त्रीचा शर्ट, गळ्यात उठून दिसणारी सोन्याची साखळी, हाताच्या बोटांमध्ये उठून दिसणाऱ्या तीन-तीन लाल खड्यांच्या अंगठ्या, असा थाट करून आणि कोरून काढल्यासारख्या मिशांचा रुबाब दाखवत आलेल्या रेवण्णा शेट्टीला पाहताच गंगम्माला तर शिवण्णेगौडाकडून पैसे जिंकून घेतल्यासारखं वाटलं. तेवढा विश्वास वाटून तिनं सगळी हकिकत त्याच्या कानावर घातली.

सगळं ऐकून घेतल्यावर तो म्हणाला, "काय वाटलं त्याला? तो काय फुकटचा माल आहे, त्यानं लंपास करायला? काय हा अन्याय! तो कोर्टात जाणाराय काय? जातोस तर जा म्हणावं! तिकडं जाऊन काय वसूल करतोयस ते कर, म्हणावं! तिपटूरच्या मोठ्या वकिलांशी माझी चांगली ओळख आहे...!"

आता गंगम्माला चेव आला. तिनं पुन्हा विचारलं, "तर मग मी तसं त्याला सांगून येऊ?"

"जा, सांगून या. ठणकावून सांगून या... अजिबात घाबरू नका! पुढचं सगळं मी बघून घेतो..."

"जाते... पण तूही चल माझ्याबरोबर!"

'नको! ते बरोबर दिसणार नाही. मला माझं काम मागं राहून करायचंय आणि तुम्हाला कसली भीती? भोवतालच्या चोपन्न गावांमध्ये गंगम्मांसारखी घट्ट-मुट्ट बाईच काय, पुरुषही नाही, म्हणतात! तुम्हाला घाबरायचं काय कारण?"

या बोलण्याचा मात्र अपेक्षित परिणाम झाला. तीही चेवानं म्हणाली, "मी काही भेदरट-पादरट बाई नाहीये!" आणि सरळ उठून शिवेगौडाच्या दारात जाऊन उभी राहिली. तिनं आरडाओरडा सुरू केला, "माझा नवरा शानभोगकी करत होता... तेव्हा कुत्र्यासारखा होतास की रे गौडा! आता अन्यायानं कोर्टात जायची भीती घालतोस? कोर्टच काय... दिवाणांपर्यंत जा तू! मी पण वकील देईन! आमच्याकडून एक दमडीही काढून घेता येणार नाही तुला... बाईमाणूस म्हणून मी काही घाबरून बसणारी बाई नाहीये..."

शिवेगौडानं बाहेर येऊन विचारलं, "काय हे गंगम्मा! दोन जिभेच्या सापासारखं बोलू नका! जे काही न्यायाचं आहे, तेच मी सांगितलंय... तुम्ही तुमचा शब्द फिरवू नका..."

"का? मी काय सापासारखं बोलले? मलाही अडीअडचणीला मदत करणारी माणसं आहेत! मी काही अनाथ बेवारशी नाहीये!" अशी बडबड करत गंगम्मा घरी परतली.

ती घरी परतली तेव्हा रेवणशेट्टी घरी येऊन बसला होता. तिचा अवतार बघताच तिनं शिवेगौडाला काय सांगितलं असेल, याचा त्याला अंदाज आलाच. तो म्हणाला, "अम्मा, तुम्ही आणि तुमची दोन्ही मुलं, तिघांनाही अधूनमधून गाडी जुंपून तिपटूरला यावं लागेल; किमान चार वेळा तरी. तिथं जाऊन जज्जच्यासमोर जोरात, हा अन्याय आहे," असं सांगितलं तर केस तुमच्या बाजूनंच होईल. एकंदरीत पाच एकशे रुपये खर्च केले की पुरेत!"

"तिपटूरला जायला हरकत नाही; पण तिथे जेवणाखाण्याचं काय?" अप्पण्णय्यानं विचारलं.

"हाटेलं आहेत की!"

हॉटेल म्हणताच त्याच्या तोंडाला पाणी सुटलं. कांद्याची आमटी, भाजी, नारळाची चटणी, दही, मसाला-दोसा... तो तत्परतेनं म्हणाला, "होय... होय! तिपटूरला जाऊन केस लढवू या..."

आईनं थोरल्याला विचारलं, "काय म्हणतोस रे शानभोगा!"

चेन्निगराय म्हणाले, "कुणातरी हुशार माणसाला विचारायला पाहिजे."

एकंदरीत शिवेगौडानं यांच्यावर केस घातली, मग हे तिघंही रेवणशेट्टीबरोबर गाडी जुंपून तिपटूरला गेले. तो त्यांना एका वकिलाकडे घेऊन गेला. मोठे वकील म्हणत त्यानं ओळख करून दिली. रेवण्णशेट्टीनंच केस समजावून सांगितली. त्या वकिलानं सगळं ऐकून घेतलं. अडाणीपणाबद्दल यांनाच दोष दिला. नंतर म्हणाला, "यावर मायनर मुलांच्या सह्या आहेत... गहाण ठेवलेली जमीन वडिलोपार्जित आहे... पैसे देऊन साक्षीदारांच्या सह्या करून घेतलेल्या आहेत, एवढं सगळं

असताना केस जिंकता येणार नाही काय?'' वकीलही म्हणाले, ''का नाही?''

पहिल्या दिवशी यांनी सोनं विकून दोनशे रुपये आणले होते, रेवण्णशेट्टीनीच सांगितलं, ''सगळ्यांच्या समोर पैसे दिले तर ते हातही लावणार नाहीत!'' त्यानं एकशे पंचाहत्तर रुपये आपल्याकडे मागून घेतले आणि एकटाच वकिलाच्या घरी जाऊन हिशेब चुकता करून आला. अप्पण्णय्या हॉटेलात जेवलाच; त्याशिवाय त्यानं त्याच बैठकीत तीन मसाला दोसेही संपवले. शानभोग चेन्निंगरायांनाही हॉटेलचा चांगलाच परिचय होता. वर्षातून किमान चारदा द्यावरसय्याच्या समवेत तिपटूरला ये-जा करून इथलं खाणं मनापासून खाणारे. त्यांनी खारा-शेव-रव्याचा लाडू-म्हैसूरपाक यावरच पोट भरून घेतलं. विधवा गंगम्मानं घरातून आणलेल्या गूळ-पिठाबरोबर चार केळी खाल्ली.

४

नंजूला मुलगा झाला. बारशासाठी आलेल्या चेन्निंगरायांनी आईनं सांगितल्याप्रमाणे बाळाचं नाव रामण्णा ठेवायला सांगितलं. या खेपेला ते सासऱ्याच्या घरी फार दिवस राहिले नाहीत; कारण पोलीस खात्यात नोकरी केलेल्या मेहुण्याविषयी, कल्लेशविषयी असलेलं भय; शिवाय त्याची बायको कमलूही सतत हिडीस-फिडीस करतच बोलत होती.

तीन महिन्यांचं बाळंतपण संपवून गावी परतल्याच्या दुसरे दिवशीच नंजूला शिवेगौडानं तिपटूरच्या कोर्टात घातलेल्या केसविषयी समजलं. शिवेगौडाकडून घेतलेल्या कर्जाविषयी तिला आधीच ठाऊक होतं. जमीन गहाण ठेवून, त्यावर दोन हजार रुपये काढले आणि दंड भरल्याची हकिकत लग्न झाल्यावर महिनाभरातच पाणवठ्यावर तिच्या कानावर आली होती. त्यासंदर्भात आपण होऊन घरात कुणाला विचारणं शक्य नव्हतं. एकदा नवऱ्याला विचारलं तेव्हा त्यानं, ''तुला काय करायचंय हे घेऊन? उगाच यजमानकी करायला जाऊ नकोस! मुकाट्यानं पडून राहा...'' असं बजावलं होतं.

शानभोगकीचा हिशेब लिहायला सुरुवात केल्यानंतर तिला गहाण ठेवलेल्या जमिनीचा काय परिणाम होईल, याची कल्पना आली होती. तेव्हाही तिनं एक दिवस हा विषय काढायचा विचार केला होता. पण त्याच सुमारास अप्पण्णय्या भावजयीच्या पेकाटात लाथ मारून पळून गेला होता. सासू , 'या दळभद्री छिनालच्या पायात माझा मुलगा देशोधडीला लागला...'' म्हणून आरडाओरडा करत होती. अशा

परिस्थितीत हा विषय काढला तर काय घडेल, याची तिला एवढ्या दिवसांत कल्पना आली होती. त्या भीतीपोटी तिनं मनातले विचार दाबून टाकले होते. पाठोपाठ बाळंतपणासाठी माहेरी जायचे दिवसही आले होते आणि ती आता बाळंतपण उरकून घरी परतत होती. आता पाहिलं तर सगळं प्रकरण कोर्टात गेलं होतं! त्यासंदर्भात नवऱ्याशी बोलायला गेली तर तो, "त्या भडव्याला एक दमडीही देणार नाही... उलट कोर्टात त्याच्याकडूनच पैसे उकळेन!" याव्यतिरिक्त काही बोलायला तयार नव्हता!

तिनं तरीही संयमानं विचारलं, "केस जिंकू असं तुम्हाला कुणी सांगितलं?"

"रेवणशेट्टींनी!."

"पण रेवणशेट्टींच्या बोलण्यावर कसा विश्वास ठेवायचा? ते कसे आहेत, हे तुम्हाला ठाऊक नाही काय?"

"गाढवीच्चे! त्याला नावं ठेवतेस? ही तुम्हाला असं-असं म्हणत होती म्हणून सांगतो बघ उद्या त्याला!"

यावर काही बोलण्यात अर्थ नाही, हे तिला कुणी नव्यानं सांगायची गरज नव्हती; तरीही इतक्या दिवसांनी घरी आलेल्या घरच्या सुनेला त्याचं बोलणं ऐकून डोळ्यांत पाणी येणं स्वाभाविकच होतं म्हणा! त्यानंतर तिनं कधीच तो विषय काढला नव्हता; तरीही या विषयाचं गांभीर्य अधूनमधून तिला अस्वस्थ करत होतं. रेवणशेट्टी पत्त्याचा जुगार खेळतो व दारू पितो, अशीही बातमी होती. त्याची रस्त्यानं जाताना बायकांकडे वळणारी नजर तर वाईट असल्याचं कुणाही नुकत्याच पदर आलेल्या मुलीला कळण्यासारखं होतं. त्याची बायको सर्वक्काचं दुःख तर गावातल्या सगळ्या बायकांनाच ठाऊक होतं. यातलं काहीही गावातल्या पोरासोरांपासूनही लपलेलं नव्हतं.

एकदा भांडी घासायला पाणवठ्यावर गेलेली असताना रेवणशेट्टीची थोरली मुलगी रुद्राणी शेजारच्याच दगडावर भांडी घासत होती. तिला हिनं विचारलं, "रुद्राणी, तुझी आई घरीच आहे काय?"

"होय."

"तुझे अप्पाजी?"

"नाही, ते गावाला गेलेत." तो पत्ते खेळायला गेला, हे सगळ्यांनाच ठाऊक होतं.

"तर मग तुझ्या आईला मी बोलावलंय म्हणून; मी सांगते त्या जागी पाठवशील काय? तुझी भांडी असू देत इथंच; माझं लक्ष आहे. तू घरी थांब, तिला पाठवून दे."

दहा मिनिटांत सर्वक्का आली. एक-दोन मिनिटांत परस्परांची बाकी चौकशी केल्यानंतर नंजम्मानं एकवार भोवताली नजर टाकली आणि कुणी नाही, याची खात्री

झाल्यावर विचारलं, "हे बघा, मला एक गोष्ट विचारायची आहे, कुणालाही कळू देऊ नका... तुम्ही सांगायला पाहिजे!"

"काय? विचारा की!"

"तुमच्या यजमानांनी आमच्या घरातली केस चालवतो म्हणून सांगितलंय की नाही; ती खरोखरच जिंकून देतील काय?"

"नंजम्मा! हा पुरुषांचा मामला! आपल्याला काय समजतोय? काय करायचंय ते आपल्याला घेऊन?"

"तसं नाही... तुम्हाला जे काही ठाऊक आहे, जे समजतंय ते मला सांगा!"

सगळीकडे एकदा नजर फिरवून सर्वक्का म्हणाली, "आमच्या शेट्टींना समजलं तर माझा जीवच घेतील! कुणाला पण सांगणार नाही, अशी या गंगामाईची आण घेऊन सांगा!"

नंजम्मानं पाणी हातात घेऊन तशी शपथ घेतली.

"वळचूरहळ्ळीच्या निंगप्पांच्याकडून यांनी मी केस जिंकून देतो, असं सांगून पैसे घेतले होते म्हणे! नंतर एक दिवस ते आमच्या दारात येऊन आईमाईवरून आमच्या शेट्टींना शिव्या घालत होते... तेव्हा ते शिव्याशाप देताना सांगत होते... शेट्टींनी केसचं कारण सांगून त्यांच्याकडून पैसे खाल्ले होते... तो आईमाईवरून शिव्या घालत... मुलाबाळांना शिव्याशाप घालत... घरादाराचं तळपट होऊ दे, म्हणून तळतळाट करत गेले... यांना पैसे लावून पत्त्याचा जुगार खेळायचा नाद लागलाय... म्हणून असलं सगळं करतात."

नंजम्माच्या अंदाजाप्रमाणेच ती बिचारी बोलत होती. अशा माणसाच्या तावडीतून बाहेर येऊन जमीन कशी वाचवायची, हा तिच्यापुढचा मोठा प्रश्न होता. सर्वक्काला सगळ्या परिस्थितीचा अंदाज आला होता. एक निःश्वास टाकून ती म्हणाली, "काय करायचं? तुमचं-माझं नशीब सारखंच आहे बघा! आमच्या शेट्टींना दुसऱ्यांना लुबाडायची बुद्धी आहे... तुमच्या यजमानांना बुद्धीच नाही! तुम्हालाही सुख नाही, मलाही सुख नाही! निघते मी... मी सांगितलं ते कुणालाही सांगू नका... तुम्ही 'गंगामाई'ची आण घेतलीय!" एवढं सांगून भांडी घेऊन ती घरी परतली.

त्या रात्री नंजम्माच्या डोळ्याला डोळा लागला नाही. सकाळ होताच तिनं एक कागद घेतला. पाकिटावर माहेरचा पत्ता लिहून भावाला पत्र लिहायला घेतलं. सुरुवातीला क्षेम-समाचार लिहून झाल्यावर केसची थोडक्यात हकिकत कळवून, लगोलग येऊन जायलाही कळवलं. नंतर खरकटी भांडी घेऊन पाणवठ्यावर गेली. भांडी घासताना तिची नजर आजूबाजूला फिरत होती. तिथं कुणी भेटलं तर त्यांच्या हाती चिठ्ठी माहेरी पाठवायची तिची इच्छा होती; पण तिथं कुणीच नव्हतं. पण मादेवय्या आपल्या झोळीत बिल्वपत्र आणि फुलं गोळा करून तिच्याच दिशेला येत

होते. तिच्या मनात नेहमीच मादेवय्यांविषयी आदरभक्ती होती. ते अलीकडे घराकडे येत नसले, तरी त्यांनाही या थोरल्या सुनेच्या माहेराविषयी आस्था होती. नंजम्मानं त्यांना हाक मारून बोलावलं. कुणी नाही, हे बघून तिनं लुगड्याच्या केळीत लपवून आणलेलं पत्र त्यांच्याकडे टाकलं आणि म्हणाली, "वाचा! तुम्हाला सगळं समजेलच. काहीतरी करून हे माझ्या कल्लेशण्णाला पोचवायला पाहिजे... कुणालाही समजता कामा नये!" आणि पुन्हा खालच्या मानेनं भांडी घासू लागली.

मादेवय्यांनी तो कागद उचलून आपल्या झोळीत ठेवला आणि "बरंय माई..." म्हणत ते निघून गेले. त्या दिवशी ते कोरान्न-भिक्षेसाठी गावात फिरले नाहीत. दुसऱ्या कुठल्यातरी गावाला गेलेत, असं कुणीतरी सांगत होतं.

दुसरे दिवशी दुपारीच कल्लेश पायी चालत बहिणीच्या घरी आला. घरात बहीण-भावाला बसून निवांतपणे बोलता येईल, असा एकही कोपरा नव्हता. अशा वेळी कुठंतरी चोरून भावाला सगळी हकिकत सांगून आणखी गैरसमज वाढवण्यापेक्षा तिनं सगळ्यांच्या समोरच विषय काढला. घडलेलं सगळं सांगून झाल्यावर तिनं पुढं काय करावं, असं विचारलं.

एव्हाना हिनं कुणाकरवी तरी निरोप पाठवून भावाला बोलावून घेतल्याचं गंगम्माच्या डोक्यात आलं नव्हतं. या पोलीस खात्याशी संबंध असलेल्या पाहुण्याशी बोलायचं नाही, म्हणून ती गप्प बसली होती. यांनी 'गहाणपत्रात' नेमकं काय लिहिलं होतं, हे कल्लेशला ठाऊक नव्हतं. शानभोग मेहुण्यांना विचारलं तर, "मला माहीत नाही... शिवलिंगेगौडानंच लिहिलंय..." हे त्यांचं उत्तर!

मग मात्र कल्लेशनं विचारलं, "काहीच माहीत नाही; तर मग कोर्टात का गेलात?"

उत्तर मिळालं, "रेवण्णाशेट्टींची वकिलांशी ओळख आहे... ते वकील सांगतात, केस नक्कीच आपल्यासारखी होणार म्हणून!"

नंजम्मानं आपल्याला ठाऊक असलेली रेवण्णाशेट्टीविषयीची माहिती धैर्य करून सांगितली. नंतर म्हणाली, "त्याच्यावर विसंबून राहिलं; तर संसार बुडालाच म्हणून समज! आता तूच यावर काय करायचं ते सांग!"

कल्लेश म्हणाला, "माझ्याबरोबर चला. शिवेगौडाकडे जाऊन त्या कागदात काय लिहिलंय ते बघू या," पण त्याच्याबरोबर जायची शानभोगांना भीती वाटली. ठाऊक होतं, आता गेलं तर तो कागद दाखवायच्या ऐवजी, "आता कशाला आलास? कोर्टातच दाखवतो की!" म्हणणार याची त्यांना खात्री होती. त्यामुळे ते गुर्मीतच म्हणाले, "त्या हलकट रांडेच्याच्या घरी कशाला जायचं? आम्ही केस जिंकणार आहोत! मला एवढंही समजत नाही की काय?"

कल्लेश भडकला. तो खरोखरच शिवेगौडाकडे गेला तेव्हा तेच अपेक्षित उत्तर

मिळालं. नंजम्मा म्हणाली, "तिमलापूरच्या द्यावरसय्यांना भेटलं तर?" त्या प्रमाणे तो पायात चपला घालून त्या गावाकडे चालू लागला.

तो दिसेनासा होताच इकडे गंगम्मानं सुनेला विचारलं, "कुणा याराकडून निरोप पाठवून भावाला बोलावून घेतलंस गं छिनाल? आज रात्री त्याच याराकडे झोपायला जाणार आहेस काय?"

हे ऐकताच नंजम्माला वाईट वाटलं, त्याचबरोबर पराकोटीचा रागही आला. एवढंच नव्हे, तर त्याआधी नसलेलं धैर्यही निर्माण झालं. ती म्हणाली, "तुम्ही करत होता वाटतं असले धंदे! म्हणून तुम्हाला असलं बोलायला सुचतंय! जिभेवर ताबा ठेवा! लहान वयात व्यवस्थित वळण लावलं असतं तर तुम्ही कशाला हे असलं घाणेरडं बोलला असता? तुमची मुलं का अशी झाली असती?"

"ऐकलंस काय चेन्नय्या! एक हाण बघू, या छिनाल रांडेला!"

नंजम्मा म्हणाली, "माझ्या वाटेला येऊन तर बघा! संध्याकाळी माझा कल्लेशण्णा येणाराय..."

चेन्नय्यांना तेवढं धैर्य झालं नाही, किंवा तेवढं करायचाही आळशीपणा, कोण जाणे! एवढं मात्र खरं, चेन्निंगराय जागेवरून उठले नाहीत एवढं मात्र खरं! गंगम्मानं अप्पण्णयालाही हे करायला सांगितलं नाही. तिनं सांगितलं असतं तरी त्यानं दुसऱ्यांदा ते धैर्य दाखवलं नसतं बहुतेक.

कल्लेश त्या दिवशी परतला नाही. दुसरे दिवशी द्यावरसय्यांना घेऊन तो शिवेगौडांच्या वकिलाला भेटून आणि सोबत घेऊनच आला होता. यांची सगळीच जमीन त्यानं लिहून घेतली होती आणि त्यावर पक्षकारांच्या सह्याही होत्या. त्यामुळे कोर्टात काय होणार, याचा त्यांनी अंदाजही सांगितला होता. तेच यांच्या सगळ्यांच्या समोरही सांगायला सांगितलं.

गंगम्मा, चेन्निंगराय आणि अप्पण्णय्याला समोर बसवून कल्लेशनं सांगितलं, "एवढे पैसे कुणीही सोडणार नाही. कोर्टात जाऊन जो खर्च होईल, तोही कुणी सोडणार नाही; उलट समोरासमोर बसून त्यालाच थोडी विनंती करून रक्कम थोडीफार कमी करायला सांगता येईल. सगळं मिळून पाचेक हजारात मिटणार असेल तर एखादा जमिनीचा तुकडा विकून प्रकरण संपवून टाकलेलं बरं... अथवा त्यालाच घे म्हणून सांगून बाकीची जमीन तरी वाचवता येईल. चला, त्याच्या घरी जाऊ या."

हा सल्ला गंगम्माला अजिबात मान्य झाला नाही; पण कल्लेशनंही सोडलं नाही. त्याचबरोबर द्यावरसय्यांनीही चेन्निंगरायांना हाच विवेक सांगितला. शेवटी गंगम्मा, तिची दोन्ही मुलं, कल्लेश आणि द्यावरसय्या हे सगळे शिवेगौडाच्या घरी गेले. हे आपण होऊन आलेले बघून साहजिकच तो चढून गेला. पण कल्लेश आणि

द्यावरसय्यांनी मोठ्या संयमानं एकेक करून त्याला बऱ्यापैकी पटवत आणलं होतं. शिवेगौडा एकवार गंगम्माकडे वळून म्हणाला, "काय म्हणता बाई! मला कुत्र्याचं पिल्लू म्हणालीस, तुमच्याकडून एक दमडीही काढून घेता येणार नाही, म्हणून टेंभा मिरवत होतीस! आता कशी माझ्या दाराशी आलीस! लाज नाही का वाटत?"

"अम्मा! आता तुम्ही संयम बाळगायला पाहिजे!" द्यावरसय्यांनी गंगम्माला बजावलं; पण त्याआधीच गंगम्मा भडकून म्हणाली, "काय रे ए... इथं घेऊन जाऊन माझा अपमान करायचा तुझा डाव आहे काय! तुझी लायकी काय ते माहीत आहे रांडेच्या..."

"तर मग माझ्याकडून काय वसूल करणारायस ते कर!"

"तू दिले नाही तर कोर्टातून वसूल करते बघ! माझ्याशी ये-जा करून उद्धटासारखा बोलतोस? जा जा! अप्पण्णय्या-चेन्निंगा! चला घरी... याच्या दारात कशाला राहायचं? का? खऱ्या बापाचीच मुलं आहात न्हवं तुम्ही?"

अप्पण्णय्या चटकन उठून आईच्या शेजारी उभा राहिला. गंगम्मा थोरल्याला म्हणाली, "काय रे चेनिंगा! तू तिथंच बसणारायस? तू नाहीस काय खऱ्या बापाचा? उठ, उठ!"

आता शानभोग चेन्निंगरायांचाही मान फडा काढून उभा राहिला. आपण खऱ्या बापाचेच आहोत, हे इतक्या सगळ्या माणसांसमोर कसं सिद्ध करून दाखवायचं, हाही प्रश्न होताच! तोही उठला आणि ते तिघंही घराकडे निघून गेले. कल्लेश आणि द्यावरसय्या तिथंच थांबले; पण शिवेगौडानं त्यांना बोलायची संधी दिली नाही. तो म्हणाला, "या बयेला एवढी मस्ती असेल तर माझं काय आहे! यांना भिकेला लावलं नाही तर मीही खऱ्या बापाचा म्हणवून घेणार नाही! कोर्टात केस हरलो तर भर कोर्टात माझ्या छाताडावर लाथ मारून मला भांचोद म्हणून तुडवून काढा! चीफ-कोर्टापर्यंत जावं लागलं तरी मी आता मागं हटणार नाही! महाराजांकडे जावं लागलं तरी थांबणार नाही! त्या हलकट रेवण्णाच्या जिवावर उड्या मारताय की नाही... दाखवतो! माझीही ताकत!"

एवढं झाल्यावर कशाही प्रकारे प्रकरण मिटवणं शक्य नाही, हे या दोघांच्याही लक्षात आलं. तेही घराकडे परतले. घराच्या पडवीत बसून गंगम्मा लाखोली वाहतच होती. शानभोग चेन्निंगराय निवांतपणे तंबाखू मळून चिमूट तोंडात सारत होते. मातृभक्त अप्पणय्या शिवेगौडाच्या बायकोचं मुंडन करायच्या गोष्टी करत होता.

एकूण प्रकारामुळे कल्लेशचा संयम संपुष्टात आला होता. तो त्या तिघांकडे येऊन म्हणाला, "तुम्हा मूर्खांना स्वतःची बुद्धी नाही! आमच्यासारख्यांनी काहीतरी मार्ग काढायचा म्हटलं तर ते पटत नाही! ए थेरडे! तू मरेपर्यंत या घराचं काहीही भलं होणार नाही! सगळं जग सोडून तुमच्यासारख्या घरी माझ्या बहिणीला दिलं,

त्या माझ्या बापाला खेटरानं बडवून काढायला पाहिजे!''

गंगम्माच्या सर्वांगाचा तिळपापड झाला होता. घरी आल्या-आल्या आपल्या पाया न पडणारा हा पाहुण्याचा मुलगा असं बोलला तेव्हा तिचा संताप आणखी टोकाला गेला. ती ओरडली, ''हलकट रांडेच्या! मला मर म्हणतोस? तुला कुणी बोलावून घेतलं रे? त्याच रांडेबरोबर झोपायला आलास काय? ए अप्पण्णय्या! बघतोस काय! दोन थोबाडीत ठेवून दे त्याच्या!''

पण हे अप्पण्णयाला जमणं अशक्य होतं. कल्लेशच म्हणाला, ''पापी छिनाल! तुझ्या या बोलण्यामुळे तुझी जीभ झडून जाईल! शिवलिंगेगौडाकडून शानभोगकी काढून घ्यायच्या वेळी तुमची कुठं गेली होती ही मस्ती?''

नंतर आत जाऊन तो नंजूला म्हणाला, ''नंजू! या असल्या रांडलेकांबरोबर कसला संसार करत राहतेस? मुलांना घेऊन आत्ताच्या आत्ता चल माझ्याबरोबर! तुला आणि तुझ्या मुलांना दोन वेळचं अन्न द्यायला मला काही कमी नाही.''

नंजू शांतपणे उभी होती. कल्लेश पुन्हा म्हणाला, ''कशाला उभी राहिलीस? चल म्हटलं ना?''

''अण्णा! रागाच्या भरात काही करू नये. आत ये... बैस...''

''या भोसडीच्या घरातलं पाणीही पिणार नाही मी!'' म्हणत त्यानं खुंटीवर अडकवलेली पिशवी काढून घेतली व पायात वहाणा चढवल्या आणि बाहेर पडला. ती, ''अण्णा... असं काय करतोस? माझं ऐक...'' म्हणत राहिली तरी तो थांबला नाही. शिवेगौडाच्या घरी जे काही घडलं ते या क्षणी नंजूला सांगायला गेलं तर पडवीतले तिघंही काय करतील, याचा काहीसा अंदाज आल्यामुळे द्यावरसय्याही काही न बोलता, लगोलग तिथून बाहेर पडले.

५

घडल्या प्रसंगामुळे नंजम्माच्या मनात मात्र याआधी नव्हतं एवढं धैर्य निर्माण झालं होतं. तिच्या मनात आलं, सातूच्या वडिलांना सगळं कळवलं तर निदान ते तरी येऊन यांना काहीतरी शहाणपण सांगतील. एक अंधूक आशा निर्माण झाली. पण कसं करावं हे तिला समजत नव्हतं. कल्लेश तिचा भाऊ होता. त्याला पत्र लिहिता आलं; पण या पाहुण्यांना कसं लिहायचं? तिनं विचार केला, जावेचे वडील म्हणजे आपल्यालाही वडिलांच्याच जागी.

एका दुपारी, घरातले सगळे ढाराढूर झोपले होते. पार्वती बाहेर खेळत होती.

ही संधी साधून एका कागदावर तिनं सगळं लिहून काढलं. कडूर जिल्हा, कसवा तालुका, नुग्गीकेरे गावाचे श्यामभट्ट हा पत्ता तिला ठाऊक होता. आठवड्यातून एकदा कंबनकेरेहून पोस्टमन वासप्पा यायचे. या गावी आल्याची साक्ष म्हणून ते शानभोगांकडून सही घेऊन जावं लागे. त्या निमित्तानं त्यांचं दर आठवड्याला येणं होत असे. नंजम्माचाही त्यांच्याशी परिचय होता.

त्या आठवड्याला ते आले तेव्हा घरात आणखी कुणीच नव्हतं. मुलंही झोपलेली होती. ही संधी साधून नंजम्मानं विचारलं, ''वासप्पा, मला एक पाकीट पाहिजे. माझ्याकडे पैसे नाहीत. खोबऱ्याच्या दोन वाट्या दिल्या तर चालेल काय?''

''अम्मा! मी येतो त्या प्रत्येक वेळी तुम्ही खायला देता. तुमच्याकडून खोबरं घेऊन लखोटा देऊ? तेवढी काही याची किंमत नाहीये. घ्या.''

''आणखी एक म्हणजे, हे कुणालाही सांगू नका. तुम्हाला आमच्या घरातली केस माहीत आहेच. माझ्या दिराच्या सासऱ्यांना यायला लिहिलंय.'' म्हणत तिनं पत्र त्यांच्या हाती देऊन पत्ता सांगितला. पत्ता लिहून चिकटवलेलं ते पाकीट त्यांनी आपल्या खाकी कोटाच्या खिशात ठेवून दिलं. शानभोग चेन्निंगराय देवळात मादेवय्या किंवा आणखी कुठं तरी तंबाखू चघळत बसले असतील, हे त्यांनाही ठाऊक होतं. तिथंच जाऊन सही घेतो, असं सांगून ते निघाले.

ते निघून गेल्यावर नंजम्माला आपण काहीतरी चुकीचं केल्यासारखं वाटू लागलं.

त्यांनी आपल्याला आईपासून वेगळं राहायचं असेल तर बायकोला घेऊन जा, असं सांगितल्याचं गावाहून परतल्यावर काही दिवसांनी अप्पण्णय्यानं गंगम्माला सांगितलं होतं. त्या वेळी, ''हा मादरचोद माझं घर फोडायला निघालाय काय?'' म्हणत ती बरेच दिवस आरडाओरडाही करत होती. त्यानंतर तिपटूरचे प्रवास घडू लागले आणि तिला त्याशिवाय दुसरा कुठला विषय सापडेनासा झाल्यामुळे त्या पाहुण्यांचं नाव घरात निघत नव्हतं. आधीच मनात राग खदखदत असताना जर हे पाहुणे समोर आले तर काय घडेल, याची तिला कल्पना होती. अशा वेळी त्यांना निरोप पाठवून मोठ्याच भांडणाला निमंत्रण दिल्यासारखं झालं!

पण तिचंच मन सांगत होतं आपलं वागणं संपूर्णपणे चुकीचंही नाही.

पत्र पाठवून दहा-बारा दिवस झाले होते. दुपार उलटत असताना चारच्या सुमारास श्यामभट एकटेच आले. गंगम्मा घरात नव्हती. अप्पण्णय्याही गाईच्या पाठोपाठ गोऱ्हा जावा तसा तिच्या मागोमाग गेला होता. चेन्निंगराय घरातच होते. ते येताच त्यांना हात-पाय धुवून जेवायला वाढत असताना नंजम्मानं त्यांना खटल्याविषयी सगळं सांगितलं. आपला भाऊही याच संदर्भात येऊन गेल्याचंही त्यांच्या कानांवर घातलं. पाहुण्यांना आपली बायको हे सगळं सांगत असल्याचा

शानभोगांना राग आला होता. पण पाहुण्यांच्या समोर तिला रागावण्याइतकं धैर्य नसल्यामुळे, किंवा कदाचित शरम वाटल्यामुळे असेल; ते अंगणातच बसून तोंडातला मुखरस न थुंकता, तोंडातच सांभाळून होते.

जेवण झाल्यावर श्यामभट हात धुवून बाहेर आले. तपकिरीची चिमूट नाकपुडीत सारत असताना गंगम्मा हिरवी पानं-पाचोळा घेऊन परतली. तिच्या पाठोपाठ अप्पण्णय्या वासराचं दावं धरून गोठ्याकडे गेला.

या पाहुण्याला पाहताच गंगम्माचा संताप मस्तकात शिरला. ‘‘माझ्या लेकराला माझ्यापासून दूर करायला बघत होता हा घरभेदी हरामखोर! आणि आता कसा निर्लज्जासारखा माझ्या दाराशी आलाय! बघतेच याच्याकडे...’’ असं मनाशी म्हणत ती आत गेली, हातातला भारा स्वयंपाकधरात टाकला. नंतर पूर्ण तयारीनिशी बाहेर येऊन पाहुण्यासमोर उभी राहून म्हणाली, ‘‘काय रे ए! माझ्या लेकराला माझ्यापासून तोडायला आलास काय? ब्राह्मणांच्या साक्षीनं लग्न लावून दिलंय... ते मोडायला आलास?’’

आपली विहीण किती फटकळ आहे, याची श्यामभटांना कल्पना होती. तरीही ती आपल्यासमोर उभी राहून असं बोलेल, हे त्यांना अपेक्षित नव्हतं. काही क्षण त्यांना काय बोलावं, ते सुचलं नाही. नंतर ते म्हणाले, ‘‘हे पाहा! तुम्ही संयम ठेवून बोलायला पाहिजे. तुमचा मुलगा तुमच्यासोबत राहिला तर आम्हाला पोटदुखी नाही. पण मी आता आलोय, ते वेगळ्याच कामासाठी. कोर्टात जाऊन तुम्ही तुमची सगळी जमीन गमावू नका, हे सांगायला आलोय. जरा विचार करून विवेकानं वागा...’’

त्यांचं बोलणं पुरं व्हायच्या आधीच गंगम्माला हे येण्यामागची कारणमीमांसा चमकून गेली. ती तरातरा स्वयंपाकघराच्या दारात जाऊन उभी राहिली आणि हातवारे करत म्हणाली, ‘‘काय गं ए रांडे! आधी भावाला बोलावून घेऊन त्याच्याबरोबर रंगढंग करून झाले... आता या थेरड्याला बोलावून घेतलंस काय! आज रात्री याच्याबरोबर मजा करणार काय? तुझी आग अजून निवाली नाही काय?’’ नंतर बाहेर जाऊन मुखरस थुंकून आलेल्या मुलाच्या पुढ्यात उभी राहून ती पुन्हा मुक्ताफळं उधळू लागली, ‘‘काय रे ए षंढा! खऱ्या बापाचा नाहीस काय तू? तुझ्या छिनाल बायकोनं या जाराला पत्र लिहून बोलावून घेतलंय! आज तू बाहेरच्या पडवीतच पड! तुझी बायको याच्याबरोबर माडीवर रंगढंग उधळू दे!’’

कानांवर दोन्ही हात ठेवून तोंडानं रामनामाचा जप करणाऱ्या श्यामभट्टांची नजर विहिणीकडे होती. एवढं बोलून झाल्यावर गंगम्मा बाहेर आली व अप्पण्णय्याला घेऊन रेवण्णशेट्टीच्या घराकडे गेली. कानांवरचे हात काढून श्यामभट चेन्निंगरायांना म्हणाले, ‘‘हे पाहा! तुम्ही घरचे यजमान आहात, म्हणून तुम्हाला सांगतोय.

घरातल्या मोठ्यांनीच असं मनात येईल तशी बडबड केली तर संसार कसा उभा राहील? आमची सातूही तुमच्या कुटुंबाचं, नंजम्मांचं कौतुक सांगत असते. खूप हुशार आहेत आणि स्वभावही चांगला आहे म्हणून! जर तिला, या घरच्या थोरल्या सुनेला माझ्यासमोरच अशा शब्दांत बोलत असतील तर धाकटीला, माझ्या लेकीला या काय-काय म्हणत असतील, हे समजू शकतं. आमच्याकडची माणसं, कुणीतरी सांगितलं म्हणून या घरी मी मुलगी दिली! आता काही उपाय नाही... आहे तसं निभावून न्यायला पाहिजे... समजतंय काय मी काय म्हणतो ते?''

शानभोगांनी ओरडून बायकोला सांगितलं, ''आणखी चार पानं आणून दे बघू!'' तिनं आणून दिल्यावर त्याला चुना लावून तोंडात सारलं, नंतर तंबाखू खाता-खाता ''हूं...'' म्हणाले.

श्यामभट म्हणाले, ''तुमचं घर फोडण्यात आम्हाला मुळीच रस नाही. तुम्ही घरचे यजमान आहात. तुम्ही सगळ्यात रस घ्यायला पाहिजे. आता हे कर्जाचंच बघा. नंजम्मा सांगताहेत तसं कुठल्यातरी एक-दोन जमिनी त्यांना देऊन टाका आणि सगळं कर्ज आणि त्यावरचं व्याज संपलं म्हणून कागद फाडून टाका. नंतर जे काही हातात राहील त्यावर तुम्हाला शांतपणानं जगता येईल, खरं की नाही?''

शानभोग तोंडातल्या तांबूलरसात विहरत होते. पाहुण्यांनी ''खरं की नाही?'' असं विचारल्यावर काहीतरी उत्तर देण्यासाठी म्हणून शानभोगांनी खालचा ओठ उचलून बोलायचा प्रयत्न केला; पण जमलं नाही. तेव्हा निरुपायानं ते उठले. ते बाहेर जाऊन पिंक टाकून येईपर्यंत वाट पाहून श्यामभटांनी पुन्हा विचारलं, ''बोला! काहीतरी सांगा...''

चेन्निंगरायांना काय बोलावं ते समजेना. बोलायची भीतीही वाटत होती. शेवटी बराच विचार करून एका निर्णयापर्यंत येत ते म्हणाले, ''मला ठाऊक नाही. तुम्ही आणि आमची आई; दोघंही बघून घ्या!'' आणि बाहेर निघून गेले.

श्यामभटांनी नंजम्माला विचारलं, ''ऐकलंस की नाही, अम्मा?''

नंजम्मा बाहेर येऊन म्हणाली, ''यांचा स्वभाव तुम्हाला चांगलाच ठाऊक आहे. तुम्ही तुमच्या जावयाला पकडून विचारा! म्हणावं, वाटण्याही होऊ द्या... आमच्या मुलीचा वाटा मिळू दे... कर्जही निम्मं फेडू... असं म्हणायला सांगा. अप्पणय्यानं हट्ट धरला तर थोडाफार तरी उपयोग होईल की काय कोण जाणे!''

''तुला माहीत नाही काय त्याची लायकी? हे कोर्टाचं प्रकरण मला ठाऊक नव्हतं; तरीही त्याआधीच आम्ही या निर्णयापर्यंत येऊन पोचलो होतो. एकुलती एक मुलगी आमची! कशीही सांभाळू तिला! दोन वेळचं अन्न काही कठीण नाही... पण या असल्या सासूच्या हाताखाली कशी पाठवणार नांदायला? बाळंतपण संपल्यानंतरही आम्ही तिला पाठवणार नाही.''

काय बोलावं ते न कळल्यामुळे नंजम्मा मुकाट्यानं उभी होती. त्याच वेळी घरात घुसलेली गंगम्मा सुनेला पाहताच पेटून उठली. म्हणाली, "झाली काय जाराबरोबर मजा मारून? तुझा नवरा तिकडं देवळात भजन ऐकत बसलाय! तुला इकडं मोकळं रान मिळालं!"

नंजम्माचाही संताप उफाळून आला. तसंच धैर्यही निर्माण झालं. म्हणाली, "तुम्ही तसलेच उद्योग करता वाटतं! म्हणून गरतींनाही तसंच बोलता! किडे पडतील तुमच्या तोंडात...! तोंड मिटताय की नाही?"

'छिनाल रांड! मला उलटून बोलतेस? माझ्या लेकराला सांगून तुझं मंगळसूत्र तोडायला लावते बघ! त्याशिवाय माझं नाव-गाव सांगणार नाही!" असा आरडाओरडा करत गंगम्मा देवळात गेली आणि मुलाच्यासमोर उभी राहून गरजली, "तू खऱ्या बापाचा रांडलेक असशील तर घरी चल... तुझ्या बायकोची दातकुट तोड... तिच्या गळ्यातलं मंगळसूत्र तोड बघू! माझ्या तोंडात किडे पडतील, म्हणाली छिनाल! बोल! तू खऱ्या बापाचा आहेस की नाही?"

एकतारी छेडत, "जागा हो बंधू... साप चावायच्या आधी..." गात असलेले मादेवय्या थांबले आणि तिकडे पाहत बसले. गंगम्मा पुन्हा तेच तेच बडबडत होती. हे ऐकून शानभोगही गोंधळून गेले. आपल्या जन्माचं पावित्र्य प्रत्यक्ष आपल्या आईलाच कसं पटवून द्यायचं, हे न समजून काही क्षण गोंधळून गेलेले चेन्निंगराय उठून उभे राहू लागले. शेजारीच बसलेल्या मादेवय्यांनी त्यांचा हात धरून पुन्हा खाली बसवत म्हणाले, "शानभोग! एवढा वेळ भजन ऐकत होता! कुठं गेली अक्कल?"

शानभोग गडबडले. काही न सुचून म्हणाले, "मरू दे तिकडं! तुम्ही पद म्हणा!"

मादेवय्यांनी पुन्हा तेच पद पुढे म्हणायला सुरुवात केली. गंगम्मा बडबडू लागली, "रांडेच्या! संन्याशाचं, रांडलेकाचं ऐकतोय... भडवीच्चा! जन्मदात्या आईची किंमत नाही मुडद्याला!" आणि बडबडत पुन्हा रेवण्णशेट्टीच्या घराकडे गेली.

इकडे श्यामभट नंजम्माला म्हणाले, "अम्मा! मला इथे येऊन काहीच उपयोग झाला नाही. निघतो मी. मलाही आणखी कामं आहेत. माझ्या मुलीला आणि नातीला मी सांभाळीन... तेवढं माझ्या हातात आहे..." म्हणत त्यांनी पिशवी आणि छत्री उचलली. नंजम्माला काय बोलावं ते सुचेना. ती म्हणाली, "ते असू देत, तुम्ही सातूला पाठवून द्या."

ते म्हणाले, "का पाठवू? तुला तर सगळं माहीत आहे." यावर मात्र ती काही बोलली नाही. गावाला निघाले तेव्हा नमस्कार करून बाजूला उभी राहिली. त्यांनीही

आशीर्वाद दिला, "दीर्घ सुमंगली भव... सकलसमंगळानि भवंतु..." आणि ते निघाले.

दारापाशी जाऊन नंजम्मा म्हणाली, "तिपटूरच्या अलीकडे तिमलापूर नावाचं गाव आहे... त्या गावात शानभोग द्यावरसय्या नावाचे एकजण आहेत. त्यांच्याकडे रात्री मुक्काम करून सकाळी पुढं जा. अंधारात तिपटूरपर्यंत चालू नका. वाटेत दरोडेखोर असतात. दोन-तीन गाड्या असल्या तरी अडवून मारहाण करून लुटतात."

सात

१

मुलगा रामण्णा वर्षाचा होऊन वर सहा महिने झाले होते. नंजम्मा पुन्हा गर्भार राहिली होती. या कोर्टाच्या प्रकरणात सगळी जमीन जाणार, याची तिला खात्री होती. आपलंच आपल्याला निभावेना, त्यात ही मुलं कशाला हवीत, असंही अनेकदा तिच्या मनात येऊन मन निराश होऊन जाई. पण दुसरीकडे ती बघत होती, माहेरी भावाचं लग्न होऊन इतकी वर्षं झाली, तरी त्या घरी अजून पाळणा हलला नव्हता. देवानं तिकडे दान दिलं नाही, हे आठवलं की ती स्वत:लाच बजावे, देव आपल्याला देतोय त्याला नाही-नको म्हणू नये!

याच काळात गावात दोन घटना घडल्या. पहिली घटना म्हणजे गावात प्लेग आला.

प्लेग ही काही गावाच्या दृष्टीनं नवी गोष्ट नव्हती. दोन-तीन वर्षांनी एकदा तो यायचाच. तो आला की गावाबाहेर शेड टाकून त्यात राहायला जायचं, याची गावकऱ्यांना सवयच झाली होती. त्याहीपेक्षा विशेष घटना म्हणजे त्या गावाला काशिमबड्डी सावकार नावाचे एकजण गहाणवटीचा व्यवहार करायला लागले होते. सोनं-नाणं-चांदी-तांबं-पितळ अशा प्रकारच्या कुठल्याही वस्तू गहाण ठेवून त्यावर कर्ज मिळू लागलं. त्यावर एका रुपयाला एका दिवसाला एक पैसा व्याज सावकार आकारायचा. ते मलबारकडचे मापिल्ले मुसलमान होते. लमाण्यांच्या लेंग्यासारख्या त्यांच्या पट्ट्यापट्ट्याच्या लुंग्या असायच्या. डोक्यावर टोकदार टोपी असायची. वय पन्नाशीचं. "एक पैसाच नाही काय? तेवढा तर आपण दाराशी आलेल्या भिकाऱ्याच्याही ओंजळीत टाकतो!" असं शिवेगौडानंच गावात पसरवलं आणि त्याचा धंदा चालेल, असं केलं. शिवेगौडाची गावात तीन घरं होती. त्यानंच त्यांना गावात राहायला

त्यातली एक जागा दिली होती. त्या छोट्याशा घरात एक मोठी लोखंडी पेटी होती. पेटी कसली? पेटाराच. त्या पेटाऱ्याच्या आधारानं त्यांनी व्यवहाराला प्रारंभ केला. वर्षाला अठरा रुपये घरभाडं ठरलं होतं. याव्यतिरिक्त त्यांच्या व्यवहाराशी शिवेगौडाचा कसलाही संबंध नव्हता. हे त्यानंच सगळ्यांना स्पष्टपणे सांगितलं.

काशिमबड्डी सावकार गावात येऊन दोन-चार महिने व्हायच्या आतच त्यांची सावकारी हात-पाय पसरायला सुरुवात झाली. शिवेगौडा प्रसंगी त्यांच्याकडून पैसे घेऊन कर्जाऊ द्यायला लागला. बाकी हिशेबाच्या बाबतीत एकदम चोख. काहीही फसवणूक नाही. व्याजाचा हिशेब करण्यातही काही अडचण यायची नाही. एका रुपयाला एका दिवसाला फक्त एक पैसाच ना! त्यामुळे ते गावात सगळ्यांनाच हवेहवेसे झाले होते. प्लेगमुळे गाव सोडायची पाळी आली तेव्हा काशिमबड्डींनाही शिवेगौडाच्याच शेतात, त्यांच्या शेडशेजारी वेगळं शेड घालून देण्यात आलं. तो लोखंडी पेटाराही त्यांच्याबरोबर शेडमध्ये आला. सगळा व्यवहार तिकडेच आला.

गंगम्माच्या कुटुंबानंही नेहमीप्रमाणे गावाबाहेर आपल्या शेतात शेड टाकली. नंजम्माचा तिसरा महिना चालला होता. उलट्यांचा त्रास होत असला, तरी घरातलं सगळं सामान बांधून शेडमध्ये आणून, सगळं नीट लावेपर्यंत सगळं काम तिच्यावरच पडलं. मादेवय्यांनाही गावातलं देऊळ सोडावं लागणार होतं. देवळातलं मूळ लिंग असलेल्या चोळेश्वराचं देऊळ गावाबाहेर होतं; शिवाय दगडी बांधकाम होतं. सगळे सांगायचे जकणाचार्यांनं बांधलेलं देऊळ ते. तिथं सापांचा सुळसुळाट असल्याचं सगळ्यांना ठाऊक होतं. पण मादेवय्यांचं म्हणणं, 'साप म्हणजे तरी काय? शंकराच्या गळ्यातलाच दागिना ना! तो मला काय करणाराय?'' म्हणत त्यांनी आपली एकतारी, दिमडी, भिक्षा मागायची झोळी, पायातल्या खडावा आणि जवळ जमलेलं कोरडं धान्य घेऊन चोळेश्वराच्या देवळाकडे गेले. हे देऊळ गंगम्माच्या शेडपासून थोडं लांबच होतं. त्यामुळे शानभोग चेन्निगरायांचं तिकडे जाणं कमी झालं होतं. काशिमबड्डींनाही तंबाखूची सवय होती. त्यामुळे चेन्निगराय त्यांच्या शेडमध्ये जाऊन बसू लागले. तिथे काही वेळा शिवेगौडाही यायचा. एवढं सगळं घडून गेलेलं असलं तरी त्या दोघांमध्ये संवाद होता. किती केलं तरी शानभोग-पटेल ना! शिवाय प्रत्यक्ष भांडण झालं होतं ते गंगम्मा आणि शिवेगौडा यांच्यामध्ये. आपला मुलगा तिथे जातोय, हे समजल्यावर गंगम्मानं त्याच्यावर शिव्यांचा भडिमार केला असला तरी शानभोग तिकडे लक्ष देत नव्हते.

या खेपेला प्लेगमुळे सहा मोठी माणसं आणि दोन लहान मुलं मेली, एवढंच. फार माणसं मेली नाहीत. सगळ्या गावकऱ्यांनी मारीची पूजा घातली व लगेच गावाबाहेर आले. गाव सोडल्यावर मरणाची भीती नाही, याचं मनोमन समाधान असलं, तरी असं गावाबाहेर राहणं कंटाळवाणं होतं. तो कंटाळा घालवणारी.एक

बातमी सगळ्यांना स्वंथ करायला मिळाली.

गंगम्मा-शिवेगौडाचा खटला कोर्टात संपत आला होता म्हणे. दोन्ही बाजूंच्या वकिलांची कोर्टात खडाजंगी झाली म्हणे. रेवणशेट्टी सांगत होता, "आमच्या वकिलानं काढलेले पॉइंट्स ऐकून स्वत: जज्जच गडबडून गेले!" हे सगळ्या गावात पसरलं. उलट शिवेगौडा सांगू लागला, "आमच्या वकिलाचा अवतार बघून गंगम्माचा वकील कोर्टातच हागला!" दोन्हीकडचे दर तारखेला गाडी करून तिपटूरला जाऊन येत होते. अप्पण्णय्या गाव जवळ येताच उतरून तिपटूरच्या हॉटेलमध्ये शिरत होता. या बाबतीत चेन्निंगराय भावापेक्षा कणभरही मागे नव्हते. शिवेगौडा मात्र घरातूनच रोटी-उकड-लाह्या बांधून घेऊन यायचा आणि कोर्टाचं काम करून माघारी वळायचा.

जजमेंटच्या दिवशीही दोन्ही पार्टीवाले गाड्या करून जाऊन पोचले. छातीवर हात ठेवून गंगम्मानं जजमेंट ऐकून घेतलं. 'यांनी शिवेगौडाकडून पैसे घेतले, हे खरं... त्यावर व्याज व्याजावर व्याज... त्याचा कोर्टाचा खर्च... सगळे मिळून साडेपाच हजार रुपये यांनी कोर्टाकडे भरायचे... नाहीतर कोर्टाकडून जमिनीचा लिलाव करून कर्जदाराची रक्कम देतील..."

गंगम्मा भडकली. "तुझ्या बायकोचा चुडा फुटला...कुंकू पुसलं..." यासारख्या शिव्या जजला द्यायची प्रबळ इच्छा झाली तरी कोर्टाच्या दाराशी उभ्या असलेल्या पोलिसांकडे लक्ष जाताच तिनं स्वत:ला आवरलं.

कोर्टाबाहेर आल्यावर महंतय्या वकील म्हणाले, "आपण तुमकूरच्या कोर्टात अपील करू शकतो. त्यासाठी खर्च आहे. तयारी आहे काय?"

"वकील महाशय, माझ्या घरातले दागदागिने, भांडीकुंडी गहाण पडलीत. नवरा नाही... रांडमुंड बाई मी! मी कुठून पैसे आणू?"

त्याच वेळी शिवेगौडाचे वकील तिथं आले. दोघेही एकमेकांशी इंग्लिशमध्ये आपसात काही काही बोलले. नंतर गंगम्माचे वकील म्हणाले, "हे बघा अम्मा! तुम्हाला शिवेगौडाकडून आणखी थोडे पैसे द्यायला लावतात म्हणे. तुम्ही तुमची सगळी जमीन लिहून द्यायचं आणि सांगायचं, तुझं कर्ज तू फेडून घे, म्हणून! तसं लिहून देता काय? तुमच्यावरही अन्याय व्हायला नको बघा!"

"जमीन देऊन पोटाला काय खाऊ, वकीलसाहेब?" गंगम्मानं विचारलं. तोंडात तंबाखूचा तोबरा असल्यामुळे चेन्निंगराय काहीच बोलले नाहीत.

"नाहीतर वरच्या कोर्टात जायला पाहिजे. त्यासाठी हजारेक रुपये पाहिजेत. पैसा उभा करायचं धैर्य असेल तर गोष्ट वेगळी!"

यावर मात्र वेगळा मार्ग दिसला नाही. शिवेगौडानांही तिकडेच बोलावून घेण्यात आलं. या सगळ्या व्यवहारात आपण आणखी दोन हजार देऊ शकू, हे त्यानं मान्य

केलं. कोर्टामार्फत त्या जमिनीचा लिलाव केला तर ती जमीन आणखी कुणीतरी गिळंकृत करेल, याचा त्यालाही अंदाज होता. गंगम्माला तर मार्गच दिसत नव्हता. जवळच्या खोबऱ्याच्या वखारीत जाऊन दोन हजार रुपये शिवेगौडानं आणून दिले. दोघांनीही कागद लिहून सगळा व्यवहार पुरा केला. त्यातच महांतेय वकिलांच्या फीचा अखेरचा हप्ता शंभर रुपयांचा द्यायचा होता. रेवण्णशेट्टीनं तो दिला नसल्याचं त्यांनी सांगितलं. गंगम्मानं शपथेवर सांगितलं, "तुम्हाला द्यायचे ते आठशे रुपये रेवण्णशेट्टीकडे दिलेत!"

त्यांनी सांगितलं, "मला आतापर्यंत फक्त एकशे पन्नासच आलेत!"

जजमेंटच्या दिवशी, "तुम्ही गाडीतून जा... मी मोटर-बसनं येतो," असं सांगूनही रेवणशेट्टी आला नव्हता. काही का असेना, यांना वकिलाला शंभर रुपये द्यावेच लागले. दुसरे दिवशी कागदपत्रं रजिस्टर केल्यानंतर गाडी जुंपून गावी निघाले. एक हजार नऊशे रुपये असलेलं गाठोडं गंगम्मानं स्वतःच्या मांडीवर ठेवलं आणि पापणी क्षणभरही लवू न देता ती गावी येऊन पोचली.

गावी परतल्यानंतरही तिनं कोर्टाच्या निर्णयावर अवाक्षर काढलं नाही. पण शिवेगौडा कसा गप्प बसेल? बातमी पसरताच कोर्टाच्या निकालाचा भरवसा देऊन उचल काढलेल्यांपैकी सगळे धनको गंगम्माच्या शेडमध्ये दाखल झाले. एकूण आठशे रुपये उचल परत करण्यात गेले. शिल्लक राहिलेले सगळे पैसे गंगम्मानं आपल्या अंथरुणाच्या खाली दडवून ठेवले. त्यावर सावधगिरीनं ती झोपली. एक दिवस रेवण्णशेट्टीच्या शेडमध्ये जाऊन म्हणाली, "रेवण्णा! तू वकिलाला सगळे पैसे दिलेच नाहीत? त्यांनी माझ्याकडून शंभर रुपये घेतले!"

"कुणी सांगितलं?"

"स्वतः वकिलांनीच सांगितलं."

"तो हलकट हरामखोर माणूस! चला! विचारू या! माझ्यासमोर विचारा त्याला! तसं म्हणाला तर जोड्यानं फोडून काढतो त्या हरामीला!" रेवणशेट्टी डोळे लालबुंद करून म्हणाला.

आता गंगम्माला तो विषय पुढे वाढवायची इच्छा नव्हती. भीती? कंटाळा? की रेवणशेट्टीच्या सत्याविषयीचं आकलन? पण ती काही बोलली नाही, एवढं मात्र खरं!

तरीही न राहवून म्हणाली, "रेवण्णा, तू सांगत होतास, वकिलांनी केस जिंकून देतो म्हणून सांगितलं म्हणून? मग का हरली केस?"

"काय सांगायचं? जजला पैसे चारले म्हणे! शिवेगौडानं त्यांना दोन हज्जार दिले म्हणतात! याच कामासाठी ते एक दिवस आधीच नव्हते का गेले? मला समजलं होतं. आपल्याकडे दोन हजार असते तर आपणही दिले असते... तुमच्याकडे

नाहीत, हे मला ठाऊक होतं. म्हणूनच मी जजमेंटच्या दिवशी नाही आलो!''

गंगम्मा मुकाट्यानं आपल्या शेडला परतली.

२

कितीतरी माणसं गंगम्माच्या शेडमध्ये जाऊन शिवेगौडा आणि कोर्टातल्या जजाला शिव्या घालून तिच्याविषयी सहानुभूती दाखवत होते. त्यातच एक दिवस सकाळीच अय्याशास्त्रीही आले. आल्या-आल्या शिवेगौडाला भरपूर शिव्या घालून झाल्यावर म्हणाले, ''गंगम्मा, आमची ही तुझ्याबरोबर काहीतरी बोलायचं म्हणत होती, चल.'' आपल्याबरोबर लगोलग ते तिला आपल्या शेडमध्ये घेऊनही गेले. शास्त्रींच्या बायकोनंही गंगम्माला पाहताच शिवेगौडा आणि जजला पुन्हा एकदा शिव्याशाप दिले. त्या जजची बायको-मुलं मरणार, याविषयी शंकाच बाळगायला नको, असंही सांगितलं. याला शास्त्रींनी पंचांग बघून पुष्टी जोडली.

त्यानंतर शास्त्रींच्या बायकोनं, सुब्बम्मानं सूचना केली, ''गंगक्का, तू इथंच सोवळं नेसून जेवून घे. मुकटा आहे इथं! बिचारी गं! तुला तरी कोण बैस-दम खा-जेवण कर म्हणणार?''

हे ऐकताच गंगम्मा भावुक झाली. आधी तिनं आपल्या थोरल्या सुनेला मनसोक्त शिव्या देऊन घेतल्या, ''चवचाल रांड अपशकुनी मेली! आमच्या घरात हिनं पाऊल टाकलं आणि एका पाठोपाठ एक कष्टच सुरू झाले! आता तर काय! सगळ्या जमिनी गेल्या... मुलं होता-होता मुलांचं पुण्य आणि पुढच्या काळात सुनेचा पायगुण, असं म्हणतात ते खोटंय काय!''

तिनं तिथंच अंघोळ केली, मुकटा गुंडाळून विभूती लावली, तीन आचमनं करेपर्यंत शास्त्रींनी तिच्या शेडपर्यंत जाऊन अप्पण्णय्यालाही बोलावून आणलं. शास्त्रींच्या मोठ्या काकांचा मुलगा अण्णाजोईसही त्या वेळेपर्यंत हजर झाला होता. सुब्बम्मानं या दोघांचाही स्वयंपाक केला होता. कोहाळ्याची कढी, नाचण्याची उकड, भात... सगळं पानावर वाढून जेवायचा आग्रह करत असताना अय्याशास्त्रींनी विषय काढला, ''रामण्णा असायला पाहिजे होते बघा! त्यांची सगळीच कथा वेगळी होती. मी हिला सारखं तेच सांगून हळहळत असतो! ते वारले, सगळ्या गावाचा कळसच कोसळला म्हणा की! फक्त तुझी मुलंच पोरकी झाली नाहीत... सगळं गावच पोरकं झालं बघ!''

''हं! पुढे असल्या छिनाल रांडेच्या हातात राहणं माझ्या नशिबात होतं! मग ते

कसे राहतील?''

सुब्बम्मानं विचारलं, ''गंगक्का! तुझी पाळी थांबून किती... दोन वर्षं झालीत, नव्हे?''

''तीन वर्षं झाली.''

शास्त्री म्हणाले, ''बघितलंस! तू अजून जिवंत आहेस. तू केलं नाहीस असं कुठलंही व्रत-दान-धर्म बाकी राहिलेलं नाही. पुण्यवान आहेस; पण पाळी थांबल्यावर बायकांनी ऋषिपंचमीचं व्रत करायला पाहिजे. तेवढं केलंस तर तुझी सगळ्या कष्टांतून सुटका होईल बघ!''

अण्णाजोईस तर या सगळ्या शास्त्राच्या बाबतीत धाकट्या काकापेक्षा फारच हुशार होता. तो तर सिंधघाटावरच्या सूरण्णा जोईसांकडून सगळी धार्मिक शास्त्रं शिकून आला होता. त्यानं तर 'ऋषिपंचमी व्रता'चा महिमा मंत्रांसहित विशद करून सांगितला.

''काही तरी करून तू हे 'ऋषिपंचमीचं व्रत' तेवढं करून मोकळी हो बाई! इथंच शेडमध्ये केलं तरी हरकत नाही. तुला लागेल ती सगळी मदत मी करेन. अय्याशास्त्रीची बायको वेंकटलक्ष्मीही मदतीला आहे. एक वेगळा मांडव घातला, की सगळं व्यवस्थित जमून जाईल. आमच्या शेडसमोरच मोठाला मांडव घालता येईल. तुमच्या शेडपाशी इतर लोकांचा त्रास आहे! तिकडं केलं तर सोवळं-ओवळं व्यवस्थित होणार नाही,'' सुब्बम्मा म्हणाली.

गंगम्मानं विचारलं, ''काय रे? तू काय म्हणतोस अप्पण्णय्या?''

अप्पण्णय्या उकडीचा तुकडा तोडून कढीत बुडवून खाण्यात दंग झाला होता. संभाषण ऐकताना त्याला चिक्केरहळ्ळीच्या वेंकटाचलय्यांच्या घरात त्यांच्या आईनं 'ऋषिपंचमी' केली होती, तेव्हा जेवायला गेल्याचं आठवत होतं. पुरणपोळी, कैरीचा भात, कितीतरी तोंडीलावणी... नुसत्या आठवणीनंही नाकातोंडाला पाणी सुटण्यासारखा तो स्वयंपाक होता. त्याच आठवणीत समोरचा कढी-भात ओरपत असताना त्याला पानात कैरी-भात आणि पुरणपोळीची चवड दिसू लागली.

त्याच आठवणींच्या धुंदीत तो म्हणाला, ''का नाही? करू या. त्या वेंकटाचलय्यांच्यापेक्षा आपण कुठं कमी आहोत?''

त्या बैठकीतच व्रत करायचं पक्कं झालं. सुब्बम्मा म्हणाली, ''काय वाटलं तुम्हाला गंगक्का म्हणजे! एकदा त्यांच्या तोंडातून निघालं म्हणजे काही झालं तरी त्या माघार घेणार नाहीत; अगदी प्रत्यक्ष ब्रह्मदेव समोर येऊन म्हणाला, तरी ऐकणार नाहीत म्हणजे नाहीत!''

गंगम्मांनी आपण बोललो, त्यावर पुनर्विचार करायचा प्रश्नच नव्हता. विचार बदलला तर नावाला बट्टा लागणार नाही काय? अण्णाजोईसांनी लगेच पंचांग पाहून

आकडेमोड केली आणि मुहूर्त पक्का केला. चिक्केरहळ्ळीच्या वेंकटाचलय्यांनी आपल्या आईसाठी केला होता, तशी केवळ गाय-वासरावर 'ऋषिपंचमी' उरकणं गंगम्माच्या लौकिकाला साजेसं नाही, मोठ्या प्रमाणात सामानसुमान आणायला पाहिजे, अय्याशास्त्रींच्या घरातल्या नाचणीच्या काजळीची शाई आणि शिसपेन्सिलीच्या साहाय्यानं सामानाची यादी बनवण्यात आली. गावातल्या दोन पुरोहितांनाही रेशमी कद, मेलकोटेचं काठाचं उपरणं, त्यांच्या बायकांना पन्नास रुपयांची लुगडी, वाणासाठी घरात असलेली गाय चालू शकेल. शिवाय बारीक तांदूळ, डाळ, साखर, गूळ, रवा... वगैरे सगळं लागणारच. सगळं सामान आणायला तिपटूरला गाडी जुंपून जायला पाहिजे... सोबत अण्णाजोईस आणि अय्याशास्त्री यांनीही जायचं असं ठरलं. थोडक्यात काय, अप्पण्णय्याला लगोलग आणखी एकदा तिपटूरला जायचा योग जुळून आला होता.

३

'ऋषिपंचमी' मोठ्या थाटामाटात पार पडली. त्यानंतर आठ दिवसांनी सगळ्यांनी गावात राहायला जायचं असं ठरलं. व्रतासाठी आणलेला रवा-साखर-तूप अजूनही शिल्लक होतं.

एक दिवस गंगम्मानं सुनेला सांगून टाकलं, "तू आमच्या घरात पाय टाकलास तेव्हापासून आमच्या घराचं वाट्टोळं झालंय भडवीच्चे! सगळी जमीन तूच खाऊन टाकलीस बघ! यानंतर नको! गावात गेल्यावर तू आणि तुझी कारटी वेगळे राहा! आम्ही घरात राहू."

सासूच्या बोलण्यातला तू-तुझी कारटी हा संबंध नंजम्माला लगेच समजला नाही. तिनं विचारलं, "तुम्ही कुठल्या घरात राहणार?"

"कुठल्या म्हणजे? माझ्या नवऱ्यानं बांधलेल्या घरात!"

शिवेगौडा तुम्हाला त्या घरात पाय टाकायला तरी देईल काय, हा प्रश्न विचारायचं मनात आलं तरी त्याचा तिनं उच्चार केला नाही. असल्या या संसारात सगळी जमीन हातातून जाणार, हे तिच्या अंतर्मनाला कधीच जाणवलं होतं. उलट त्यानंतर शिवेगौडाकडून दोन हजार रुपये येतील, हेही तिला अपेक्षित नव्हतं. आल्याचं समजलं तरी त्या संदर्भात कुठलाही विवेक सांगायच्या भानगडीत ती पडली नाही. काही सांगायला गेलं तर उगाच आणखी एका भांडणाला विषय मिळेल, हे समजायला वेगळ्या शहाणपणाची गरज नव्हती. उगाच नाही-नाही त्या

घाणेरड्या गोष्टी ऐकाव्या लागतील, हे तिला समजत होतं.

तिला आता सहावा महिना लागला होता. गरवारशीनं वाईट गोष्टी ऐकायच्या नसतात, वाईट विचार करायचा नसतो, सतत उत्तम गोष्टी ऐकत आनंदात राहायला पाहिजे, हे ती अगदी लहान असल्यापासून ऐकत आली होती. आधीच्या दोन गर्भारपणात हे एवढं लक्षात आलं नव्हतं. पण आता एकाएकी या विचारानं मन भरून गेलं. यानंतर जमेल तेव्हा, 'ध्रुवचरित्र', 'भक्त प्रल्हाद', 'राम-चरित्रा'ची गाणी म्हणायला-ऐकायला पाहिजेत, असंही वाटू लागलं. ती सतत याच कथांमध्ये स्वत:ला रमवू लागली.

एक दिवस दुपारी तिनं पाहिलं, नवरा झोपायला आला होता. तिनं त्याला विचारलं, "सासूबाईंनी सांगितलं ते तुम्हीही ऐकलंय ना? आपण कुठं जायचं? कसं जगायचं? पोट कसं भरायचं? काही विचार केलाय काय?"

"तुझी लायकी बघून माझ्या आईनं तसं सांगितलंय... तू आणि तुझी मुलं... काय हवं ते करा!"

"माझी लायकी काय आहे, ते सगळ्या गावालाच ठाऊक आहे... आता त्या विषयावर बोलायला नको. पुढं काय करायचं? ते सांगा."

"सांगितलं की मी! मी माझ्या अम्माबरोबर राहीन." एवढं सांगून शानभोग मुसकट मारून कुशीवर वळले आणि काही क्षणांतच घोरू लागले.

तिला संताप आला. ती म्हणाली, "काय बोलताय तुम्ही? तुमचं तुम्हाला तरी समजतंय काय?"

"जा जा गाढवीच्चे! माझ्या झोपेचं खोबरं करू नकोस."

यावर नंजम्मा काही बोलली नाही. तिला परिस्थितीची पूर्ण कल्पना आली होती. तरीही आपली सासू आपल्या नवऱ्यालाही आपल्यापासून असं तोडेल, याची तिनं कल्पना केली नव्हती. उलट जमिनी गेल्यानंतर ही माता या मुलाला किती दिवस जवळ ठेवून घेईल, याविषयीही तिच्या मनात आशंका होती.

एक मात्र खरं, यानंतर आपला संसार ही संपूर्णपणे आपलीच जबाबदारी राहील, हे स्पष्ट होतं. मुलांसहित सगळ्यांनाच सांभाळायची जबाबदारी आपल्यावर येणार, हे तिला समजत होतं; पण कसं? हे मात्र तिला समजत नव्हतं.

तिनं स्वत:ला बजावलं, आपण दोन जीवाच्या आहोत, आपण रडता कामा नये. मन शांत ठेवायला पाहिजे, हे तिनं मनाशी ठामपणे ठरवलं.

नवरा पुन्हा झोपी गेला, हे बघून ती उठली. तिनं रामण्णाला उचलून घेतलं. पोटाचा भार जाणवत असल्यामुळे त्याला काखेत न घेता हातावर बसवून खांद्यावर झोपवलं. उजव्या हातांत पार्वतीचा हात धरला आणि ती शेडबाहेर येऊन चालू लागली. तळ्याच्या शेजारचा रस्ता तिनं धरला. तळ्यात पाणी नव्हतं. तळातली

काळपट माती दिसत होती. काठावरची माती तापली होती. उन्हाच्या झळा चांगल्याच जाणवत होत्या. धाप लागत असल्यामुळे सावकाश पावलं टाकत ती देवळालगत आली. तिथल्या पोवळीच्या दारावर थाप मारली. मादेवय्या नुकतेच अंघोळ करून भगवा पंचा वाळत टाकत होते. चुलीवर एका गाडग्यात भाताला कढ आला होता.

तिला पाहताच ते म्हणाले, "ये...ये! मीच तुमच्या शेडला यायचा विचार करत होतो; पण तुझी सासू काय म्हणेल असं वाटलं. म्हणून नाही आलो."

तिच्या संसाराच्या तपशिलाचा एखादाही पदर त्या गावातल्या कुणापासूनही लपला नव्हता. मादेवय्याही याला अपवाद नव्हते. त्यामुळे त्यांना काहीच सांगायची गरज नव्हती. सासूनं घराबाहेर मुलांना घेऊन राहायला सांगितल्याचं आणि त्या संदर्भात नवऱ्याचं उत्तर एवढंच तिनं सांगितलं.

मादेवय्यांनी विचारलं, "पण दोन हजार आले ना? कर्ज फेडून हजारभर राहिले होते, तेही त्या अय्याशास्त्रीच्या नादाला लागून पंचमी करून उधळून टाकले म्हणून समजलं! एवढं सगळं घडत असताना तू का गप्प राहिलीस?"

"सगळं गेलंच होतं; हेही गेलं! मी मध्ये काही बोलले असते तरी त्यांनी ऐकलं असतं काय? उगाच भांडण कशाला?"

"तुझंही खरंय म्हणा!"

मादेवय्यांनी भात आणि पावट्याची आमटी अल्युमिनिअमच्या ताटलीत घेऊन जेवू लागले. दररोज दुपारी ते लिंगायतांच्या घरांमध्ये भिक्षा मागून जेवत होते. पण सूर्य कलला, की ते भिक्षा मागायला जात नसत. तो सोमवार असल्यामुळे ते लांबच्या गावांना कोरान्न भिक्षेसाठी गेले होते. यायला उशीर झाल्यामुळे स्वतःच स्वयंपाक केला होता. नंजम्मा आणि पार्वतीला त्यांनी गूळ-खोबरं दिलं आणि काही वेळ ते विचार करत गप्प बसले.

नंजम्माच म्हणाली, "तुम्हाला माझ्या माहेरची कथा ठाऊक आहे की नाही, याची मला कल्पना नाही. आपल्या घराची छिद्रं आपणच कशाला दाखवायची, म्हणून मी कुणालाच सांगत नाही. माझ्या भावजयीचा स्वभाव बरोबर नाही. यानंतर बाळंतपण असो किंवा आणखी काही सुख-दुःख असलं तरी मी त्या घरी जाणार नाही. इथं येऊन बाळंतपण कर म्हणून निरोप पाठवला तर माझी आजी येऊन करेलही. तिचंही वय पंचाहत्तरच्या पुढेच आहे. हातनं होत नाही, तरी धडपडत करेलही; पण राहायला वितभर जमीन आणि खायला मूठभर अन्न नको काय? अशा वेळी यांनी मला सोडून दिलं तर मी काय करू?"

मादेवय्या विचार करत म्हणाले, "चेन्नय्या दोन दिवसांत जुनं भिंताड शोधत तुझ्याच दाराशी येईल... त्याचा विचार करू नकोस. आता काय करायचं? तू असं कर... कुरुबरहळ्ळीचे पटेल धीरेगौडा, माहीत आहेत की नाही?"

धनगरांची वस्ती असलेल्या 'कुरुबरहळ्ळीचे धीरेगौडा' तिलाही ठाऊक होते. ती "हं..." म्हणाली.

"त्यांच्याकडे गेलं तर काहीतरी मार्ग निघेल. या गावात तुमच्या बाजूनं उभं राहणारं कुणीही नाही."

हे धनगरांचं 'कुरुबरहळ्ळी' यांच्याच शानभोगकीशी संबंधित खेडं होतं. गावातली चाळीसही घरं धनगरांचीच होती. गेली चाळीस वर्षं धीरेगौडाच या खेड्याची पाटीलकी करत होते. धर्मरायासारखी त्यांची भोवतालच्या पंचक्रोशीत ख्याती होती. ही ख्याती नंजम्माच्याही कानांवर होती. गेल्या चाळीस वर्षांत त्या गावात एकही चोरी झालेली नाही, एकही गैरकृत्य घडलेलं नाही, असं म्हटलं जात होतं. करायला काम नाही म्हणून त्या गावातला एकही माणूस परगावी निघून गेलेला नाही, अशीही ख्याती होती.

मादेवय्या म्हणाले, "तिकडे गावाच्या उत्तरेला त्यांचं स्वत:चं घर आहे ना... तिथं राहायला देतात काय ते बघा विचारून; नाही म्हणणार नाहीत ते!"

नंजम्माला 'रामसंद्र'मध्येच धीरेगौडांचं एक घर असल्याचं आठवलं त्यात कुणीच राहत नाही. तिथं त्यांनी राहायला दिलं तर राहाण्याचा प्रश्न मिटेल. पण कसं विचारायचं? फारसा परिचय नाही. एकच धागा म्हणजे ते यांच्याच शानभोगकीशी संबंधित पटेल असल्यामुळे काही काही कारणांनी अनेकदा यांच्या घरी येऊन गेले होते. काही वेळा नंजम्मानं त्यांना जेवूही घातलं होतं. भरगच्च शुभ्र मिश्या, रुंद चेहरा, मनगटात बोटाच्या जाडीचं सोन्याचं कडं, अंगात कोट असला तरी पिंढऱ्या दिसतील अशाप्रकारे नेसलेलं धोतर. पायांत कोप्पळकडून मुद्दाम शिवून आणलेले जाडजूड जोडे असायचे.

"उद्या सकाळी नऊ-दहाच्या सुमाराला तुम्ही 'कुरुबरहळ्ळी'ला चला. मीही भिक्षेसाठी म्हणून तिथे येईन. तुम्ही गौडांशी बोलून घ्या. काही अडचण आली तर मीही पाठोपाठ येईनच. ते नकार देणार नाहीत. चेन्नण्णा आईपाशी राहायचा विषय तिथे काढू नका."

एवढी चर्चा झाल्यावर नंजम्मा आपल्या शेडला परतली. तिला पाहताच गंगम्मा म्हणाली, "ही बाजारबसवी कुठं-कुठं उंडरायला गेली होती कोण जाणे!" यावरही ती काही बोलली नाही.

दुसरे दिवशी उठून तिनं स्वत:ची आणि मुलांची अंघोळ उरकली. मुलांना भाकऱ्या करून खाऊ घातल्या, आपणही खाऊन घेतल्यावर तिनं केस विंचरले, कपाळावर नीट कुंकू रेखून लावलं. रामण्णाला खांद्यावर टाकून पार्वतीचा हात धरला आणि शेडच्या बाहेर पडली. समोरच्या झाडाखाली उभ्या असलेल्या गंगम्मानं ओरडून विचारलं, "कुणा याराला भेटायला निघालीस गं बसवे?" यावर अवाक्षरही

न बोलता ती ठरवल्याप्रमाणे चालत राहिली. थोडं लांब गेल्यावर तिनं मागं वळून पाहिलं. सासू, नवरा किंवा दीर ही कुठं जातेय, हे बघायला मागं येत असलेले तिला दिसले नाहीत.

'रामसंद्र'हून 'कुरुबरहळ्ळी' दोन मैलांवर होतं; पण मध्ये एक दरड चढून उतरायची होती. नंजम्माला एकटीनं जायची किंचितही भीती वाटत नव्हती. पण चढत्या उन्हात, गर्भारशी, त्यात खांद्यावरच्या रामण्णाला घेऊन तो चढ चढताना तिचा जीव कंठाशी येत होता. चार वर्षांची पार्वती, "पाय दुखतायत..." म्हणत रडू लागली, तेव्हा तिचा हातही घट्ट धरावा लागत होता. त्यामुळे चालायचा वेग आणखी कमी होत होता.

एकाएकी नंजम्माच्या मनात दु:खाचा उमाळा दाटून आला. तिनं रामण्णालाही खाली उतरवलं आणि जमिनीवर बसकण मारून खूप रडली. रडायचा आवेग ओसरल्यावर तिनं एकदा पदरानं डोळे पुसून घेतले. एखादं पाणी असलेलं तळं किंवा विहीर बघून त्यात मुलांना ढकलून देऊन पाठोपाठ आपणही उडी मारावी, असं वाटून गेलं. पाठोपाठ तिनं स्वत:ला बजावलं, आपण गर्भार आहोत. मनात असले विचार आणता कामा नयेत, रडताही कामा नये!

ती पुन्हा उठली. हात बदलून पुन्हा रामण्णाला उचलून घेतलं, पार्वतीचा हात धरला आणि पुढे चालू लागली. चढ चढून गेल्यावर 'कुरुबरहळ्ळी' दिसायला लागली. त्यातही बसवण्णाचं देऊळ नजरेत भरत होतं. देवळालगतच गुंडेगौडांचं घर. तिनं मनोमन प्रार्थना केली, देवा रे, धीरेगौडांना माझ्या परिस्थितीची दया येऊ दे...

गौडा घराच्या ओसरीत बसून पान-तंबाखू खात होते. त्यामुळे आणखी कुणाकडे घराची चौकशी करायचा प्रश्नच नव्हता. तिला पाहताच गौडाही लगबगीनं उठत म्हणाले, "ये ये बाई! लकुस्मी यावी तशी आलीस बघ! भर उन्हाची लेकराला काखेत घेऊनच आलीस की!" घरात डोकावत त्यांनी ओरडून सांगितलं, "ए... ऐकलं काय... आपल्या शानभोगीणबाई आल्यात! एक चटई आण बघू..." असं म्हणत ते नंजम्माला आत घेऊन गेले. गौडतींनी चटई अंथरली. त्यावर नंजम्मा लेकरांना घेऊन बसली. समोरच गौडाही बसले. अजूनही रडू-रडू झालेल्या पार्वतीला गौडतींनी गूळ-खोबरं दिलं. ते हाती पडताच पार्वती थोडी शांत झाली.

थोडा श्वास घेऊन झाल्यावर नंजम्मानं विचारलं, "आमच्या घरची सगळी हकिकत समजली ना, गौडा?"

"समजलं सगळं. तुझ्या सासूबाई म्हणजे... काय म्हणायचं त्या माऊलीला? दार नसलेला पिंजरा. दार असेल तर त्या पिंजऱ्यात काहीतरी राहील. दारच उखडून काढलं तर काय राहणाराय? तुझा सासरा माझ्यासारखा घट्ट आणि साधा माणूस

होता; पण ही आली की महामाया! घराच्या पायावरच पहार घालणारी बया! आता ते घर वाचवायचं असेल तर ती तुझीच जबाबदारी...'' नंतर बायकोला म्हणाले, ''शानभोगकीचा सगळा हिशेब ही अम्माच लिहितेय बघ! त्या चेन्नय्याला काय निभावतंय हे सगळं! बसवण्णाच आहे तो! नंदी-बसवण्णा! त्याला विचार, चारा खातोस काय बसवण्णा? हूं म्हणतंय ते! पाणी पिणार काय? त्यालाही हूं म्हणतंय! आणि नांगर चालवायचाय बसवण्णा, मानेवर जू घालू दे... म्हटलं की नाही-नाही म्हणून मान हलवतंय! तुझ्या नवऱ्याला बोलतोय... राग नाही काय आला?''

''राग कशाला येईल? तुम्ही तरी खोटं काय सांगताय?''

अशाप्रकारे सुख-दुःखाच्या चार शब्दांची देवाणघेवाण होत असतानाच गौडती आत गेली आणि गूळ-तूप घातलेलं गरम-गरम दुधानं भरलेले तीन लोटे घेऊन आली. नंजम्मानं ते घ्यायला आढेवेढे घेताच तिनं बजावलं, ''गर्भारशी! दुधाला नको म्हणायचं नसतंय... पी!''

काहीतरी मनात येऊन नंजम्मा म्हणाली, ''गौडा! तुमच्या घरच्या दुधाला मी नको म्हणत नाहीये; पण तुम्ही मला हात सोडणार नाही, म्हणून शब्द द्यायला पाहिजे!''

''काय ते? बोला!''

''काल माझ्या सासूनं मला वेगळं राहा म्हणून सांगितलंय. आम्हाला राहायला डोक्यावर सावली नाही.''

''सावली नसायला काय झालं? माझंच घर आहे की! त्यात राहा! मग झालं की नाही? आता दूध पी.''

काय विचारायचं-कसं विचारायचं याचा ती विचार करत होती; पण तिनं उच्चार करायच्या आधी त्यांनीच उपायही सांगितला! विचारायलाही लावलं नाही! किंचितही अडचण वाटणार नाही, अशाप्रकारे त्यांनी मार्ग काढला होता. मुलांना पाजल्यानंतर नंजम्माही दूध प्यायली. गौडा बायकोला म्हणाले, ''मी म्हणत होतो की नाही... या अम्माच्या चेहऱ्यावरचं तेज बघ! सीतामाईचं तेज आहे, होय की नाही?''

त्याच वेळी मादेवय्याही भिक्षेसाठी म्हणून येऊन पोचले. तेही नंजम्मा बसली होती तिथंच बसले. गौडम्मानं त्यांना पाट घातला. आपल्याला काहीही ठाऊक नसल्यासारखं दाखवून त्यांनी नंजम्माची चौकशी केली. गौडांनी आपलं घर राहायला दिल्याचं समजल्यावर ते म्हणाले, ''हे चांगलं केलंस गौडा! पण नुसत्या घरात पाय पसरून राहणार काय? पोटाला अन्नाचा गोळा नको काय?''

''का? शानभोगकी नाही काय? शानभोगकीपेक्षा आणखी काय पाहिजे मानसाला?''

''तो माणूस कसला आहे, हे तुला ठाऊक नाही काय? मी सांगायची गरज

आहे?''

"तो? तो कसला माणूस? शिखंडी आहे रांडेच्या! जोडीपैकी एक बैल वांडपणा करायला लागला तर दुसऱ्याची काय गत?'' म्हणत ते नंजम्माकडे वळले. म्हणाले, "तुझं ऐकून मुकाट्यानं राहा म्हणून तुझ्या त्या बसवण्णाला सांगून ठेव!''

"तसं मुकाट्यानं ऐकून राहणारं बेणं आहे काय ते?'' मादेवय्यांनी विचारलं.

"नशीब! काय करणार? कुठल्या तरी जन्माचे भोग! न भोगून कुणाला सांगायचं?'' गौडम्माही म्हणाली.

एव्हाना दुपार झाली होती. जेवल्याशिवाय या दोघांना जाऊ द्यायला ते दोघं तयार नव्हते. गौडम्मानं आत जाऊन दोन कळश्या, चार पितळी भांडी आणि कोरडा शिधा आणून दिला. मादेवय्या नको म्हणत असताना त्यांनाही सोडलं नाही. भांड्यांना बाहेरून मातीचा लेप लावून नंजम्मा आणि मादेवय्यांनी देवळालगत मांडलेल्या चुलीवर दोघांनीही आपापला शिधा शिजवून घेतला. मीठ, दही, तूप लावून घेऊन सगळे पोटभर जेवले. मुलांना पुन्हा दूध पाजून गौडांनी गाडी जुंपायला लावली. त्यात गरवारशी आणि मुलांना बसवलं. आपली भिक्षेची झोळी घेऊन मादेवय्याही त्याच गाडीत बसले.

४

शेड सोडून गावात राहायला जायचं ठरल्यावर गंगम्मानं आपल्या घराकडे चक्कर टाकली. तिनं घरात प्रवेश करायच्या आधी अप्पण्णयाकडून माजघरातली धूळ झाडली नव्हती. त्या विचारानं ती तिथं पोचली तेव्हा शिवेगौडाचा नोकर बुरुवा हातात जाड चावी आणि कुलूप घेऊन उभा होता. त्यानं सांगितलं, "गौडांनी सांगितलंय, तुमचं सामान घेऊन जायला. नंतर मला कुलूप लावून यायला सांगितलंय.''

"कोण रे तुझा रांडेच्या गौडा?''

"शिवेगौडा जी!''

"अय्यो! जळला मेला तुझा गौडा! मुडदा बशिवला त्याचा! माझ्या जमिनी तर यानं आधीच घशात घातल्यात! आता घराबाहेर काढायला बसलाय! ही काय त्याच्या बापाची पेंड आहे काय?'' तिथून गंगम्मा तरातरा शिवेगौडाच्या दारात जाऊन आरडाओरडा करू लागली, "काय रे ए गौडा! घर काय तुझ्या बापाचं समजलास काय? कोर्टात निकाल लागलाय तो जमिनीचा!''

शिवेगौडा तेवढ्याच जोरात उत्तर देत बाहेर आला, "पाहिजे तर जा तिपटूरला आणि विचारून ये जा! तू आणि तुझ्या मुलांनी लिहून दिलेला कागद, खरेदीपत्र तिथल्या लोखंडी पेटीतच आहे! दाखवतो चल..."

"अय्यो! तळपट होईल मेल्याचं!" याहून वेगळं काय बोलावं ते गंगम्माला समजलं नाही. थोडं भान आल्यावर ती म्हणाली, "तर मग आम्ही कुठं राहायचं? गावाचा पटेल तू! सांग तूच!"

"घरदार नसलेल्यांना घरं बांधून देण्यासाठी मी काही पटेलकी करत नाही! मुकाट्यानं जा बघू!" एवढं सांगून गौडा धाड्कन दार लावून घरात गेला.

"यांचं घर बसू दे... घरभर साप फिरू देत... घरावर वारूळ होऊ दे... फुकटात लग्गा लागला म्हणून डोळे आकाशात गेलेत मेल्याचे... आता मी काय करू? कुठं जाऊ?" म्हणत गंगम्मा रेवणशेट्टीच्या घरी गेली. त्याला तिनं घडलेलं सगळं सांगितलं. नंतर विचारलं, "तुझ्या गुरांच्या गोठ्यात जागा दे... तट्टीचा आडोसा करून मी आणि माझी मुलं तिथं राहू. दे राहायला!"

"काय सांगू अम्मा! माझ्या म्हशींच्या रेडकांनाच राहायला तिथं जागा नाहीये... तुम्ही कुठं राहणाराय त्यात? तुमच्या जातीचे अय्याशास्त्री आहेत... त्यांना विचारा."

"माझ्याकडून खादडायला मिळत होतं तेव्हा माझी गरज होती या रांडेच्याला..." म्हणत ती अय्याशास्त्रींच्या दाराशी गेली. त्यांच्याही गोठ्यात तिला जागा नव्हती. त्यांनाही, "माझ्याकडचं हादडायला पाहिजे होतं... आता मला चार हात जागा द्यायला नाही, म्हणतोयस काय मेल्या..."

जोईसांना थोडी किरकिर वाटली; पण तिला आपल्या गोठ्यात जागा द्यायलाही त्यांची तयारी नव्हती. त्याचबरोबर तिचे शिव्याशापही ऐकायचे नव्हते. त्यांनी आपल्या पुतण्याला, अण्णाजोईसला बोलावून घेऊन विचारविनिमय केला. एक उपाय सुचला. गावाच्या पूर्वेकडच्या कोपऱ्यात मारुतीचं देऊळ होतं. चार अंकणाइतक्या आकाराच्या त्या दगडी इमारतीला दरवाजाही होता. अण्णाजोईसच त्याचा पुजारी. हिनं दोन्ही मुलांसोबत तिथं राहायला हरकत नाही; पण त्यासाठी गावकऱ्यांची संमती पाहिजे.

"गावकरी म्हणजे कोण?" तिनं विचारलं.

"गावातली ठळक मंडळी. म्हणजे शानभोग... पटेल... पंचायतीचा चेअरमन... आणि... इतर मेंबर... बाकी सगळ्यांना पटवणं काही कठीण नाही. गावचा पटेल आणि चेअरमन शिवेगौडा आहे... तो मान्य करेल की नाही, हे बघायला पाहिजे. गंगम्मा, तुम्ही जरा जपून बोलायला पाहिजे बघा! भर रस्त्यात उभं राहून त्याच्या नावानं रांडेच्यासारख्या शिव्या देऊ नका."

यावर गंगक्का उखडून म्हणाली, "मी कशाला कुणा रांडेच्याला घाबरू?"

शेवटी अय्याशास्त्री आणि अण्णाजोईस शिवेगौडाच्या घरी बोलणी करायला गेले. त्यानं संमती दिली असती की नाही कोणजाणे; पण त्याची बायको मात्र घाबरली होती. तिनं नवऱ्याला आत घेऊन जाऊन हळूच सांगितलं, "गंगम्माची जीभ चांगली नाही. तिच्या जिभेवर तीळ आहे म्हणतात. काळ-वेळ न बघता रस्त्यात उभी राहते आणि माती उधळत शिव्याशाप देत राहते! आन् ते हनुमंताचं देऊळ बामणांचंच हाय न्हवं? त्यांच्या जातीतल्यांना काय करायचं असल ते करू द्या त्यांचं त्यांना! तुमी कशाला यात पडता?"

बायकोचं सगळं बोलणं शिवेगौडाला पटलं की नाही कोणजाणे; पण हे ऐकण्यात काहीच गमवायचा प्रश्न नव्हता. त्यामुळे बाहेर येऊन त्यानं सांगितलं, "ठीकाय! जगू द्या कसंतरी!"

हे हनुमंताच्या देवळाला राहायचं ठरण्यामुळे अण्णाजोईसाची एक मोठी सोय झाली. याच्या पूजेसाठी म्हणून त्याला एक एकर मळा आणि पाच एकर शेत मिळालं होतं. पुजारी म्हणून असल्यामुळे जमिनीचा उपभोग तोच घेत होता. पण दररोज गावाबाहेरच्या या देवळात येऊन इथल्या पोवळ्या आणि परिसराचा केर काढून स्वच्छ ठेवणं आणि देवावर दररोज तांब्याभर पाणी ओतून पूजा करणं त्याला जमत नव्हतं. त्यात अण्णाजोईस परगावी गेले तर त्या दिवशी हनुमंतरायांच्या अंघोळीची सुट्टीच व्हायची. बऱ्याच दिवसांत देऊळच उघडलं जायचं नाही. त्यामुळे कधीतरी दरवाजा उघडल्यावर कुबट वास यायचा. त्यातच पक्ष्यांच्या विष्ठेची दुर्गंधीही मिसळायची. या कारणासाठी ग्राम-पटेलानं अण्णाजोईसाविरुद्ध तक्रारही करून झाली होती. देवळाच्या पुढच्या दारांतून पाहिलं तर देवाची पूजा झालीय की देव पारोसेच बसलेत, हे स्पष्टच दिसायचं. हे लक्षात आलं, की गावकरी अण्णाजोईसांच्या नावानं शिव्या घालायचे.

आता अण्णाजोईसनं सांगितलं, "तुला देवळात राहायला जागा देतो. तुम्ही दररोज पोवळी-अंगण नीट केर काढून पाणी घालून धुवायला पाहिजे. किंचितही केर दिसता कामा नये. सोवळ्यानं देवाला धुवायचं, फुलं आणून पूजा करायला पाहिजे. पण महत्त्वाचं म्हणजे, तुम्ही पूजा करता, हे कुणालाही समजता कामा नये! सांगितलं तर तुम्हाला देवळाबाहेर काढावं लागेल. तसा अधूनमधून मीही येऊन पूजा करून जात जाईन."

हे अप्पण्णय्यानं मान्य केलं. देवाची पूजा म्हटल्यावर गंगम्मानं नाही म्हणायचा प्रश्नच नव्हता. तशी तिची देवावरची भक्ती अगाधच होती. नाही म्हटलं तरी चेन्निंगरायांना पूजेचे मंत्र यायचे.

८

नंजम्माकडे तिच्या माहेरून मिळालेली सोन्याची शेवंतीची माळ, गुलाबाचं फूल, केवड्याचं पान, कुड्या, चांदीचे पैंजण होते. ते शानभोगकीचे कागदपत्रं ठेवायच्या पेटाऱ्याच्या तळाशी एका पुरचुंडीत एका कोपऱ्यात ठेवले होते. ते आपल्याला हवेत. तसं विचारलं तर नवऱ्यानं सरळ उत्तर दिलं नव्हतं. पुन्हा-पुन्हा विचारलं तेव्हा उत्तर मिळालं, "तुझ्या बापानं दिलं म्हणून ते कायमचं राहतंय काय? खर्च झाले!"

"असे कसे खर्च झाले? काय केलंत?"

"कोर्टासाठी खर्च झाले."

"पण काय केलं?"

"काशिमबड्डीकडे पन्नास रुपयांसाठी गहाण ठेवले होते. पाहिजे तर पैसे भरून सोडवून घे."

"किती दिवस झाले गहाण ठेवून?"

"गेल्या दिवाळीत."

म्हणजे सात महिने झाले. व्याजच तीस रुपयांपेक्षा जास्त झालंय. आता शंभर रुपये भरून ते सोडवून घेणं स्वप्नातही शक्य नाही.

"माझ्या माहेरकडून आलेलं... मला न विचारता का हात लावलात?"

"अम्मानं सांगितलं, ठेवलं!"

कुठल्याही परिस्थितीत संयम सोडायचा नाही, हा तिचा निश्चय तिनं घट्ट धरून ठेवला. घरातल्या भांड्यांमधलं गंगम्मानं तिला काहीही दिलं नाही. तिच्या लग्नाच्या वेळी दिलेलं तपेलं, गंज, ताट-वाट्या, तांब्या, फुलपात्र, ताम्हण... काहीही विचारलं तरी गंगम्मानं स्पष्ट शब्दांत नकार दिला होता. हे किरकोळ सोनं जरी हातात असतं तरी अडीअडचणीला हाताशी राहिलं असतं. आता नव्यानं संसाराला सुरुवात करायची म्हटलं तर लोटादेखील नव्हता. मुलांना वाढायला छोट्या ताटल्याही नव्हत्या. वाटीही नव्हती. घरात शिजवायला पावशेरभरही नाचणीचं पीठ नव्हतं.

अशा परिस्थितीत बाळंतपण झालं पाहिजे. बाळंतपणासाठी माहेरी जायचा विचार तर तिनं कधीच सोडला होता. विश्वासानं माहेरी जावं, अशी बायको भावाला मिळाली नव्हती.

तिनं नवऱ्याला विचारलं, "खरं तर नवऱ्यानं आपल्या कमाईतून बायकोला चार डाग करून घालायचे असतात! इथं तर मला न सांगता माय-लेकानं संगनमत करून घालवून टाकलंत! लाज नाही काय वाटत?"

यावर पतीमहाशय काही बोलले नाहीत. काहीच ऐकू न आल्यासारखं दाखवत ते लोळत पडले होते. तिनंच विचारलं, "मला सांगा, आता मुलांच्या पोटाला काय घालता? तेव्हा किती शब्दांत कोर्टात जाऊ नका, म्हणून सांगितलं तरी न ऐकता सगळी जमीन घालवून ढेकर दिलीत ना?"

यावर काय उत्तर द्यायला चेन्निंगरायांना सुचलं नाही. त्यामुळे त्यांना अनावर राग आला. काही तरी सणसणीत शिव्या घालायची इच्छा झाली तरी नवीन आणि प्रभावी, नामोहरम करणाऱ्या शिव्या त्यांना त्यावेळी सुचल्या नाहीत. "छिनाल... रांड... गाढवझवी..." याच जुन्या शिव्यांचा त्रिवार उच्चार केल्यावर त्यांच्या जिवात जीव आला. मग तिरीमिरीसरशी उठून ते बाहेर पडले.

नंजम्मालाही प्रचंड संताप आला होता. ती जागीच बसली, मन भरून रडली. नंतर डोळे पुसून जागची उठली.

त्याच दिवशी ती मादेवय्यांच्याकडे गेली. त्यांच्याकडून पाच रुपये कर्जावू मागून आणले. दुसरे दिवशी मुलांवर लक्ष ठेवा, असं नवऱ्याला सांगून मागवाल्या पुट्टव्वाला घेऊन सण्णेनहळ्ळीला गेली. 'रामसंद्र'हून तीन मैलांवरच कुंभाराचं गाव होतं. पुट्टव्वानं तिला एका घरी नेलं. तिथं सहा लहान-मोठी गाडगी, पाण्यासाठी दोन मोठी गाडगी, पाणी तापवायला एक भगोलं, रोटी थापायला एक तसराळं यांसारखं संसारासाठी आवश्यक असलेलं सामान विकत घेतलं. पुट्टव्वानं घासाघीस केल्यामुळे सगळं सामान बारा आण्यात आलं. त्यातलं पाऊण सामान पुट्टव्वानं घेतलं. उरलं ते नंजम्मानं घेतलं. दोघी सामानासकट घरी पोचल्या, तेव्हा सूर्यनारायण डोक्यावर आला होता.

सगळं सामान गावाबाहेरच्या गुंडेगौडाच्या घरात उतरवून नंजम्मा शेडपाशी आली तेव्हा गंगम्मानं सगळं सामान मारुतीच्या देवळात हलवलं होतं. शेडसमोर रामण्णा मातीत बसकण मारून खेळण्यात गर्क होता; पण पार्वती नव्हती. चेन्निंगराय असायचा तर प्रश्नच नव्हता. नंजम्मानं त्याला उचलून घेतलं, जवळच्या कुंडात त्याचे हात-पाय स्वच्छ केले. सुदैव! लेकराला कुंडापाशी जायची बुद्धी झाली नव्हती.

या विचारासरशी तिला पार्वतीची आठवण झाली. सगळे सामान घेऊन शेड रिकामं करताहेत. हिच्याकडे कुणाचंच लक्ष नाही. ही कुणाच्या मागोमाग गेली म्हणायची? रामण्णाला उचलून ती पुन्हा गावात आली. यांच्या घरापाशी मादेवय्या घरात सामान पोचवत होते. चेन्निंगराय समोरच्या कट्ट्यावर बसून तंबाखू खात होते. जवळ जाऊन नंजम्मानं विचारलं, "पार्वती कुठाय?"

तंबाखूची पिंक टाकत ते उत्तरले, "मला काय ठाऊक? असेल कुठंतरी... तूच बघ..."

"मादेवय्या! यांना मुलांकडे बघून घ्या म्हणून सांगून घरासाठी गाडगी आणायला गेले होते... येऊन बघते तर पार्वती नाही! विचारलं तर बघा कसं उत्तर देताहेत!"

"काय हो! सकाळपासून इथंच बसलात... लेकरू कुठाय?"

"कुठं गेलीय दळभद्री रांड कुणास ठाऊक! कधी एका जागी बसेल तर शपथ!" असं म्हणून ते जागीच बसून राहिले. लेकराला शोधायला नंजम्मा एकीकडे गेली आणि मादेवय्या दुसऱ्या दिशेनं गेले. कुणीतरी सांगितलं तिला धोबीवस्तीकडे पाहिलं. नंजम्मानं तिकडे धाव घेतली. सुदैवानं तिथल्या एका घरासमोर पार्वती रडत बसली होती. सगळ्यांनाच शेडमधलं सामान लावायची घाई होती. ही कुणाची मुलगी याकडे कुणाचंच लक्ष नव्हतं.

पार्वतीच्या हाताला धरून नंजम्मा नव्या घरी आली. घरची परिस्थिती लक्षात घेऊन मादेवय्यांनी एका सुपात दोन शेर नाचणीचं पीठ आणि शेरभर वालाची डाळ आणून दिली. सोबत साराची पूड, तिखट-मीठ, चिंच वगैरेही आणून दिलं. त्यांनी स्वतःसाठी बनवलेलं तोंडीलावणंही आणून दिलं. दोन्ही मुलं भुकेनं व्याकूळ होऊन रडारड करत होती. तिलाही भूक लागली होती. उन्हात सहा मैल चालून आल्यामुळे भूकही व दमणूकही जाणवत होती. जात्याच ती सशक्त असली तरी एका दमात सहा मैल चालणं थोडं जास्तच झालं होतं. तेही पोटात एवढा गर्भ वाहत.

पण म्हणून मुकाट्यानं बसून राहायची सोय नव्हती. मुकाट्यानं उठून तिनं नव्या गाडग्यात पाणी ओढून काढलं. घरात चुलाण होतं. त्यावर पाणी शिंपडलं. मादेवय्यांनी आणखीही काहीकाही आणलं होतं. लगेच वापरायला घेतलं तर मातीचा वास येईल, हे ठाऊक असूनही तिनं एका गाडग्यात डाळ शिजत लावली. दुसरीकडे नाचणीची उकड करायला ठेवली. तासाभरानं स्वयंपाक झाला. भूक अनावर झाल्यामुळे पार्वतीनं निम्मा उंडा आमटीसोबत खाल्ला; पण अजून दोन वर्षंही पुरी न झालेल्या रामण्णाला ते आवडलं नाही. उंडा तोंडात घातल्यावर दाढांना चिकटून बसला. तो, "मला नको!" म्हणत रडू लागला. नंजम्मानं तांदूळ आणि नाचणीचं पीठ शिल्लक ठेवलं होतं. ती उठली. थोड्या पिठात चिमूटभर मीठ घालून तिनं भाकरी थापून त्याला दिली. ती आमटीबरोबर खाता-खाता लेकराचं रडू शांत झालं. अर्धी भाकरी खाऊन त्यातली अर्धी शिल्लक राहिली.

तेवढ्यात पतिदेव घरी आले. स्वयंपाकघरात त्यांनी डोकावून पाहिलं. नंजम्मा स्वयंपाकघरात झाकपाक करत होती. ते बाहेर गेले व कुणाच्यातरी दारापुढच्या केळीचं मोठं पान काढून घेऊन आले. चुलीजवळ तिच्या पुढ्यात पान मांडून मांडी घालून बसले.

स्वयंपाक करताना नवरा जेवायला येईल की नाही, याचा कसलाही विचार तिला जाणवला नव्हता. त्या वेळी तिचं सगळं लक्ष भुकेनं कळवळून सतत रडत

असलेल्या मुलांकडे होतं. पोटात अन्न पडल्यावर मुलं शांत झाली होती. आता नवरा पान मांडून बसला होता. आपण आईसोबत राहणार असल्याची घोषणा करून आता इथं का आले? आईच्या घरात अजून उंडे शिजले नाहीत की काय? की त्यांनी "बायकोकडे जेव जा..." असं यांना सांगितलं की काय? की हे आपल्याच मनानं इकडे आले असतील? सकाळपासून, "तू जिवंत आहेस की मेलीस..." हेही त्यांनी विचारलं नव्हतं. मुलांकडे लक्ष दिलं नव्हतं. मादेवय्यांनी "धर्म" म्हणून दिलेलं पीठ शिजवायला घागरभर पाणीही ओढून दिलं नव्हतं. आता आलेत, आपल्यापुरतं एकच केळीचं पान मांडून बसलेत! पण तरीही "यांना जेवायला वाढायचं की नाही?" हा प्रश्न तिच्या मनात आला नाही; पण तिथं बसायची इच्छा मात्र तिला झाली नाही. ती मुलांना घेऊन बाहेर निघून आली.

एव्हाना मुलांना झापड यायला लागली होती. त्यांना कुठं झोपवायचं? घरात चटईही नव्हती. तिनं आपलं लुगडं अंथरून त्यावर मुलांना झोपवलं. तीही दमली होती. हाताची उशी करून तीही तिथंच आडवी झाली. एकदा मनात आलं, नवऱ्याला वाढून यावं काय? पण वाटलं, त्याला हाक मारू दे... मग बघता येईल. बघता बघता तिचा डोळा लागला.

जाग आली, त्या वेळेपर्यंत नवऱ्यानं जेवण उरकलं असेल असं वाटलं, की ते रागावून तसेच निघून गेले असतील? बाहेर उन्हं उतरत होती. तिनं आत जाऊन पाहिलं, रिकाम्या अन्नाच्या गाडग्यांवर ऊन पडलं होतं. जवळच जेवण झाल्यावर रिकामं पान उष्ट्या-खरकट्याबरोबर तसंच सुकत पडलं होतं. तिनं एकूण पाच उंडे काढले होते. त्यातला अर्धा पार्वतीनं खाल्ला होता. साडेचार उंडे गाडग्यातच होते. आता पाहिलं तर त्यातला केवळ अर्धा उंडा शिल्लक होता. दुसऱ्या गाडग्यात तळाशी थोडीशी आमटी होती. हे तरी का ठेवलं असेल? गर्भार बायकोसाठी? की पोटात तेवढीही जागा नसल्यामुळे?

तिच्या पोटातही भुकेचा डोंब उसळला होता. उरलेला अर्धा उंडा खायला म्हणून हात तिकडे गेला; पण पाठोपाठ विचार आला, हेही संपलं तर रात्री मुलांना काय वाढायचं? आणखी दीडपाव नाचणीचं पीठ होतं, त्याची भाकरी बनवता येईल. तरीही नवऱ्यानं सोडलेला तो अर्धा उंडा खायचा विचार मात्र तिला असह्य वाटला. ती उठली आणि बाहेर येऊन खांबापाशी बसली.

मुलांना अजून जाग आली नव्हती. दिवस मावळायला आला होता. अशा तिन्ही सांजेला झोपू नये, म्हणून तिनं मुलांना जागं केलं. आठवलं, दिवसभरात तिची आणि मुलांची अंघोळ झाली नव्हती. सण्णेनहळ्ळीहून आल्यानंतर तिनं तोंड धुवून कुंकूही लावलं नव्हतं. कुंकवाचा करंडाही सासरच्या घरीच राहिलाय. तो तरी देतील की नाही कोणजाणे! रात्री पेटवायला एखादी रॉकेलची चिमणीही नाही. जवळ

साडेचार रुपये होते. मुलांचे हात धरून तिनं दार लावलं आणि कुलूपही लावलं. तीच पुन्हा दुकानात जाऊन दोन चिमण्या, एक बाटली, तिच्यात तेल भरून घेऊन आली. काडेपेटीही घेतली. सगळे मिळून साडेतीन आणे झाले. सहा पैशांचे मुलांसाठी बत्तासेही विकत घेऊन दिले. घरी आल्यावर तिनं एका जुन्या लुगड्याची कड फाडली, एका चिमणीत त्याची वात करून घातली आणि तेल भरून ठेवलं. ती पेटवून तिच्या उजेडात दुसरी चिमणीही तिनं तयार करून ठेवली.

पुढं काय करायचं ते सुचलं नाही. काही करण्याइतकं शरीरात त्राणच राहिलं नव्हतं. त्यामुळे ती खांबाला टेकून शांत बसून राहिली. दोन्ही मुलांनी तिच्या दोन्ही मांड्यांवर डोकं ठेवून पाय पसरले. नवी जागा असल्यामुळे तीही बावरून गेली होती.

बराच वेळ गेल्यावर मुलांना घेऊन ती आत गेली. सकाळचा उरलेल्या उंड्यातला निम्मा भाग रामण्णाला दिला. त्यातलं थोडं शिल्लक असतानाच त्याचं पोट भरलं. पार्वतीनंही अखेरचे दोन घास ठेवून 'पुरे' म्हटलं. तिच्या पोटात मधूनच कळ मारत होती. दोघांनीही टाकलेलं अन्न शिल्लक असलेल्या आमटीसोबत खाऊन तीही उठली. पण उरलेल्या मापटंभर नाचणीच्या पिठाचं काहीतरी करून खायची इच्छा होत होती. पण पुन्हा मनात कंटाळा... तिरस्कार भरून राहत होता. त्यामुळे आवरून ती मुलांसोबत, हातात चिमणी घेऊन माजघरात आली. तिनं पाहिलं, त्याच वेळी नवरा अंथरुणाची वळकटी उचलून घेऊन दारात आला. मुलांना कुठं झोपवायचं या विवंचनेत असताना नवऱ्यानं वळकटी आणलेली बघून तिला समाधान वाटलं. तिनं वळकटी सोडून पाहिली. तिच्या प्रस्थाच्या वेळी माहेरच्यांनी दिलेली दोन जाजमं, चादरी, आणि काळी कांबळी त्यात होती. त्यातलं एक जाजम तर रामण्णा आणि पार्वतीच्या शी-शूत कुजून गेलं होतं. कांबळं त्यातल्या त्यात बऱ्या अवस्थेत होतं.

त्यातल्या एकामध्ये दोन्ही मुलांची व्यवस्था केल्यानंतर एक जाजम अंथरून त्यावर तिनं आपल्या झोपण्याची व्यवस्था केली. नवऱ्यालाही दुसरीकडे अंथरूण घालून दिलं.

तिची ही सगळी धडपड खांबापाशी उभं राहून न्याहाळणाऱ्या पतिदेवांनी विचारलं, "माझं अंथरूण तुझ्याशेजारी का नाही घातलंस?"

ती काही बोलली नाही. रामण्णाच्या शेजारी बसून ती त्याला थापटत राहिली.

चेन्निंगरायांनी पुन्हा विचारलं, "तू वेगळं अंथरूण घालून झोपणार म्हणून मी सगळी वळकटी एवढ्या कष्टानं उचलून आणली काय?"

तरीही ती बोलली नाही.

"का गं रांडे! बोलत का नाहीस?"

तिनं संयम राखत म्हटलं, "सहा महिने झालेत मला!"

"म्हणून काय झालं?" म्हणत त्यांनी आपली अंथरुणाची वळकटी उचलून तिच्या अंथरुणाशेजारी ठेवली. नंतर चिमणी घेऊन स्वयंपाकघरात जाऊन ओरडून विचारू लागले, "हे काय? मला काहीच ठेवलं नाहीस?"

"दुपारी जेवल्यावर तुम्ही काय शिल्लक ठेवलं होतं रात्रीसाठी?" तिनं विचारलं.

यावर काही न बोलता त्यांनी नाचणीचं पीठ भांड्यात घेतलं, त्यावर थोडं मीठ घातलं आणि चूल पेटवून दोन भाकऱ्या करून घेतल्या. वेड्यावाकड्या झाल्या तरी गरमागरम खाऊन वर तांब्याभर पाणी प्यायले आणि चिमणी घेऊन माजघरात परतले.

दोन्ही मुलं गाढ झोपी गेली होती. बायको डोळे मिटून पडली होती. तेही तिच्या शेजारच्या आपल्या मऊ अंथरुणावर पहुडले.

नंजम्माला झोप लागली नव्हती. येणं शक्यही नव्हतं. सकाळपासून पोटभर खायला न मिळाल्यामुळे पोटात खड्डा पडल्यासारखं झालं होतं. पोटातल्या बाळाच्या हालचाली वाढल्या होत्या. तिनं त्याला बजावलं, एक दिवस खायला मिळालं नाही तर किती ही धडपड? एवढी भूक लागली तरी बाळाचं काय? गर्भारशीनं उपाशी राहू नये. आपण कसेही उपवास काढू शकतो; पण पोटातल्या बाळाला कसं अन्न पोचवायचं? माझंच चुकलं. दुपारचं शिल्लक राहिलेला अर्धा उंडा तरी मी खाऊन घ्यायला पाहिजे होता. पण ते तरी कसं करायचं? मुलांना रात्री खायला आणखी काहीही नव्हतं. त्या दृष्टीनं आपण खाल्लं नाही तेच बरोबर केलं. उरलेल्या पिठाची भाकरी करून खायला हरकत नव्हती. पण तेव्हा वाटलं होतं, सकाळी उठल्या-उठल्या मुलांना भूक लागली तर त्यांना द्यायला काहीतरी हवंच ना... पण आता काय झालं? तेही पीठ संपलंच ना! त्याच्या भाकऱ्या करून याच मुलांच्या जन्मदात्यानं संपवल्याच की! संध्याकाळी एवढे सगळे उंडे खाल्ल्यावरही इतक्या लवकर यांना एवढी कशी भूक लागली असेल? काहीजणांचा जठराग्नी जास्तच प्रखर असतो हे आठवलं. दुपारी केळीच्या पानावर स्वतःच वाढून घेताना त्यांना गर्भार बायकोची आठवण आली नाही. आता भाकरी खातानाही आली नाही. आता बायकोची आठवण होऊन शेजारी झोपलेत! तिची प्रकृती काय म्हणते, सकाळपासून कामं करून ती दमली असेल काय, तिनं पोटाला काय खाल्लं असेल, तिला काही त्रास होतोय काय, यांतली कुठलीच काळजी या जिवाला नाही! दूर लोटून द्यावं असं मनात आलं.

पण आपल्या आईबरोबर राहतो म्हणणारा आपला नवरा दुपारी आपण होऊन आला! उंडे गिळले, आता भाकऱ्याही हाणल्या! माझ्याजवळ झोपण्यासाठी म्हणूनच अंथरुणाची वळकटी वाहून घेऊन आले म्हणे! आता यांना दूर लोटलं तर हे पुन्हा निघून जाऊन आईबरोबर राहायला लागतील! मादेवय्यांना याचा सुगावा लागला

होता. आईबरोबर तुझा नवरा राहणार नाही, असं ते म्हणत होते त्याचा अर्थ हाच काय!

मला माझा 'संसार' सांभाळायचा असेल तर या कर्मालाही नाकारता येणार नाही.

सण्णेनहळ्ळीला जाऊन आल्याचे श्रम, दुपारपासून घर लावायला केलेली मेहनत, सहा महिन्यांचं गर्भारपण असतानाही घासभरही अन्न न मिळाल्याची उपासमार यामुळे ती अंग टाकून झोपली होती. चेन्निंगरायांना कुठलेही श्रम व्हायचं कारणच नव्हतं.

अचानक तिला तिच्या वडिलांची आठवण झाली. त्यांचा स्वभावही, 'दैत्य-स्वभाव'च. कशाचीच तमा नाही. संताप आला की बायको, आई, मुलगी... कुणीही समोर असलं तरी समोरचं माणूस जगतंय की मरतंय, हे न पाहता मारत सुटायची त्यांची पद्धत. पण मन भरून आलं, की तेवढेच कळवळतात. कल्लेशला प्लेग झाला तेव्हा त्यांनी स्वत: त्याची किती सेवा केली! तेव्हा तर कितीतरी वेळा ते त्याचं डोकं आपल्या मांडीवर घेऊन रात्र-रात्र जागरणही करायचे. देवा रे! नवऱ्यानं बायकोवर हात उगारला तरी हरकत नाही... पण दोन जिवाची बायको आणि आपल्याच रक्ताची आपली मुलं जेवली काय, याची फिकीर न करता स्वत:चंच पोट भरणारा नवरा आणि बाप असेल तर तो कसला संसार? कशाला जगायचं असल्या संसारात?

तिला अक्कम्माची आठवण आली. जन्माला आल्यावर आपल्याला आईचं दूधच मिळालं नव्हतं... मूल जन्माला आलं आणि आईनं डोळे मिटले... तेव्हापासून अक्कम्मानंच सांभाळ केलाय. मला स्वत:च्या जिवाचा तुकडा समजणारं जगात असलेलं एकमेव माणूस म्हणजे अक्कम्मा! तिचीही पंचाहत्तरी उलटून गेलीय. तिला बोलवून घेतलं तर बाळंतपणाचा प्रश्न मिटेल; पण ते तरी कसं जमणार? इकडे आमचंच पोट कसं भरायचं, हा प्रश्न आहे... तिच्या पोटाला काय घालायचं? म्हातारपणी तिचे कशाला हाल करायचे?

मग बाळंतपण कोण करणार? नागलापूरला जायचा तर प्रश्नच नाही! अक्कम्मा आली, महिनाभर राहिली तर मला आणि बाळाला तेल-पाणी करेल. पण... तिला काय खाऊ घालायचं? आणि बोटभर तेल तरी कुठून मिळणार, मला आणि बाळाला?

या विचाराबरोबरच आठवलं, घरातली सगळी गाडगी-मडकी रिकामी आहेत... उद्या काय करायचं, हा आत्ताचा प्रश्न आहे! मुलांना काय वाढायचं? पोटात उसळणारा भुकेचा डोंब कसा शांत करायचा?

एकाच कुशीवर झोपून तो भाग दुखायला लागला होता. तिनं कूस बदलली.

शेजारीच यजमान ढाराढूर झोपून तालासुरात घोरत होते. तिला सगळंच असह्य झालं. अंधारातच ती उठली आणि आपलं जाजम घेऊन मुलांच्या पलीकडे जाऊन झोपलेल्या पार्वतीच्या अंगावर हात ठेवून झोपली.

६

सकाळी उठून पाणी ओढून काढून तोंड धुवून तिनं मुलांचीही तोंडं धुवून आपल्या पदरानं पुसून कोरडी केली. सावकाश स्वयंपाकघरात गेली. चुलीतली राख काढून चूल सारवली. आदले दिवशीची खरकटी भांडी घासली. आदले रात्री खरकट्या भांड्यांत पाणी घालायला विसरल्यामुळे पातेलं खट्टर झालं होतं. त्यात पाणी भरून ठेवून तिनं बाहेर येऊन पाहिलं. पतिदेव दाराकडे पाय पसरून सुखानं डाराडूर झोपले होते. तिनं अर्धवट दार उघडून दारापुढे सडा टाकला; पण घरात रांगोळी नव्हती. शेजारच्या चन्नशेट्टीच्या सुनेकडून तिने रांगोळी मागून आणून दारात काढली आणि नंतर घरात येऊन शांतपणे बसून राहिली. पुढं करायला काहीच काम नव्हतं. आज जेवायला काय कारायचं, याचा काहीच विचार नव्हता, काही व्यवस्थाही नव्हती.

दाराच्या उघड-झापीच्या आवाजानं चेन्निंगराय जागे झाले आणि, "...तिच्या आईला..." म्हणत उठून बसले. बसल्या-बसल्या, "अहिल्या द्रौपदी सीता..." म्हणत पंचकन्यांचं स्मरण केलं. कराग्रे वसते लक्ष्मी... म्हणत दोन्ही हातांचं दर्शन घेतलं व उठून ते गावाबाहेरच्या चढणाकडे गेले. नंजम्मानं अंथरूण गुंडाळून ठेवलं.

त्याच वेळी मादेवय्या एक पोतं खांद्यावरून घेऊन आले. खांबापाशी पोतं उतरवून ठेवून ते निघून गेले. जाता-जाता त्यांनी सांगितलं, "मी गावात भिक्षेसाठी निघालोय. यांत वीस शेर नाचणी, दहा शेर तांदूळ, पायलीभर वाल आहेत. तुम्ही वापरा..."

आज काय करायचं, या विवंचनेत असतानाच घरात धान्य आल्याचा एकीकडे आनंद वाटला तरी ती संकोचून म्हणाली, "काल तुम्हीच दिलंत. आज एवढं सगळं आणून ठेवलंत. तुम्ही स्वत: गावोगावी फिरून भिक्षान्नावर जगता! अशा वेळी पुन्हा तुमच्याकडून असं कसं आयतं घेऊ?"

"अव्वा! माझी भिक्षा मी कसा खर्च करतो, हे तुम्हालाही ठाऊक आहेच. माझ्यासारखेच गावात जे साधू-संन्यासी येतात, त्यांच्यासाठी म्हणून हे मी गोळा करून ठेवतो. यातलं अन्न तुम्ही चार-आठ दिवस जेवलात तर काय होणार आहे?

त्या वेळेपर्यंत तो शिवा काहीतरी मार्ग दाखवेलच," एवढं सांगून ते निघून गेले.

आदले दिवशी मादेवय्यांनी आणून दिलेलं सूप घरातच होतं. तिनं त्यात दोन शेर नाचणी काढून घेतली. त्या घरात जातं, रगडा, खलबत्ता होते; पण पावभर नाचणी कुटून होईपर्यंतच ती दमून गेली. तिला आठवलं, कालच्या दिवसात आपल्या पोटात काहीच गेलेलं नाही. ती थोडी दम खायला बसली. त्याच वेळी पतिमहाशय घरी आले. नाचणी कुठून आली, हा प्रश्नही त्यांना पडला नाही. काही न बोलता ते मुकाट्यानं खांबाला टेकून बसून राहिले. पान-तंबाखू खाण्यात मग्न झाले.

नंजम्मा म्हणाली, "मला होईना हे! थोडं रगडून देता काय?"

ते काही बोलले नाहीत. तिनं पुन्हा विचारलं तेव्हा गरजून म्हणाले, "पुरुषमाणसं रगडा फिरवतात काय कधी? मला बाई समजलीस की काय?"

संयम ढळू द्यायचा नाही, हा आपलाच संकल्प आठवून नंजम्मा काही बोलली नाही. शेजारच्या वस्तीवर जाऊन तिनं पुट्टम्माला बोलावून आणलं. तिच्याकडे जातं होतं. दोन पैशांना दोन सुपं नाचणी दळून द्यायचं कबूल केलं. नंजम्मा चन्नशेट्टीच्या दुकानात गेली आणि मिरे, धणे, मीठ, तेल वगैरे एक रुपयाचं सामान घेऊन येऊन स्वयंपाकाला लागली. अकरा वाजायच्या सुमारास वालाची आमटी, नाचणीच्या पिठाची उकड, रामण्णासाठी भाकरी तयार झाली. आदले दिवशीही तिनं अंघोळ केली नव्हती. शेजारच्या विहिरीचं पाणी काढून तिनं मुलांना न्हाऊ घातलं व स्वत:ची अंघोळ उरकली आणि घरात आली.

घरात येऊन तिनं पाहिलं, पतिदेव केळीच्या पानावर उकड आणि आमटी घालून घेऊन त्यावर ताव मारत होते. मनात येऊनही त्यांना, "माझ्यासाठी आणि मुलांसाठी शिल्लक ठेवा..." असं स्पष्टपणे सांगायची इच्छा झाली नाही. पण सुदैवानं त्यांना काय वाटलं कोण जाणे! एकूण सात उंड्यांपैकी चार संपवून तीन त्यांनी शिल्लक ठेवले होते. तिनं त्यातला एक उंडा खाल्ला. पार्वतीला अर्धा खाऊ घातला. रामण्णाला रोटी खाईपर्यंत चारवेळा पाणी प्यायला लागलं. तो भातासाठी रडू लागला. दुकानातून दोन आणे देऊन शेरभर तांदूळ आणायला पाहिजे होते, असा विचार करत तिनं जेवण संपवलं. पोटात अन्न जाताच थकावट जाणवली. बाहेर येऊन एक जमखाना अंथरून त्यावर ती आडवी झाली. डोक्यात विचार घोळतच होते. रात्रीचा स्वयंपाक करायला सरपण नव्हतं. आदले दिवशी मादेवय्यांनी आणून दिलेलं सरपण संपलं होतं. पतिदेव झोपले होते.

ती म्हणाली, "कुठून तरी चुलीसाठी काहीतरी चिपाडं-काटक्या आणल्या असत्या तर बरं झालं असतं."

"जा जा! मी कुणाकडे मागायला जाऊ? नाही जमणार!"

"असं म्हणून कसं चालेल? शेताकडे जाऊन कुणाला तरी सांगून चोयट्या कापून घेऊन या जा..."

"खाज असेल तर तूच जाऊन घेऊन ये! मला नाही जमणार..." एवढं सांगून पोटातलं अन्न जिरवण्यासाठी निद्रादेवीचं आवाहन करत त्यांनी कूस बदलली.

सरपण मागायला ती कुणापाशीही गेली नाही. शेजारच्या चिन्नय्याच्या बायकोला विचारलं, तेव्हा तिनं एक मोठासा ओंडका आणि चार-सहा लहान काटक्या दिल्या. मग नंजम्मा चन्नशेट्टीच्या दुकानात गेली. तांदळाची चौकशी केली, तेव्हा त्यानं सांगितलं, "बारीक तांदूळ नऊ शेर, मोठा बारा शेर."

एक पावली देऊन तिनं तीन शेर जाड तांदूळ विकत घेतले. त्यातल्या मापट्याचा तिनं रात्री भात शिजवला. पार्वती आणि रामण्णा अतिशय आनंदानं जेवले. चिन्नय्याच्या बायकोनं, रंगम्मानं तोंडी लावायला ताक दिलं होतं. मुलांचं जेवण झाल्यावर उरलेला ताक-भात चेन्निंगरायांनी खाल्ला. नशीब! मुलांचं जेवण होण्याआधी ते जेवायला बसले नाहीत.

मादेवय्यांनी दिलेलं धान्यधुन्य सात-आठ दिवस पुरेल. त्यानंतर काय करायचं, हा प्रश्न अजूनही सुटलेला नव्हता. उद्या 'रामसंद्र'चा बाजार आहे. तिथून स्वयंपाकाला लागणारी चार-दोन भांडी घेऊन यावीत, असं तिनं ठरवलं. दुसरे दिवशी सकाळचा स्वयंपाक आणि सगळी कामं आटोपून तीनच्या सुमारास मुलांना घेऊन ती बाजारात गेली. तिपटूरचा साबू ॲल्युमिनिअमची भांडी विकायला मांडून बसला होता. याची तिला कल्पना होती. त्याच्याशी थोडी घासाघीस करून तिनं चार ताटल्या, चार पाण्याचे पेले, डाव, पळी आणि एक अंघोळीचं पाणी तापवायला तपेलं विकत घेतलं. सगळे मिळून पावणे दोन रुपये झाले. रडणाऱ्या मुलांना तिनं साखरेची काडी आणि बत्तासे घेऊन देण्यात तीन पैसे संपले. येताना तिला वाटेत पटेल गुंडेगौडा भेटले. त्यांनी चौकशी केली, "घरात सगळं ठीकाय नव्हं?"

"होय गौडा! चला घराकडे..."

गौडांनी तिच्या हातातली भांडी घेतली, रामण्णाला खांद्यावर बसवून घेत ते तिच्या मागोमाग चालू लागले. कुलूप काढून आत गेल्यावर गौडांनी एकवार सगळीकडे पाहून विचारलं, "आता पोटापाण्याचं कसं काय?"

"ते तुम्हालाच विचारायचं म्हणत होते."

"त्याच दिवशी विचारायचं... तेव्हाच दिलं असतं एक-दोन पायली धान्य..."

"पण ते किती दिवस पुरलं असतं?" तिच्या मनात एक उपाय सुचला. ती म्हणाली, "तसं तुम्ही काही देऊ नका. मी एक सांगते, तसं केलं तर तुम्हाला काही त्रास होणार नाही आणि माझ्यावरही उपकार होतील."

"काय? सांग."

"तुमचा एकूण शानभोगकीचा हप्ता केवढा असतोय? ऐंशी रुपये? होय की नाही?"

"का?"

"तुम्ही एक काम करा. या वर्षीच्या हप्त्यातला पन्नास रुपयाचा हप्ता दिलाय, असं यांना सांगा. तशी पावती लिहून घ्या. त्या पन्नास रुपयांतून आम्हाला नाचणी, वाल, मिरची द्या. घरात असेल तर थोडं भातही द्या. त्यावर आमचा चरितार्थ चालेल."

"पण तुम्ही हे सरकारी पैसे कसे परत कराल?"

"आमच्या वाट्याला एकशे वीस रुपये यायचे आहेत की नाही? त्यांतून सरकार कापून घेईल."

हा उपाय गौडांना पटला. "अव्वा! दिवाणकी करायची बुद्धी आहे तुझी!" म्हणत त्यांनी याला संमती दर्शवली. नवरा मादेवय्यांच्या देवळात बसून तंबाखू चघळत असेल, याची कल्पना असल्यामुळे नंजम्मानं पार्वतीला पाठवून गुंडेगौडा आल्याचा निरोप पाठवून बोलावून घेतलं.

शानभोग घरी आले. आल्या-आल्या पटेल गुंडेगौडांकडून पान-तंबाखू मागून घेऊन खाऊ लागले. सावकाश गौडांनी विषय काढला, "कुठे आहेत तुझ्या खातेकिर्दीच्या वह्या?"

"तिकडं आहेत."

"म्हणजे कुठं?"

"अम्माच्या घरी..."

"काय रे ए! शानभोगकी म्हणजे काय खायची गोष्ट समजलास की काय? जिथं शानभोग असतोय तिथंच त्याचं सगळं दप्तर असायला पाहिजे! त्यासाठीच मी हे घर दिलंय की नाही? तुला एवढाही सरकारी कानून माहीत नाही की काय? जा! आत्ताच्या आत्ता सगळं शानभोगकीचं दप्तर इकडं घेऊन ये!"

शानभोग हनुमंतरायाच्या देवळापाशी गेले; पण गंगम्मानं दप्तर द्यायला आडकाठी घातली. पटेल गुंडेगौडांनी सांगितलंय, असं सांगताच तीच इकडे आली. त्यांनी तिलाही सरकारी कानून असल्याचं सांगितलं. तेव्हा ती म्हणाली, "तसं असेल तर मीही इकडंच येऊन राहणार!"

गुंडेगौडा म्हणाले, "राहा! माझं काय जातंय?"

पण नंजम्मा क्षणही न दवडता म्हणाली, "हे नाही चालणार! एकदा बाहेर काढलंय म्हटल्यावर तुमच्यापुरते तुम्ही राहा, आमच्यापुरते आम्ही राहू!"

"ऐक ऐक गुंडेगौडा! ही छिनाल रांड काय म्हणते ते ऐकलंस की नाही?"

गुंडेगौडा म्हणाले, "गंगव्वा, मी हे घर शानभोगकीच्या पुस्तकासाठी... पुस्तक

लिहिणाऱ्या या अम्माला; आणखी कुणालाही नाही. तू उगाच शिव्या देऊ नकोस...'' यावर गंगम्मा शिव्याशाप देत, कडाकडा बोटं मोडत हनुमंतरायाच्या देवळाला परतली. शानभोगांनी स्वत: जाऊन सगळी कागदपत्रं चारवेळा डोक्यावरून वाहून आणली; ते ठेवलेला पेटारा मात्र गंगम्मानं दिला नाही. सगळं आणून ठेवल्यावर गुंडेगौडा म्हणाले, ''बसणप्पा, एवढी वर्षं काय केलस रे... सरकारनं लिहायला सांगितलेले मळे-शेतं कुठं काय आहेत, ते ठाऊक नाही. सांग बघू...''

शानभोगांना काहीच उत्तर सांगता आलं नाही. पटेलांनी विचारलं, ''ही सगळी कागदपत्रं तू डोक्यावरून वाहून आणलीस की नाही... शेत वाहून आणल्यासारखं झालं नाही काय? अरे, एवढं शेतात राबला असतास तरी पोट भरलं नसतं काय? तू कसला अधिकार चालवतोस? फक्त तोंडाच्या वायफळ गप्पा मारतोयस. कागद-दौत घेऊन ये.'' नंतर नंजम्माकडे वळून म्हणाले, ''काय लिहायचं ते सांग बाई!''

''लिहून देणार,...'' चेन्निंगरायांनी हातात बोरू-टाक घेतला. बायकोनं सांगितलं, ''रामसंद्रच्या कुरुबरहळ्ळीच्या पटेल गुंडेगौडा यांचेकडून त्यांच्या जमिनीच्या खंडाच्याबाबत पन्नास रुपये खंड जमा झाला आहे. वसुलीच्या काळात ही मुद्दल कापून घेऊन बाकीचे वसूल करून तुमच्या पट्ट्यांत लिहून देतो... शानभोग चेन्निंगराय...''

बायकोनं सांगितल्याप्रमाणे लिहून त्यानं तो कागद गौडांच्या हातात दिला. दिल्यानंतर दहा मिनिटांपर्यंत त्यांना आपण काय लिहून दिलं, त्याचा अर्थ लागला नव्हता. त्यानंतर आठवून त्यांनी विचारलं, ''पण पैसे कुठे आहेत?''

''पैसे कुठं जातात? मला विचारू नकोस... गप्प बैस बघू...'' असं त्यांनी सांगितलं तरी शानभोगांची भुणभुण सुरूच राहिली.

त्याच्या दुसरे दिवशी गुंडेगौडांनी बैलगाडी जुंपून येऊन पोती उतरवून नंजम्माला सागितलं, ''हे बघ अव्वा, चार खंड नाचणी, म्हणजे चोवीस रुपये. एक पायली वाल, म्हणजे चार रुपये. एक मण मिरची, तीन रुपये. सगळे मिळून किती झाले?''

''पस्तिस रुपये.''

''हं हे घे पाच रुपये. चाळीस रुपये झाले की नाही? आणखी दहा रुपये तिपटूरच्या खोबऱ्याच्या व्यवहारानंतर देतो. आमच्याकडे भात पिकत नाही. तूच दुकानातून तांदूळ घे.''

आता नंजम्माला हायसं वाटलं. ते पाच रुपये आणि आपल्यापाशी असलेले दोनेक रुपये तिनं एका कापडाच्या पुरचुंडीत बांधले आणि ती पुरचुंडी तिनं वळचणीला लपवून ठेवली.

७

आठव्या महिन्याचं पोट कसंबसं सावरत नंजम्मा भर दुपारच्या वेळी कागदावर रूळ ठेवून रेषा काढण्यात गढून गेली होती. पोट बरंच आल्यामुळे तिला एका अवस्थेत बसून-वाकून रेषा आखायला न जमल्यामुळे ती वरचेवर मांडी बदलत होती. चेन्निंगराय जवळच एका चटईवर आडवे पडून संथ लयीत घोरत होते. अचानक गंगम्मा घरात घुसली. मागं गुंडगौडांनी शानभोगकीचं सगळं दप्तर या घरी आणायला लावलेल्या दिवसानंतर ती इकडे आली नव्हती. आता घरात कुणालाही न विचारता घुसल्यावर ती थेट नाचणीच्या पोत्यापाशी गेली आणि सोबत आणलेल्या एका पिशवीत ती भराभरा एका मापट्यानं नाचणी भरून घेऊ लागली. हे पाहून काय करावं ते काही क्षण सुचलं नाही. तरी भानावर येऊन नंजम्मा म्हणाली, "काय करताय?"

"काय म्हणजे? नाचणी घेतेय! दिसत नाही काय? आणि तू कोण मला विचारणारी?"

"आधी ती पिशवी बाजूला ठेवा बघू! नंतर बोला! न विचारता आमच्या धान्याला कसा हात लावताय?"

"का? हे घर काय तुझ्या बापानं बांधलंय काय? ऐकलंस काय रे शिखंडी... रांडेच्या! आज सकाळपासून घरात काहीही नाही. चूलही पेटली नाही. म्हणून नाचणी घ्यायला लागले तर ही छिनाल बघ कशी नाटक करतेय! कुरुबरहळ्ळीचा गुंडेगौडा आमचा पटेल आहे... तुझा जार नाही! मी कशाला हे सोडून देऊ?"

या आरड्याओरड्यानं चेन्निंगरायांची झोपमोड झाली. कूस बदलत ते झोपेतच म्हणाले, "घेतली तर घेऊ दे... रांडीच्चे..."

"हे पाहा, गुंडेगौडांनी हे धान्य धर्मादाय वाटण्यासाठी दिलेलं नाही! खंडातून कापून घ्यायच्या बोलीवर मी ते मागवून घेतलंय."

"शानभोगकी माझ्या नवऱ्याची आहे! तुझ्या बापाची नाहीये छिनाल रांड!"

"पण माझ्या वडिलांनीच घोड्यावरून येऊन मिळवून दिलीय, हे लक्षात नाही काय? नाही तर ही हाताला लागली नसती! आताही डोळ्यांत तेल घालून हिशेब मी लिहितेय! माझ्या घरात शिरून इथल्या धान्याला हात लावला तर मी गप्प बसणार नाही... गुंडेगौडांना निरोप पाठवेन!"

"आज सकाळपासून पोटात घासभरही अन्न गेलेलं नाही... काय करू रांडेच्या!"

"मला काय विचारता? जा... शिवेगौडांना किंवा कासीमबड्डीला जाऊन विचारा! नाही तर रेवणशेट्टीला विचारा!" नंजम्मा म्हणाली.

गंगम्माला या बोलण्याचा मथितार्थ समजला नाही; ती तशीच शिवेगौडाच्या घरी गेली. ती गेल्यावर मात्र नंजम्माचा जीव कासावीस झाला. सकाळपासून पोटात अन्न नाही... हे ऐकूनही मी अशी कशी वागले? ती उठली व एका टोपलीत चार भांडी नाचणीचं पीठ काढून तिनं नवऱ्याच्या हातात दिलं आणि देऊन यायला सांगितलं. टोपलं घेऊन मुलगा आईच्या घराकडे गेला.

इकडे गंगम्मा सरळ शिवेगौडाच्या घरी पोचली होती. दारात उभी राहून म्हणाली, "काय रे ए पाटील! आज सकाळपासून घरात चूल पेटली नाही. मला पंचवीस शेर नाचणी दे!"

"बाई! काय झालंय तुला? कुठून येणार पंचवीस शेर नाचणी?"

"दळभद्री हलकट मेला! माझी सगळी जमीन गिळून बसलास आणि आता असं म्हणतोस? तुझं तळपट होईल मेल्या!"

"फुकट नाही घेतली... ढिगानं पैसा ओतलाय... विसरलीस काय थेरडे?"

शिवेगौडाची बायको गौरम्मा दोघांचा संवाद ऐकून घाबरी झाली होती. ती पुढं झाली आणि नवऱ्याला म्हणाली, "ती बाई तसं बोलतेय म्हणून तुम्ही पण असं बोलू नका... या म्हातारीनं रस्त्यावरची माती उधळत आपल्या घराला शिव्याशाप दिले तर ते आपल्या घरासाठी चांगलं नाही." या फाटक्या तोंडाच्या म्हातारीच्या तोंडाला लागणं पाटलाला तरी कुठे पाहिजे होतं? तो पायात जोडे चढवून मळ्याच्या दिशेनं चालू लागला. गौरम्मानं एका सारवलेल्या टोपलीत दोन शेर नाचणी घातली आणि गंगम्माच्या हाती दिली व म्हणाली, "ते बोलतात म्हणून रागावू नका... हे घ्या..."

रागाच्या भरात कदाचित गंगम्मा नको म्हणाली असती; पण पोटातली आग ...ती मुकाट्यानं टोपली डोक्यावर घेऊन देवळात आली. या आवधीत चेन्निगरायांनी पिठाचं सूप अप्पण्णय्याच्या हाती देऊन पुन्हा मादेवय्याचं देऊळ गाठलं होतं. नंजम्मा पुन्हा आपल्या कामाला लागली होती. लाल शाईच्या रेषा आखू लागली.

कुणीतरी घरात आल्याचं सावलीवरून जाणवलं. नंजम्मानं मान वर करून पाहिलं. नेमक्या त्याच वेळी गंगम्मानं सुपातलं नाचणीचं पीठ तिच्या डोक्यावर ओतलं. नंजम्माला काही उमजायच्या आतच ती सूप तिच्या डोक्यावर चेचत म्हणाली, "तुझ्या घरची भिक्षा खाऊन जगेन, असं वाटलं काय गं भवाने! काय वाटली तुला ही गंगम्मा म्हणजे!" असं म्हणत आल्यापावली ती तरातरा निघून गेली.

डोकं, समोरची वही, टाक, रूळ, दौतीतली शाई सगळ्यांत नाचणीचं पीठ पडलं होतं. एकदा मनात आलं उठून सासूला मागून जाऊन पकडावं. कुणाला तरी सासूचा प्रताप दाखववा, असंही वाटलं. पण घरातलं भांडण वेशीपुढे टांगलं तर

हसं होईल, हेही तिला समजत होतं. आधीच आपलं घर हा गावात हसायचा विषय आहे, हे जाणवून ती तशीच बसून राहिली. नंतर उठली. तिनं डोकं आणि लुगड्यावर पडलेलं पीठ झटकलं. सुदैवानं बरंच पीठ ती बसलेल्या चटईवर पडलं होतं. त्यामुळे गोळा करणं सोपं गेलं. पुस्तकावरचं पीठही तिनं गोळा करून ठेवलं. डोक्यावरून अंघोळ करून तिनं केसांत अडकलेलं पीठ धुवून टाकलं. टाक आणि दौत धुऊन चन्नय्याच्या दुकानातून तिनं तीन पैशांची लाल शाईपूड आणून शाई तयार केली आणि पुन्हा रूळ घेऊन रेषा आखायला बसली.

८

ही घटना घडल्यावर दुसरे दिवशी सकाळी दहा वाजता नंजम्मा आत स्वयंपाक करत असताना तिला बाहेरून "नंजू..." अशी हाक ऐकू आली. आवाजावरूनच तिला अक्कम्मा आल्याचं समजून ती गडबडीनं बाहेर आली. खरोखरच बाहेरच्या दारात अक्कम्मा उभी होती. डोक्यावर एक कपड्याचं गाठोडं घेऊन ती उभी होती. तिच्या मागं दोन गडी उभे होते. त्यांच्याकडे एकेक पोतं होतं. तिला पाहतच अक्कम्मानं गड्यांना पोती उतरवायला सांगितली.

आत येत अक्कम्मा म्हणाली, "हे काय गं नंजू! गर्भार असल्याचा मला का नाही निरोप पाठवलास? सुख-दुःख आपापल्या माणसांना नाही का कळवायची?"

"सांगून पाठवणार होते गं... राहूदे... आत तर चल... धाबळी नेसून घे..."

"माझं सोवळं राहू दे बाळा... स्वयंपाक तयार असेल तर आधी या दोघांना जेवायला वाढ; त्यांना परत गावाला जायला पाहिजे."

चुलीवर आमटी उकळत होती. नाचणीचे उंडे तेवढे करायचे राहिले होते. लगेच नंजू कामाला लागली. पंधरा मिनिटांत तेही तयार झाले. हात-पाय धुऊन गडी जेवायला बसले.

अक्कम्मानं विचारलं, "ताक नाही?"

"कुठून येणार?"

गड्यांची जेवणं झाल्यावर अक्कम्मा म्हणाली, "हे बघ, लक्का, घरी गेल्या-गेल्या कल्लेशला सांगायचं, इकडं घरात दुभतं जनावर नाही. पुढे बाळंतिणीला दुभतं नाही. तिकडं घरात गाय आहे की नाही, ती आणखी महिन्याभरात विणार आहे. तिला आता इथं पाठवून द्यायला सांग. या गाईच्या आईला खरंतर कन्यादानाच्या वेळी नंजम्मालाच दिली होती. तिला काही इथं पाठवली नाही. निदान तिच्या

लेकीला तरी पाठव म्हणावं!''

मान हलवत गडी निघून गेले. नंतर थंड पाण्यानं अंघोळ करून ओलेत्यानं अक्कम्मानं कपाळाला विभूतीचं बोट लावलं. तीन आचमनं केल्यानंतर स्वयंपाकघरात येऊन ओलेतं बदलून ती चुलीपुढे बसली.

नंजूनं विचारलं, ''तुला कसं समजलं?''

''आपल्या गावच्या तम्मय्या शेट्टीनं या गावात मुलगी दिलीय ना, तिरुमलम्मा... ती आली होती माहेरी. तिनं सगळी हकिकत सांगितली. तू इकडे गुंडेगौडांच्या जुन्या घरात राहती आहेस, गरोदर आहेस हे सगळं समजलं. तुझ्या सासूनं तुला घरातलं फुलपात्रही दिलं नाही म्हणून सांगत होती. जमीन जाणार, हे तर तेव्हाच कल्लेशानं सांगितलं होतं.''

''कधी निघाली होतीस गावाहून?''

''काल निघाले. रात्री येऊन पोचणं शक्य नव्हतं. पाऊस लागला वाटेत. हूविनकेरेपर्यंत येऊन पोचले होते. शेवटी तिथल्या पटेलांच्या ओसरीवर झोपले. पटेलच्या घरच्यांनी या दोघांना जेवायला घातलं; मलाही गूळ-खोबरं दिलं.''

खेळायला बाहेर गेलेली मुलं परतली. पार्वती अक्कम्माला विसरली नव्हती. छोट्या रामण्णाला लक्षात असणं शक्य नव्हतं. पण अर्ध्या तासांत दोघंही तिच्या जवळ जाऊ लागली. जेवायच्या वेळी चेन्निंगराय घरी आले. ''बऱ्या आहात?'' याव्यतिरिक्त त्यांनी काहीही चौकशी केली नाही. आजीनीही त्यांच्याकडे लक्ष दिलं नाही. जेवण झाल्यावर शानभोग घरात न झोपता मादेवय्यांच्या देवळाकडे गेले.

अक्कम्मानं सोबत आणलेली दोन्ही पोती सोडली. एका पोत्यात तांब्या-पितळेची भांडी होती. चार-सहा थाळ्या-ताटल्या, पितळेची चार-दोन भांडी, तांबे, एक कळशी, पाच पितळेची फुलपात्रं, दोन तांब्याची पंचपात्रं, भातासाठी दोन तपेली, दोन सतेली अशी संसाराला अत्यावश्यक असलेली भांडी होती. दुसऱ्या पोत्यात पोहे आणि इतर धान्य-खाद्यपदार्थ. शिवाय चार पायल्या उत्तम प्रकारचे तांदूळ होते.

''अक्कम्मा! कशाला एवढं सगळं घेऊन आलीस?''

''घरचं भात होतं. कल्लेशनंच पोहे कांडून घेऊन जायला सांगितलं. घरात धान्यही भरपूर होतं. तेही त्यानंच भरून दिलं.''

''ही भांडी?''

''हे बघ, कल्लेश पोलीस खात्यात होता, तेव्हा त्याच्या हातून काहीच दानधर्म घडलेला नाही. ही सगळी भांडी तुझ्या बापाला, कंठीला, दान म्हणून मिळाली आहेत. तेव्हा-तेव्हा मीच ती सगळी माळ्यावर एकेका पोत्यात भरून ठेवली होती. त्याविषयी कुणालाही काहीच माहीत नव्हतं. इकडचं सगळं समजलं तेव्हा त्यातली

काही वेगळी काढून ठेवली. कुणालाही न कळू देता लक्क्याच्या हाती आधीच पुढं पाठवून दिली.''

''तरीही सांगते, तू हे आणायला नको होतंस. समजलं तर कल्लेशण्णा गप्प बसेल काय?''

'काही समजणार नाही त्याला! तू गप्प बैस बघू! ही सगळी तुझ्या बापाला, कंठीला दान म्हणून मिळालेली भांडी आहेत,'' हे म्हणताना मुलाच्या आठवणीनं म्हातारीच्या डोळ्यांत पाणी तरारलं. नंजूलाही वडिलांची आठवण आली. कुठे भटकत असतील, काय करत असतील, काय खात-पीत असतील... असं वाटून काळजी वाटली. तिचेही डोळे पाणावले. अक्कम्माही काळजी व्यक्त करत म्हणाली, ''माझा राजासारखा मुलगा कुठं राहतोय, कोणजाणे! कुणी-कुणी म्हणतं, तो मरून गेलाय...''

''खोटं!'' नातीनं ग्वाही दिल्यावर तिला थोडं बरं वाटलं.

प्रवासामुळे अक्कम्मा दमून गेली होती. ती सोवळी असल्यामुळे तट्टीच्या चटईवर झोपणं शक्य नव्हतं. त्यामुळे ती जमिनीवरच आडवी झाली.

नंजूनं विचारलं, ''वहिनीची काय बातमी? काय म्हणते ती?''

''त्या रांडेचं काही विचारू नकोस! तिचे सगळे गुण सरणावरच जाणार! काय म्हणायचं तुझ्या बापाला! चारचौघांकडे चौकशी केली नाही, कुणाला विचारलं नाही, इकडं आला आणि तुला या दरिद्री घरी देऊन मोकळा झाला. तसंच तिकडे गेला आणि तिला घेऊन आला! तिचं काय सांगायचं? घरातलं दूध चोरून पिते. इकडं-तिकडं बघून तूप गट्कन गिळून टाकते! एवढालं तेल थापून घेऊन डोक्यावर हंडाभर पाणी ओतून घेते. माझी तर तिला फिकीरच नसते! एवढं सगळं करून दरिद्री रांड गर्भार काही राहत नाही.''

''नवरा-बायको गोडीत आहेत की नाही?''

''तेही सांगतेच. चार दिवस हा घरात रात्रीच्या वेळी झोपायला असायचा. तेव्हा काहीतरी फिशी-फिशी ऐकू यायचं बोलणं! नंतर काय होतं, त्यांचं त्यांनाच ठाऊक! हा तिला मारायला लागतो. मी मध्ये पडले तर मलाच चार रट्टे बसतात. माझ्यावरच चिडतो. मी समजावते, लोकाची पोर आहे... तिच्यावर हात उगारू नकोस... तर धमकावत म्हणतो, नाहीतर ती कशी ताळ्यावर राहील? तुला आमच्या संसाराच्या गोष्टी समजत नाहीत. तुला ती हळेनकाळाची मुलगी माहीत आहे की नाही? कल्लेश तिच्याबरोबर हळ्ळीनगद्देत राहतोय. असं गावात कुणी-कुणी बोलतंय. त्या बयेचा नवरा तीन वर्षांपूर्वी मरून गेलाय. त्याच्या बायकोला दोन लहान मुलं आहेत. तिच्या घरी हा पडून असतोय म्हणे! लोक आणखीही काय-काय बोलतात. एकदा मी हे त्यालाही विचारलं. म्हटलं काय चाललंय हे? तर तो मला म्हणाला, ''तुला

कुणा रांडेच्यानं सांगितलंय? जोड्यानं त्याच्या डोक्यावरचे केस झडतील, असं नाही बडवलं तर मी नावाचा कल्लेश नाही! मग मी तरी काय बोलणार?''

''घरात बायको असताना यानं तरी असं का वागायचं?''

''घरात बायको नीट वागत असती, तर हा कशाला असा वागायला गेला असता? तूच सांग!''

नंजू आजीपाशी माहेरच्या सुख-दुःखाच्या गोष्टी बोलत बसली. आजीही नातीची चौकशी करत होती.

नंजूला आता आठवा महिना संपून नववा सुरू झाला होता. रात्रीच्या वेळी ती अक्कम्माच्या शेजारी झोपायला लागली. मुलंही अक्कम्माच्या शेजारी दोन्ही बाजूला झोपत होती. झोप लागेपर्यंत आजी त्यांच्याशी काही-काही गप्पा मारत, गोष्टी सांगत असायची. चेन्निंगरायांना घरात झोपायचा कंटाळा येऊ लागला. त्यांनी आपली वळकटी उचलून मादेवय्यांच्या देवळाची वाट धरली.

अक्कम्माला येऊन आठ दिवस झाले होते. एक दिवस कल्लेशच गाईला घेऊन आला. नऊ महिने भरल्यानंतर नंजू बाळंत होऊन तिनं मुलाला जन्म दिला. या सगळ्या प्रतिकूल वातावरणातही बाळ चांगलं पोसलं गेलं होतं. दिसायलाही गोजिरवाणं होतं. बारसं करायला हातात पैसा नव्हता; पण शास्त्र करणं आवश्यक होतं. नाहीतरी अक्कम्मानं सोबत गूळ-खोबरं आणलं होतंच. तिच्याकडे पाच रुपये होते. ते खर्च करून गावातल्या चार ब्राह्मणांना जेवायला घातलं आणि 'विश्वनाथ' असं नाव ठेवलं.

त्या दिवशी गंगम्मा आणि अप्पण्णय्या गावात नव्हते. आदले दिवशीच ते कुठल्याशा गावी निघून गेले होते.

आठ

१

चार महिने बाळंतपण करून अक्कम्मानं नातीची पूर्ण काळजी घेतली. या कालावधीत तिनं नातीला एकाही कामाला हात लावू दिला नाही; पण दुसऱ्या महिन्यापासून नंजू पुन्हा कादगपत्रं-लिखापढीत गुंतली. हे मात्र तिला थांबवता आलं नाही.

अक्कम्माला गावी घेऊन जाण्यासाठी कल्लेश आला होता. दुसरे दिवशी दोघे निघणार होते. अदले दिवशी एक कुळवाडी शानभोगांना बोलवायला आला. त्यानं निरोप आणला, "गावची पंचायत भरतेय... बोलावलंय."

नंजम्मानं विचारलं, "कसली पंचायत?"

"चन्नशेट्टी हाय न्हवं... त्यानं आपल्या सुनेला ठेवून घेतलंय म्हणं! तिच्या नवऱ्यानं पंचायत भरवायला सांगितलंय."

"यात कोण काय करणाराय? गावातल्या मुख्य-मुख्य माणसांनाच काय करायचंय ते करून घ्या म्हणावं. आमच्या घरी पावणे आलेत. त्यांना सोडून कसं येणार? येत नाही म्हणून सांग."

"शानभोगांनी यायलाच पाहिजे म्हणून सांगितलंय. पाहुण्यांनाही घेऊन या. समोर घालून घेऊन या म्हणून सांगितलंय."

गावाच्या ग्रामपंचायतीत शानभोगांनी असलंच पाहिजे, अशी रीत होती. चेन्निगरायांना न्यायदानाच्या जागी बसवलं तर काय होणार, हेही सगळ्यांना ठाऊक होतंच. पण गावाची पद्धत तर पाळलीच पाहिजे ना? चेन्निगरायांना निघावंच लागलं. पाठोपाठ कल्लेशही निघाला. चन्नशेट्टीच्या घराच्या चौकात ग्रामसभा भरली होती. पटेल शिवेगौडा, त्याचा मेहुणा, दुसऱ्या गावचा शानभोग शिवलिंग, रेवणशेट्टी, हे चार

पंचायतींचे मेंबर होते. दोन जोईसही होते; शिवाय आणखी दहा-पंधरा माणसं जमली होती. सगळ्यांसाठी पान-सुपारी-तंबाखू-बिड्या समोर आणून ठेवल्या होत्या.

पंचायत सुरू करायच्या आधी न्यायपीठावर कोण बसायचं, हे ठरत नव्हतं. शानभोग चेन्निंगरायाचं नाव पुढं येताच पटेल शिवेगौडा म्हणाला, ''त्या नंदीबैलाला काय समजतंय?'' यावर आणखी कुणाचं नाव सुचवायला लागलं तर रेवणशेट्टीनं विरोध केला. कुणीतरी म्हणालं, ''आणखी कशाला कोण पाहिजे? पोलीस खात्यात नोकरी केलेले 'कल्लेशय्या' अनायसे हजर आहेत की! शानभोगांचे ते नातेवाईकही आहेत.'' हे फिर्यादी म्हणताच सगळ्यांनी त्याला मान्यता दिली. सगळ्यांच्या संमतीनं कल्लेश मध्यभागी बसला. तंबाखूची चिमूट दाढेखाली सारत त्यानं विचारलं, ''हं, बोला! काय कामकाज आहे? कुणावर अन्याय झालाय? ते सभेपुढे सांगा.''

हिरीशेट्टी म्हणाला, ''माझ्या बापानं माझ्या बायकोला ठेवून घेतलंय. त्याला दंड करायला पाहिजे.''

''कुठाय तुझा बाप?''

''तो काय तिकडं बसलाय! हरामखोर लेकाचा!'' असं म्हणून त्यानं खांबापाशी खाली मान घालून बसलेल्या चन्नशेट्टीकडे बोट दाखवलं. कल्लेशनं विस्तारानं चौकशी केली. त्यानुसार समजलं, हिरीशेट्टी शेतावर काम करायला जातो आणि चन्नशेट्टी नेहमी दुकानात बसून व्यापार करतो. घराच्या पडवीतच दुकान आहे. हिरीशेट्टीची बायको घरातच असते. त्यांच्या लग्नाला दहा वर्षं झाली आहेत. कल्लेशनं या केसमधल्या प्रत्येकालाच समजून घ्यायच्या उद्देशानं विचारलं, ''चन्नशेट्टीची बायको मरून कितीतरी वर्षं झाली. त्यानं पुन्हा लग्न केलेलं नाही.'' मितभाषी चन्नशेट्टी थोडा मवाळच म्हटला पाहिजे. त्याला विचारताच तो खालच्या मानेनं म्हणाला, ''काय सांगू, हा अगदी लहान असतानाच बायको गेली. याला कष्टानं वाढवलं. आता माझ्यावर हा असले आरोप करतोय! मी माझ्या कमाईतली दमडीही याला घेऊ देणार नाही. माझी जमीनही देणार नाही.'' इकडे हिरीशेट्टी शपथेवर सांगत होता, ''...मी खोटं बोलणार नाही... मी देवाची शपथ घ्यायला तयार आहे...'' कल्लेशनं विचारलं, ''आता तिलाही विचारायला पाहिजे, बाई... अशी पुढे ये बघू...''

नरसी पुढं आली नाही. ''न्यायाचं काम चाललंय... पुढे यायला पाहिजे बाई...'' असं पुन्हा पुन्हा सांगितल्यावर शानभोगही खुणेनंच 'हूं... हूं...' म्हणाले. तोंडात मुखरस साठल्यामुळे ते काही स्पष्ट बोलले नाहीत.

मग मात्र नरसी स्वयंपाकघराच्या दारात येऊन उभी राहिली. या गावात सगळेच तिला ओळखत होते. तिला प्रथमच पाहणारा कल्लेश मात्र तिला पाहताच थक्क

झाला. गोरा रंग, गोल चेहरा, उठावदार अवयव, उभं राहायची आकर्षक पद्धत... तिच्याकडे पाहताच काय न्याय द्यावा, हे त्याला सुचेना. ती येऊन उभी राहिल्यावर अय्याशास्त्रींनी विचारलं, "अम्मा, नवऱ्याचे वडील सासरे... म्हणजे वडिलांसारखे! सून मुलीसारखी असते. असं काही वागलं तर वेळच्यावेळी पीकपाणी कसं होईल? समजलं की नाही, मी काय म्हणतो ते? तुम्ही काय म्हणता चन्नशेट्टी?"

अण्णाजोईसांनी तर काही संस्कृत मंत्र म्हणून धर्म-अधर्मावर व्याख्यानच सुरू केलं. या दोघांच्या धर्म-ज्ञानावर सगळ्यांनीच माना डोलवल्या. शानभोग चेन्निंगरायांनी नुकतीच तोंडात तंबाखूची चिमूट सारल्यामुळे त्यातच ते मग्न झाले होते.

पण रेवणशेट्टी म्हणाला, "इतर कुणी काही बोलायची गरज नाही. आधी ती अम्मा काय म्हणतेय ते विचारू या."

"हूं... हूं... बोल अम्मा!" कल्लेश म्हणाला.

"स्वामी, तुम्ही सगळं सांगितलं... माझ्या एका प्रश्नाचं उत्तर द्याल काय?" नरसीनं विचारलं.

"विचार! का नाही? जरूर विचार," दोघेही एकदम म्हणाले.

"बारा हात खोल विहिरीला सहा हात लांबीचा दोर लावला तर बादली पाण्यापर्यंत पोचेल काय?" तिनं विचारलं. उत्तर न सुचून दोन्ही शास्त्री गडबडून गेले. सभेतली सगळीच माणसं स्तब्ध झाली. रेवणशेट्टी कल्लेशला म्हणाला, "आता तुम्ही तुमचा निर्णय सांगा!"

"या छिनालबरोबर मी यानंतर राहणार नाही," हिरीशेट्टीनं आपला निर्णय सांगितला. कल्लेश काही क्षण थांबला आणि नंतर म्हणाला, "नवराच सांगतोय, तो या बायकोबरोबर राहायला तयार नाही! अशा वेळी त्याच्या मनाविरुद्ध तिच्याबरोबर राहा म्हणून सांगणं न्यायाचं होणार नाही. तो म्हणतोय, सासरा-सुनेचे संबंध आहेत, हे खोटं आहे असं चन्नशेट्टी शपथेवर सांगतोय. म्हणून दोघांनीही आपापली जबाबदारी झटकून टाकायाची गरज नाही. नवरा तर तिच्याजवळ राहणार नाही म्हणून सांगतोय. तिला एकटीला वेगळ्या घरात राहू द्या. तिच्यासाठी चन्नशेट्टींनी छोटं घर बांधून द्यायला पाहिजे. त्यानंतर दोघेही तिच्याशी आपापल्या मनाप्रमाणे संबंध ठेवू शकतील."

कल्लेशानं नेमका काय न्याय केला आणि त्यासाठी कुठल्या धर्माचा आधार घेतला, हे कुणालाच समजलं नाही; पण सगळेच गडबडून गेले. शिवेगौडांनी विचारलं, "हा कसला न्याय म्हणायचा?"

"आपण सगळ्यांनी कल्लेशप्पांना न्यायदानाच्या खुर्चीवर बसवलंय. आपण त्यांचं मानलं पाहिजे... यावर आणखी कुणी बोलायचं नाही! अम्मा! तुला हे मुकाट्यानं मान्य करायलाच पाहिजे..." रेवणशेट्टीनं स्पष्टपणे सांगितलं. शेवटी

नरसीही म्हणाली, "चार-चौघांनी केलेला न्याय मी तरी कशी नाकारू?"

पुढं आणखी काही चर्चा व्हायच्या आधी रेवणशेट्टी आणि कल्लेश उठून उभे राहिले. बाकीचे सगळेही उठून चालू लागले.

घरी आल्यावर चेन्निंगरायांनी कल्लेशला विचारलं, "पण ती ते काहीतरी म्हणाली... काय म्हणाली ती?"

"समजलं नाही काय?"

"नाही."

"म्हणूनच तुला न्याय-निर्णयासाठी बसवलं नाही. समजलं नाही... काही हरकत नाही. जाऊ दे!" कल्लेश म्हणाला.

"बरं..." म्हणत चेन्निंगरायांनी पुन्हा एकदा तंबाखू तोंडात टाकली.

२

रेवणशेट्टी पत्ते खेळायला निघाले. तेव्हा नुग्गीहळ्ळी गावचे पटेल चिक्केगौडाच्या माडीवर पत्ते खेळायचे. चिक्केगौडाच्या गोठ्याच्या वर असलेल्या माडीवर पत्ते खेळायला अत्यंत अनुकूल जागा होती. चिक्केगौडा-रेवणशेट्टी यांच्याबरोबर कंबनकेरेचे चेअरमन लिंगदेव, चिन्नस्वामी, चामड्याचे व्यापारी हयातसाबी यांसारखे जमायचे.

एका दुपारी रेवणशेट्टी चिक्केगौडाला म्हणाला, "पन्नास रुपये पाहिजे होते. आहेत काय? खोबरं वखारीला घातलं की पैसे परत करेन."

"तुम्ही आतापर्यंत घेतलेत तेच किती आहेत? माझ्याकडे नाहीत पैसे!"

"ए... असं नका म्हणू... द्या की..."

असे कर्जाऊ पैसे दिले तरी त्यात चिक्केगौडाचं काहीच नुकसान नव्हतं म्हणा! कारण त्यातला काही भाग खेळताना पुन्हा त्याच्याकडेच येत होता. प्रोमिसरी नोटा आणि स्टॅम्पपेपरचा व्यवहारही चिक्केगौडाकडेच असल्यामुळे ते कठीणही नव्हतं. त्याप्रमाणे पन्नास रुपयांचा कागद तयार करून त्यावर त्यानं रेवणशेट्टीची सही घेतली. एका वर्षाचं सहा रुपये व्याज लावलं. ते कापून घेऊनच त्यानं चव्वेचाळीस रुपये रेवणशेट्टीच्या हातावर ठेवले. तेही पैसे रेवणशेट्टीच्या खिशात न जाता खेळायच्या चटईवरच राहिले. चव्वेचाळीस रुपये ही फारच लहान रक्कम असल्यामुळे त्यानं पुन्हा पैसे द्यायची तयारी दाखवली नाही; उलट अठ्ठावीसनं सुरुवात केली. त्या दिवशी आणखी कुणीही खेळायला आलेलं नव्हतं. त्यामुळे ते दोघेच खेळायला होते.

संध्याकाळी सहा वाजेपर्यंत ते चव्वेचाळीस रुपयेही चिक्केगौडाकडे गेले होते. ते पैसे पुन्हा माघारी मिळवायचा रेवणशेट्टीचा विचार असला, तरी त्याला चिक्केगौडा तयार झाला नाही. रेवणशेट्टीनं पुन्हा पन्नास रुपये मागितले. पुन्हा कागद लिहून देऊन चव्वेचाळीस रुपये घेऊन रात्री अकरा वाजेपर्यंत तेही गमावल्यावर शेजारचा आपला रुमाल खाद्यावर टाकून तो गावाकडे निघाला. तो घरी पोचला तेव्हा सर्वक्का आपल्या पाच मुलांना झोपवून स्वत:ही झोपली होती. तिला उठवून त्यानं तिला जेवायला वाढायला सांगितलं. तिनं काशाच्या घंघाळात उंडे आणि पालेभाजीचं सार समोर ठेवलं. रेवण्णशेट्टी बायकोवर उखडला, ‘‘हे गारढोण कोण खाणार? गरमगरम करायला काय धाड भरलीय?’’

‘‘गरमच केलं होतं. तुम्ही केव्हा येणार, ते मला कसं ठाऊक?’’

‘‘तुझ्याईला! कधी येणार-कधी जाणार, हे सांगायला तू कोण लागून गेलीस? जीवच घेतो बघ तुझा!’’ म्हणत त्यानं उकडीचा तुकडा सारात घोळवून तोंडात टाकला. गिळायला त्रास होताच तो उठला आणि त्यानं बायकोच्या पेकाटात लाथ मारली. खेकसला, ‘‘जा... गरम भात कर...’’

‘‘तांदूळ नाहीये...’’ येणारं रडू आवरत ती म्हणाली.

‘‘काय दरिद्री बाई आहे! कधीही विचारलं तरी नाहीच म्हणतेय!’’ असं म्हणत त्यानं आणखी एकदा तिला लाथ मारली. गार उकड तशीच साराबरोबर गिळून तो पलंगावर जाऊन झोपला. सर्वक्कानं घंगाळ धुतलं आणि मुलांबरोबर खाली जमिनीवर जाऊन झोपली.

३

आपल्याला न कळणाऱ्या बाबी नंजम्मा तिमलापूरला जाऊन समजावून घेऊन येत होती. द्यावरसय्याही तिला दोन्हीकडच्या नोंदींचा हिशेब करून ताळेबंद करून दाखवायचे. वसुलीच्या वेळी बहुतेकवेळा गावाचे पटेल सोबत असायचेच. ‘रामसंद्र’ची वसुली तर शिवेगौडानं आपली असल्याचं सांगितलं. कराची वसूल जी काही असायची ती पटेलांचीच असे. शानभोगांनी पटेल सांगतील, तसा हिशेब लिहून मुकाट्यानं राहायचं असं त्याचं धोरण होतं. त्याला विरोध करायची शक्ती नसल्यामुळे त्या गावात तसंच चालायचं. सगळी वसुली पटेलच करत असल्यामुळे यांना तिकडे एक पैसाही मिळायचा नाही. त्या गावात कुठल्याही जमिनीचा, कशाही प्रकारचा व्यवहार किंवा बदल झाला तरी त्या गावचे लोक माजी हंगामी शानभोग शिवेगौडाकडेच

जायचे. ते चेन्निंगरायांची दखलही घ्यायचे नाहीत. चेन्निंगरायांना दस्ताऐवजाची व्यवस्थित नोंद करता येत नाही, हे एक कारण तर होतंच. त्याचबरोबर पटेल शिवेगौडानंही, "त्याच्या हातून काम करवून घेऊन कुणाचं हित झालंय!" अशीच आवई उठवून दिली होती. शिवेगौडापेक्षा नंजम्मा उत्तमप्रकारे कागदपत्रं लिहू शकत असली तरी सरकारी कागद बाईकडून लिहून घेतला तर बरकत होत नाही, असंही मानत असल्यामुळे 'रामसंद्र' या गावातून तीन दमड्याही हाती लागत नव्हत्या.

'कुरुबरहळ्ळी'चं मात्र तसं नव्हतं. पटेल गुंडेगौडा वसुलीच्या दिवशी स्वत: पुढं असायचे, चेन्निंगरायांबरोबर. स्वत: गुंडेगौडा शानभोगांच्या हक्काची वसुली त्यांच्या हातात पडेल, असं पाहत होते. शिवाय स्वत:च्या पदरचेही दोन रुपये त्यात जास्तीचे घालून द्यायचे. त्या गावातून एकंदरीत चाळीस रुपये यायचे; शिवाय ते वेगळे राहायला लागल्यापासून ते पन्नास शेर नाचणी, चार पायल्या वालही द्यायला गुंडेगौडांनी सांगितलं होतं. त्याप्रमाणेही गावाकडून धान्य पोचवलं जायचं. 'कुरुबरहळ्ळी'मध्ये खरेदी, आधारपत्रं होणं क्वचितच असे. त्यामुळे त्या बाबतीत काहीच आवक नव्हती.

याशिवाय 'लिंगापूर' हे तीस घरांचं छोटं गाव होतं. सगळेच खाऊन-पिऊन सुखी होते. पण त्या गावाचं शिवेगौडांशी काहीतरी लांबचं नातं होतं. तिकडेही शिवेगौडांचाच प्रभाव जास्तीचा होता. त्याचंच म्हणणं गावकरी ऐकायचे. तिथला पटेल हुरदप्पानं तर तिथली सगळी आवक आपल्यालाच मिळावी, म्हणून हट्ट केला. चेन्निंगरायांचे वडील रामप्पा शानभोग असताना या गावचे सगळेजण त्यांच्या घरी येऊन त्यांचं देणं देऊन जायचे, याची साक्ष देणारे कितीतरी वयस्कर लोक त्या गावात अजूनही हयात होते. पण आता तिथलं वातावरण पूर्णपणे बदलल्यामुळे तिथे काहीही वरकमाई होत नव्हती.

नंजम्मा 'कुरुबरहळ्ळी'ला वसुलीसाठी जायची. इतर दोन गावांतलं सगळं पटेल पाहून घ्यायचे. सगळं रेकॉर्ड मात्र ती घरात बसून लिहून काढायची. जमिनीवर पाहणी करायची असल्यास कुळांना पाठवून नंतर चेन्निंगराय खुणा करायचे. पण जमा-खर्चापासून सगळ्या नोंदी करण्यापर्यंत नंजम्माच सगळं निभावून नेत होती. त्यासाठी काही समजलं नाही तर तिमलापूरपर्यंत जाऊन येत होती. चेन्निंगराय कोट घालून आणि डोक्याला रुमाल गुंडाळून, गळ्याभोवती उत्तरीय गुंडाळून कचेरीत जात, थरथरत्या पायांनी साहेबापुढे उभे राहत, तिथं द्यायचं ते देणं देऊन साहेबांची सही घेऊन ताठ मानेनं मर्दासारखे गावी परतत. नंजम्मा गावी शेकदार-अंमलदार आले, की त्यांना घरी बोलावून, मुलांचं तोडून जमा केलेलं तूप त्यांना वाढायची. सार-भात-पापड-भाजी असं रुचकर जेवण करून वाढायची. नंतर हात जोडून प्रार्थना करायची, "आम्ही गरीब आहोत... हिशेबात काही चूकभूल झाली असेल तर

साहेबांनी सांभाळून घ्यावं...'' पण ती कधीही सगळी लिखापढी आपण करत असल्याचं गुपित उघड करून सांगायची नाही.

या बरोबर नवऱ्याला सांभाळून घेऊन संसार करणं, हे एक मोठंच काम तिला होतं. वसुली झाल्यानंतर चेन्निंगराय पंधरा दिवस गावाकडे परतलेच नाहीत. परतल्यावर पाच रुपये शिल्लक असल्याचं सांगितलं. ते पाच रुपयेही त्यांनी तिच्याकडे दिले नाहीत. बाईमाणसाला द्यायचे नाहीत म्हणून, ते त्यांनी तिपटूरहून आणलेल्या पत्र्याच्या पेटीत ठेवून त्याला कुलूप लावलं आणि त्याची चावी आपल्या जानव्याला लटकवली.

'अंमलदार, शिरस्तेदार, कारकून, हेडकारकून, शिपाई या सगळ्यांना त्यांचा-त्यांचा वाटा देऊन झाल्यावरही किमान शंभर रुपये तरी शिल्लक राहणं अपेक्षित होतं. त्यात पटेल गुंडेगौडांकडून आगाऊ घेतलेले वगळले तरी किमान पन्नास रुपये तरी घरी यायला पाहिजे होते. बाकीचे सगळे पैसे कुठं गेले?''

चेन्निंगरायांनी सांगितलं, ''तू शिजवून घालत असलेलं वालाच्या डाळीचं सार खाऊन जिभेला राप बसला होता. म्हणून पंधरा दिवस रोज कांदा-बटाट्याचा रस्सा, वडे, दोसे, म्हैसूरपाक खाऊन सुखानं राहिलो.''

''तुम्ही सुखात राहिलात! घरात मुलांनी आयुष्यात म्हैसूरपाक पाहिला देखील नाही! असा कसा तुमच्या घशात गेला तो?''

चेन्निंगरायांना यावर काय बोलावं ते सुचलं नाही. त्यांनी शिव्यांची लांबलचक माळ उधळली आणि, ''...एक अक्षर बोलू नकोस...'' असं तिला बजावत ते देवळाकडे निघून गेले.

नंजम्मापुढे प्रश्न होता, यानंतर पुढचं सगळं वर्ष कसं काढायचं? धाकटा विश्व आठ महिन्यांचा होता. एव्हाना पुन्हा पोटात आणखी एक दोन-तीन महिन्यांचा गर्भ वाढत होता. पोटगी मिळायची ती वर्षातून एकदा. त्याची अशी विल्हेवाट लागली तर मुलांवर उपासमारीनं मरायचीच वेळ येणार! आणि मोठ्यांनाही दिवसातून दोनवेळा पोटभर अन्न मिळालं नाही, तर जीव शरीराला कसा धरून राहील? जर सरकारला पोटगी माझ्याकडे द्या म्हणून सांगितलं तर काय म्हणतील ती माणसं? कसे काढायचे दिवस?

नंजम्मा दोन दिवस त्याच विचारांत गढून गेली होती. अखेर तिला एक उपाय सुचला.

दुसरे दिवशी लवकर उठून तिनं अंघोळ उरकली. मुलांना उठवून त्यांनाही अंघोळीला घालून त्यांना सोवळी नेसवली. भाकरी-चटणी खाऊ घातली. पार्वती आणि रामण्णाला शेजारच्या कोष्ट्यांच्या पुट्टम्माच्या घरी सोडून, धाकट्या विश्वाला खांद्यावर घेऊन तिनं 'कुरुबरहळ्ळी'ची वाट धरली.

ती गुंडेगौडांच्या घरी पोचली तेव्हा आतल्या चौकात गंगम्मा जमिनीवर अलवाणाची चौघडी पसरून बसली होती आणि गौडांची बायको लक्कम्मा त्यावर सुपातली नाचणी ओतत होती. गौडा भिंतीपाशी बसून पानाच्या चंचीत काहीतरी शोधत होते.

नंजम्माला पाहताच गंगम्माचा संताप शिगेला पोचला. ती भडकून म्हणाली, "भीक मागून पोटात काटे भरायला लागले तर इथंही धोंडा घालायला आलीस काय गं कैदाशिणी!"

नंजम्मा काहीच बोलली नाही. गौडांनी तिला, "ये बाळ... इकडं ये... बैस..." म्हटल्यावर ती चटईवर बसली. गंगम्मा अलवाणाचं बोचकं उचलून निघून गेली. नंतर लक्कम्मानं विचारलं, "तुझी सासू म्हणत व्हती, तू तिला छळतीस, नवऱ्याला मुठीत ठेवून तिला वेगळं ठेवलंय, दोन वेळचं अन्नही देत नाहीस, पुरुषासारखी गावभर मान वर करून फिरतेस... शानभोगकीमधला काय बी वाटा देत नाहीस... म्हणून..."

गौडांनी तिला गप्प बसवत सांगितलं, "ती बाई कसली हाय ते ठाव हाय न्हवं? ही कशी हाय तेबी बघतोय आपण... काय बी बोलू नकोस!" नंतर त्यांनी नंजम्माला विचारलं,"काय झालं बाई? कशाला आली होतीस? पोटगीची वसुली झाली?"

"तेच तुमच्या कानांवर घालायला आले होते..." अशी सुरुवात करून नंजम्मानं घडलेलं सगळं सांगितलं. लक्कव्वा तर सगळं ऐकून संतापानं म्हणाली, "दोन ठेवून द्या त्या मानसाला!"

गुंडेगौडा म्हणाले, "त्यानं त्या मानसाला अक्कल येनार न्हाय. काय करावं? तूच सांग. दिवानकी करायची बुद्धी हाय तुझी... मला तुझ्याहून जास्तीची बुद्धी कुठाय?"

"काहीतरी करून पोटगी त्यांच्या हातात पडणार नाही, असं केलं की झालं!"

"पण कसं? सरकारवाले तुज्या हातात देनार हायेत काय? नाय देनार."

"होय. नाही देणार. एकूण पोटगी एकशे वीस रुपये. त्यातले एकूण पंधरा रुपये अंमलदार-शिरस्तेदारांना जातील. ते जाऊ द्या. यांच्याकडून शंभर रुपये खंडाचे आगाऊ घेतल्याचा कागद लिहून घ्या. तुमच्याकडूनच ऐंशी रुपये खंडाचे यायचे असतात. आणखी कुणाचे तरी वीस रुपये लिहून घ्या. ते काढून घेतले तर यांच्या हातात पैसा द्यायचा प्रश्नच येणार नाही. त्यातल्या पैशांतून तुम्ही मला माझ्या गरजेनुसार नाचणी, मिरची, वाल असं सामान आणि थोडे पैसे द्या."

"तुझं दिवाणाचं डोकं हाये बघ! या एकट्या बस्सण्णाला बघून घेतीस तेवढी अक्कल लढवली तर सगळ्या म्हैसूर राज्यावर बी राज्य करशील! उद्या-परवा येतो तेव्हा तसा कागद करून घेऊ या..." नंतर त्यांनी बसवण्णाच्या देवळात स्वयंपाक

करून जेवून जायचा गौडम्मानं आग्रह केला तरी, "गावात मुलांना सोडून आलेय..." म्हणत नंजम्मांनं नकार दिला. मुलांसाठी म्हणून गौडम्मानं खोबऱ्याची दोन भक्कलं आणि गुळाची दोन मोठाली ढेकळं दिली. ते घेऊन आणि गूडम्मानं दिलेलं तूप-गूळ घातलेलं दूध घोटभर स्वत: प्यायली, लेकराला दोन घोट पाजून ती गावाकडे परतली.

ती घरी आली तेव्हा चेन्निंगराय घरातच होते. त्यांनी, "कुठं गेली होतीस?" असं विचारलं नाही; पण "अजून स्वयंपाक का झाला नाही? अजून किती उशीर आहे?" असं डाफरले. तिच्याजवळचं गूळ-खोबरं नजरेला पडताच त्यांनी ते काढून घेऊन त्याचे तुकडे खायला सुरुवात केली. पुट्टव्वाच्या घरात खेळणारी मुलं घरी आली तेव्हा गूळ-खोबरं संपून चेन्निंगराय आपले चिकट हात धुवत होते.

गुंडीगौडा दुसरे दिवशी आले. त्यांनी सांगितल्याप्रमाणे नंजम्मानं त्यांच्यापुढे कागद आणि दौत ठेवली. गौडांनी आदेश दिला, "हं! ती सांगेल तसं लिही!"

नंजम्मा म्हणाली, "कुरुबरहळ्ळीच्या गुंडीगौडांच्या रेव्हेन्यूच्या हप्त्याची रक्कम ऐंशी रुपये मात्र. त्यातला हप्ता रुपये..." नंजम्मा सांगत असतानाच चेन्निंगगौडांनी टाक खाली ठेवत विचारलं, "असं का लिहायचं? मला पोटगीतलं काहीही मिळत नाही..."

गौडा संतापले. ते गरजले, "मुकाट्यानं बूड झाकून ती सांगायला लागलेय ते लिहितोस की नाही?"

शानभोग यावरही तसेच बसून राहिले; मग मात्र गुंडेगौडानं धमकावलं, "जर हे लिहायला नाही म्हणालास तर तुला आमच्या गावात पाय टाकायला देनार नाय. तंगडंच मोडून ठेवेन... समजलास काय!"

"पण मग माझ्या खर्चाचं काय?"

"ते मी देईन," म्हणत त्यांनी खंडातले शंभर रुपये वसूल करून सही करून घेतली. शानभोगांनी पुन्हा विचारलं, तेव्हा गौडांनी कनवटीचे दोन रुपये काढून त्याच्या पुढ्यात फेकले, "हे घे तुझे पैसे...आताच देतोय..." शानभोगांनी ते पैसे मोठ्या आस्थेनं उचलून घेतल्यानंतर गौडा गावी परतले.

तो शुक्रवार होता. चेन्निंगरायने घरात रोटी खाल्ली व थेट तम्मन केरे गाठलं. तिकडे तिपटूरचे हॉटेलवाले तंबू टाकतात. तिपटूरमध्ये मसाला-दोसे व बटाटेवडे, म्हैसूरपाक, केळ्याची भजी मिळतात, अशी माहिती त्यांना मिळाली होती.

४

केवळ शानभोगकी करून जगणं अशक्य आहे, हे नंजम्माला कधीच कळलं होतं. ज्यांच्या कुठल्याही जमिनी नाहीत, त्यांचा संसार तर यावर चालणंच शक्य नाही. संसार चालवण्यासाठी आपण काय करू शकू, हे तिला समजत नव्हतं.

तिनं एकदा पाहिलं, द्यावरसय्यांच्या घराच्याबाजूच्या जागी राहणारे पळसाची पानं गोळा करून त्याच्या पत्रावळी आणि द्रोण लावायचं काम करायचे. त्याचे गठ्ठे करून ठेवल्याचं तिनं पाहिलं होतं. हे गठ्ठे तिपटूरला पाठवले, की त्याचे पैसे मिळतात म्हणे. शंभर पत्रावळींचे सहा आणे.

घरातलं काम आणि शानभोगकीची लिखापढी झाल्यानंतर उरलेल्या वेळात पन्नासेक पत्रावळी लावायला जमलं तर ती एक मिळकत होईल. 'रामसंद्र'चे ब्राह्मण चोळेश्वराच्या डोंगरापाशी असलेल्या पळसाच्या पानांच्या पत्रावळी करतात, हे तिला ठाऊक होतं. ते अंतर इथून तीन मैलांएवढं होतं. तिच्या माहेरच्या, नागलापूरच्या वाटेवरच हा चोळेश्वराचा डोंगर होता. त्या फाल्गुन महिन्यातच ती पानं गोळा करून ठेवायची. त्याप्रमाणे ती जायला निघाली. आपल्यासारख्या बाईमाणसानं इतक्या लांबवर एकटीनं जाऊ नये, याचं तिला भान होतं. सोबत कुणाला घेऊन जायचं? तिनं नवऱ्याला विचारून पाहिलं. त्यानं, "तुला तेवढी खाज असेल तर तू एकटीच मर जा!" असं सांगून नकार दिला. शेवटी शेजारच्या पुट्टव्वालाच घेऊन जायचं ठरवून तिनं मुलांना शेजारच्या चन्नशेट्टींच्या घरी ठेवायचं ठरवलं. सोबत पोतं आणि भाकरी बांधून घेऊन ती निघाली. पुट्टव्वाला दररोज तीन आणे मजुरी द्यायचं ठरलं. दोघी भराभरा चालत गेल्या, उन्हं चढायच्या आधी पोतंभर पळसाची पानं गोळा करून त्या माघारी आल्या. भाकरी खाऊन ओढ्याचं पाणी पिऊन पुन्हा पानं पोत्यात भरायची, पोतं डोक्यावर घेऊन घरी परतायचं. पोतं घरी आणून रिकामं करायचं, दाभणात सुतळी ओवून सगळी पानं त्यात ओवून ठेवायची, हे एक काम होतं. छोटी पार्वती हे ओवून ठेवायचं काम करत होती. तिला लहानगा रामण्णाही आपल्या परीनं मदत करत होता. तेवढ्या अवधीत ती स्वयंपाक करून घेत होती. जेवायच्या वेळी यजमान चेन्निगराय घरी आले. त्यांना ताज्या पत्रावळीवर जेवायला भारी आवडत असल्यामुळे त्यांनी एक मोठं पान घेतलं आणि मोठी मांडी ठोकून ते जेवायला बसले. जेवण झाल्यावर विश्रांतीसाठी झोपल्यानंतर तिनं सगळी भांडी घासली, नंतर उरलेल्या पानांचा सर ओवून उरलेली पानं बाहेरच्या उन्हात वाळत टाकली.

एवढं होईतो तो दिवस संपून गेला. पुन्हा दुसरे दिवशीच्या सोबत न्यायच्या

आणि घरात मुलांना व नवऱ्यासाठी भाकऱ्या-चटणी करून ठेवून त्यानंतर झोपायचं. दुसरे दिवशी सकाळी लवकर उठून जायचं असल्यामुळे रात्री लवकर झोपायचं. पाऊसकळा सुरू होऊन पानांना भोकं पडायला सुरुवात व्हायच्या आत पानं गोळा करून सुकवायचं काम पदरात पडलं, तर पुढे सवडीनं पत्रावळी लावायचं काम करणं सोयीचं होणार होतं. या पानांमध्ये किमान शंभर गठ्ठे पत्रावळी तरी लावल्या जातील. सगळा हिशेब केला तर किमान पंचाहत्तर रुपये तरी पदरात पडायला हरकत नाही. अशी या दिवसांत पानं गोळा करून ठेवून वर्षभर पत्रावळी लावल्या पहिजेत. यासाठी कष्ट आहेत हे तर खरंच; पण कष्ट न करता कसं जगता येईल?

पानं गोळा करायचे दिवस संपता-संपता वसुलीचे दिवस आले. त्यातच शाईचे म्हणून पैसेही मिळायचे असतात. त्या वेळी तिला पाचवा महिना चालला होता. नवरा तर तिला सोबत यायला नकोच म्हणत होता; पण त्याला न जुमानता नंजम्मा त्याच्याबरोबर वसुलीसाठी फिरत राहिली. गुंडेगौडांनी सगळी वसुली करून आपल्याकडेच ठेवली होती. त्यातले आपले पैसे कापून घेऊन त्यांनी शानभोगांच्या हातात पाच रुपये दिले आणि सांगितलं, "लागतील तसे देतो, आता कशाला पाहिजेत?"

एकदा चेन्निगरायांनी त्यांच्याकडे खाऊ की गिळू अशा दृष्टीनं पाहिलं; पण तेवढंच. त्याहून जास्तीचं काही करायचं धैर्य त्यांच्या अंगी नव्हतं. त्यामुळे घरी आल्याबरोबर त्यांनी गुंडेगौडा आणि त्यांच्या बायकोशी गावातल्या सगळ्यांशी संबंध जोडून शिव्यांचा भडिमार केला. त्यामुळे त्यांचा संताप थोडा शांत झाला, एवढंच. काही नाही तरी हातात पाच रुपये तरी मिळाले होते! त्या पाच रुपयांमुळे मिळू शकणाऱ्या आनंदाच्या कल्पनेनं ते सुखावले होते. त्यातच त्यांना तिपटूरला गुब्बी वीरण्णांची नाटक कंपनी आल्याचं समजलं होतं. राजवाड्यासारखी सीनरी दिसणारे पडदे असल्याचंही कुणी कुणी सांगत होतं. त्यामुळे त्यांनी नाटक बघायचं ठरवलं. कदाचित त्यामुळे त्या रात्री फक्त बटाटावडाच खाता येईल, याचीही त्यांना कल्पना होती. त्यांनी मनातल्या मनात शिव्या हासडल्या, या रांडेच्या गुंडेगौडानं शंभर रुपयांवर सही घेऊन हातात फक्त पाच रुपये टिकवले! एवढ्यावर किती दिवस खाता येईल? एका शाईचे चार आणे. फार-फार तर सहा आणे देतात रांडेच्चे! आणखी दोन आणे दिले तर यांच्या बापाना मुक्ती मिळणार नाही की काय!

याच सुमाराला 'रामसंद्र'ला सरकारी शाळा आली. शाळेसाठी लगोलग इमारत नसल्यामुळे शाळा कुठे भरवायची, हा प्रश्न उभा राहिला. सरकारी अधिकाऱ्यानं विचारताच आधी समोर आलं ते हनुमंताचं देऊळ. शिवेगौडानंच ते सुचवलं. म्हणजे गंगम्मा-अप्पण्णय्यानं ते रिकामं करणं आलं! गंगम्मा शिवेगौडाच्या दारात हातात माती घेऊन उभी राहिली. देवळाचे पुजारी अण्णाजोईसनीही देवळात शाळा भरवायला

आक्षेप घेतला. त्यामुळे गंगम्माची बाजू बळकट झाली. शिवेगौडाचं एक घर रिकामं होतं. ते सरकारला देऊन त्याच्या बदल्यात छत्तीस रुपये भाडं देण्यात यावं असं ठरलं. किक्केरीचे सूरप्पा नावाचे एक शिक्षक आले. काही मुलांना शाळेत प्रवेश देण्यात आला. मुलींनाही तिथे शिकवायची व्यवस्था होती. मुलींना अक्षरओळख होण्यासाठी तिथे पाठवावं की नको, यावर गावात चर्चा सुरू झाली. शिक्षकांनी सांगितलं, "शहरात तर मुली हायस्कूललाही जातात..."

पण हे गावात कुणालाच फारसं पटलं नाही. शिक्षकांनी समजावून सांगितलं, "मुलगी शिकलेली असेल तर कठीण परिस्थितीत ती किमान वीस रुपये तरी कमावू शकते..." हे ऐकताच नंजम्मानं कुणाचंही न ऐकता पार्वतीला शाळेत घातलं. गावभर चर्चा झाली, "बघितलं की नाही त्या बयेचा उद्धटपणा!" पण तिकडे लक्ष न देता तिनं रामण्णालाही शाळेत पाठवलं. या शाळेत मास्तर मुलांना मारत नाहीत, वाळूवर लिहायला सांगत नाहीत, पाटीवर लिहून घेत होते.

याही खेपेला बाळंतपण करायला अक्कम्मा आली; पण बाळ जन्माला आल्यावर अर्ध्या तासभरच जगलं. अक्कम्मा म्हणाली, "नंजा! गर्भाशी! इतकी सगळी पानं लावत बसलीस! कसं चालेल? पळसाची पानं गरम नाही का होणार? बाळाला एवढं उष्ण पेललं नाही बघ! जन्मल्या जन्मल्या मरून गेलं गं!" नंजम्मा काहीही न बोलता अश्रू ढाळत होती. पुन्हा अक्कमानंच समजावलं, "रडू नकोस! अशा वेळी रडलं तर विष चढतं. तुला काही झालं तर या मुलांची काय गत?" अक्कम्माच्या या बोलण्याचा परिणाम होऊन तिनं रडू आवरतं घेतलं. गंगम्मानं देवळात तीन दिवसांचं सुतक पाळलं; पण ती नंजम्माला भेटायला मात्र आली नाही. बाळ गेलं तरी अक्कम्मानं तीन महिने राहून नंजम्माचं बाळंतपण केलं. निघायच्या आदले दिवशी तिनं नातीला जवळ घेऊन सांगितलं, "नंजा! तुझ्या नवऱ्याची काय लायकी आहे, ते तुला आता चांगलं ठाऊक आहे! पोटच्या मुलांविषयीही त्याला काहीही माया नाही. सतत स्वत:च्या पोटाचाच विचार! मुलांना सांभाळणं, ही तुझीच जबाबदारी आहे. यानंतर तू त्याला तुझ्या अंथरुणापाशी फिरकू देऊ नकोस!"

नंजम्मा काहीच बोलली नाही. अक्कम्मानं पुन्हा तेच सांगताच ती म्हणाली, "या सगळ्या प्रारब्धाच्या गोष्टी आहेत! मी तसं वागले तर यांना तर काहीच लाजलज्जा नाही! ते सगळ्या गावापुढे घाणेरड्या शिव्या द्यायला सुरुवात करतील! मी तसं करून पाहिलंय!"

"तुझं नशीब!" म्हणत अक्कम्मा गप्प बसली. अठ्ठ्याहत्तर वर्षांच्या अक्कम्माला पायीच गावी जावं लागणार होतं. तिनं सोबत एखादा गडी द्यायला सांगितलं; पण ते नातीला कुठून परवडणार? तिनं तीन आण्यांचं अलवाण देऊन दीड रुपये देऊन गाडी ठरवली आणि त्यात बसवून आजीला निरोप दिला.

५

एक दिवस दुपारी एक वाजता रेवणशेट्टीच्या बायकोनं, सर्वक्कानं विचारलं, "नंजम्मा, तुमचं सगळं ठीक चाललंय की नाही?"

नंजम्मानं त्यांना घरात बोलावून विचारपूस केली, तेव्हा त्यांनी थोडं चाचरतच दोन शेर नाचणी मागितली. सर्वक्कानं आणलेल्या तपेल्यात नंजम्मानं दोन शेर नाचणी घातली. फार काही न बोलता सर्वक्का निघून गेली. त्याच संध्याकाळी पुन्हा सर्वक्का आली तेव्हा नंजम्मा पळसाची पानं लावत होती. जवळ बसत सर्वक्कानं विचारलं, "कुणाला विचारावं ते कळत नव्हतं बघा! दुपारी मुलं भुकेजली होती. मलाही उपाशी राहून राहून गळून गेल्यासारखं झालं होतं. तुम्ही नाचणी दिलीत आणि जिवात जीव आला."

"सर्वक्का! असं काय बोलताय तुम्ही? जमीनजुमला असलेले तुम्ही! तुम्हीच असं म्हणायला लागलात तर विश्वास कसा ठेवायचा?"

नंजम्माला पुसट कल्पना असली तरी सर्वक्कासमोर एवढा मोठा खाण्या-पिण्याचाच प्रश्न असेल, हे तिला ठाऊक नव्हतं. आता तिनं विचारताच सर्वक्का म्हणाली, "काय सांगू? गेल्या जन्मात मी नीट शिवपूजा केलेली नव्हती असं दिसतंय..." अशी सुरुवात करून सगळी हकिकत सांगितली. "रेवणशेट्टीनं पत्ते खेळायच्या हव्यासापोटी लिहून दिलेल्या प्रोनोट तीन हजारांपर्यंत झाल्या होत्या. त्याच्यासाठी रेवणशेट्टीला परत करायला सांगितलं होतं. नाही तर चिक्केगौडानं काहीतरी करायची धमकी दिली होती म्हणे. त्यामुळे त्यानं घाईनं तिपटूरला जाऊन सगळं देणं देऊन यायची घाई केली होती. त्यात जमीन गेली होती. आता त्यांची अगदीच थोडी जमीन राहिली होती. तिथं नांगर चालवून नीट शेती केली तर बारा खंडी नाचणी येईल, अशी जमीन. पण जमीन खंडानं दिल्यामुळे त्यांतून फक्त चार खंडी नाचणी येत होती. त्या वेळी काशीमबड्डीनं वेळोवेळी चार पैसे उचलून देऊन संसाराला त्या त्या वेळी आधार दिला होता. त्या वेळी आठशे रुपये हातउसने घेतले होते म्हणे."

नंजम्मानं विचारलं, "पण असे पैसे काढण्यासारखी काय अडचण आली होती? रुद्राणीचं लग्नबिग्न ठरवलंय की काय?

"नंजम्मा! घरात लग्नाची मुलगी आहे, याचं भान असतं तर आणखी काय पाहिजे होतं? ती गावाबाहेर राहणारी बाजारबसवी आहे की नाही... ती हो सासऱ्याबरोबर राहणारी? ती आता गावाबाहेरच्या मळ्यात एक खोपटं बांधून राहायला लागली आहे. तिकडं ती दुकान टाकून बसलेय! त्यासाठी पैसा कुठून आला असेल? ते

आठशे रुपये त्या गावभवानीच्या उरावर घातलेत! यांच्या मालकीची पन्नास नारळींची बाग होती. पिढ्यांपासून आलेलं सगळं हे विकून खायलाच बसलेत. नाहीतर रेवणशेट्टीच्या कपड्याला लागणारा साबण, चेहरा चकचकित करायला ब्लेड या सगळ्या गोष्टी कुठून येणार? नरसीनं तीन अंकणाच्या जमिनीवर आपलं दुकान थाटलं आहे. हे गावातच नाही, सगळ्या भोवतालच्या गावांतही माहीत आहे. तिचा सासरा चन्नशेट्टी अपमानित होऊन 'रामसंद्र' सोडून तिपटूरच्या पलीकडे 'चन्नापूर'ला राहायला गेला. तिचा नवरा हिरीशेट्टी तर गाव सोडून कुठे गेलाय, हे कुणालाच ठाऊक नाही. अरसीकेरेच्या पुढे कुठल्यातरी गावात तो जाऊन राहिला, असं म्हणतात. रेवणशेट्टीला अक्कल शिकवायला कुणीच नव्हतं. त्याच्या तोंडाला लागायची कुणालाच इच्छा नव्हती. सर्वक्काला माहेरी भावंडं आहेत; त्यांनी हिला आणि हिच्या मुलांना जेवढं करायचं तेवढं केलंय. पण त्यांनाही त्यांचे संसार आहेतच ना! ही तरी त्यांच्यापुढे किती म्हणून रडगाणं गाणार? एकदा तिचा थोरला भाऊ मेहुण्याला शहाणपण सांगायला येऊन गेला. तेव्हा रेवण्णशेट्टीनं त्याची आई-बहीणच नव्हे, आजीवरूनही शिवीगाळ केली होती. तेव्हा तो जो निघून गेला, तो पुन्हा इकडे फिरकला नाही.''

सगळं सांगून सर्वक्का म्हणाली, "नंजम्मा, अशा परिस्थितीत मुलांना कसं सांभाळायचं? तुमच्यासारखी बुद्धी सगळ्या बायकांना कुठून असणार? मला तुम्हीच काहीतरी मार्ग सांगा. यानंतर तुम्ही पळसाची पानं गोळा करायला चोळेश्वराच्या डोंगराला जाल, तेव्हा मलाही घेऊन चला.''

"पण तुम्ही अशा माझ्याबरोबर फिरायला लागलात तर शेट्टी गप्प बसतील?''

"गप्प न बसून काय करतील? आज दुपारी मी तुमच्याकडून नेलेली नाचणी दळून भाकऱ्या केल्या, तेव्हा नाही काय कुत्र्यासारख्या खाल्ल्या?''

त्यानंतर दुसरे दिवसापासून सर्वक्का दुपारच्या वेळी नंजम्माच्या घरी येऊन तिच्याबरोबर पत्रावळी लावायला शिकू लागली. मध्ये कसं त्यातल्या त्यात गोल पान निवडून घ्यायचं, कडेनं कशी एकेक करत पानं लावायची, त्यासाठी काड्या कशा आधीच तयार करून ठेवायच्या, याचा सगळा तपशील नंजम्मानं टप्प्या-टप्प्यानं सांगून दिला. हळूहळू सर्वक्का पत्रावळी लावायला शिकली. नंजम्मानं सांगितलं, "हळूहळू हात बसेल तसा कामाचा वेग वाढेल,'' त्यामुळे सर्वक्कालाही थोडा धीर आला.

६

एक दिवस दुपारच्या वेळी नंजम्मा सरकारी विहिरीत प्यायचं पाणी शेंदायला गेली होती. त्या वेळी दोर तुटून घागर पाण्यात बुडाली. घरात ती एकमेव घागर होती. आता घागर काढायला कंबनकेरेच्या कासीमला बोलवण्याशिवाय गत्यंतर नव्हतं. शिवाय आता घरात पाणी मातीच्या गाडग्यात भरायला पाहिजे. सरकारी विहिरीवरून मातीच्या गाडग्यातून पाणी घेऊन जायचा तिला संकोच वाटला; पण दुसरा उपायही नव्हता.

ती घरी परतली. तिनं पाहिलं, कल्लेश आला होता. त्यानं आणलेल्या पेपरमिंटच्या गोळ्या चोखण्यात मुलं गढून गेली होती. त्यानं विचारलं, ''आता कुठून आलीस? कुठं गेली होतीस?'' तिनं त्याला घागर विहिरीत बुडाल्याचं सांगितलं. तो उठत म्हणाला, ''चल, मी काढून देतो...'' आणि निघाला. त्याच्या पाठोपाठ नंजूही निघाली. मामा विहिरीत बुडी मारून घागर काढणार, हे रोमांचक दृश्य बघायला मुलंही मागोमाग धावली. नंजूनं दाराला कुलूपच लावलं. गावातल्या सगळ्या विहिरींचं पाणी थोडं मचूळ होतं; पण या सरकारी विहिरीचं पाणी गोड होतं. त्यामुळे सगळ्या गावचे लोक जात-पात न मानता याच विहिरीचं पाणी घेऊन जात. त्यातही सोवळं-ओवळं पाळणारे उच्च जातीचे लोक मात्र घरातलं पाणी शिंपडून आपल्या पद्धतीनं सोवळं पाळत होते.

कल्लेशनं विहिरीत दोर सोडला. वरचं टोक लोखंडी कठड्याला घट्ट बांधलं. अंगावरचं धोतर आणि कोट काढून काठावर ठेवलं. तिकडे लक्ष ठेवायला नंजाला सांगून तो दोर धरून विहिरीत उतरला. रुंदीला बेताची असलेली विहीर पाच पुरुष तरी खोल होती. आतल्या बाजूला पाय ठेवण्यापरते लहान-लहान फरशा वरच्या बाजूला जिभेसारख्या बाहेर काढून ठेवल्या होत्या. पाण्यापर्यंत जाऊन तो एकदा डुबकी मारून दोराच्या आधारानं वर आला. येताना त्यानं एक घागर बाहेर आणली. त्यानं खुणावताच नंजम्मानं ती वर ओढून घेतली. पण तिनं पाहिलं, ती तिची घागर नव्हती. त्यानं सांगितलं, ''ती काढून ठेव. कुणी मागितली तर देऊ नकोस. पुन्हा दोर सोड.''

पुढच्या डुबकीत त्याला आणखी एक घागर मिळाली. त्यानं पाहिलं विहिरीच्या तळाशी आणखी दहा-बारा घागरी होत्या. त्यानं सगळ्या घागरी बाहेर काढल्या, नंतर पुन्हा त्या दगडांवर पाय ठेवून तो विहिरीबाहेर आला. त्यानं पाहिलं विहिरीच्या भोवताली वीस-पंचवीस बायका-पुरुष जमले होते. कल्लेशनं बाहेर येताच पुन्हा नंजम्माला बजावलं आणि नंतर जमलेल्यांना म्हणाला, ''ज्यांच्या-ज्यांच्या घागरी

आहेत, त्यांनी ओळख पटवावी आणि प्रत्येक घागरीचे आठ-आठ आणे आणून देऊन घागर घेऊन जावी. नाहीतर मी या सगळ्या घागरी माझ्या गावाला घेऊन जाईन.''

माजी हंगामी शानभोग शिवलिंगानं विचारलं, ''असं कसं चालेल? आमच्या गावच्या विहिरीत उतरायला तुम्हाला कुणी परवानगी दिली?''

''ठीकाय! तर मग मी पुन्हा या सगळ्या विहिरीत बुडवतो... मी बुडी मारून घागरी बाहेर काढल्यात ते खोटं आहे काय?''

यावर मात्र शिवलिंगेगौडाला काही सुचलं नाही. सगळ्यांनी कल्लेशचं म्हणणं मान्य करून आठ-आठ आणे दिले. कल्लेशला काही नाही म्हटलं तरी साडेसहा रुपये मिळाले. त्यानं अंगावर कोट-धोतर चढवलं आणि घरी परतला.

कधी नव्हे ते भाऊ आलाय, तो दोन-तीन दिवस राहील, या आनंदात नंजम्मा दुसरे दिवशी काहीतरी विशेष स्वयंपाक करून वाढायचा विचार करत शेवयाच्या खिरीसाठी सामानाची जमवाजमव करू लागली. दुपारचं जेवण करून वामकुक्षी झाल्यावर कल्लेशनं विचारलं, ''कुठं जाऊन आलीस? काय आणलंस?''

''उद्या खीर करते. त्यासाठी शेवया आणल्यात.''

''पण मी राहणार नाही. दिवस मावळायच्या वेळेला मी निघणार आहे...'' त्यानं सांगितलं.

''हे काय... आलास काय... आणि निघालास काय! राहा दोन-चार दिवस...''

''नाही. अर्जंट काम आहे. मला निघावंच लागेल. जाता जाता तुम्हाला भेटून जायचं म्हणून आलो होतो. मला लोटाभर कॉफी करून दिलीस तरी पुरे.''

नंजम्मानं पुन्हा रामण्णाला दुकानाला धाडून कॉफीची पूड आणवली. गूळ घालून तिनं एक काशाचा पेलाभर कॉफी करून त्याच्या पुढ्यात ठेवली. कॉफी पिऊन कल्लेश जायला निघाला. त्या वेळीपर्यंत दिवस मावळला होता. यालाही त्याच्या वडिलांप्रमाणे अंधाराचं अजिबात भय नव्हतं.

तो निघून गेल्यावर थोड्याच वेळात सर्वक्कानं येऊन विचारलं, ''नंजम्मा, पलीकडच्या डोंगरावरही भरपूर पळसाची पानं आहेत म्हणे. मादेवय्या सांगत होते. ते तिकडच्या बाजूला जाऊन आले म्हणे. यंदा मार्गशीर्षात पाऊस झालाय ना... म्हणून...''

नंजम्मानंही ठरवलं, लवकर पानं आणून ठेवून घेतली तर आणखी पत्रावळी बनवता येतील. दुसरे दिवशी लवकरच निघायचं ठरवून सर्वक्का घरी परतली.

दुसरे दिवशी लवकर उठायच्या विचारानं सर्वक्काला रात्री नीट झोप लागली नाही. ती पहाटे लवकर उठून पोतं आणि चटणी-भाकरी बांधून घेऊन पहाटे लवकरच नंजम्माच्या दारावर थाप मारू लागली. नंजम्माही तयारच होती. दिवस

उजाडला नसला तरी चांदणं होतं. त्या उजेडात निघण्यापेक्षा थोडं उजाडू दे, असं नंजम्माला वाटत होतं; पण सर्वक्काला घाई झाली होती. दोघी निघाल्या. गावाबाहेर बसस्टॅन्डजवळ नरसीच्या घराची जागा. अंधारात नरसीच्या घराचा दरवाजा उघडल्यासारखं वाटलं. कुणीतरी पुरुष होता. या दोघींनाही त्याचा अंदाज आला. तो निघून जाताच नरसीनं दार लावून घेतलं.

अंधारातही तो इसम कल्लेश असल्याचं नंजम्माच्या लक्षात आलं.त्या दोघींनी डोक्यावर पदर घेऊन त्यावर पोतं ठेवलेलं असल्यामुळे जवळून जातानाही कल्लेशला आपल्या बहिणीची ओळख पटली नाही. तो झपाझप पावलं टाकत तिकडून निघून गेला. नंजूनं वेग कमी केला आणि ती हळूच मागं राहिली. तो दिसेनासा झाल्यानंतर सर्वक्कानं विचारलं,“तो तुमचा थोरला भाऊ ना?”

“हं...”

“ते सारखं येतात म्हणे इकडं. रात्री येऊन पहाटे निघून जातात. तीच कुणाला तरी सांगत होती...”

यावर नंजम्मा काहीच बोलली नाही. त्यातलं आपल्याला काहीच ऐकू आलेलं नाही, असं दाखवत ती पुढं चालू लागली.

नऊ

१

एका ठिकाणी फार दिवस राहिलं तर ती वास्तू आपलीच होते, असं गंगम्माला वाटत होतं. पण ते कितीही दिवस राहिले तरी देवळावरचा अण्णाजोईसांचा अधिकार कमी होणार नाही, हे खरं असलं तरी हळूहळू कितीतरी जण त्या देवळाला हणमंतरायाचं देऊळ म्हणण्याऐवजी 'गंगम्माचं घर' म्हणायला लागले होते.

गंगम्मा आणि अप्पण्णा अधूनमधून गावोगाव भटकायचे. 'रामसंद्र'च्या शिवेगौडाला शापत राहायचे, 'त्या मुड्द्यानं आम्हाला फसवून आमचं घरदार आणि शेतजुमला हिसकावून घेतालाय...' अशी बातमी जवळपासच्या सगळ्या गावांमध्ये पसरली होती. हे दोघं त्या खेड्यांमध्ये जात, घरोघर जात, सगळं रडगाणं सांगून, 'त्या पाप्यानं आम्हाला रस्त्यावर आणलंय... आम्ही कसं जगावं... आम्हाला काहीतरी द्या...' असं सांगायचे. असं सांगून आपलं लाल अलवाणाचं जुनेरं जमिनीवर अंथरलं, की घरातले सुपातून नाचणी आणून त्यावर ओतत. काहीजण मिरची, वाल किंवा आणखी काहीतरी देत. मिळालेलं सगळं अप्पण्णय्यासोबत आणलेल्या पोत्यात भरून घेई आणि डोक्यावरून वाहून आणे.

तसं पाहिलं तर मादेवय्याही असंच करायचे. पण भिक्षा मागण्यासाठी त्यांना काही सबब सांगायची गरज नव्हती. सांगून-सवरून ते जंगम होते. भगवे कपडे आणि त्याच रंगाचं मुंडासं बांधून अंगाला विभूती फासलेले ते संन्यासी! गृहस्थाच्या दाराशी उभं राहून 'भिक्षा!' म्हणणं एवढंच त्यांचं काम. समोर नाचणी येऊन पडायची. पण गंगम्मा मात्र प्रत्येक घरापुढे उभी राहून आपलं गोत्रप्रवर सांगायची, न चुकता शिवेगौडाला शिव्याशाप द्यायची. देणारेही अर्ध्यामुर्ध्या मनानं जे काही द्यायचं ते देत. बरेचसे तिलाही शिव्याशाप द्यायचे.

गंगम्माच्या घरात एक पेटी होती. ती पेटीभरून तिनं नाचणी साठवली होती. शिवाय दोन पायली वाल आणि तपेलंभर मिरचीही तिनं साठवली होती. "शिवेगौडाचं वाट्टोळं होईल..." हा तर गंगम्माचा मंत्रच झाला होता.

त्या दिवशी दुपारचे दोन-अडीच वाजले असतील. हणमंतरायाच्या देवळासमोर दोन गाड्या येऊन उभ्या राहिल्या. एक शिंगेशेट्टींची आणि दुसरी मुक्कण्णाची. दोन्ही गाड्यांमध्ये घर-संसाराची भांडीकुंडी आणि इतर सामान भरलेलं होतं. त्यात पेट्या, कपडे, गाद्या, अंथरुणं-पांघरूणं, पाट, हंडे यासारखं सामान होतं. त्याच्या मागे एक पन्नास वर्षांची विधवा, एक विशी ओलांडलेली तरुणी, सात वर्षांची एक मुलगी आणि चार वर्षांचा एक मुलगा होता.

या सगळ्यांना आधी अप्पण्णय्यानं पाहिलं. पाहताक्षणी चोरानं काढता पाय घ्यावा तसा तो देवळाच्या मागच्या गवताळ माळावर उडी मारून कुठेतरी पसार झाला. बैलांची वेसण धरलेल्या मुक्कण्णानं विचारलं, "गंगम्मांचं घर हेच हाय न्हवं?" पाठोपाठ उतरून त्यानं गाडीतलं सामान उतरवायला सुरुवात केली. इतर सगळ्यांनी मागं-पुढं बघत आत प्रवेश केला.

आधी गंगम्माला ओळख पटली नाही. त्या बाईनंच सांगितलं, "आम्ही नुग्गीकेरेचे. यजमान दोन वर्षांपूर्वीच वारले. साताही मुलांसोबत तुमच्यापाशी येऊन तुमची सेवा करायचं म्हणत होती. ती हट्ट करायला लागली, म्हणून..."

त्यांच्या बोलण्याचा सगळा अर्थ समजायला गंगम्माला दोन मिनिटं लागली. तेवढ्या अवधीत सातू दोन्ही मुलांचे हात हातात धरून आत शिरली. गंगम्माच्या डोक्यात हजार विचार चमकून गेले. ती जोरात ओरडली, "ए छिनाल! तुझी ही कार्टी आमच्या अप्पण्णय्यापासून जन्मली. इथं असतानाच तुला दिवस राहिले होते; पण हे कार्टं कुणापासून जन्मलं? कुठल्या जारापासून? बोल... बोल... बाजारबसवी! आता शानभोग रामण्णांचा वंश खराब करायला आलीस काय! चल... हो बाहेर..." म्हणत तिची गचांडी पकडून तिला बाहेर लोटू लागली.

सोबत आलेली सातूची आई म्हणाली, "कशाला तिला वाईट बोलता? अप्पण्णय्या आमच्या गावाला, आमच्या घरी आला होता. नवऱ्याजवळ बायको गेली तर त्यात काहीही पाप नाही. पाहजे तर तुमच्या मुलाला विचारा! बारशाला या म्हणून पत्र लिहिलं होतं. का नाही आलात?"

विहिणीचं बोलणं गंगम्माच्या कानात शिरायला तयार नव्हतं. सासूच्या आविर्भावानं भेदरलेली सातू बाहेर आली. तिच्या पाठोपाठ घाबरलेली दोन्ही मुलंही आली आणि आपल्या आईच्या मागं दडली. तिची आईही, "असली बाई कुठं बघितली नाही..." म्हणत बाहेर आली. त्या तर त्याच पावली गाडीतून परतल्या असत्या की काय कोणजाणे, पण सातूच रडत म्हणाली, "अम्मा! आपण यांच्याशी बोलून तरी बघू

या! नाही तर माझ्या जाऊबाई राहतात त्या घरी जाऊ या.''

दोन्ही गाड्या आणि सोबत हे सगळे नंजम्माच्या दारासमोर येऊन उभे राहिले. गाडीतून सामान उतरवलं. नंजम्मानं येण्यामागचं कारणही न विचारता त्यांना घरात घेतलं. कुठल्या परिस्थितीत आहेत कोणजाणे... असा विचार करत आधी तिनं सगळ्यांच्या जेवणाची व्यवस्था करायच्या कामाला लागली. चार वर्षांच्या मुलाला बघून तिलाही आश्चर्य वाटलं. पण, ''गैरमार्गानं जन्मलेलं मूल कुठली बाई इतक्या उघडपणे घेऊन येईल?'' असा विश्वासही तिच्या मनात आपोआप निर्माण झाला.

अजूनही सातूच्या डोळ्यांतलं पाणी खळलं नव्हतं. तिची आई तंगम्मानंच सगळी हकिकत सांगितली, ''त्या वेळी अप्पण्णय्या दोनदा येऊन गेला होता. प्रत्येक वेळी पंधरा-पंधरा दिवस राहिला होता. त्या वेळी धाकटा रामकृष्ण जन्मला होता. सातू वाईट वागणुकीची आहे म्हणून तुझ्या सासूनं, चांडाळणीनं सगळ्या गल्लीला ओरडून सांगितलंय.''

''असू दे... तुम्ही आधी सोवळं नेसून घ्या... तुमचे यजमान... हे असं होऊन किती दिवस झाले?''

''दोन वर्षं झाली. ते होते तोपर्यंत सुखासमाधानानं जगत होतो सगळे! हे गेले... पुरुषमाणसाचा आधार नाही म्हटल्यावर कसं होणार आमचं? शेवटी बायकोनं नवऱ्याबरोबर संसार करायला पाहिजे की नाही? म्हणून सगळे इकडे आलो. खरंतर अप्पण्णय्यानं स्वतः येऊन सगळ्यांना घेऊन जातो, असं सांगितलं होतं; पण अलीकडे तोही आला नाही. काय करणार? म्हणून शेवटी आम्हीच निघून आलो. तिपटूरला मोटारीनं येऊन उतरलो. हे दोन गाडीवाले वखारीला खोबरं घालायला आले होते. त्यांना चार-चार आणे दिले आणि सामान घेऊन आलो.''

''असू दे. मुलांनाही सोवळी नेसवा. बिचारी भुकेजली असतील,'' नंजम्मा म्हणाली.

त्याच वेळी, ''या बाजारबसवीचं डोकं भादरून तिला गावाबाहेर पळवलं नाही तर माझं नाव गंगम्मा नाही...'' असा आरडाओरडा करत आलेल्या गंगम्माचा आवाज ऐकू येऊ लागला. दारात उभी राहून ती नंजम्मालाही शापू लागली, '' काय गं ए बाजारबसवे! हिच्याबरोबर तूही धंदा सुरू करणारायस की काय! आमच्या घराण्याचं वाट्टोळं करायला निघालात दोघी मिळून! मी हे चालू देणार नाही... माझ्या मुलाला बोलावून घेते आणि हिच्या पापाचा पाढा सगळ्या गावासमोर वाचायला लावते की नाही बघ!'' नंजम्मानं बघितलं, गंगम्माच्या पाठोपाठ अय्याशास्त्री आणि अण्णाजोईसही आले होते. त्यांच्याबरोबर शिवेगौडा आणि शिवलिंगही घरात घुसले. पाठोपाठ रेवणशेट्टी हजर झाला. आणखी पाच-सहा माणसं त्याच्या मागून एखादा मदाऱ्याचा खेळ बघायला यावं, अशा उत्साहात घरात घुसली. गंगम्मानंच या

सगळ्यांना बोलावून आणल्याचं नंजम्माच्या लक्षात आलं.

नंजम्माला संताप आला होता. "माझ्या घरी तुम्ही का आलात? कुणी बोलावलं?" असं विचारावं असंही तिच्या मनात येऊन गेलं. पाठोपाठ गावातल्या प्रमुख माणसांशी शत्रुत्व घेता कामा नये, याचंही तिला भान होतं. पण तिनं कुणालाही आत या असंही म्हटलं नाही. एव्हाना गाढ झोपी गेलेल्या चेन्निगरायांना मात्र आता जाग आली. त्यांनी एक चटई अंथरली. जोईसांसाठी एक वेगळं स्वतंत्र आसन घातलं. सातू, तंगम्मा आणि दोन्ही मुलांना घेऊन नंजम्मा स्वयंपाकघरात गेली.

गंगम्मा म्हणाली, "आता कशाला जातेस गं छिनाल! गाव-पंचायत जमलेय... त्यांना न्याय करू दे!" पाठोपाठ रेवणशेट्टीही धर्मरायाच्या आविर्भावात म्हणाला, "होय होय... न्याय झालाच पाहिजे!"

गंगम्मानं पुन्हा हाक मारली, "बाहेर ये म्हटलं ना? रेवणशेट्टी बोलवायला लागलेत!"

रेवणशेट्टींचं तिथं येणं आणि मोठ्या धर्मात्म्याच्या थाटात बोलणं पाहून नंजम्माला असह्य झालं. त्यांचं तोंड कसं बंद करायचं, हेही तिच्या लक्षात आलं नाही. पण एक उपाय सुचला. त्याच वेळी पाटी-दप्तर घेऊन पार्वती-रामण्णा घरी आले. तिनं पार्वतीला सांगितलं, "अशीच जा आणि तुमच्या मास्तरांना घेऊन ये. मी आत्ताच्या आत्ता बोलावलंय म्हणावं. जा... पळत जा." दोन्ही मुलं धावत बाहेर पडली.

"काय झालं अम्मा? आम्ही न्याय सांगितला तर चालणार नाही काय?" नंजम्माकडे पाहत, अंदाज घेत रेवणशेट्टीनं विचारलं. यावर काही न बोलता नंजम्मा आत निघून गेली. गंगम्मानं पुन्हा आरडाओरडा केला, "का गं बाजारबसवे! आता का जातेस? बाहेरच थांब..."

पण नंजम्मा बाहेर आली नाही. आता अय्याशास्त्री आणि अण्णाजोईस आपापल्या धर्मशास्त्रातल्या ज्ञानाचं प्रदर्शन करायला सज्ज झाले. अण्णाजोईसांनी कुठलासा मंत्र सांगितला व नंतर त्याचा अर्थही सांगितला, "व्यभिचारी स्त्रीचा शिरच्छेद केला पाहिजे... मनु-धर्मशास्त्रात सांगितलं आहे. नाही तर सहस्र नाणी खर्च करून प्रायश्चित्त घ्यायला पाहिजे, असं वेदात सांगितलंय."

"तिनं प्रायश्चित्त घेण्याआधी घरात घेतलंय, ही नंजम्माची चूक आहे..." अय्याशास्त्रींनी त्यावर मल्लिनाथी केली.

त्या वेळी मादेवय्या आले. गंगम्मानं गावभर आरडाओरडा केलेला असल्यामुळे सगळ्या गावात ही बातमी पसरली होती. त्यामुळे घराच्यासमोर जत्राच भरली होती. त्या जत्रेतून वाट काढत घरात आलेल्या मादेवय्यांना काय घडलंय, ते सांगायची

गरज नव्हती. त्यांना आत आल्याचं बघितल्यावर नंजम्मा बाहेर येऊन म्हणाली, "मादेवय्या! तुम्हाला धर्म-कर्म सगळं ठाऊक आहे! तुम्ही न्यायाचा विचार करायला पाहिजे. बाकीचे सगळे करताहेत, तसं बोलता कामा नये! त्या माय-लेकी देवापुढे बसून शपथ घेऊन सांगताहेत, अप्पण्णय्याच आला होता!"

काय घडलं असेल, याचा मादेवय्यांना अंदाज आला. ते उठले आणि म्हणाले, "आधी अप्पण्णय्याला बोलावून घ्या. नंतर न्याय करू या. जर नवरा बायकोकडे गेला असेल तर त्यात काहीही गैर नाही!"

"काहीतरी सांगू नका! माझा मुलगा तसा नाही!"

"तसा नाही खरंय... पण गैरही नाही! जरा थांबा. सगळा विचार करू या." त्यांनी दाराशी उभ्या असलेल्या तरुणांना अप्पण्णय्याला शोधून घेऊन यायला सांगितलं. दहा-बारा मुलं उत्साहानं त्या मोहिमेवर धावली. आणखी काही बोलू पाहणाऱ्या गंगम्माला मादेवय्यांनी, "आधी अप्पण्णय्याला येऊ द्या..." असं सांगून गप्प केलं.

पंधरा-वीस मिनिटांत ती मुलं अप्पण्णय्याला घेऊन आली. तो बस्सप्पा शेट्टींच्या गवताच्या राबात लपून बसला होता. तिथूनही त्यानं पळून जायचा प्रयत्न केला; पण या मुलांनी त्याला जाऊ दिलं नाही. त्यामुळे तो घाबरत नाराजीनंच तिथं आला. आता तो नाइलाजानं सभेच्या मधोमध खांबापाशी खाली मान घालून उभा राहिला. मादेवय्यांनी त्याला काहीही विचारलं नाही. त्यांनी नंजम्माला सांगितलं, "आतला एक देवाचा पट आणि त्याच्यापुढे दिवा लावून घेऊन ये." तसं नंजम्मानं एक पाट आणला, त्यावर 'रामाचा पट' ठेवला आणि एक दिवा पेटवून आणला. मादेवय्यांनी कुंकू आणायला सांगितलं. नंजम्मानं कुंकवाची बरणी आणून दिली. मादेवय्यांनी त्यातल्या मूठभर कुंकवानं अप्पण्णय्याचं कपाळ माखलं. 'रामाचा पट' त्याच्या हातात दिला आणि विचारलं, "हे बघ अप्पण्णा... खोटं बोलशील तर रामदेव तुझे हात-पाय तोडतील. सुकलम्मा देवी तुझ्या तोंडात मारेल. जे आहे ते खरं खरं सांग. तू तुझ्या आईला न सांगता बायकोच्या गावाला गेला होतास, की नाही?"

अप्पण्णय्या काही बोलला नाही. गंगम्माच म्हणाली, "का रे जंगम्मा! माझ्या लेकराच्या हातून कशाला शपथ घ्यायला लावतोयस?"

पण तिकडे लक्ष न देता मादेवय्या म्हणाले, "आता काही बोलू नकोस अम्मा! हे बघ अप्पण्णय्या, जर तू खोटं बोललास तर तुझ्या हाता-पायाला लकवा होईल! या जळणाऱ्या दिव्याचा भडका उडून तुला भस्मसात करेल! 'शनिमाहात्म्य' बघितलंयस की नाही? त्यातल्या राजाचे हात-पाय कसे तुटतात! बोल, काय ते खरं सांग!"

एव्हाना अप्पण्णय्या घाबराघुबरा झाला होता. त्यानंही नायिदुंबीच्या तुंबीदासांनी

केलेला यक्षगानातला 'शनिमाहात्म्या'चा प्रयोग बघितला होता. त्यातला राजा विक्रमा हात-पाय गमावून रडत असल्याचं दृश्य त्याच्या डोळ्यांपुढे उभं राहिलं. मादेवय्या पुन्हा विचारत असतानाच तो चाचरत म्हणाला, "...मी... मी... नाही... खोटं बोलणार... नाही... मी दोनदा नुग्गीकेरेला गेलो होतो..."

"किती दिवस राहिला होतास?"

"एकदा पंधरा दिवस... दुसऱ्यांदा... आठवत नाही..."

"शेवटचं केव्हा गेला होतास?"

"दुसऱ्यांदा प्लेग आला होता... तेव्हा..."

म्हणजे साधारण सहा वर्षांपूर्वी. नंजम्मा आत गेली. सातूच्या धाकट्या मुलाचा हात धरुन त्याला बाहेर घेऊन आली आणि सगळ्यांसमोर उभं केलं. सुमारे पाच वर्षांच्या त्या मुलाच्या चेहऱ्याचं अप्पण्णय्याच्या चेहऱ्याशी असलेलं साम्य स्पष्ट दिसत होतं.

गंगम्मा खवळली, "काय रे ए मुडद्या! जावनहळ्ळीला जातो म्हणून सांगून असं केलंस काय रे मेल्या? उद्या तुला जिथं जायचं तिकडं मर जा! मी तुला अन्न घालणार नाही! मर तिच्यापाशीच..." म्हणत ती तरातरा निघून गेली. आता तिथं काहीच गंमत राहिली नाही, हे लक्षात येऊन सगळे एकेक करून निघाले.

२

त्याच दिवशी गंगम्मा मुलाला घेऊन खेड्याकडे निघून गेली. याआधीही तशी ती अनेकदा गेली होती. अण्णाजोईसांकडे देवळाच्या दाराची आणखी एक चावी असल्यामुळे ते कुलूप काढून देवाची पूजा करत असल्याचं सांगणं सोयीचं झालं होतं. सातू, तिची आई तंगम्मा आणि मुलं नंजम्माच्या घरातच राहिले. घरात तेवढ्यापुरतं पुरेसं नाचणीचं पीठ आणि वाल होते. पण तंगम्मांना नाचणी खाल्ली की जुलाब होत होते. वालाचं सार खाल्लं तर पोटात वायू धरत होता; पण म्हणून तांदूळ आणि तुरीची डाळ शिजवणं नंजम्माला परवडणारं नव्हतं. एखाद्या सणाच्या दिवशी, किंवा कुणी वरचे सरकारी अधिकारी जेवायला येणार असतील, तरच पांढऱ्या तांदळाचा भात आणि तुरीच्या डाळीचं सार केलं जायचं. पण आता इलाज नव्हता. चेहऱ्यावर कुठल्याही प्रकारची नाराजी न दाखवता नंजम्मा त्यांच्यासाठी तुरीचं सार-भात करत होती. शुभ्र भात दिसला तर तिची मुलंही तेच मागयची. मग चेन्निंगराय तरी कसे सोडतील? सगळ्यांसाठी भात करून एकटीसाठी नाचणीचे उंडे

केले तरी किती काटकसर होणार? थोडक्यात, तिला तो सगळा सार-भाताचा थाट परवडेनासा झाला.

इकडे पंधरा दिवसांनंतर माय-लेक गावी परतले. हे समजताच त्या संध्याकाळी नंजम्मानं पार्वतीला सांगितलं, "जा... तुझ्या काकाला बोलावून घेऊन ये! आजी असताना सांगू नकोस."

पार्वतीनंही मोठ्या हिकमतीनं निरोप दिला आणि अप्पण्णय्याला बोलावून घेऊन आली.

बायकोला पाहताच अप्पण्णय्याची अवस्था बिकट झाली. एकीकडे भीती आणि दुसरीकडे तिच्याविषयीची आसक्ती! त्यातच शरमही वाटू लागली. तो आला तसा मुकाट्यानं तिथल्या खांबाला टेकून उभा राहिला. नंजम्मानंच त्याला बसायला सांगितलं. स्वयंपाकघरात सातू स्वयंपाक करत होती. नंजम्मानं त्याला सांगितलं, "सातू स्वयंपाक करतेय... इथंच जेवून जा!"

"पण... अम्मा?"

"त्या काय म्हणणार? नाहीतरी रात्री त्यांचं जेवण नसतंच. त्या त्यांचं काहीतरी उपवासाचं खाऊन घेतील. उठा. हात-पाय धुवून घ्या..."

तसा तो तयार होताच. नंजम्मानं सातूला मुलांनाही जेवायला वाढायला सांगितलं. मुलांसोबत जेवताना काही मागायचा त्याला संकोच वाटायचा आणि तिला विचारायची लाज! त्यांची जेवणं होईपर्यंत नंजम्मा आणि तंगम्मा बाहेरच्या ओसरीतच होत्या. त्यानंतर दोघा भावांनी पान-सुपारी-तंबाखू खाल्ली. नंतर नंजम्मा आत जाऊन सातूशी काहीतरी हलक्या आवाजात कुजबुजली. त्यात विधवा तंगम्माही सहभागी झाल्या.

त्या घरात एक अंधारी कोठीची खोली होती. नंजम्मानं ती खोली स्वच्छ करून ठेवली होती. त्यातच तंगम्मानं दोघांची अंथरुणंही तयार केली. अप्पण्णय्या जायला उठला तेव्हा नंजम्मा म्हणाली,"आज इथंच झोपा."

या अनपेक्षित प्रसंगानं अप्पण्णाला आनंदाबरोबरच भयही वाटलं. नंजम्मा म्हणाली,"तशा अम्मा एकट्या झोपायला घाबरत नाहीत. हवं तर पार्वती-रामण्णाला तिकडे पाठवू या. चला, तुम्ही इकडच्या खोलीत झोपा जा."

चेन्निंगराय मात्र रागानं तिच्याकडे पाहत म्हणत राहिले, "तुला कुणी सांगितलंय या सगळ्या भानगडीत पडायला?" पण त्यांच्याकडे डोळे वटारून बघत नंजू म्हणाली, "तुम्ही थोडं तोंड मिटून गप्प बसता काय? तिरुमलेगौडांकडून खरवसाचं दूध आलंय. त्याची खीर करून ठेवलीय बघा स्वयंपाकघरात! तुम्हाला हवीय की नको?"

खिरीचं नाव काढताच चेन्निंगराय उठून तडक स्वयंपाकघरात गेले. अप्पण्णय्या

कोठीच्या खोलीकडे वळला. स्वयंपाकघरात नंजूही गेली. तिनं नवऱ्याला सांगितलं, "करून देते खीर. थोडा वेळ लागेल. तुम्ही आणखी एकदा तंबाखू खा..." तो बाहेर गेल्यावर तिनं सातूलाही कोठीच्या खोलीत पाठवलं आणि बाहेरून दरवाजा ओढून घेतला.

तिच्यापुढे खरवसाच्या दुधाची खीर करायचा प्रश्न उभा होता. डोकं चालवून प्रसंग निभावून नेणं तिच्या हातात होतं. पण आयत्या वेळी खरवसाचं दूध पैदा करणं तिच्याही हातात नव्हतं. पण तिनं प्रसंगावधान गमावलं नाही. तिनं आधी मुलांना अंगणात अंथरूण घालून झोपवलं. एक नारळ खोवला, तो तांदळाबरोबर वाटून घेतला. त्यात गुळाची दोन ढेकळं टाकली. सगळं शिजवून घेतल्यावर तिनं त्यात थोडं साधं दूधही घातलं. तंगम्मांना बाहेर पाठवून तिनं नवऱ्याला हाक मारली. त्याचीच वाट पाहत असलेले शानभोग तत्परतेनं उठून स्वयंपाकघरात गेले. ते उकिडवे बसताच नंजम्मानं खिरीचं तपेलं त्यांच्यासमोर ठेवलं. एक ॲल्युमिनिअमची ताटली समोर ठेवून सांगितलं, "तुम्हीच वाढून घ्या... त्यांची म्हैस व्यायली त्याला पंधरा दिवस होऊन गेलेत म्हणे... त्यामुळे दाटपणा नाही आला. पण खीर छान झालीय."

चेन्निगरायांनी ताटलीत डावभर खीर घेऊन ओरपली. गोड खीर मिटक्या मारत खाण्यासारखीच होती. नंजूनं विचारलं, "मग मी जाऊ? तुम्ही खाल की नाही?"

हुंकार देत चेन्निगराय खिरीवर तुटून पडले. दुसरे दिवशी सकाळीच त्यांना मागच्या चढाकडे धाव घ्यावी लागली.

सकाळी घरी परतलेल्या अप्पणय्यानं विचारलं, "अम्मा, त्यांना इकडं घेऊन येऊ या?"

गंगम्मानं विचारलं, "कुणाला?"

"सातू आणि मुलांना..."

क्षणभर गंगम्मा अवाक् झाली. दुसऱ्या क्षणी तिला सगळा उलगडा झाला. ती उद्‌गारली, "अय्यो! रांडेच्या! काल तू रात्री कुठंतरी मरायला मेळा बघायला गेला होतास, असं मला वाटलं होतं. तू त्या बाजारबसवीच्या कुशीत झोपला होतास काय!"

अप्पणय्या खाली मान घालून उभा होता. काही क्षण शिव्यांची लाखोली वाहून झाल्यावर गंगम्मा म्हणाली, "ती बाजारबसवीच घेऊन चल म्हणून मागं लागलीय काय?"

अप्पणय्या धैर्यानं म्हणाला, "नाही. ती काहीच म्हणाली नाही. मीच म्हणालो. घेऊन येऊ या त्यांना. का सोडून राहायचं?"

"तिला तसं सांगून आलास काय? थांब! अण्णाजोईसांना सांगून तुझी फजिती

करते की नाही ते बघ!'' असं म्हणत गंगम्मा उठली आणि तरातरा जोईसांच्या दारात जाऊन उभी राहिली. तिनं जोईसांना हाक मारली. तिच्या हाकेसरशी शेजारपाजारच्या सात-आठ घरांतली माणसं घराबाहेर आली. बाहेर आलेल्या जोईसांना ती म्हणाली, ''काल रात्री हा त्या बाजारबसवीच्या कुशीत जाऊन पडला होता. आज तर तिला आमच्या घरीच घेऊन यायचं म्हणतोय! देवाच्या देवळात नवरा-बायकोचा संसार चालेल काय? तुम्हीच सांगा.''

''हणमंतराय आधीच ब्रह्मचारी! त्यांच्या देवळात नवरा-बायकोनं राहणं म्हणजे धर्मनिषिद्धच! त्याला तिथं ठेवायचं नाही! गावात पाऊस-पाणी नीट व्हायला पाहिजे की नको?'' अण्णाजोईसानं देवळात येऊन दम दिला. अप्पण्णय्याचा चेहरा पडला. पण रात्री मोठ्या काळानंतर भेटलेल्या बायकोला सोडून राहणंही त्याला अशक्य वाटलं. धैर्य एकवटून तो नंजम्माच्या घरी गेला आणि त्यानं सगळी हकिकत तिच्या कानांवर घातली. त्याच्या पाठोपाठ आलेली गंगम्मा दारात उभी राहून नंजम्मा आणि चेन्निंगरायाच्या नावानं शिव्याची लाखोली वाहू लागली. अजूनही झोपून रात्रीची खीर पचवत असलेले चेन्निंगराय उठून बसले. ते बायकोला रागावले असते की काय कोणजाणे, पण त्याच क्षणी त्यांना परसाकडे धाव घ्यायची निकड भासली. त्यामुळे काहीही न बोलता ते गडबडीनं धावले.

गंगम्माला हा, या मुलानंही आपला केलेला अपमान वाटला. त्यामुळे ती रागारागानं घराकडे परतली.

३

त्या दिवशी अप्पण्णय्या भावजयीच्या घरीच राहिला. दोन-तीन दिवसांत एक निर्णय झाला. अप्पण्णय्याची सासू त्यांच्याबरोबर लगेच राहायला जायचं कारण नाही. बायको-मुलांनी मात्र त्याच्यासोबत राहायचं. पण जगायचं कसं? इतके दिवस दारोदारी फिरून भीक मागून जगायची त्याची पद्धत होती. त्यामुळे आपण भीक मागून का होईना, बायको-मुलांना सांभाळू, अशी त्याची भावना होती. ते त्यानं बोलून दाखवलं. आता राहायची काहीतरी व्यवस्था होणं आवश्यक होतं.

'कुरुबरहळ्ळी'च्या गुंडेगौडांची त्या गावात एक अशीच पडीक जागा होती. कुणीच ती वापरत नव्हतं. हनुमंतरायाच्या देवळापासून ती बऱ्याच अंतरावर होती. नंजम्मा अप्पण्णय्याला सोबत घेऊन गुंडेगौडांच्या घरी गेली. त्यांनी सांगितलं, त्या जागेवर अप्पण्णय्यानं स्वत:च्या खर्चानं एखादं झोपडं उभारून तो तिथं राहिला तर

आपली काही हरकत नाही.

अप्पण्णय्या चेन्निंगरायांसारखा कामचुकार नव्हता. त्याच्या अंगात काम करायची रग होती. कुणीतरी सांगून करवून घेतलं तर राबायची शारीरिक शक्ती आणि उत्साह त्याच्यामध्ये भरपूर होता. बऱ्याच दिवसांनी बायको-मुलांना सोबत घेऊन राहायच्या विचारानं त्याच्यात विशेष उत्साह संचारला होता. सातूनं सोबत आणलेल्या भांड्यांपैकी एक विकून पंचवीस रुपये दिले. त्यामधून दोन गाड्या माती आणि खांब, दारा-खिडक्यांच्या लाकडी चौकटी आणल्या. अप्पण्णय्या कामाला लागला. त्यानं भिंती उभारल्या. कुणाकुणाच्या शेतात विचारून गवताच्या छपराची व्यवस्था केली गेली. गावातल्या सुतारानं तीन रुपये घेऊन दरवाजा-कडी-कोयंडा करून घराला लावून दिला. घर तयार होताच तात्पुरता गृहप्रवेशही करून झाला.

गृहप्रवेश होईपर्यंत सगळ्यांचं जेवणखाण नंजम्माच्या घरातच होत होतं. आता जगण्यासाठी काहीतरी मार्ग शोधणं आवश्यक होतं. आता अप्पण्णय्या एकटाच गावोगावी भीक मागण्यासाठी फिरत होता. तोही गंगम्माप्रमाणे शिवेगौडाला शापत काहीतरी द्या, असं सांगून दारोदार फिरत होता. दारात उभं राहून नम्रपणे मागायचा याचा स्वभाव नव्हता. इतके दिवस ते काम गंगम्मा करत होती. मिळालेली भिक्षा पोत्यात भरून घराकडे वाहून आणायचं, एवढंच काम तो करायचा. सुगीचे दिवस होते. त्यामुळे घराघरातून नाचणी मिळायची. असं दान केल्यामुळे धान्य पुरवठ्याला येतंय, अशी गावात श्रद्धा असल्यामुळे नाचणी मिळणं फारसं कठीण नव्हतं.

पण काही वेळा अप्पण्णय्या आणि गंगम्मा एकाच ठिकाणी धान्य मागायला जायचे. समोरासमोर यायचे. गंगम्मा मुलाला ओळख दाखवायची नाही. त्याच्याशी बोलायचीही नाही; पण त्या घरातली माणसं म्हणायची, "दोघंही मुद्दाम सोंग करताय काय? दोघा-दोघांना आम्ही कुठून देणार?" काहीजण न बोलता दोघांनाही धान्य देत. बोलणी खायला नकोत म्हणून दोघंही वेळा बदलून जाऊ लागले. मध्ये दोन-तीन दिवसांचं अंतर सोडून गेलं, तरी लोक लक्षात ठेवून दूषणं द्यायचे. गंगम्माला याचा संताप येऊन ती मुलाला शिव्याशाप द्यायची. शिवाय तिनं लवकर जाऊन आपला शिधा गोळा करायला सुरुवात केली. किती केलं तरी ती बाईमाणूस, त्यात विधवा त्यामुळे तिला सहानुभूती मिळायची. ती एकटी असल्यामुळे धान्यही कमी संपायचं. त्यामुळे तिच्या संग्रही जवळजवळ तीन महिने पुरेल एवढं धान्य जमा झालं. अप्पण्णय्याला पाच पोटं भरायची होती. शिवाय त्याच्याविषयी लोकांच्या मनात करुणा निर्माण होत नव्हती. काहीजण तर, "हात-पाय मोडलेत काय काम करायला?" म्हणून हेटाळणीही करत.

बायको आल्या-आल्या अप्पण्णय्याच्या मनातही उत्साह होता. नंतर तो कमी-कमी होत गेला. संपूर्ण दिवस दारोदार भटकून बोलणी खाऊनही त्याला वैताग येत

होता. आईबरोबर जाताना तोंड वेंगाडून धान्य मागायचं काम तीच करत होती. याचं काम ते धान्य पोत्यात भरून घरी आणणं एवढंच होतं. आता मात्र प्रत्येक दारात उभं राहून मागायचा त्याला वैताग येत होता.

एकदा नंजम्मा त्याच्या घरी आली. अप्पण्णय्या जवळच्या खेड्यात धान्य मागायला गेला होता. नंजम्मा म्हणाली, "तुमची जयलक्ष्मी आमच्या पार्वतीच्याच वयाची आहे. तिला शाळेत पाठवा. रामकृष्णालाही पाठवा. मुलं चार अक्षरं शिकली तर त्यांचं आयुष्य सुखाचं जाईल. दुसरंही एक सांगायचं होतं. तुम्ही मागून आणलेली नाचणी विकता, असं समजलं. होय काय? तसं करू नका. सुगीच्या काळात लोक धान्य सढळ हातानं देतील. पुढं आषाढ संपला तर कुणीही, एक दाणाही देणार नाहीत. त्या वेळी अतिशय त्रास होईल. कुठून तरी थोडं बियाणं मागवून घ्या."

"पण ही दरिद्री नाचणी ठेवून तरी काय करायचं? कोण खातंय?" तंगम्मा म्हणाल्या. यांना नाचणी पचत नाही, हे नंजम्मालाही ठाऊक होतं; पण खेड्यात नाचणी खाणाऱ्यांची संख्या किती आणि तांदूळ खाणारे किती, याचा विचार करून नाचणीची हळूहळू सवय करून घ्यायला पाहिजे. जवळची नाचणी विकून तांदूळ आणणं, हे केवळ जमीनदारांनाच शक्य आहे. पण हे यांना कसं समजावून सांगायचं? तरीही नंजम्मानं स्वतःला समजत होतं ते सांगितलं.

तिला आणखीही एक सांगायचं होतं. तंगम्मांना दररोज कॉफी प्यायची सवय होती. कडूरमध्ये असल्यामुळे अगदी लहानपणापासूनची त्यांची ती सवय होती. तीच सवय त्यांनी इथंही सुरू ठेवली होती. ही सवय पैसेवाल्यांना परवडणारी होती, "पण अप्पण्णय्याच्या संसारात हे कसं चालणार? तुम्ही ते सोडलं तर सोयीचं होणार नाही काय? तेवढेच चार पैसे संसाराला वापरता येतील."

"आम्हाला तर जमणार नाही! उठल्या-उठल्या रिकाम्या पोटी कसं राहायचं? तुम्ही फक्त नाचणीच्या भाकऱ्या-उंड्यांवर राहू शकता. आम्हाला ते जमणार नाही. आयुष्यात कधी तसे जगलो नाही आम्ही!"

तंगम्मांच्या या बोलण्यावर नंजम्मा काहीच बोलली नाही.

त्यानंतर एक दिवस सातू जावेच्या घरी गप्पा मारत होती. नंजम्मा गप्पा मारता-मारता एकीकडे पटापटा काटक्या मोडत पत्रावळी लावत होती. न राहवून सातू म्हणाली, "अक्का! किती राबता तुम्ही! घरातलं करता, शानभोगकीचं लिहिता, सगळं करून पळसाची पानं गोळा करून आणता, माळ करून सुकवता आणि आता पत्रावळी करता! आपल्याला नाही बाई इतकं सगळं जमायचं!"

"तुला सांगावं, असं मला गेले चार-पाच दिवस वाटत होतं. म्हणत असशील तर सांगते."

“सांगा की!”

“हे बघ, तुमच्या घरी पाच जणांची पोटं भरायची असतात. कमावणारा एकटा. तेही भिक्षा मागून. उद्याचं काय, ते आज सांगता येत नाही, अशी परिस्थिती. आता तूही काहीतरी हात-पाय हलवले पाहिजेत.”

“ते जमलं असतं तर ही का परिस्थिती आली असती?”

“घरात तुम्ही दोघी बायका आहात. घरातली कामं संपवून दोघी पत्रावळी लावायला बसलात तर कितीतरी पत्रावळी होतील. आता सहा रुपयांना एक चवड घेतात. इथून बेंगळूरला पाठवतात. दोघी करायला लागलात तर दररोज आठेक आणे तर सहज मिळवू शकाल. म्हणजे महिन्याचे किती झाले!”

“पण सतत पळसाची पानं ओवली तर उष्ण पडतं की नाही?”

“सवय झाली तर काहीही होत नाही, आणि जर तसं वाटलंच तर रात्री झोपताना हाताला एरंडेल तेल लावलं तर त्रास होत नाही.”

हे थोडं सातूला पटलं. आपणही असं काही करायचा तिनं निश्चय केला. तसा तिनं प्रयत्न करायला सुरुवात केली. सुरुवातीला नंजम्माच्या दहा पत्रावळी लावून होईतो तिची अर्धी लावली गेली. नंजम्मानं समजावलं, “सवय होत जाईल, तसा वेगही वाढेल...”

पण दुसरेच दिवशी तिचा उत्साह वठून गेला होता. तंगम्मानं मुलीला सांगितलं, “नवरा म्हणवणाऱ्यानं बायको-मुलांचं पोट भरलं पाहिजे... हे पानंबिनं टोचत बसायची कामं तू कशाला करायची?” आईनं एवढं सांगताच सातूचा उत्साह तिथल्या तिथं थांबला. त्यातच सातूची पाळी थांबली होती. उलट्यांचा त्रास सुरू झाला होता. सातूचे वडील श्यामभट्ट हे पुरोहित होते. त्यामुळे तंगम्मांना सगळे धार्मिक आचार-विचार माहीत होते. आवश्यक तिथे त्यांना शास्त्राधाराचाही परिचय होता.

गंगम्माच्या घरात आधीपासूनच हे प्रस्थ फारसं नव्हतंच. नंजम्माही चारचौघांत वाईट दिसणार नाही, एवढं काहीतरी करत असली तरी आतून तिचे विचार बरेच वेगळे होते. ती मातीच्या भांड्यात सार करायची, भाताच्या भांड्यातच सार करायची. इतर जातीच्या शेजाऱ्यांनी मुलांसाठी काही खायला दिलं तर ती मुलांना खाऊ घालायची, काही वेळा स्वत:ही तोंडात टाकायची. विश्व तर मादेवय्यांच्या बरोबर त्यांनी भिक्षेतून आणलेलं अन्न आवडीनं खायचा. रामण्णा आणि विश्व कितीतरी वेळा त्यांच्याच मांडीवर बसून जेवायचे. हे ठाऊक असलं तरी नंजम्मा मुलांना रागावायची नाही, मारायची नाही. शहाणपणही शिकवायला जायची नाही. पण ते अन्न आपल्या घरी आणायला द्यायची नाही. ग्रामपुरोहित अय्याशास्त्री आणि अण्णाजोईसांबरोबर वागताना कुणाच्याही नजरेत काही खुपणार नाही, अशाप्रकारे ती

वागायची. अण्णाजोईसांची बायको विटाळशी झाल्यावर नवऱ्याच्या नजरेलाही पडणार नाही, याची काळजी घेत असे. पण नंजम्मा त्या दिवसांत चोरून स्वयंपाकही करायची. सांगायची मात्र, "पार्वतीनं केलाय..." म्हणून. हे अण्णाजोईसांच्या बायकोनं वेंकप्पाच्या बायकोला, मंगम्माला सांगितलं, तेव्हा मंगम्मानं पुन्हा कधीही तिच्या घरात पाय टाकणार नाही, असा निश्चय केला. इतर जातीच्या बायका विटाळ लागला, की डोक्यावरून पाणी घेऊन स्वयंपाक करतात. ब्राह्मण जातीत जन्मून असं वागायचं म्हणजे त्या खालच्या जातीच्या बायकांपेक्षाही हीन वागणूक!

एकदा तंगम्मा अण्णाजोईसांच्या घरी गेली होती तेव्हा जोईसांनी विषय काढला, "पित्रार्जित संपत्तीमध्ये दोन्ही भावांचा समान वाटा असतो. तसं असताना वडिलांकडून आलेली शानभोगकी केवळ थोरल्या भावानंच उपभोगणं योग्य नाही. अप्पण्णाला त्यातलं काहीही मिळणार नाही, का? हा तर सरळसरळ अन्यायच नाही काय? मिळणारी पोटगी दोन्ही भावांमध्ये वाटली जायला पाहिजे! असेच किती दिवस ते तुमची फसवणूक करणार आहेत?"

हे तंगम्माला पटलं. भाऊबंद म्हटले की अशीच फसवणूक करतात! आपलं सगळं किती व्यवस्थित चालवलंय! सातूलाही आपल्याशी गोड-गोड बोलून गळा कापणाऱ्या जावेचा कावेबाजपणा सामोरा आला. एकीकडे आपलं भलं केल्यासारखं दाखवून स्वतःची तुंबडी भरणारी गोडबोली जाऊ किती धोकादायक आहे, या विचारानं तिचं मन कडवट झालं. त्यात अण्णाजोईसनी सांगितलं, "तुम्हाला मिळायलाच पाहिजे हो... तुम्ही अप्पण्णय्याला विचारायला सांगा. नाही म्हणाले तर तिपटूरला जा. अंमलदारसाहेबांना दंडवत घालून प्रार्थना केली तर तुम्हाला नक्की देववतील."

त्या संध्याकाळी अप्पण्णय्या घरी येताच सातूनं ही सगळी हकिकत त्याच्या कानांवर घातली. नंतर म्हणाली, "आपल्या मुलांबाळांनाही उद्या त्यांच्या वारसा-हक्कानं संपत्तीतलं काही तरी मिळायला नको काय? आपल्याला पोटगीतले निम्मे म्हणजे साठ रुपये नको काय मिळायला? असे तुम्ही भोळ्या सांबासारखे गप्प बसलात तर हाताला काहीच लागणार नाही."

आधी अप्पण्णय्याला काहीच समजलं नाही. शानभोगकी नेहमीच थोरल्या मुलांकडे जाते. त्यात नवीन ते काय? पण सरकारचा कायदा काही वेगळा असेल तर? आपल्याला काय समजतंय त्यातलं? अण्णाजोईसांपेक्षा तर नक्कीच समजत नाही! त्यानंही अण्णाजोईसांच्या घरी जाऊन विचारलं. त्यालाही त्यांनी सांगितलं, "याही बाबतीत सगळ्या भावंडांचा वाटा असतोच. इतकी वर्षं त्यांनीच सगळं खाल्लंय! म्हणजे बघा! तुमचं किती नुकसान केलंय ते!"

हे ऐकताच अप्पण्णय्या संतापलाच. त्याचपावली तो नंजम्माच्या घरी धावला.

घरात चेन्निंगराय नव्हता. चिमणीच्या उजेडात नंजम्मा पार्वती-रामण्णाचा अभ्यास घेत बसली होती. तिच्या पुढ्यात उभा राहून त्यानं विचारलं, "हे... हे असं आम्हाला फसवताय! मी गप्प बसणार नाही! पोटगीतला निम्मा वाटा माझा मला देऊन टाका!"

तो काय बोलतोय हेच नंजम्माला समजलं नाही. तिनं विचारलं, "कुठली पोटगी? काय बोलताय तुम्ही?"

"आतापर्यंत बाकी असलेली सगळी पोटगी! माझ्या बापाला चेन्निंगा एकटाच जन्मलेला नाहीये! मीही त्यांचा औरस मुलगाच आहे! मला माझा वाटा दिला नाही तर मी अंमलदाराकडे जाईन आणि वसूल करेन!" त्याला आठवलं या वेळी भाऊ मादेवय्यांच्या देवळात बसला असेल. तो तिकडे निघाला. रस्ताभर त्याची बडबड चालूच होती, "माझ्या बापानं मलाही जन्माला घातलंय... मलाही निम्मी पोटगी मिळायला पाहिजे... मी गावोगाव फिरून पोट भरायचं आणि यांनी आयतं घरात बसून गिळायचं... मी हे चालू देणार नाही!" त्याचं हे "स्वगत" रस्त्यातल्या सगळ्यांनाच ऐकू जात होतं.

तो मादेवय्यांच्या देवळाकडे गेल्याचं नंजम्माला समजलं नाही. सगळी बाजू समजून घ्यावी म्हणून ती अप्पण्णय्याच्या घरी आली तेव्हा तिथं अप्पण्णय्या नव्हता. तिनं जावेला या सगळ्याचा अर्थ विचारला. सातूही म्हणाली, "दोघं भावंडं म्हटल्यावर दोघांनाही नको काय मिळायला पोटगी? हे साधेभोळे आहेत! त्याचा तुम्ही असा गैरफायदा घ्यायचा काय? काही म्हणा! आजच्या दिवसात कुणावरही विश्वास ठेवण्यात अर्थ नाही बघा!"

नंजम्मा म्हणाली, "पण तसा सरकारी कायदा नाहीये! तुम्हाला कुणी सांगितलं? ती काही आयती मिळत नाही. गावोगावी फिरावं लागतं, शाईचा खर्च करावा लागतो, डोकं चालवून आणि मान-पाठ एक करून; डोळ्यांत तेल घालून लिहावं लागतंय. विचार करा, हे सगळं अप्पण्णय्याला जमणार आहे काय?"

"त्यात काय! मीही पाहिजे तर हिशेब लिहून देईन. मलाही येतंय लिहायला!"

आता हा विषय वाढवण्यात फारसा अर्थ नाही, हे लक्षात येऊन नंजम्मा घरी परतली. इकडे देवळातही चेन्निंगराय नसल्यामुळे अप्पण्णय्याही घरी परतला. नंजम्मा घरी आली तेव्हा मुलं अभ्यास करत होती आणि चेन्निंगराय संध्या करत होते. त्यात आपण मध्ये बोलू नये, असा विचार करून नंजम्मा स्वयंपाकघरात गेली. केर काढून तिनं देवापुढे दिवा लावला आणि प्रदक्षिणा घालून नमस्कार केला. तिला अप्पण्णय्याचा स्वभाव परिचित होता; पण सातूच्या वागण्याचा मात्र धक्का बसला. तिनंच नवऱ्याचे कान भरले आहेत! तिला कुणी हे सांगितलंय? कुणी का असेना, पण हिला उपकाराची चाड नाही! या दिवसांत कुणावरही उपकार करू नयेत, हेच

खरं! खाल्लेल्या मिठाची कुणालाच जाण राहत नाही!

ती या विचारात असतानाच बाहेर अप्पण्णय्या आल्याची चाहूल लागली. सोबत आणखी सात-आठ माणसंही असावीत. सोबत गंगम्माचाही आवाज होताच. नंजम्मानं बाहेर येऊन पाहिलं, अण्णाजोईस, अय्याशास्त्री, रेवण्णाशेट्टी, शिवलिंगेगौडा, म्हणजे सगळी पंचायतच जमली होती. फक्त शिवेगौडा पटेल तेवढा आला नव्हता. माजघरात बसून संध्यावंदन करणारे चेन्निंगराय हातात पळीपंचपात्र घेऊन बाहेर निघाले. नंजम्मा बाहेर येताक्षणीच गंगम्मानं सुरू केलं, "जमीनजुमला असता तर आजीचाही वाटा बाजूला काढलाच असता की नाही? या दोघांना शानभोग रामण्णांनी जन्माला घातलंय हे खरं! पण माझ्या गळ्यात मंगळसूत्र बांधलं म्हटल्यावर मलाही माझा वाटा नको काय? तूच सांग रेवण शेट्टी!"

रेवणशेट्टी म्हणाला, "शानभोगकी बघणाऱ्या शिवलिंगेगौडांना सगळं ठाऊक असतंय. त्यांना विचारा. त्यांना न्यायस्थानाला बसवा." लगेच शिवलिंगेगौडा खांबापाशी बसला आणि विचारू लागला, "काय म्हणणं आहे?"

एव्हाना चेन्निंगरायांना सगळा विषय लक्षात आला होता; पण यावर काय बोलावं हे त्यांना सुचलं नाही. बायकोकडे हात दाखवून तो कातडी वाचवत बाजूला झाला. त्यामुळे रेवणशेट्टी नंजम्माकडे वळत म्हणाला, "आता तुम्हीच सांगा!" क्षणभरानं म्हणाला, "घाबरू नका!"

आतापर्यंत सातू आणि तंगम्माही बाहेरच्या दारापाशी येऊन थांबल्या होत्या.

नंजम्माचा संताप शिगेला पोचला होता. तिनं एकदाच सगळ्यांना सांगितलं, "तुम्हाला इथे कुणी बोलावून घेतलंय? दिसेल त्या घरातला हिशेब बघायला धावत येताय! तुम्ही आपापल्या घराकडे बघून नीट मानानं राहा! आता मुकाट्यानं आपापल्या घरी जाताय, की नीट मानानं घालवून देऊ?"

या बोलण्याची कुणीच अपेक्षा केली नव्हती. पडिकेरी गुरुवय्या, नाडीन पडशिंगा यांसारखे उठले आणि जायला निघाले. खरं तर यांना काहीच माहीत नव्हतं. रस्त्यानं जाता-जाता शिवलिंगेगौडानं, "पंचायत बसतेय... चला..." म्हटलं म्हणून ते आले होते. किती केलं तरी आपल्या जमिनीचा हिशेब याच शानभोगांकडे आहे! उगाच कशाला त्यांच्या वाकड्यात शिरायचं, असा विचार करून ते सगळे मुकाट्यानं निघून गेले. ते उठताच नंजम्माला आणखी धैर्य आलं. ती पुन्हा म्हणाली, "मुकाट्यानं निघून जाताय? की..." आता तिचा मोहरा रेवणाशेट्टीकडे वळला. तोही नजर चुकवत उठला आणि निघून गेला. माणसं कमी होताच नंजम्मा अप्पण्णय्याकडे वळून म्हणाली, "कुणी सांगितलं तुम्हाला हे?"

अप्पण्णय्या काही बोलला नाही. पण अण्णाजोईस मात्र हे ऐकताच उठून निघून गेले. जाता-जाता म्हणाले, "मी म्हटलंच होतं, तुमच्या घरातला प्रश्न तुमचा

तुम्ही सोडवा; पण यानं सगळं गाव गोळा केलं!'' पाठोपाठ अय्याशास्त्रीही खांद्यावरची शाल सारखी करत निघून गेले. नंजम्मा अप्पण्णय्याला म्हणाली, ''शानभोगकी नेहमी थोरल्या मुलाकडेच असते, असा कायदा आहे. तुम्हीही पाहिजे तर तिपटूरला जाऊन विचारून या.'' हे ऐकल्यावर तोही उठला. पंचायतीतले सगळे निघून चालले तेव्हा त्याला कुणीतरी भर प्रवाहात हात सोडून द्यावा, तसं वाटलं होतं. गंगम्मा मात्र तशीच उभी राहून ओरडत होती, ''या रांडेची जीभ तर बघा! सगळ्या गावाला पळवून लावलं! पण मी ऐकणार नाही! मी माझा वाटा सोडणार नाही!'' ऐकायला कुणीच राहिले नाहीत तेव्हा तीही आरडाओरडा करत निघून गेली.

जेवतानाही चेन्निंगरायांनी त्या विषयावर काहीही बोलणं टाळलं. नंजम्मानं ''बघितलंत की नाही, सगळे कसे...'' वगैरे बोलायचा प्रयत्न केला; तरीही आपला या विषयाशी काहीही संबंध नाही, असं दाखवत त्यांनी दुपारची गारढोण आमटी ओरपायचं काही सोडलं नाही.

त्या रात्री नंजम्माला मात्र अजिबात झोप लागली नाही. जावेचं हे बदललेलं रूप पाहून तिला वाईट वाटत होतं. त्यातच तिच्या मनात आशंका निर्माण झाली, खरोखरच यात त्यांना वाटा द्यायला पाहिजे की काय? तिनं ठरवलं, यावर आपल्या मनाचं समाधान करणारी एकच व्यक्ती आहे, तिमलापूरचे द्यावरसय्या. या विचारापर्यंत येऊन पोचताच तिला बरं वाटलं. दुसरे दिवशीच शंकानिरसन करून घ्यायचं ठरवल्यावर तिला झोप लागली.

दुसरे दिवशी सकाळी लवकर उठून चेन्निंगरायांना विचारलं तर त्यांनी तोंडावरची मुस्कटही न काढता सांगितलं, ''मला जमणार नाही! तूच जा, विचारून ये.'' पार्वती-रामण्णाला उठवून तिनं हात-पाय धुवायला सांगितले, थोडं भाजलेल्या नाचणीचं पीठ कालवून खाऊ घातलं आणि सोबत घेऊन निघाली.

वय झाल्यामुळे अलीकडे द्यावरसय्यांची प्रकृती तोळामासा असायची. त्यामुळे ते थंडीत लवकर न उठता झोपलेलेच असायचे. खूप दिवसांनी, नव्हे, जवळजवळ दोन वर्षांनी नंजम्माला, तेही इतक्या लवकर बघून त्यांना आश्चर्य वाटलं. ती आली नाही त्या अर्थी तिला सगळी जबाबदारी नीट पेलता येतेय, या विचारानं त्यांना समाधान वाटत होतं. आता त्यांनी येण्यामागचं कारण विचारलं. सगळं ऐकून घेऊन त्यांनी निक्षून सांगितलं, ''यात अजिबात शंका नाही. मला व्यवस्थित ठाऊक आहे. शानभोगकीची जबाबदारी ही नेहमी थोरल्या मुलाकडेच असते. राजाचं कसं असतं? राज्य काही त्याच्या सगळ्या मुलांमध्ये वाटत नाहीत. तसंच आहे हेही. तू शांत राहा. हवंतर कंबनकेरेला जा. इथपर्यंत आलीस, ते काही लांब नाही. तिथे जाऊन शेकदारांनाच विचारून घे. म्हणजे तुझ्या मनात किंतू राहणार नाही.'' ते केवळ एवढं सांगून थांबले नाहीत. त्यांनी सोबत रस्ता दाखवायला एक गडीही दिला.

मुलांना सोबत घेऊन नंजम्मा हुबळीच्या कचेरीतल्या शेकदारांनाही जाऊन भेटली. तेही तिच्या चांगल्या परिचयाचे होते. गावी आले की ती त्यांना उत्तम स्वयंपाक करून जेवू घालत होती. त्यामुळे तेही तिच्याशी अतिशय मानानं बोलायचे. त्यामुळे तिला त्यांच्याशी बोलायचाही मोकळेपणा होता. तिला पाहतच तेही मोकळेपणानं बोलले. त्यांनी विचारलं, "काय अम्मा! शानभोगकीमध्ये धाकट्या भावाला वाटा द्यायचा की नाही, हे विचारायला आलात काय?"

हे ऐकून तिला आश्चर्य वाटलं. त्यांनीच नंतर खुलासा केला, "याआधी जेमतेम अर्धा तास आधी तुमचा धाकटा दीर आणि जाऊ हेच विचारायला आले होते. दोघेही घाबरले होते. दाराबाहेरच हात जोडून उभे राहून बोलले. अण्णाजोईस आणि शिवलिंगेगौडा नावाचे दोघेही आले होते. ते त्यांच्या वतीनं बोलत होते. चौघांनाही भरपूर शिव्या देऊन पाठवलंय. तुम्ही काहीही काळजी करू नका. हा केवळ थोरल्या मुलाचाच हक्क आहे, हे तर सगळ्यांनाच ठाऊक आहे! तुम्हालाही माहीत आहेच. एवढंसं विचारायला एवढ्या लांबवर लेकरांना चालवत कशाला घेऊन आलात?"

आता नंजम्माच्या जिवात जीव आला. त्यांनी तिला विश्रांती घ्यायला सांगितली. बायकोला सांगून त्या तिघांनाही जेवायला घातलं. उन्हं कमी झाल्यावर त्यांनी तिला जायची अनुमती दिली. त्यांच्या बायकोनं घरी आलेल्या सवाष्णीला तशीच कशी पाठवायची, म्हणून पान-सुपारी आणि खण-नारळ देऊन ओटी भरली. मुलांच्या हातात खाऊ म्हणून गुळाचा खडा दिला.

तिथून म्हणजे तम्मनकेरेहून 'रामसंद्र' हे पाच मैलांचं अंतर. मुलांचे पाय दुखायला लागले होते. शेकदारांच्या बोलण्यामुळे नंजम्माचं मन हलकं झालं होतं. त्यामुळे दोन्ही मुलांचे हात धरून त्यांच्याशी हसत-रमत ती सावकाश उशिरा घरी येऊन पोचली.

४

अप्पण्णय्या बायकोबरोबर वेगळा राहू लागला. त्यानंतर गंगम्माला एकटेपणा जाणवू लागला. आपल्या पोटी जन्मलेल्या लाडक्या मुलानंही आपल्याला दूर लोटलं, अशी भावना तिच्या मनात दाटू लागली. वेगळं व्हायला आपल्या थोरल्या सुनेनं मदत केली, याचा राग तिच्या मनात ठसठसत होता.

धाकटी सून आणि तिची आई यांना येऊन दीड वर्ष झालं होतं. गावोगाव

फिरून भीक मागून, आणि ती मिळताना लोकांची बोलणी ऐकून अप्पण्णय्याला वैताग आला होता. एक दिवस तो केच्चेमनेच्या कल्लेगौडाच्या घरी गेला. तो घरी गेला तरी कुणी त्याला पाट मांडून स्वागत केलं नाही. त्यानं थोडी नाचणी मागितली, तेव्हा गौडती संतापानं आत निघून गेली. गौडा तर भडकून म्हणाला, "तुला काय धाड भरलीय रे? आता एवढ्यात तुझी अम्मा येऊन नाचणी मागून घेऊन गेली. आरं! नाचणी तरी काय फुकट येतेय? रट्टे मोडून शेतात राबावं लागतंय..."

तरीही अप्पण्णय्या बसूनच राहिला तेव्हा तर तो म्हणाला, "आता मुकाट्यानं जातोयस की धक्के मारून बाहेर काढायला पाहिजे?"

आता मात्र अप्पण्णय्याला दुःख दाटून आलं. गेले दीड वर्ष तो अशीच भिक्षा मागून जगत होता. काहीजण त्याला बघताच कपाळावर आठ्या घालत असले, तरी कुणीही आजवर धक्के मारून हाकलायची भाषा केली नव्हती. तो उद्वेगानं जमिनीवर पसरलेलं फडकं आणि पोतं उचलून बाहेर आला. कधी नव्हे ते त्याच्या डोळ्यांत पाणी उभं राहिलं होतं. दहाएक पावलं तो तसाच चालत राहिला. समोरून भरपूर मोठं नाचणीचं गाठोडं बांधून येणारी गंगम्मा भेटली. आपल्या तरण्याताठ्या मुलाच्या डोळ्यांत पाणी बघून तिचा जीव कळवळला. तिनं कारण विचारताच डोळे पुसत त्यानं सांगितलं, "कल्लेगौडा मला असं कसं म्हणाला?"

गंगम्मा त्याला घेऊन जवळच्या देवळात गेली. तिनं त्याला सहानुभूतीनं म्हटलं, "पण तू कशाला त्याच्या दारात गेला होतास?"

"मग काय करू?"

"अय्यो! माझ्या पोटी जन्म घेतल्यावर तुला कशाला त्याच्या दारात जायची पाळी आली? मी तुला इतके दिवस राजासारखं नाही काय सांभाळलं? गावोगावी-दारोदारी फिरून या सगळ्या रांडांना सांभाळायची तुला काय गरज आहे? तू इकडं दारोदारी फिरून नाचणी गोळा करतोयस आणि ती रांड तिकडं तुरीच्या डाळीची आमटी आणि तांदळाचा भात खात चैनीत राहतेय! वर त्या रांडेला कॉफीही प्यायला पाहिजे! तिची ती रंगीत लुगडी काय... तिची ती भारी पोलकी काय! कशाला पाहिजेत त्या रांडेला हे सगळे नखरे?"

अप्पण्णय्याला आईचं बोलणं तंतोतंत पटलं. बायको-मुलं येण्याआधी त्यानं कधीच कुणाच्या दारात उभं राहून भिक्षा मागितली नव्हती. ते सगळं आईच करायची. तो गावाबाहेर कुठतरी निवांत सावलीत बसून तंबाखू मळत असायचा. नंतर आईनं गोळा करून आणलेलं धान्य पोत्यात घालून वाहून घरी घेऊन येणं एवढंच त्याचं काम होतं. शिवाय दोघांच्या संसाराला लागणारं धान्य वर्षातले तीन महिने फिरलं की जमा व्हायचं. ती छिनाल बायको! ती कार्टी... आणि ती मस्तवाल सासू! कशाला त्या सगळ्यांची पोटं भरायला पाहिजेत?

गंगम्माचं बोलणं पटल्यामुळे त्या दिवशी अप्पण्णय्या आणखी कुठल्याही घरी धान्य मागायला गेला नाही. डोक्यावरून धान्याचं पोतं वाहून आणणं, हे काही त्याच्यासाठी फार मोठं कष्टाचं काम नव्हतं. वर गंगम्मा म्हणाली, "तो मादेवय्या म्हणजे जगानं ओवाळून टाकलेला रांडलेक! त्यानं तुझ्याकडून खोटं-खोटं वचन घ्यायला लावलं! तू गेला असशील त्यांच्या गावी... राहिला असशील दोन-तीनदा. पण तेवढ्यावरून ती दोन्ही कार्टी तुझीच कशावरून? ती तेव्हाच गरोदर राहिली असेल कशावरून?"

यावर काहीही न बोलता अप्पण्णय्या डोक्यावरचं ओझं वाहून तिच्या मागोमाग चालत राहिला. गाव जवळ येताच गंगम्मा म्हणाली, "तू मुकाट्यानं माझ्या घरी चल बघू! माझ्याबरोबर सुखानं राहा!"

त्याप्रमाणे अप्पण्णय्या तिच्या घरी गेला. त्यानंतर त्यानं काहीही काम केलं नाही. गेल्या-गेल्या एक झोप काढली. गंगम्मानं उंडे शिजवले, वालाची लसूण घातलेली गरम-गरम आमटी केली आणि त्याला उठवलं. तो जेवायला बसला तेव्हा त्याला गेल्या दीड वर्षाचे सगळे कष्ट सामोरे आल्यासारखे वाटले. त्याच्या अत्यंत आवडीचं जेवण त्याच्या आईनं करून वाढलं होतं; तेही कुठल्याही कटकटीशिवाय! मनातल्या मनात बायको-मुलं-सासूला शिव्या हासडत त्यानं उकडीचे उंडे मोडून खायला सुरुवात केली.

त्या दिवशी तो बायकोच्या घरी गेला नाही. त्यांनाही हा कदाचित गावाहून आला नसेल, असं वाटलं. असेच दोन दिवस गेले. तिसरे दिवशी तो आईकडे राहत असल्याची गोष्ट कानावर आली. छोट्या रामकृष्णाला त्या घरी पाठवलं तर दाराला कुलूप होतं. त्यानंतरही पंधरा दिवस आई-मुलगा गावाकडे आले नाहीत. घरातली नाचणी संपली होती. तांदूळ-तूरडाळ आणि कॉफीही संपली होती. त्यामुळे शिजवायचं काय, हा प्रश्न होता. रामकृष्ण फिरत-फिरत नंजम्माच्या घरी गेला तेव्हा तिनं त्याला गुळाचा खडा दिला. पण फक्त गुळाचं काय करणार? अप्पण्णय्या आता यांना सोडून आपल्या आईबरोबर राहायला गेलाय, ही गोष्ट यांच्याआधी सगळ्या गावाला समजली होती. कुठल्याही दुकानातून उधारीवर धान्य मिळत नव्हतं. कॉफी मिळाली नाही तर सासूचं डोकं ठणकायचं. शेवटी घरातलं मोठं तांब्याचं तपेलं काशीमबड्डीकडे ठेवून पैसे काढले आणि त्या पैशांनी निभावून नेलं. मिळालेल्या दोन रुपयांपैकी एका रुपयात आठ शेर तांदूळ, दोन आण्याची कॉफीची पावडर आणि एक आण्याचं दूध घरात आलं.

गावी परतल्यावरही अप्पण्णय्या बायकोच्या घरी आला नाही. गर्भार सातूनं रामकृष्णाला बोलावून आणायला पाठवलं तेव्हा गंगम्मानं त्या मुलाबरोबर निरोप पाठवला, "तुझ्या आईनं ज्याच्यापासून तुला जन्माला घातलंय, त्यालाच घरी

बोलावून घे, म्हणावं!''

मुलानं घरी जाऊन आईला हाच निरोप शब्दश: दिला. सातू संतापली. ती निघाली. तिच्या आईनं बजावलं, ''अशा लोकांच्या दारात जाऊ नकोस!'' पण काही न ऐकता सातू सरळ हनुमंतरायाच्या देवळापाशी जाऊन उभी राहिली. दारात उभं राहून तीही ओरडली, ''आपल्या बायको-मुलांचं पोट भरायची लायकी नसलेल्या या पुरुष म्हणवणाऱ्यानं लग्न तरी कशाला केलं?''

गंगम्मानं तेवढ्याच रागात उत्तर दिलं, ''बाजारबसवीबरोबर माझा मुलगा संसार करणार नाही!''

सातूच्या पाठोपाठ आलेली तिची आई भांडणात उतरत म्हणाली, ''माझी लेक कशाला बाजारबसवी असेल? तूच तुझ्या मुलाला कसा जन्म दिलायस कोणजाणे!''

आता आईला आवरत सातूच म्हणाली, ''अम्मा! तू कशाला बोलायला आलीस? त्यांना काहीही बोलू दे! बोलणाऱ्याचं पाप त्याच्याबरोबर!''

यावर गंगम्मा अप्पण्णय्याला म्हणाली, ''बघ... बघ! काय सांगत होते मी? आता तरी पटलं की नाही? माझं बोलणंही पाप म्हणतेय छिनाल! नवरा सोबत नसताना पोराला जन्म देणं पाप नाही काय?''

आतून भडकलेला अप्पण्णय्या बाहेर येऊन म्हणाला, ''माझ्या आईला काही बोलायचं कारण नाही! तू माझी बायकोच नाहीस... तुझे उद्योग मला माहीत नाहीत काय!''

नवराही अद्वातद्वा बोलायला लागला तेव्हा या मायलेकी घाबऱ्या झाल्या आणि घराकडे धावल्या. गंगम्मा लेकाला सांगत राहिली, ''बघत काय राहिलास? त्या दोघींना घरातून, गावातून पळवून लाव. तू बांधलेलं घर आहे ते!''

हे ऐकताच अप्पण्णय्या त्या दोघींच्या पाठोपाठ धावला. घरात येऊन बायकोवर हात टाकला तेव्हा तो हात बायकोच्या मंगळसूत्रावर पडला. एका हिसक्यासरशी त्यानं ते तोडून टाकलं. काळे मणी जमिनीवर विखुरले. मधलं मांगल्य तेवढंच दोऱ्याला अडकून गळ्यापाशी राहिलं. मानेजवळचा भाग रक्ताळला. सातूनं ''अय्यय्यम्मा...'' म्हणून गळा काढला.

अप्पण्णय्या तसाच घरात शिरला. चुलीत एक जळतं लाकूड होतं. ते घेऊन त्यानं गवताच्या छपराला आग लावली. भुरुभुरु जळत बाहेरून आग दिसू लागली. सगळा गोंधळ ऐकून जमलेली गल्लीतली माणसं धावपळ करू लागली. तंगम्माही माणसांना सामान वाचवायसाठी गयावया करू लागली. घरात शिरून माणसांनी आगीतून वाचेल तेवढं सामान बाहेर काढून घरापासून थोड्याच अंतरावर आणून टाकलं. जवळपास पाणी नसल्यामुळे घर वाचवणं शक्य नव्हतं. शिवाय सुकलेल्या गवताची आग इतक्या लवकर पसरली, की ते शक्यही नव्हतंच. दीड वर्षापूर्वी

अप्पण्णय्यानं मोठ्या उत्साहानं उभारलेलं घर अर्ध्या तासात भस्मसात होऊन गेलं. त्या जागी काळपट चार भिंती आणि दोन खांब उभे होते.

वर अप्पण्णय्या मोठ्या गर्वानं म्हणाला, "बघितलं की नाहीस, छिनाल! काय केलं मी!" तंगम्मा उपहासानं म्हणाली, "मोठा पुरुषार्थच दाखवलास की!"

सातू मात्र आपल्या आईला आवरत म्हणाली, "अम्मा! माझी शपथ आहे... एक अक्षरही बोलू नकोस!" नंतर तिनं गळ्यातलं उरलंसुरलं मंगळसूत्र काढून टाकलं आणि म्हणाली, "हे उरलेलं मंगळसूत्र मी काढून टाकतेय! यानंतर मी याची बायको नाही आणि हा माझा नवरा नाही!"

अप्पण्णय्याही तिला छिनाल... रांड वगैरे शिव्या घालत गावभर फिरून आला.

घराला लागलेली आग बघताच नंजम्मा धावत आली. बाकीचे सगळे घरात शिरले तेव्हा तीही घरात शिरून न जळालेलं सामान बाहेर काढायला धडपडली होती. पुढं काय करावं, हे तिलाही समजेना. अशा परिस्थितीत अप्पण्णयाला काही सांगायला जाणं योग्य नाही, हे तिलाही समजत होतं. त्यात, सासूशी बोलणं तर लांबच राहिलं. तिनं सातूला विचारलं, "मी काय करू? तूच सांग."

"आता दोन दिवस तुमच्या घरी राहते. नंतर काहीतरी करता येईल."

याला नकार देणं नंजम्माला अशक्य होतं. तिनं तिथं असलेल्यांपैकी एकाला इथलं सगळं सामान आपल्या घरी आणून टाकायला सांगितलं. तिनंही त्यातलं उचलायला जमेल ते सामान घेऊन घराची वाट धरली. थोड्याच वेळात सगळं सामान तिच्या घरातल्या एका कोपऱ्यात येऊन पडलं. नंजम्मा स्वयंपाकघरात शिरली. ही मंडळी नाचणीचे उंडे खाणार नाहीत! तिनं सणासुदीसाठी म्हणून काढून ठेवलेले तांदूळ बाहेर काढले. घरात तुरीची डाळ नव्हती. तिनं पार्वतीला चार आणे देऊन तुरीची डाळ आणायला सांगितली.

हे सगळे पुन्हा थोरल्या सुनेच्याच घरी गेल्याचं समजल्यावर गंगम्माचा जीव कासावीस झाला. तिची बडबड सुरू झाली, "ही चेटकीण-हडळ पुन्हा काहीतरी तंत्र-मंत्र करून माझ्या लेकराला बिघडवल्याशिवाय राहणार नाही!" ती लगोलग अण्णाजोईसांच्या घरी धावली. विचारलं, "ऐकलंय की नाही काय झालं ते?"

"नाही! काय झालं?" सगळं ठाऊक असलं तरी पुन्हा एकदा तिच्या तोंडून ऐकायच्या अपेक्षेनं त्यानं विचारलं.

"मुलगा-आईमध्ये या रांडेनं फूट पाडली. म्हणून माझ्या मुलानं तिच्याशी नातं तोडलं. तिच्या गळ्यातलं मंगळसूत्र यानंच तोडलंय! मला सांगा, नवऱ्यानं मंगळसूत्र तोडलेल्या रांडेला त्या बयेनं आपल्या घरी ठेवून घेतलंय! मग तुम्ही तिच्यावर दंड लावायला नको काय?"

गंगम्मानं जोईसांना धर्मशास्त्रातला पॉइंट पुरवला. त्यांनाही वाटलं, गंगम्माला

न्यायपीठावर बसवून किमान पंचवीस रुपये दंड लावता येईल; पण पोटगीच्या संदर्भात त्या बयेनं चारचौघांत सगळ्यांच्या समोर थोबाडीत मारावी, तसा पाणउतारा केल्याची आठवणही ते विसरले नव्हते. त्यामुळे त्यांनी स्वत:च्या उत्साहाला थोडा आवर घातला; पण त्या अपमानाचा बदला घ्यायची ही एक संधी होती! ती संधी घ्यायचा त्यांनी निश्चय केला. गंगम्माला आपल्या घरी बसायला सांगून ते आपले काका अय्याशास्त्रींच्या घरी गेले. इतकी उत्तम संधी चालून येत असताना गप्प राहणं म्हाताऱ्या शास्त्रींच्या स्वभावात नव्हतं. ते म्हणाले, ''हा तर ब्राह्मण्याचा प्रश्न आहे. ब्राह्मण धर्म राहायला पाहिजे की मरायला पाहिजे?''

अखेर हे दोन ब्राह्मण गावातल्या आणखी चार-दोन ब्राह्मणांना घेऊन नंजम्माच्या घराकडे निघाले. सोबत गंगम्मा आणि अप्पणय्याही होतेच. आधी नंजम्माला हे सगळे न्याय करायला आल्याचं लक्षात आलं नाही. अण्णाजोईसांनीच विषय काढला. ते म्हणाले, ''मंगळसूत्र नसलेली स्त्री विधवेसमान असते; पण नवरा असून मंगळसूत्र नसेल तर हा कुठला धर्म? ती तर विधवेपेक्षा खालच्या दर्जाची! विधवेचं दर्शनही निषिद्ध असतं. अशा वेळी तुम्ही अशा स्त्रीला घरात घेऊन मोठीच चूक केली आहे. यासाठी प्रायश्चित्त घ्यायला पाहिजे. दंड भरायला पाहिजे.''

हे ऐकून चेन्निंगराय घाबरे झाले. ते म्हणाले, ''मला यातलं काहीही माहीत नाही. हीच त्यांना घेऊन आलीय. पाहिजे तर मी इथल्या इथे तिची मानगूट पकडून तिला गाडून टाकेन.''

''ते ठीक आहे... पण आधी तिला घरात घेतल्याबद्दल दंड तर दिलाच पाहिजे...''

''किती?''

''काका, किती सांगायचा?'' अण्णाजोईसांनी काकांना विचारलं. तेव्हा अय्याशास्त्री म्हणाले, ''खरंतर पन्नास सांगायला पाहिजे... पण बिचारे गरीब आहेत. पंचवीस दिले तरी पुरेसे आहेत.''

''एवढे पैसे कुठून आणणार आम्ही? थोडे कमी करा!''

''चेन्नय्या! हे पैसे काय आमच्या बापाकडे जाणाराहेत, असं वाटलं काय? शृंगेरी मठाला पोचवायचे पैसे ते! यात आम्ही काय कमी करणार? पुढं काही बोलूच नकोस!''

चेन्निंगराय बायकोकडे वळून दरडावून म्हणाला, ''कुणी सांगितला होता तुला हा नस्ता उपद्व्याप? हे अरिष्ट कशाला घरी घेऊन आलीस? आता मुकाट्यानं हिची गचांडी पकडून बाहेर काढणार आहेस की नाही?''

एवढा वेळ स्वयंपाकघराच्या दाराआड उभी राहून ऐकणारी तंगम्मा बाहेर येऊन म्हणाली, ''इतके दिवस आमच्याशी आप्तासारखं वागून आता असं का करताय,

जोईस? आम्ही काय केलंय तुम्हाला?''

"आमचा काही तुमच्यावर रोष नाही; पण काय करणार? धर्मशास्त्रच तसं आहे. समोर धर्म भ्रष्ट होत असताना आम्ही गप्प बसलो तर शृंगेरी मठाची माणसं गप्प बसतील काय?'' अण्णाजोईस म्हणाले.

एवढा वेळ सगळं मुकाट्यानं ऐकणारी नंजम्मा आता म्हणाली, "अप्पण्णय्यानं बायकोचं मंगळसूत्र तोडलंय. बायकोचं मंगळसूत्र तोडायचा अधिकार नवऱ्याला असतो काय? तुम्हाला दंडच करायचा असेल तर तो त्या नवऱ्याला करायला नको काय? आणि दुसरं म्हणजे, घर खाक होऊन बायका-मुलं रस्त्यावर आलेली असताना आम्ही घरात घ्यायचं नाही तर दुसरं काय करायला पाहिजे होतं? अशा परिस्थितीत माणसांना मदत करू नये, असं तर तुमच्या धर्मशास्त्रात लिहिलेलं नाही ना?''

दोघेही धर्मपालक अवाक् झाले. या चेटकिणीनं सगळं प्रकरण उलटंपालटं करून आपल्या लेकावर पलटवलेलं बघून गंगम्मा गडबडून गेली. यावर अय्याशास्त्री काहीतरी बोलणार, तेवढ्यात अण्णाजोईस म्हणाले, "काका! थांबा! तुम्ही काही बोलू नका!''

गंगम्मा म्हणाली, "तिनंच मंगळसूत्र तोडून, हे मला नको असं सांगितलंय!''

"होय होय... तिनंच तोडलंय...''

"तसं शपथेवर सांगता काय?'' तंगम्मानं विचारलं.

गंगम्मा म्हणाली, "सगळ्या गावानंच बघितलंय, त्याला शपथ कशाला घ्यायची?'' बोलता बोलता विषय आणि न्याय कुठल्या कुठे गेला. यांची बाजू घेऊन जोरात भांडायला आलेल्यांनाही गोंधळून गेल्यासारखं झालं होतं. यावर नंजम्माही म्हणाली, "प्रत्यक्ष काय घडलंय ते तुम्ही आपल्या डोळ्यांनी बघितलेलं नाही. उगाच कुणाच्याही घरात शिरून भांडणं लावणं, हे काही सभ्य माणसांचं काम नाही! तुम्हाला कुणीही बोलावलं नव्हतं. तुम्ही आता मुकाट्यानं निघून जा! आणि यानंतर उगीचच्या उगीच आमच्या घराचा न्याय-अन्याय करायला यायचं नाही!''

"बघा बघा! या रांडेचा अहंकार तर बघा!'' गंगम्मा म्हणाली.

एव्हाना स्वयंपाकघरातच असलेली सातू आता मात्र हातात मिळेल ते उलथणं घेऊन आवेशानं बाहेर आली. तिचा तो अवतार बघून अप्पण्णय्या अवाक् झाला. आता नंजम्मानं तिला आणि तंगम्माला आवरलं आणि आत घेऊन गेली. त्यांना आत पाठवून पुन्हा बाहेर येऊन म्हणाली, "आत्ताच्या आत्ता तुम्ही सगळे उठून बाहेर चालू लागा बघू! निघताय की नाही?''

मग मात्र दोघेही धर्मपंडित उठले. ते उठताच उगाच त्यांच्याबरोबर अलिप्तपणे आलेले इतर ब्राह्मणही उठले आणि बाहेर पडले. आता गंगम्मा मात्र भडकली. कोपऱ्यातलं मुसळ घेऊन ती स्वयंपाकघरात घुसली; पण दारात नंजम्मा उभी होती.

तिनं बजावलं, "हे शानभोगकीचं घर आहे! इथं काही कमी-जास्त झालं तर शेकदारांना सांगून पोलिसांना बोलावून घेईन!"

आता मात्र गंगम्मा घाबरी झाली. अप्पण्णय्या तर पुरता घामेघूम झाला. गंगम्माच्या हातातलं मुसळ काढून घेऊन, "चल, जाऊ या... या रांडांच्या नादाला लागण्यात काही अर्थ नाही..." म्हणत बाहेर घेऊन गेला. लगेच बाहेर गेलं तर शोभणार नाही, अशा भावनेनं गंगम्मा आणखी काही वेळ शिव्या उधळत राहिली आणि त्यानंतर निघून गेली.

सार-भात तयार असला तरी सातू-तंगम्मा जेवल्या नव्हत्या. त्या दिवशी घडलेल्या सगळ्या घटना बघून त्या दोघींची वाचाच बंद झाली होती. यानंतर आपली काय गत होईल, याची काळजी माय-लेकीला पडली होती.

५

रात्री सगळ्यांची जेवणं झाल्यावर माय-लेक बोलत बसल्या होत्या. तंगम्मा नंजम्माला म्हणाल्या, "आता या गावात राहून काय करायचं? गावाकडे आमचं घर होतं. इकडं यायचं म्हणून ते विकून टाकलं. अजून काही पौरोहित्य करायची गावं आहेत. आता रामकृष्णही आठ वर्षांचा होतोय. कुणाच्या तरी हातून त्याच्या गळ्यात जानवं घालून घेऊ. चार-दोन धार्मिक विधी करायला शिकला तरी काहीतरी चालू राहील."

यावर दुसरा कुठला सल्ला द्यायच्या परिस्थितीत नंजम्माही नव्हती. या माय-लेकींना गरिबीत दिवस काढायची सवय नव्हती. सवय करून घ्यायची त्यांची इच्छाही नव्हती. तसं त्यांनी दर्शवलं असतं, तरी अप्पण्णय्यानं काय केलं असतं ते सांगणं कठीणच होतं म्हणा. त्या गावी गेल्या तरी त्यांचे कष्ट कमी होणार नाहीत, हे स्पष्टच दिसत होतं. काही न सुचून नंजम्मानं त्यांच्या विचाराला संमती दर्शवली; पण निघायचं केव्हा ते ठरत नव्हतं. सातू आपली कानांतली विकायला निघाली होती. नंजम्माच्या शेजारच्या गल्लीतल्या एका बाईनं ते पंचवीस रुपयांना विकत घेतले. त्याच दिवशी नंजम्मानं जेवणात खीर करून सातू आणि तिच्या आईला जेऊ घातलं. एक गाडी करून सगळं सामान त्यात भरलं आणि स्वत: तीही त्यांना पोचवायला मोटारीपर्यंत गेली.

मोटारबस यायच्या थोड्या आधी सातू डोळे पुसत म्हणाली, "अक्का, या घरच्या सुना होऊन आपण दोघीही आलो. तुम्ही इथं तळमळत जगताय; माझं

नशीब तर असं होऊन गेलं.''

यावर नंजम्मा काहीच बोलली नाही. लग्न करून या गावी आल्यानंतरच्या एकेक घटना तिच्या डोळ्यांसमोरून एकेक करून तरळून गेल्या. आपण का जन्माला आलोय, का या घरी लग्न करून बांधले गेलोय, यासारखे प्रश्न तिच्याही मनात अनेकदा येऊन गेले होते.

मोटारबस आली. सगळं सामान टपावर चढवून त्या आत चढून बसल्या. 'पुन्हा या', असं तोंडदेखलं सांगण्यातही काही अर्थ नाही, हे त्या दोघींनाही समजत होतं. रिकाम्या गाडीत बसून नंजम्मा घरी परतली. काही वेळ मुकाट्यानं बसून राहिली. थोड्या वेळात सर्वक्का आली. थोड्या इकडच्या-तिकडच्या गप्पा मारून झाल्यावर तिनं सांगितलं, "तुमच्यावर बहिष्कार घालावा म्हणून अण्णाजोईसांनी 'शृंगेरी मठा'ला पत्र लिहिलंय म्हणे! तुम्हाला समजलंय काय?''

"म्हणजे काय करतात?''

"अय्यो! तुम्हाला ठाऊक नाही काय? तुमच्या घरी कुणीही यायचं नाही-जायचं नाही, पाणी-अग्निही द्यायचा नाही, अशी मठाकडून आज्ञा होते. सगळ्या गावानं दूर केलं तर कसं जगायचं?''

हे ऐकून नंजम्माही घाबरी झाली, पण पाठोपाठ आठवलं, नाहीतरी आता जातीतल्या माणसांकडून काय मोठे उपकार होताहेत? कुणी घरी यायला नकोच! ती शांत झाली.

पंधरा दिवस झाले. एक दिवस अण्णाजोईस आणि अय्याशास्त्री नंजम्माच्या घरी आले. त्यांनी तिच्या हातात एक कागद दिला. 'शृंगेरी मठा'च्या सर्वाधिकाऱ्यांच्या सहीचं ते पत्र होतं. त्यात लिहिलं होतं, "मंगळसूत्र तोडून निघालेल्या भ्रष्ट स्त्रीला घरात घेतल्यामुळे शानभोग चेन्निंगरायांचं घर बहिष्कृत करण्यात आलं आहे... जर त्यांनी श्री-मठाला येऊन एकशे एक रुपये दंड भरून तप्त सळीनं जीभ डागून घेईपर्यंत त्यांना कुणी अग्नि-पाणी देता कामा नये. जर कुणी तसं केलं तर मठाकडून त्यांच्यावरही बहिष्कार घालण्यात येईल.'' एवढं लिहून त्यावर मठाची मुद्राही ठसवली होती. हे सगळं पत्र वाचून दाखवून अय्याशास्त्रींनी विचारलं, "आता काय करणार?''

ती म्हणाली, "इतकी वर्षं दर 'रामनवमी'ला तुम्हा सगळ्यांना पन्हं-कोशिंबीर करून देत होते; यानंतर करायची गरज नाही.''

"तुम्ही करून बोलावलं तरी आम्ही येणार नाही. तुमची मर्जी! 'राजगृहा'शी फटकून जगता येईल! पण 'गुरुगृहा'शी फटकून जगता येणार नाही. अशा बहिष्कारानंतर जगता येणार नाही, हे ध्यानात ठेव!'' एवढं सांगून ते निघून गेले.

हा नंजम्माला अपमान वाटला; पण भीती वाटली नाही. दुसरे दिवशी बसून तिनं विचार केला. एका कागदावर घडलेली सगळी हकिकत विस्तारानं लिहिली.

नवऱ्यानंच मंगळसूत्र तोडलेल्या निराधार महिलेला केवळ एक दिवस आधार देऊन दुसरे दिवशी पाठवून दिलंय... यात आपली काहीही चूक नाही... असं लिहून तिनं त्यावर नवऱ्याची सही घेतली. पोस्टमन आल्यावर त्याच्याकडून पाकीट विकत घेऊन त्याच्याकडूनच त्यावर पत्ता लिहून घेतला आणि पत्र रवाना केलं.

बरेच दिवस गेले तरी त्या पत्राला मठाकडून काहीच उत्तर आलं नाही. पौष महिन्यात तिच्या सासऱ्यांचं श्राद्ध होतं. ते थोरल्या मुलाच्या घरी, चेन्निंगरायांच्या घरीच करायला हवं होतं. कुठलाही खर्च न देता अप्पण्णय्याही याच घरी येऊन कर्म करून जायचा. मुख्य विधी चेन्निंगरायच करायचे. तो फक्त शेजारी बसून सांगतील तेव्हा हात जोडायचं काम करत होता. वेगळे झाल्यानंतर कितीतरी वर्षं गंगम्मा या घरी प्रसादासाठीही आली नव्हती. नंतर एखाद्या दिवशी येऊन जात होती.

या वर्षी श्राद्धासाठी, पूर्वभोजनासाठी आपण येणार नाही, हे दोन्ही जोईसांनी आधीच सांगितलं होतं. आता चेन्निंगराय विचारात पडले. या सगळ्याचं खापर बायकोवर फोडून त्यांनी पुन्हा एकदा तिच्यावर शिव्यांची मनसोक्त वृष्टी केली. तरीही समस्या जशीच्या तशीच होती. यंदा श्राद्ध गंगम्माच्या देवळात करायचं, सगळे विधी अप्पण्णय्यानं करायचे, असं दोन्ही जोईसांनी ठरवलं. हे करायचं म्हणजे यजमान असल्यासारखंच! या विचारानं अप्पण्णय्याची छाती फुगली. शिवाय इथे श्राद्ध झालं तर राहिलेले लाडू-वडे आणि इतर पदार्थ पुढचे आठ दिवस खाता येतील! पण त्यासाठी सगळा खर्चही आपल्यालाच करावा लागणार आहे, हा विचार मात्र त्याला सुचला नाही. पंधरा-सोळा रुपये गंगम्मा कशीबशी गोळा करू शकेल. श्राद्धाचं कारण सांगितलं तर गावामधूनही दोन-चार आणे मिळू शकतील. कुणी नारळ-तीळ-तांदूळ-वाल यांसारखं काहीबाही दिलं, तरी पुरेसा खर्च निघू शकेल.

पण अशाप्रकारे भिक्षा मागून केलेल्या स्वयंपाकाला ब्राह्मण हात लावतील की नाही? त्यामुळे लगेच आठवलं, काहीही असलं तरी श्राद्ध थोरल्यानंच करायला पाहिजे ना?

ती तशीच जोईसांकडे गेली. म्हणाली, "शंभर रुपये दंड भरायची शक्ती कुणाचीही नाही. कुणीतरी केलेल्या पापासाठी स्वर्गात असलेल्या आपल्या नवऱ्यानं उपाशी राहायचं काय? आणि चूक केलीय ती त्या पापी सुनेनं. माझ्या चेन्निंगानं केलेली नाही! त्यानंच श्राद्ध करायला पाहिजे," तिनं बराच वाद घालून ठरवलं, किरकोळ दंड घेऊन तिच्या मुलाला मोकळं करायचं आणि त्या पापी सुनेवर मात्र बहिष्कार तसाच ठेवायचा, हे मान्यही झालं. दंड द्यायला चेन्निंगरायाकडे काही असेल तर ना! हाही विचार करून दोन्ही जोईसांनी निर्णय घेतला, अण्णाजोईसांना आठ रुपये आणि अय्याशास्त्रींना सहा रुपये दंड द्यायचा आणि तो या वर्षी सरकारकडून येणाऱ्या पोटगीतून कापून घ्यायचा, असं लिहून घेतलं. पैसा द्यायचा

अधिकार आपल्याकडे असल्यामुळे चेन्निंगरायांनी श्राद्ध करायचा आपला हक्क पुन्हा मिळवला. त्याप्रमाणे ते एकटेच गंगम्माच्या घरी जाऊन श्राद्ध करून येणार, आणि त्या दिवशी त्यांच्या बायको-मुलांनी तिकडे फिरकायचं नाही, असं ठरलं.

पूर्वपंक्तीसाठी येणारे अण्णाजोईस त्या दिवशी सकाळपासून उपाशी राहणार होते. आता करायला आणखी काहीही काम नव्हतं. बायको वेंकटलक्ष्मी स्वयंपाकघरात पालेभाजी चिरत होती. उपाशी असल्यामुळे जोईस एकदा स्वयंपाकघरात येऊन उगाच काहीतरी खुडबुड करून गेले. जाता जाता म्हणाले, "एकदा तुझ्या आईनं खोबरे-बेसनाच्या वड्या करून पाठवल्या होत्या. खूप छान झाल्या होत्या. तू तशा एकदाही केलेल्या नाहीस! का बरं?"

"तुम्ही तेवढं तूप आणि बदाम-बेदाणे आणून द्या. मीही करून देईन!"

"तुपाची तपेली किती महाग असते, माहीत आहे काय? चार आण्याला आहे! कुठून आणायचे?"

"होय की नाही? मग कशाला अपेक्षा करता? गप्प बसा की!"

जोईसांचा चेहरा पडला. लगोलग एक उपायही सुचला. ते बायकोला म्हणाले, "का? आज साजूक तुपातलंच पक्वान्न खातो की नाही ते बघ!"

बायको म्हणाली, "तुमच्यात मारम्मा शिरली की काय? जरा सांभाळून!"

"काही नाही, बघशीलच तू!" म्हणत त्यांनी मुलाला हाक मारून सांगितलं, "नरसिंहा! जा बघू... लगेच अप्पण्णय्याला बोलावून घेऊन ये."

इकडे सोवळं नेसून स्वयंपाकघरात अप्पण्णय्या गंगम्माला मदत करत होता. निरोप मिळताच तो धावत आला. त्याला जोईस म्हणाले, "हे बघ अप्पण्णय्या! मला बरं नाही. ताप-पडसं जोरात आलंय. मला त्यामुळे पूर्वपंक्तीसाठी जेवायला यायला जमणार नाही."

"असं कसं म्हणता? सगळा स्वयंपाक तयार होत आलाय... जेवायची वेळ होतेय. इतक्या आयत्या वेळी आणखी कोण येईल? सांगतो अम्माला!" म्हणत तो घरी धावला. हे ऐकून गंगम्मा आली आणि गयावया करत म्हणाली, "असं करू नका! माझ्या नवऱ्याला उपाशी ठेवू नका!"

मग जोईस म्हणाले, "तू एवढं सांगितल्यावर नाही तरी कसं म्हणायचं? एकदा शब्द दिल्यावर शब्द मोडून जेवायला नकार देणं शास्त्रसंमतही नाही. तुम्ही असं करा, सगळे पदार्थ तुपात तळा. म्हणजे मी जेवेन."

"आता लगेच तूप कुठून मिळणार?"

"न मिळायला काय झालं? पैसे घेऊन ये. मी लोणी मिळवून देतो. ते कढवून स्वयंपाक करा. अजून माझीही अंघोळ झाली नाही."

गंगम्मा घराकडे वळली. एका ब्राह्मणांना तुपातला स्वयंपाक वाढून दुसऱ्यांना

तेलातला कसा वाढता येईल? दोघांना तुपातलं सगळं करायचं म्हटलं तर दीड शेर तूप पाहिजे! म्हणजे सहा-सात शेर लोणी! घरात दोन रुपयेही राहिलेले नाहीत. नंजम्माच्या लग्नात दिलेलं एक चांदीचं फुलपात्र होतं. अप्पण्णय्याकरवी ते कासमबड्डीकडे पाठवल्यावर त्यानं बारा तोळे चांदीचे दोन रुपये दिले. त्याला दररोज दोन पैसे व्याज ठरलं. तूप कढवून त्यात बनवलेला स्वयंपाक पोटभर खाऊन उरलेलं, ''मुलांसाठी'' म्हणून सांगून केळीच्या पानांत वाढून घेऊन जोईस घरी परतले. त्यांनी बायकोलाही खायला सांगितलं. पण ती म्हणाली, ''लोकांच्या घरातला श्राद्धाचा प्रसाद आपण कसा खायचा?''

यावर जोईस म्हणाले, ''काही होणार नाही... खा! मुलांनाही दे!''

पण तिनं सांगितलं, ''हे पाहा! मी मोठ्या घराण्यात जन्मलेय. शास्त्र तोडून मी काही करणार नाही! भीती वाटते! पण जोईसांना कसलंच भय नाही! होय की नाही?'' तिच्या आवाजात उपरोध होता; पण जोईसांना त्यात अभिमानच वाटला.

६

ब्राह्मणांचं जेवण होऊन सगळी श्राद्धकर्म संपल्यावर चेन्निंगरायांनी भरपूर जेवण केलं. नंतर अंगरखा घालून परसातल्या चढाकडे गेले. तेवढ्या वेळात, म्हणजे दुपारपर्यंत त्यांनी तंबाखू खाल्ली नव्हती. देवळात बसून खायचं म्हटलं तर जवळ पान-सुपारीही नव्हती. विकत घ्यायचं म्हटलं तर खिशात दमडी नव्हती. तिकडून घराकडे जाताना वाटेत नरसीचं दुकान लागत होतं. घराच्याच पुढच्या भागात तिचं दुकान होतं. आत जास्तीचं सामान ठेवायची जागा होती. मागच्या बाजूला तिचं स्वयंपाकाचं सामान होतं. वरच्या मजल्यावरही दुकानाचंच सामान ठेवलेलं असतं, अशीच सगळ्यांची समजूत होती.

शानभोग तिथं पोचले तेव्हा दुकान उघडंच होतं. समोरच विड्याची मांडणी होती. ती पाहताच न राहावून त्यांनी विचारलं, ''नरसम्मा! मला दोन पानं-सुपारी आणि थोडीशी तंबाखू देतेस काय?''

नरसीच्या तोंडातही विडा होता. रुंद चेहरा, मोठाले डोळे... सतत विडा खाल्ल्यामुळे लालबुंद ओठ... देहाला कसलेच कष्ट वाट्याला न आल्यामुळे चेहऱ्यावरच्या हास्यानं समोरच्याच्या मनातही उकळ्या फुटाव्यात, अशी नजरेतली चमक...

तिनं तेच हसू फेकत विचारलं, ''हे काय शानभोग! माझ्याकडे विडा मागताय? का? घरी बायको नाही का देत?''

शानभोग म्हणाले, "घरात पानं नाहीयेत. दोन दे मला. वैदिक शास्त्र संपवून घराकडे चाललो होतो. वाटेत तुझं दुकान लागलं म्हणून आलो..."

"आलात ना? छान झालं... या या... गावच्या शानभोगांना नाही कसं म्हणणार?" हे म्हणताना ती डोळे आणखी चमकवून हसली. आपली शानभोगकी निदान ही तरी मानतेय, हे बघून चेन्निंगरायांचा जीव सुखावला. ते दुकानात शिरले. आत शिरताच ती त्यांना आणखी आतल्या खोलीत घेऊन गेली. आतल्या अंधाऱ्या खोलीत सगळं काही स्पष्ट दिसत नव्हतं. थोड्या वेळानं त्यांना तिथली काही सामानाची खोकी आणि पोती दिसली. भिंतीपाशी पलंग होता. त्यावर दोघांचं अंथरूण होतं. तिनं त्यांना त्यावर बसायला सांगितलं.

ते म्हणाले, "पण अंधार आहे इथं!"

ती म्हणाली, "अंधार काय करतोय? बसा या इथं!" ते तसेच उभे राहिले तेव्हा पुढे होऊन तिनं त्यांचे दोन्ही खांदे धरून त्यांना बळेच पलंगावर बसवलं. तीही शेजारी बसली. एव्हाना शानभोगांना परिस्थितीची कल्पना आली होती. आता मात्र त्यांचं शरीर थंडीताप यावा, तसं थरथरू लागलं. दाढा एकमेकांवर आपटून कटाकटा वाजू लागल्या.

"काय झालं, धनी? असे का कापताय?" तिनं विचारलं.

"तू... तू मला... असा हात लावू नकोस!" त्यांनी कसंबसं सांगितलं.

"तुम्ही माझ्यापाशी येऊन पानसुपारी मागताय! मग?"

शानभोगांना यातलं काहीच समजलं नाही. काहीतरी समजून ते म्हणाले, "पण... पण माझ्यापाशी पैसे नाहीत!"

"मी कुठे तुमच्यापाशी पैसे मागतेय?"

"म... मग... कशाला... माझा दंड पकडून..."

तिनं त्यांना बाहेर आणलं आणि म्हणाली, "हं... मुकाट्यानं घरी निघा!"

तेही जीव मुठीत धरून तिकडून बाहेर पडले. त्यांना थांबवत ती म्हणाली, "हे बघा, मी काहीही बळजबरी करणार नाही. हे घ्या..." म्हणत तिनं दोन विड्याची पानं, सुपारी दुमडून त्यांच्या हातात दिली. वर चिमूटभर तंबाखूही दिली. वर म्हणाली, "नंजम्माकडून याला कात-चुना लावून घ्या! तुमच्यासारख्यांनी बायकोचं ऐकून राहायला पाहिजे! तीच तुमची लायकी! समजलं?"

नाही म्हटलं तरी शानभोगांना थोडा राग आला; पण तिला कसं रागवायचं, हे त्यांना समजलं नाही. तिनं दिलेली पानाची पुरचुंडी घेऊन ते गावाकडे निघाले. ते घरी पोचले तेव्हा खाली मान घालून हिशेब बघत असलेली नंजम्मा त्यांच्याशी काहीच बोलली नाही. तेही काही बोलले नाहीत. खांबापाशी अंथरलेल्या चटईवर ते बसले आणि सोबत आणलेली पान-सुपारी खायला सुरुवात केली.

दहा

१

नवऱ्याला आपल्याकडे वळवून घेऊन केवळ आपल्यावरच बहिष्कार घातल्याचं समजलं तेव्हा नंजम्माला दु:ख होण्यापेक्षा जास्त तिरस्कार वाटला.

कालानुक्रमेण धर्म-कर्म-श्राद्ध यांविषयीचे तिचे विचार इतरांपेक्षा वेगळे बनले होते. तिचे वडील कंठीजोईस हे त्या पंचक्रोशीतच नव्हे, तर आजूबाजूच्या खूप मोठ्या परिसरातले सगळ्यात जास्त पौरोहित्य जाणणारे होते. शुभाशुभविषयीच्या कर्मांच्या संदर्भात कुणालाही संशय असेल तर ते निवारण करण्यासाठी त्यांच्यापाशी येऊन चर्चा करून समाधान पावून जात. असे कंठीजोईस आपल्या वडिलांचं श्राद्ध करत नसत. कुणी खोदून विचारायला आलंच तर सांगत, "मी गयेला जाऊन श्राद्ध करून आलोय. त्यामुळे आता करायचं कारण नाही!" एकदा गयेला जाऊन आल्यावर सार्वत्रिक श्राद्ध करायची गरज नसते, अशा अर्थाचा एक मंत्रच ते ऐकवायचे. पण ते खरोखरच गयेला गेले होते, आणि त्यांनी तिथं खरोखरच पिंडदान केलं होतं की नाही, याविषयी कुणीच खात्रीनं सांगू शकत नव्हतं. इतरांचं राहू दे, स्वत: अक्कमाचाही त्यावर विश्वास नव्हता. पण हे कंठीजोईसांसमोर उभं राहून बोलून दाखवायचं कुणालाही धैर्य नव्हतं.

असे आपले अप्पा असते तर हे प्रकरण असं वाढलंच नसतं. आपली जमीनही गेली नसती. त्यांनी एकदा येऊन डरकाळी फोडली असती तर नवरा-सासू सगळेच सरळ आले असते; घरही गेलं नसतं.

पण ते कुठं गेलेत कोणजाणे! काहीजणं म्हणतात, ते हयात नाहीत; पण हे संपूर्णपणे खोटं आहे. नंजू तान्ही असतानाही ते असेच काही वर्षांसाठी घर सोडून निघून गेले होते. चार वर्षांपेक्षा जास्त काळ घरी फिरकले नव्हते, असं अक्कम्मा

सांगायची. काशी-रामेश्वर असे कुठं-कुठं ते भटकून आले होते तेव्हा. या खेपेला कुठं गेलेत कोणजाणे! शिवाय ते निघून गेले त्याला नऊ वर्षं होऊन गेलीत. पार्वती आठ-नऊ महिन्यांची होती तेव्हा! आता तिला नऊ वर्षं संपत आलीत. सतत फिरत राहणं हा त्यांच्या नशिबाचा भाग! त्यांनी सतत असं दूर राहणं, हा आमच्या नशिबाचाही भागच म्हणायला पाहिजे! दुसरं काय!

श्राद्धाच्या दिवशी नवरा एकटाच आपल्या आईच्या घरी गेला तेव्हा तिचा जीव कासावीस झाला. घरात श्राद्ध असतं तर तिला सकाळी लवकर डोक्यावरून अंघोळ करावी लागली असती. उपास करावा लागला असता. आता त्यांनी आपल्याला दूर ठेवलंय; मग आपण उपवास करायचा की नाही? आपण त्या घरची सून आहे... तरी आपला नवरा एकटाच कर्मविधी करतोय! स्वत: काही खायचं की नाही, याचा निर्णय झाला नसला तरी तिनं मुलांना चटणी-भाकरी करून वाढली. घरात विधी असते तर भाकरीऐवजी काहीतरी खायला दिलं असतं. शिवाय मुलांना तरी दुपारच्या जेवणाला बोलावतात की नाही, याचीही तिला कल्पना नव्हती. त्यामुळे तिनं आठ-दहा भाकऱ्या करून ठेवल्या. नाहीतरी भाकऱ्या शिळ्या झाल्या तरी खराब होत नाहीत. दुसरे दिवशीही खाता येतील.

भाकऱ्या खाऊन मुलं शाळेला गेली. रामण्णा-पार्वती चौथीत तर विश्वनाथ दुसरीत शिकत होता. कामं संपली तशी ती पत्रावळी लावायला बसली. दुपारी तिकडे विधी सुरू व्हायच्या वेळी तिच्या घरी मादेवय्या आले. त्यांच्या घरी अधूनमधून यायची त्यांची सवय असली तरी या वेळी ते कधीच आले नव्हते. ही त्यांची परत येऊन आपलं अन्न शिजवून खायची वेळ. परगावी गेले असतील तर बाहेरच जेवून घरी परतायची वेळ.

मादेवय्यांचं जेवण झालेलं नसावं. चेहरा उतरला होता. आपण संसारी माणसं. सकाळी उठल्यापासून काही ना काही चाललेच असतं; पण हे तर संन्यासी. यांचा चेहरा उतरायचं काय कारण असावं? नंजम्मानं उठून त्यांना बसायला पाट दिला आणि विचारलं, "काय झालं? हातात नेहमीची झोळी नाही तुमच्या... काय झालं?"

"आपल्या गावच्या लोकांनी भांडण काढलंय... जत्रा करायची नाही म्हणून!"

"का? झालं तरी काय?"

"गावोगाव फिरतो. धान्य गोळा करून ठेवतो. कुणी साधू-संन्यासी गावात आले तर देवळात ठेवून घेऊन स्वयंपाक करून वाढतो. फक्त माझा प्रश्न असता तर या गावच्या भिक्षेतून माझं पोट भरलं असतं. गावात आणखी काहीतरी चाललेलं दिसतंय. मी आज भिक्षेसाठी गेलो होतो. तीन-चार घरी गेलो तर सगळे म्हणायला लागले, या मादेवय्याला कोरडी धान्याची भिक्षा पाहिजे आणि दुपारची उकडीची

भीकही पाहिजे! वाईट वाटलं. तसाच निघून आलो.''

हे ऐकून नंजम्मालाही वाईट वाटलं. तिलाही ठाऊक होतं, मिळालेली धान्याची भिक्षा त्यांनी कधीही विकून पैसे जमवले नव्हते. त्यांच्याकडे साठा असा कशाचाच नाही. ते कष्टानं भिक्षा मागण्यामागचं कारण एकच; गावात येणाऱ्या अपरिचित साधू-संन्याशांना जेवू घालणं. ती म्हणाली, ''असू द्या. काय करणार? देवळात जाऊन स्वयंपाक करून घ्या. जेवून घ्या.''

''मन लागत नाही! तुझ्याकडे काही शिल्लक असेल तर जेवेन बघ!''

नंजम्माला आश्चर्य वाटलं. या जंगमानं आजवर कधीही आपल्या घरी पाण्याचा घोटही घेतलेला नाही! आज ते स्वत: होऊन जेवायची इच्छा व्यक्त करताहेत! ती उठत म्हणाली, ''बसा घटकाभर. सार-भात करते...''

''मुद्दाम काही करायची गरज नाही; जे आहे तेच वाढ.''

आत जाऊन नंजम्मानं एका ॲल्युमिनिअमच्या ताटलीत चटणी-भाकरी आणि वाटीभर दही आणून ठेवलं. दोन्ही हात धुवून त्यांनी भाकरी मोडायला सुरुवात केली. त्यांनी घास तोंडात घातला, त्याच क्षणी नंजम्माला त्या दिवशी आपल्या सासऱ्यांचं श्राद्ध असल्याची आठवण झाली. या वेळी कदाचित तिकडे ब्राह्मण जेवत असतील... किंवा जेवण झालं असेल. ती म्हणाली, ''आज मामंजींचं श्राद्ध आहे. केवळ माझ्यावर बहिष्कार आहे. मला काहीच करता येण्यासारखं नाही. खर्चासाठी माझ्या लग्नातलं चांदीचं फुलपात्र दोन रुपयाला काशीमबड्डाकडे गहाण ठेवून पैसे आणलेत अप्पण्णय्यानं! तुपासाठी! जोईसांनी सांगितलं म्हणे, तेलातला स्वयंपाक जेवणार नाही, तुपातला करा म्हणून!''

यावर कुणी काही बोलायची गरज नव्हती. तीच म्हणाली, ''कर्जाऊ पैसे आणून जेवायला वाढा म्हणणाऱ्यांवर मला विश्वास ठेवावा, असं वाटत नाही!''

''खरंय. यात किती खरं आणि किती खोटं देवजाणे! रामण्णा शानभोग हयात असताना तुझ्या सासूनं त्यांना किती मान-सन्मान दिला, हे सगळ्या गावालाच ठाऊक आहे! ते आजारी असताना त्यांची मनापासून सेवाही केली नाही. खूप छळायची गंगम्मा त्यांना!''

''आमचे सासरे जिवंत होते तेव्हा तुम्ही इथंच होता काय?''

''हं. तुझा नवरा तीन वर्षांचा होता, तेव्हा मी या गावात आलो. इथंच राहिलो. त्या शिवानं जन्माला घातलंय, म्हटल्यावर मरायला का होईना, एखादं गाव पाहिजेच की!'' नंतर त्यांनी विषय बदलला. तुमचं मूळ गाव कुठलं, हा प्रश्न तिच्या मनात अनेकदा येऊन गेला होता. ते या गावात राहायला आले तेव्हा धारवाड-हुबळीकडची कन्नड भाषा बोलत होते म्हणे.'रामनाथ' नावाचा एकजण बैलांच्या खरेदीसाठी जत्रेला यायचा. हे त्याच्यासारखी भाषा बोलतात, हे तेव्हा गावकऱ्यांच्या

लक्षात आलं होतं. ते आले तेव्हा त्यांना नाचणीचा उंडा खायलाही यायचा नाही म्हणे! टाळूला चिकटून बसायचा. त्या ऐवजी ते भाकरी खायचे. पुढे एक-दोन वर्षांत ते इथल्या लोकांसारखी भाषा बोलू लागले आणि नाचणीचे उंडे खायलाही शिकले. गावाचं नाव विचारलं तर 'रामसंद्र'च्या चोळेश्वराचं नाव सांगू लागले. आता त्यांना कुणीच तो प्रश्न विचारायचा नाही; कारण आता तर ते गावातल्या बऱ्याच जणांपेक्षा गावात जुने होते. मग हा प्रश्न कोण विचारणार? त्यामुळे नंजम्मानंही मनात आलं तरी विचारलं नाही.

त्यांचं जेवण झालं होतं. दुपारच्या मधल्या सुट्टीत मुलं जेवायला घरी आली. नंजम्मानं दिलेली चटणी-भाकर खाऊन पुन्हा शाळेला निघून गेली. नंजम्मासाठी काही राहिलंच नाही. नंतर स्वत:साठी करून खायची तिला इच्छाच नव्हती. बाहेर मादेवय्या अजूनही बसले होते. स्वयंपाकघर आवरून ती बाहेर आली आणि इतका वेळ मनात घोळणारा प्रश्न तिनं विचारला, "मादेवय्या, एक विचारू? वाटलं तर उत्तर द्या; नाही तर नको."

"काय?"

"तुम्ही तुमचं घरदार सोडून का इथे आलात?"

"मी कुठं घरदार सोडून आलोय? संसार तर सोबत आहेच! तसा मी संन्यासी म्हणूनच जन्मलोय. गावोगाव फिरत इथे येऊन पोचलो. इथं राहावंसं वाटलं."

तुमचं लग्न झालं होतं काय? मुलंबाळं आहेत काय? याच गावात का राहावंसं वाटलं? तुम्ही मूळचे बळ्ळारीकडचे म्हणे; संसाराला विटून ते घराबाहेर पडले, असं एकदा शेजारच्या पुट्टव्वानं सांगितलं होतं. "कसं ठाऊक?" म्हणून विचारलं तर म्हणाली होती, "कुणीतरी सांगत होतं! फार वर्षांपूर्वी मी लग्न करून या गावात आले तेव्हा. तेव्हा हे पण एवढे म्हातारे झाले नव्हते."

पुट्टव्वाच्या या बोलण्यावरही विश्वास ठेवण्यात अर्थ नव्हता म्हणा! ते स्वत: कधीच या विषयावर बोलले नव्हते. नंजम्माही मनाशी म्हणाली, त्यांना सांगायचं नसेल तर राहू दे. आपल्याला तरी जाणून घेऊन काय करायचंय? तिनं मनातला तो प्रश्नच काढून टाकला.

मादेवय्यांना तिनं विचारलं, "कसला विचार चाललाय?"

ते उत्तरले, "काही नाही! इतके दिवस या गावाचं ऋण होतं... आता गाव सोडून निघून जायचा विचार करतोय."

"मी सांगू?"

"हं..."

"तुम्ही सांगून-सवरून संन्यासी. कुणीतरी, समजूत नसलेल्यांनी काहीतरी म्हटलं म्हणून तुम्ही का हे गाव सोडताय? आणि तुम्ही दुसऱ्या कुठल्या गावात

गेलात तरी असं बोलणारं कुणीच असणार नाही, असं कसं सांगता येईल?''

"तुझंही खरंय, नंजम्मा!'' ते म्हणाले.

त्या दिवशी त्यांची फार बोलायची इच्छा दिसली नाही. ते तसेच थोडा वेळ बसले आणि देवळाकडे निघून गेले.

२

त्या दिवशी मादेवय्या खेड्यांकडे गेले ते त्यानंतर दोन-तीन महिने झाले तरी 'रामसंद्र'कडे फिरकले नाहीत. हे कायमचे तर निघून गेले नसतील, या विचारानं नंजम्मा व्याकूळ झाली. ज्यांना एक चांगला माणूस म्हणू शकू, अशी त्या संपूर्ण गावातली ती एकुलती एक व्यक्ती होती. थोड्या वैतागानंच ते निघून गेले आहेत. पुन्हा येतील की नाही? त्यांचं इतर सामान मात्र देवळात तसंच होतं. दोन-तीन पायली नाचणी, दोन-तीन शेर वाल आणि एका गाडग्यात भरून ठेवलेल्या मिरच्या. काही ॲल्युमिनिअमची भांडी, चार-पाच चटया. हे सगळं सामान एकीकडे ठेवून ते त्याच्या दाराला कुलूप लावून ठेवत होते. आताही ते ती चावी घेऊन गेल्याचं समजलं. म्हणजे एक ना एक दिवस माघारी येतील, याची तिला खात्री वाटली.

ते निघून गेल्यावर देवळाची अवस्था पहिल्यासारखी राहिली नव्हती. नंजम्मा त्याआधी कधीच तिकडे जात नव्हती. आता चेन्निंगरायांनाही तिकडे जायचं कुठलंच आकर्षण राहिलं नव्हतं.

पार्वती-रामण्णा प्रायमरी स्कूलमधून पुढच्या वर्गात गेले. रामण्णा अतिशय हुशार मुलगा होता. शाळेत तो पहिला आलाय, असं त्याचे मास्तर सूरप्पण्णा सांगत होते. त्याचं अक्षरही गोल, मोत्यासारखं होतं. व्यवस्थित रेषा काढून लिहायची त्याची पद्धत होती; शिवाय कन्नडमधली 'चौदाखडी' तो न चुकता लिहायचा. जोडाक्षरं लिहितानाही चुका करायचा नाही. तिन्ही मुलांना नंजम्मा संध्याकाळी, "शांताकारम् भुजगशयनम्...'' आणि "भज गोविंदम् मूढमते...'' यांसारखे अनेक श्लोक आणि स्तोत्रं तोंडपाठ करून घेत होती. नल-चरित्र, लव-कुशांच्या बाललीलाही पार्वती-रामण्णा तोंडपाठ म्हणून दाखवायचे. शानभोगकी करायला ही सगळी विद्या कशाला पाहिजे? पण नंजम्माच्या डोक्यात वेगळेच विचार सुरू होते. हे काम माझ्या मुलांनी करू नये... त्यांनी कुठली तरी नोकरी करायला पाहिजे; निदान शेकदार होण्याइतकं

तरी शिक्षण घ्यायला पाहिजे, असं तिला तीव्रपणे वाटत होतं.

रामण्णाला पुढे हायस्कूलला पाठवा... मध्येच थांबवू नका...'' असं सूरप्पा मास्तरही सांगायचे; पण हायस्कूल होतं ते,'कंबनकेरे'मध्ये. 'रामसंद्र'हून पाच मैल दूर. त्या गावात पंधरा-वीस ब्राह्मणांची घरं आहेत, हे तिनं हेरून ठेवलं होतं. कुणी पुरुषमाणसानं एकदा सोबत जाऊन वार लावून दिले तर पोर शिकू शकेल! सोमवारी जाताना दोन दिवसांच्या भाकऱ्या बांधून देता येतील. म्हणजे चार वार मिळाले तरी पुरेसं आहे... शनिवारी एकवेळ मिळालं तरी पुरेसं आहे. शेकदारांना विचारलं तर तेही एखाद्या वाराची जबाबदारी घेऊ शकतील. बाकीच्या दिवसांसाठी कुणाला विचारायचं? सूरप्पा मास्तर किंवा द्यावरसय्या यांच्याही ओळखीचं कुणीतरी त्या गावात असू शकेल.

पण इतरांच्या घरी जेवायला रामण्णा तयार झाला नाही. त्यानं तर दररोज घरून कंबनकेरेला चालत जायची तयारी दाखवली. पण जाता-येता पाच-पाच मैल! म्हणजे दररोज लेकरानं दहा मैल चालायचं! त्यात मध्ये येणारा डोंगरातला रस्ता. तिथं असणारी सापाची बिळं! कितीतरी बिळं! त्या सगळ्या बिळांमध्ये किती हजार साप असतील देवजाणे! त्यानंतर कितीतरी अंतर चालायचं! रामण्णा केवळ नऊ वर्षांचा मुलगा! एकट्यानं या रस्त्यानं जायचं! पण दुसरा इलाजही नव्हता.

पहाटे लवकर ऊठून सूरप्पा मास्तरांनी दिलेली सर्टिफिकिटं देवापुढे ठेवून नमस्कार केल्यावर नंजम्मानं त्याच्या हातात चटणी-भाकरीचं गाठोडं दिलं. त्याच्यासोबत जायला चेन्निगरायांनी तयारी दाखवली होती; पण सकाळी हाक मारताच त्यांनी डोक्यावरची चादर आणखी ओढून घेत, 'उद्या...' म्हटलं. पण पंचांग बघून काढलेला तो दिवस टाळायला नंजम्मा तयार नव्हती. शेवटी नंजम्माच त्याच्याबरोबर जायला निघाली. देवाला आणि पार्वतीअक्काला रामण्णानं नमस्कार केला. झोपलेल्याला नमस्कार करायचा नसतो ना... तीर्थरूपही काही लेकराला आशीर्वाद द्यायला उठले नाहीत.

आई-मुलगा शाळेत गेले. पालकाच्या जागी आईची सही घेतली आणि आठ आणे घेऊन हेडमास्तरांनी रामण्णाला शाळेत दाखल करून घेतलं. तिथली इतर मुलं पाहताना नंजम्माला वाटलं, रामण्णालाही एक नेसायचा पंचा आणि डोक्यावर काळी टोपी आणायला पाहिजे. हे हायस्कूल आहे! इथे केवळ चड्डी घालून गेलं तर बरं दिसणार नाही; किमान दोन लुंग्या तरी पाहिजेत. एक धुवायला गेली तर दुसरी नेसायला हवी ना! दोन लुंग्या आणि एक टोपी म्हणजे दोन रुपये झाले. त्याशिवाय पुस्तकं, वह्या, शिसपेन्सिल... हे सगळं आणि चटणी-भाकरी घालून नेण्यासाठी एक बऱ्यापैकी पिशवी. सगळा मिळून सात-आठ रुपयांचा खर्च आहे. तेवढे पैसे घरात नाहीत. माळ्यावर लावलेल्या पत्रावळी आहेत; पण फार नाहीत. या खेपेला

लग्नाच्या दिवसांत गरिबांनी तिच्याकडून पानंच विकत नेली होती. घरी येताच तिनं माळ्यावर चढून पाहिलं. शंभरेक पत्रावळीचे गट्ठे होते. याशिवाय मध्ये खायला काहीतरी पाहिजे... सगळे पैसे एकदम देऊन ठेवायला पाहिजेत. तिपटूरहून गाडी करून सामान पोचतं करायचं म्हणजे गाडीभाड्याचा खर्च आला. सगळ्यांसाठी कुठून पैसे आणायचे? तिनं सर्वक्काला निरोप पाठवला. तिच्याकडेही ऐंशी गट्ठे होते. त्यात वीस घालून गाडीचा खर्च निम्मा-निम्मा वाटून घेता येईल. सर्वक्का म्हणाली, "उद्या यजमान कुठल्याशा कोर्टाच्या साक्षीसाठी तिपटूरला जाणार आहेत. एकटेच जाणार आहेत. त्यातून पाठवू या."

"पाठवता येईल... पण तुमच्या यजमानांचा स्वभाव तुम्हाला ठाऊक आहे..." नंजम्माचा हा विचारही बरोबरच होता. शेवटी ठरलं, दुसरे दिवशी त्या सामानाबरोबर नवऱ्याबरोबर सर्वक्कानंही जायचं. सगळा व्यवहार तिनंच करायचा आणि सामानही आणायचे. हा नंजम्माचा सल्ला सर्वक्काला पटला. नंजम्मानं रामण्णाला लागणाऱ्या सगळ्या सामानाची यादी करून दिली. ठरल्याप्रमाणे नवऱ्याबरोबर सर्वक्का गेली. पैसे आल्यावर नंजम्मानं सांगितलेलं सामान विकत घेऊन ती माघारी वळली. गाडीत तिला डुलकी लागली. सकाळी नंजम्मानं दार उघडलं तेव्हा सर्वक्कानं खरेदी केलेलं सगळं सामान तिच्याकडे दिलं. पण उरलेले पैसे ठेवलेली गळ्यात अडकवलेली पिशवी नव्हती. नवऱ्यानं उलट सर्वक्कालाच झापलं, "रात्री झोपेत सगळे पैसे कुठे टाकून आलीस रांडे!"

रडत रडत हे सगळं तिनं नंजम्माला सांगितलं तेव्हा काय बोलावं, हेच तिला समजेना. नंजम्माच्या सामानासाठी तिनं एकूण साडेसहा रुपये खर्च केले होते. आणखी अडतीस रुपये द्यायला हवे होते. तिच्या पिशवीत पस्तीस रुपये होते. सर्वक्का कळवळून सांगत होती, "गळ्याची आण घेऊन सांगते... मी ते पैसे चोरलेले नाहीत... माझ्यावर विश्वास ठेवा..." नंजम्मानं चार-दोन प्रश्न विचारून म्हटलं, "काहीही म्हणा! हे पैसे तुमच्या यजमानांनीच चोरले आहेत." यावर सर्वक्काचं दुमत व्हायचं कारणच नव्हतं. ती तशीच घरी आली आणि नवऱ्याला म्हणाली, "तुम्ही नंजम्माचे पैसे चोरलेत! द्या बघू!"

यावर उत्तर म्हणून रेवणशेट्टीनं सर्वक्काला सर्वांग ठेचून निघेल, एवढं बडवून काढलं. कोर्टात साक्ष देणाऱ्या माणसावर चोरीचा आळ घेतला तर तो कसा सहन करणार, असा त्याचा प्रश्न होता. पण एवढा मार बसला तरी सर्वक्कानं मनाशी काही तरी निश्चय केला. दुसरे दिवशी पहाटे लवकर उठली. सोबत रुद्राणीला घेतलं आणि गावातच असलेल्या आपल्या माहेरी निघून गेली. तिच्या गळ्यात माहेरच्यांनी घातलेली सोन्याची पुतळ्याची माळ होती. देवाच्या भीतीपोटी असेल कदाचित, अजूनपर्यंत तिच्यावर रेवणशेट्टीची नजर पडली नव्हती. ती एका सोनाराकडे

देऊन त्याचे एकशे आठ रुपये देऊन एक चांदीचं गळ्यातलं तिनं बनवून घेतलं. घरी परतायच्या आधी तिनं नंजम्माचे पैसे तिला परत केले आणि उरलेलेही नंजम्माला देत म्हणाली, "मला कधी कमी पडले तर तुमच्याकडून अधेली मागून घेईन. तुम्ही सगळेच तुमच्याकडे ठेवून घ्या."

"एवढे पैसे मी कुठं ठेवू? आणि ते माझ्या नवऱ्याच्या हाताला लागले तर माझी काय गत?"

"एका गाडग्यात घालून माळ्यावर पळसाच्या पानांमध्ये लपवून ठेवा. कुणालाही समजणार नाही," नंजम्मानं तसं केलं.

३

रामण्णा हायस्कूलला जाऊ -येऊ लागला. पार्वती मात्र घरातच राहिली. ती सतत नजरेसमोर दिसायला लागली तेव्हा त्या वेळीपर्यंत न जाणवलेली काळजी नंजम्माच्या मनाला पोखरू लागली. आता पार्वती बारा वर्षांची झाली होती. आईसारख्याच अंगापिंडाची पार्वती वयापेक्षा मोठीच दिसत होती. आता तिच्या लग्नाचं बघायला पाहिजे. पण मुलगा कोण शोधणार? आणि पैसा? तो कुठून उभा करायचा? इतके दिवस केवळ संसाराचा गाडा ओढण्यातच सगळा पैसा जात होता. आता रामण्णाच्या शाळेचा खर्चही सुरू झालेला. यानंतर मुलीच्या लग्नाचा विचार म्हणजे काही पोरखेळ नाही!

शाळेत जात असतानाच पार्वतीनं आईकडून तिला येत असलेली सगळी गाणी शिकून घेतली होती. सणाचा स्वयंपाक करतानाही नंजम्मा तिला हाताशी घेऊन एखादा पदार्थ करायला शिकवत होती. शाळा नाही म्हटल्यावर काय करायचं? तिनं दररोज शंभर-दीडशे पत्रावळी लावायला सुरुवात केली होती. नंजम्माला सारखं वाटायचं, वयात येणाऱ्या पार्वतीला अधूनमधून तूप-गूळ खाऊ घालायला पाहिजे. बाळंतपणाच्या वेळी अक्कम्मानं आणलेली गाय व्यायली होती. तिच्याही पोटाला फारसा चारा मिळत नसल्यामुळे इतक्या उत्तम जातीची गाय दिवसाकाठी जेमतेम तीन पावशेर एवढंच दूध देत होती. जेवताना तीन डाव दही वाढलं नाही तर यजमान आकाश-पाताळ एक केल्याशिवाय राहायचे नाहीत. मग राहणार किती? आणि मुलांना किती-किती वाढायचं? दररोज एवढ्या पत्रावळी लावणारी मुलगी आणि दररोज दहा मैल चालत जाऊन शाळा शिकणारा मुलगा! या दोघांमध्ये कुणाला कमी द्यायचं आणि कुणाला जास्त? त्यातच, आषाढ संपत आला तरी पावसाचा

पत्ता नव्हता. वर डोंगरावरच पाऊस पडला नाही तर कुठून पाणी येणार? मग चारा तरी कसा मिळणार? गाय दूध कशी आणि किती देणार? त्यामुळे हळूहळू गाय पुरती आटून गेली होती. आता तर भांडंभरही दूध देईनाशी झाली होती. ती तरी काय करणार? तिला बाहेर चरायलाही कुणी घेऊन जाणारं नव्हतं.

असंच वर्ष गेलं. नंजम्मानं पुन्हा त्या वर्षीही गुंडेगौडांना चेन्निंगरायांकडून पावती लिहून द्यायला लावली आणि अडचणीचे दिवस काढले. गुंडेगौडांनी तिला सांगून ठेवलं होतं, "अव्वा, पुढचं वर्ष काढण्याइतकी नाचणी माझ्याकडे साठवलेली आहे. माझ्या कुणाही रयतांना मी उपाशी राहू देणार नाही; पण किती देणार? त्यांना नाही म्हणणंही कठीण. त्यामुळे या वर्षी पैसे देईन, पण नाचणी नाही."

त्याचवेळी नाचणी घेऊन ठेवली असती तर नंजम्मा शहाणी ठरली असती. पण एवढा दुष्काळ पडेल, हे तिला तरी कुठून ठाऊक असणार? घरात असलेली नाचणी संपली तेव्हा ती महाग झाली होती. रुपयाला वीस शेर झाली होती. वालही तसेच वाढले होते. दामदुप्पट दर ऐकून तिची छाती दडपून गेली होती. एकदा ती 'कुरुबरहळ्ळी'ला गेली होती तेव्हा गुंडेगौडा म्हणाले, "आताच थोडी नाचणी विकत घेऊन ठेव; आणखी महिन्याभरात नाचणीच मिळणार नाही."

"तुम्हीच कुठून तरी मिळवून द्या..." तिनं सांगितलं. त्यांनी 'चिक्कहळ्ळी'च्या पुट्टेगौडांचं नाव सांगितलं. गुंडेगौडांनीच पाच पायली नाचणी त्यांच्याकडून मागवून नंजम्माला दिली. नंतर खरोखरच दर आणखी वाढले. रुपयाला सहा शेर! गुंडेगौडानी दिलेले ऐंशी रुपये त्यासाठीच संपून गेले. वरचे वीस रुपये किरकोळ खर्चासाठी राखून ठेवायला हवेत. नंजम्मानं ते जपून ठेवले. पाचजणांना दररोज किमान चार भांडी तरी नाचणी पाहिजे. सोबत भाजी-दुभतं-डाळी असतील तर कदाचित कमी नाचणी पुरली असती. त्यानंच पोट भरायचं म्हटलं तर चार शेर तरी धान्य नको का? घरात राहणाऱ्यांना थोडं कमी धान्य पुरेल; पण शाळेला जाणाऱ्या रामण्णाला कमी करून कसं चालणार? त्यातही मुलांना कसंबसं समजावून सांगता येईल; पण यजमानांचं काय करायचं? त्यांना घासभर जरी अन्न कमी पडलं तरी ते दाराबाहेर जाऊन रस्त्यावर उभे राहून बायकोच्या चार पिढ्यांमधल्या बायकांचा उद्धार करायला कमी करणार नाहीत! त्यामुळे घराची उरलीसुरली मानमर्यादाही गावभर वेशीवर टांगली जाणार, यात शंका नाही. त्यामुळे मुलांना सांगून सांगून, समजुतीनं घ्यायला लावून ती कसेबसे दिवस काढत होती. पण याचा परिणाम म्हणजे पाच पायली नाचणी चार महिन्यांच्या आत संपून गेली. माय लेक दोघी मिळून दररोज तीन-चारशे पत्रावळी लावू लागल्या. पाऊस नाही-पाणी नाही, म्हटल्यावर सगळ्या शेतजमिनी राखेसारख्या होऊन गेल्या होत्या. त्यामुळे शेती थांबली होती. मग शानभोगांना काय काम असणार? तरीही नंजम्मा न कंटाळता दफ्तरांच्या कागदांवर लाल-काळ्या

शाईच्या रेषा मारत होती. प्रत्येक सर्वे आणि खातेनंबरसमोरच्या जागेवर 'रिक्त' 'रिक्त' अशी नोंद करायला पाहिजे; पण इलाज नव्हता. पुढचा दुष्काळ माणसांनाच नव्हे, प्राणिमात्रांही येऊन भिडणार होता.

शेतात पिकत नाही, म्हटल्यावर काही जणांनी आपल्या घरातले धान्याचे साठे बाहेर काढले. थोडी बरी परिस्थिती असणाऱ्यांचं कसं तरी निभावत होतं. अशा परिस्थितीत घरच्या जनावरांना जिवंत ठेवण्यासाठी आटापिटा करावा लागत होता. पोटाला काही न मिळाल्यामुळे अनेक जनावरं मरून जात होती. त्यांना उपाशी ठेवण्यापेक्षा कुठेतरी जगू देत, या विचारानं जनावरं येतील त्या किमतींना विकून टाकली जात होती. नंजम्मालाही घरातल्या दोन गाई आणि वासराचं काय करायचं, हा प्रश्न पडला होता. ती नागलापूरला पाठवून द्यायचा विचार करू लागली; पण कसं पाठवणार? तिकडेही असाच दुष्काळ होता म्हणे. दुष्काळ काही फक्त 'रामसंद्र'ला आला नव्हता. तुमकूर-हासन-कोलार या सगळ्या देशावरच्या ठिकाणी या वर्षी महावृष्टी झाली होती. किती नशिबवान! दोन गायी विकायच्या आणि एकीला कशीबशी जगवायचं, यासाठी ती धडपडू लागली. तेही कठीण वाटू लागलं. कितीतरी जणं तिकडच्या भागात जाऊन गाडीला पन्नास रुपये देऊन चारावैरण घेऊन आले. दुसऱ्यांदा गेले तेव्हा दर गाडीला साठ रुपये झाला होता.

नंजम्माला यातलं काहीच समजत नव्हतं. अखेर ती तिन्ही जनावरं घेऊन गुंडेगौडांच्या दारात उभी राहिली. त्यांच्या हातात दावण देत म्हणाली, "घ्या!, 'मी गोदान देतेय', असं समजा. वासरूही ठेवून घ्या. तुमची नातवंडं तिचं दूध पितील. माझ्यासमोर मी त्यांना मरताना बघू शकत नाही. तुम्ही यांना तुमच्या गोठ्यात बांधा; ही जगणं महत्त्वाचं आहे."

क्षणभर गुंडेगौडाही विचारात पडले. तशी त्यांनी पुढचं वर्षभर पुरेल एवढी वैरण शिल्लक ठेवली होती. पुढच्या वर्षी पाऊस होऊन सगळं पूर्ववत होईल, याची खात्री नव्हती; पण पुढच्या वर्षाच्या काळजीनं आता दाराशी आलेल्या नंजम्माला नाही, म्हणून तिच्या अडचणीत आणखी भर घालायलाही ते तयार नव्हते.

हा फक्त शानभोगकी करणाऱ्या नंजम्माला नकार द्यायचा प्रश्न नव्हता. तीन गोधनांचाही प्रश्नही होता. ते म्हणाले, "ठीकाय. मी सांभाळेन, आणि गोदान नको. विक्रीही नको. पुढं-मागं मला या जातीची एक गाय तशीच दे. उत्तम जात आहे!"

नंजम्माच्या डोक्यावरचं एक ओझं कमी झालं. ती बघत होती, 'रामसंद्र'मधली कितीतरी गुरं उपासमारीनं मरून गेली होती. इतरही मरायला टेकली होती. मायलेकीनं गोळा करून ठेवलेली सगळी पळसाची पानं दोघींनी घाईघाईनं लावलेल्या पत्रावळींमुळे मार्गशीर्ष महिन्याच्या आत संपून गेली. नाचणीची मडकीही तळाला गेली होती. सगळ्याच सामानाच्या किमती गगनाला पोचल्या होत्या. त्यामुळे

पत्रावळीचे भावही वाढायलाच पाहिजेत ना! दोन्ही मुलांना घेऊन गाडी करून नंजम्मा तिपटूरला गेली. सहा हजार पत्रावळी झाल्या होत्या. तिथल्या नेहमीच्या दुकानदाराला देताच तो म्हणाला, "या असल्या दुष्काळात पत्रावळी मांडून पंक्ती तरी कोण घालणार, अम्मा? तुम्ही एवढ्या घेऊन आलात म्हणून मी घेईन; पण शंभरला चार आणे देईन."

"असं म्हणता शेटजी? आम्ही रानावनात फिरून पानं गोळा केली, ओवून ठेवून वाळवली, नंतर पानं लावली. एवढ्या सगळ्या कामाचे फक्त चार आणे? असं कसं चालेलं?"

"माझ्याकडे हाच भाव आहे. हवं तर द्या; नाहीतर आणखी कुणाला तरी द्या."

इतर दुकानदारांनी तर तीन आणेच सांगितले. निरुपायानं दोन गाड्या पत्रावळी विकून नंजम्माने गाडीवानाचे दीड-दीड रुपये दिले. मग नंजम्मानं मुलीसाठी तीन-तीन रुपयाची दोन लुगडी, रामण्णासाठी दोन लुंग्या-एक सदरा, विश्वला एक अंगरखा अशी सगळी खरेदी करून माघारी वळली. तिच्याकडे फक्त सदतीस रुपये राहिले. सोबत नेलेली भाकरी-चटणी खाऊन सगळे गावी परतले.

ते गावी येईपर्यंत नाचणीचा भाव वीस रुपयाला पायली-मणभर एवढा वाढला होता.

४

त्याचवेळी 'पिलेगमारम्मा'चा फेरा आला. गावंच्या गावं तिच्या वर्चस्वाखाली येऊ लागली. शेजारपाजारच्या गावांमधून उंदीर पडल्याच्या बातम्या येऊन थडकू लागल्या. 'मारम्मा' गावात येऊन थडकायच्या भीतीनं माणसं गाव सोडू लागली. हा हा म्हणताच गावातही उंदीर पडू लागले. आता उशीर करण्यात अर्थ नाही, हे लक्षात घेऊन जमिनी असणाऱ्यांनी शेतात शेड टाकले. शेतातही नुसता रखरखाट होता. नंजम्मा-गंगम्मा सारख्या भूमिहीनांनी ग्रामदेवताच्या जागेत शेड टाकली. पाऊसच न झाल्यामुळे झाडांना पालवीच नव्हती. तसंच पळसांचंही झालं होतं. पानंच नव्हती. जी होती तीही भोकं पडलेली, फाटलेली अशीच होती. त्यामुळे शेडमध्ये बसून काय करायचं, हा एक मोठाच प्रश्न होता.

नाचणीच्या गाडग्याचा तळ लागला होता. पत्रावळी विकून आणलेली नाचणी आणखी फार-फार तर तीन दिवस पुरेल, हे स्पष्टच दिसत होतं. काहीजणं रात्रीच्या वेळी नारळीवर चढून शहाळी उतरवत होते. कुणी आडकाठी करायला आलं तर

मारहाण होऊ लागली. त्यामुळे बागांची राखण करणंच सोडावं लागलं. इतर काही मार्ग न दिसल्यामुळे बऱ्याच जणांच्या घरचं सोनं-चांदी सावकाराच्या तिजोरीत जाऊन पडलं. त्याहून निम्नस्तरावरच्या घरातली एकेक भांडी सावकारांच्या घराच्या मार्गानं चालू लागली.

घरातली नाचणी संपली होती. तरी रामण्णा हट्टाला पेटून पायी चालत शाळेला गेला. त्याची शाळा गावापासून दूर आणि थोड्या उंचवट्यावर असल्यामुळे शाळा सुरूच होती. त्यात रामण्णालाही शाळेची अतोनात ओढ. शाळेत जे शिकवणार आहेत, ते सगळं तो आधीच वाचून तयार असायचा. पुढची गणितंही तो पुस्तकातली उदाहरणं पाहून शिक्षकांनी सोडवायच्या आधीच सोडवत होता. त्याच्या वर्गाचं इंग्लिशचं पुस्तक तर त्याला तोंडपाठ होतं. त्याची एक दिवसही शाळा चुकवायची तयारी नसायची.

उपाशीपोटी पाच मैल चालत जाऊन तो शाळेत जाऊन पोचला, तेव्हा बराच मलूल झाला होता. मधल्या सुट्टीत सगळी मुलं आपापले डबे खायला निघून गेली. शिक्षकही बाहेर पडले होते. आता वर्गात तो एकटाच होता. इकडे नंजम्मा पोर उपाशीच शाळेला गेलंय म्हणून खंतावत होती. पार्वती घरातच मुकाट्यानं बसली होती. विश्व मात्र भूक-भूक म्हणत नंजम्माला भंडावून सोडत होता. एक दिवस उपाशी राहता येईल. दोन दिवस राहता येईल; पण असे किती दिवस काढता येतील? तेही अनिश्चित काळापर्यंत?

नंजम्मानं कधीही घरातलं भांडं काशिंमबड्डीकडे गहाण ठेवायला नेलं नव्हतं. विकत घ्यायला गेलं तर ज्या भांड्याला वीस रुपये पडतील, त्याला तो दोन रुपये द्यायचा. इकडे नाचणी रुपयाला दोन शेर झालीय. दोन रुपये देऊन चार शेर आणली तर एक दिवस... फार-फार तर दीड दिवस जाईल. पुन्हा दुसरं भांडं द्यायला पाहिजे. पंधरा-वीस दिवसांत घरातली सगळी भांडी संपून जातील. त्यानंतर काय करायचं? पुढची समस्या काही या मार्गानं संपणार नाही. देवाच्या दयेनं हा दुष्काळ संपून चांगली सुगी येईल. पण ही हातांतून गेलेली भांडी पुन्हा मिळणार नाहीत. ही सगळी भांडी अक्कम्मानं आणून दिलेली!

नंजम्माची बुद्धी हा विचार करत असली तरी पोटात उसळणाऱ्या भुकेचं काय करायचं? पार्वती उपाशीपोटी मलूल होऊन पडून आहे. विश्व रडून-रडून एका कोपऱ्यात जाऊन बसलाय. पोटात उसळलेली भुकेची आग धगधगतेय. यजमान कुठेतरी निघून गेलेत. कदाचित आईकडे गेले असतील. तिकडे दोन घास मिळाले असतील. गंगम्माकडे बराच साठा केल्यामुळे नाचणी शिल्लक आहे. खूप लांबलांबच्या गावांमध्ये फिरून त्यांनी मागून आणून साठवून ठेवली आहे. अजून रामण्णा शाळेतून आलेला नाही. एव्हाना यायला पाहिजे होता. पोर उपाशीच गेलंय. दहा मैल

अंतर चालून येताना वाटेत कुठे पडला तर नसेल ना? जाऊन बघून यायला पाहिजे. पण बाईमाणसानं एकटंच अशा अंधारात कसं जायचं? पार्वतीला जागं करून सोबत नेता येईल. पण अशा वेळी शेडचा दरवाजा बंद करून जाणं धोक्याचं तर ठरणार नाही? कुणीतरी घरातली भांडीकुंडी चोरून घेऊन गेलं तर? अशा दुष्काळात हाताला लागेल ते घेऊन जाणारे चोर वाढलेले असतात.

शेवटी न राहवून झोपलेल्या पार्वतीला, "मी इकडंच तळ्याकडे जाऊन येते..." असं सांगून ती बाहेर पडली. कंबनकेरेच्या वाटेनं तीन फर्लांग चालून गेली. तिथं तिला घुबडाचा आवाज ऐकू आला. तो आवाज ऐकून तिच्या अंगावर काटा आला. हा अपशकुन होता. पुढं जायची भीती वाटली. माघारी वळावं, असंही वाटलं. तिनं पुन्हा विचार केला, अशा रस्त्यावरून रामण्णा, ते दहा वर्षाचं पोर कसं एकटं येईल? तिथं उभं राहणं शक्य नव्हतं, माघारी वळणंही शक्य नव्हतं. ती तशीच चालत राहिली. दहा फर्लांग अंतरावर एक खडक होता. त्यावर उभी राहून ती रामण्णा यायच्या वाटेकडे डोळे लावून उभी राहिली.

अर्धा तास झाला तरी तो आला नाही. आता तिला भीती वाटू लागली. हरिश्चंद्राची गोष्ट आठवू लागली. हरिश्चंद्र आणि तारामती असेच रोहिताची वाट पाहत असतात; पण तो सर्पदंश होऊन मरून पडला आहे! नंतर कुणाकडून तरी ती बातमी समजते... तेव्हा तारामातीचा तो आक्रोश...

आता मात्र नंजम्माला रडू येऊ लागलं. याच्या तर वाटेवर जंगल आहे! वाटेत कितीतरी सापाची वारुळं आहेत! जवळच्या ओढ्यातली बेडकं खायला जाणारे सगळे साप याच वाटेनं जात असतील. अंधारात येताना रामण्णाचा पाय त्यातल्या एखाद्या सापाच्या शेपटीवर पडला असेल तर? किंवा हा मलूल होऊन कुठेतरी आसऱ्याला टेकला असेल आणि तिथं एखाद्या सापाचं वारूळ असेल, त्यातला साप दुखावला गेला असेल तर?

देवा रे... असं काही व्हायला नको! तसा रामण्णा शहाणा मुलगा आहे. तो जपून राहील. वारुळात हात घालणं यासारखे उद्योग करणारा धाकटा विश्व!

ती आणखी थोडा वेळ तशीच उभी राहिली. शेडकडे परतून शेजार-पाजारच्या कुणा पुरुषमाणसाला याचा शोध घ्यायला पाठवावं की काय, असं तिला वाटू लागलं, की आपणच शोधावं काय? यजमानांचा दिवसभरात चेहराही दिसला नव्हता. अजूनही ते आईकडेच जेवण करून गाढ झोपायच्या विचारात असणार!

असंच किती वेळ उभं राहायचं? ही जागाही चांगली नाही. इकडे जवळच तीन वर्षांपूर्वी चिन्नेगौडाचा खून झाला होता. या खडकावरच त्याला पाडून दगडानं चेचून जीव घेतला होता म्हणे! हे आठवताच तिचं काळीज धडधडलं. त्या मेलेल्या चिन्नेगौडाच्या ओरडण्याचा आणि रडण्याचा आवाज कधीकधी ऐकू येतो, असं

कितीतरी गाडीवान सांगत असतात!

नंजम्मा घाबरी झाली. हातापायांना काही क्षण कंप सुटला. या क्षणी तिथून माघारी पळत सुटावं असं वाटलं; पण पाठोपाठ रामण्णाची आठवण झाली. जर मीच घाबरून पळून गेले तर ते लेकरू कसं एकटं येईल?

ती तशीच पुन्हा त्याच जागी स्थिर उभी राहून रामण्णाची वाट बघू लागली. तिनं स्वत:ला समजावलं, भूतप्रेत या सगळ्या खोट्या गोष्टी आहेत. सगळ्या भ्रामक कल्पना आहेत. बाकीचे कितीतरी पुरुष रात्री-अपरात्री फिरतात, त्या कुणालाही कशी ही भुतं त्रास देत नाहीत? हे सगळे आपल्याच कल्पनांचे खेळ असतात.

या विचारानं मनातलं भय कमी झालं तरी रामण्णा अजून का आला नाही, या काळजीनं व्यापलेलं मन तसंच अस्वस्थ राहिलं. त्याच वेळी कुणीतरी येत असलेलं दिसलं. तिनं लक्ष देऊन पाहिलं. होय. कुणीतरी होतं. माणूसच! डोक्यावर कसलं तरी गाठोडं होतं. हा रामण्णा कसा असेल? आणखी कुणीतरी असेल. ते माणूसही तिला अचानक पाहून घाबरलेलं दिसलं आणि भराभरा चालू लागलं. आता तिनंच धैर्यानं विचारलं, "कोणाय?"

आधी काही उत्तर मिळालं नाही; पण जवळ जाऊन पुन्हा विचारलं तेव्हा तो रामण्णाच असल्याचं लक्षात आलं. त्यानं तिला ओळखलं नाही; उलट घाबरून शेजारच्या काट्याकुट्यांत उतरून धावू लागला. तिनं विचारलं, "अरे! तिकडं कुठं चाललास?"

ओळख पटून तो तिच्याकडे आला. तिनं विचारलं, "काय रे? हे काय डोक्यावर?"

तिनं पाहिलं, कमरेची लुंगी सोडून त्यात गुंडाळून तीन मोठाले फणस रामण्णानं डोक्यावर घेतले होते. तिनं विचारलं, "बाळा, तिकडं कुठं चालला होतास?"

त्यानं सांगितलं, "याच खडकापाशी चिन्नेगौडाचा खून झाला होता ना! दगडानं डोकं ठेचून! मला वाटलं त्याचंच भूत आहे... म्हणून पळून चाललो होतो... मला काय ठाऊक तू असशील म्हणून?"

त्याच्या डोक्यावरचं फणसाचं ओझं आपल्या डोक्यावर घेत तिनं विचारलं, "हे कुठून आणलंस?"

'वाटेतल्या शेतात झाडं आहेत की नाही? त्यातल्या एका झाडाला लागले होते. मी बघून ठेवले होते. मुद्दामच अंधार पडल्यावर निघालो होतो. काढून घेऊन आलो. तिकडे लुंगीत गुंडाळून घेतलं आणि घेऊन आलो. हे चिरून त्याची भाजी करून खाल्ली तर पोट भरेल की नाही?"

नंजम्माला यावर काय बोलावं ते सुचलं नाही. मुलाचं साहस आणि हुशारीचं तिला मनातून कौतुक वाटलं. पण दुसऱ्या कुणाची वस्तू हिरावून घेणं हे पाप

असतं, तसं करू नये, असं तिनंच मुलांना पहिल्यापासून शिकवलं होतं. रामण्णा तसा मोठा आहे. त्याला हे माहीत नाही, असंही नाही; तरीही...

ती यावर काहीच बोलली नाही. झपाझप पावलं टाकत ते दोघे शेडमध्ये आले. घरात दोन्ही मुलं म्लान होऊन पडली होती. त्यांच्या पोटात अन्नाचा कण नव्हता. रामण्णानं पाच मैल वाहून आणलेल्या फणसाची भाजी केली तर तेवढाच पोटाला आधार होईल. ते घरी येऊन पोचले तेव्हा यजमान डोक्यावर पांघरूण घेऊन ढाराढूर झोपले होते.

त्यांना जाग येणार नाही, याची काळजी घेत दोघेही काही न बोलता आत शिरले. हात-पाय धुतल्यावर नंजम्मानं भराभरा फणस चिरून भाजी शिजायला लावली. एवढा वेळ मुकाट्यानं बसलेल्या रामण्णानं हलक्या आवाजात विचारलं, "अम्मा! शेतकऱ्यांच्या घरातली भाकरी खाल्ली तर पाप लागतं काय?"

"का रे?"

"आज दुपारी खाल्ली मी! माझा एक मित्र आहे, चेंगलापूरचा नरसेगौडा. मी एकटाच बसलो होतो. त्यानं विचारलं, का भाकर खात नाहीस? मी काहीच बोललो नाही. तोच म्हणाला, "माझ्यातली भाकर खा ये... मी कुणाला पण सांगणार नाही... त्यानं भाकरीचा तुकडा-चटणी दिली. भूक लागली होती... खाल्ली. त्यानं वचन दिलंय हातावर हात ठेवून कुणाला सांगणार नाही म्हणून!"

ती काहीच बोलली नाही. पुन्हा रामण्णानं विचारलं, "सांग ना अम्मा! ते पाप आहे काय? तो म्हणाला, लहानांना काही पाप नसतं म्हणून!"

नंजम्मा तरीही काही बोलली नाही. लहानांना नसलेलं पाप मोठ्यांना तरी का लागावं? तिला या प्रश्नाचं उत्तर ठाऊक नव्हतं. रामण्णा पुढं काही बोलला नाही.

भाजी झाल्यावर तिनं यजमानांनाही विचारलं, "फणसाची भाजी केलीय. खाणार काय?" यावर "नको..." म्हणत त्यांनी कूस पालटली.

भाजी रुचकर झाली होती. मुलांना खूप आवडली. तिघांनीही पोटभर खाल्ली. नंजम्मालाही पुरेशी उरली. रात्री अंथरुणावर पडल्यावर ती रामण्णाला म्हणाली, "हे बघ! पुन्हा असं करू नकोस. एकदा चोरी झाल्याचं लक्षात आलं, की ते पाळत ठेवून असतील."

५

हाहाकार वाढला तसा त्यांची उपासमारही वाढली. गावाच्या तळ्याचा तळ दिसून तिथली जमीनही भेगाळली. तिथली माती उकरली तर कदाचित थोडी ओल मिळू शकेल, असं धोबीगल्लीतल्यांना वाटलं. त्यांच्या पाठोपाठ सगळा गावच तिकडे धावला. सगळे वेगवेगळ्या ठिकाणी खणू लागले. तसं केल्यावर कुठे-कुठे पाझर फुटायचा. दिवसभर अशी खोदाखोदी झाली, की काही जणांना कसले-कसले कंद मिळायचे. दिवस-दिवस अशी कामं करून पार्वती आणि नंजम्मा बऱ्यापैकी दमून जायच्या. याशिवाय मिळतील तिकडून मिळतील तशी पानं गोळा करून आणायची. कसले तरी कंद खाल्ल्यावर काही वेळा सर्वांगाला खाज सुटायची. मग कुणाच्या तरी सांगण्यावरून ते मिठाच्या पाण्यात शिजवले की खाज यायची नाही. शिवाय पोट कसं गप्प बसेल? बघता बघता तळ्याच्या तळाशी असलेले सगळे कंद संपून गेले. दुसरे दिवशी सकाळी उजाडायच्या आधी उठून जायचं, असं मायलेकीनं ठरवलं. दुसरे दिवशी सर्वक्काही या दोघींबरोबर यायला तयार झाली.

तिघीही माती खणत असताना नंजम्मा म्हणाली, "बघा ना! मादेवय्या निघून गेले ते गेलेच! भल्या माणसाचा शाप भोवतोच नाही म्हटलं तरी! त्यांच्या खोलीचा दरवाजा उघडून तिथलं धान्यही चोरलंय. कुणी चार माणसं वाईट वागतात आणि सगळ्या गावालाच भोगावं लागतंय. कुणीतरी तुमच्यापैकीच बोललं म्हणे!"

"नंजम्मा! तुम्हाला सगळ्या गोष्टी माहीत नाहीत; तुम्ही साध्या आहात! आमच्या लोकांना असल्या गोष्टी कुठून समजायला? त्यांना एवढी अक्कल नसते. ती माणसं कोण ते सगळ्या गावाला माहीत आहे. अजूनही सगळं त्यांच्याकडेच आहे." नंतर तिनं नंजम्माला एक शेर तांदूळ आणि चार शेर नाचणी चोरून आणून देऊन सांगितलं, "कुणाला सांगू नका! आमच्या यजमानांनी दोन पोती नाचणी, शेरभर तांदूळ आणि अर्धं पोतं वाल आणून ठेवलेत."

नंजम्माला वाटलं, हे घेतले तर रामण्णाला आठवडाभर भाकरी करून देता येईल. निदान एक दिवस तरी पोटभर भात शिजवून चिंचेच्या कोळाबरोबर खाता येईल. सर्वक्काचं मोठं मन बघून नंजम्माला भरून आलं. रेवणशेट्टी आपलं डोकं वाईटच गोष्टीत वापरत राहतो. याही बाबतीत त्यानं काहीतरी नक्की गोंधळ केलेला असणार आहे. नाहीतर या दुष्काळात एवढं धान्य कसं मिळालं असतं? मनाशी हे म्हणतच नंजम्मा नाचणी दळायला बसली.

नंतर मादेवय्यांच्या देवळातल्या खोलीत धान्याचा साठा असल्याचं तिला आठवलं. तिनं ते स्वाभाविकपणे सर्वक्काच्या कानांवर घातलं. सर्वक्कानं ते

रेवणशेट्टीला सांगितलं. रेवणशेट्टी या बाबतीत अतिशय चलाख. त्यानं ते सगळंच आणायचा विचार केला; पण गावात महामारी चालली होती. देवळात जाऊन त्यांच्या खोलीचं कुलूप तोडायला पाहिजे. पण महामारी-मारम्मा म्हणजे पार्वती. शंकराची बायको. त्या देवळात जाऊन असं काही केलं तर ती गप्प बसणार नाही! पण तिथं असलेल्या धान्याचा मोहही सुटण्यासारखा नव्हता. म्हणून सोबत त्यानं पुट्टमशेट्टीलाही यायला सांगितलं. त्या रात्री पुट्टमशेट्टीनं आपल्या बायकोच्या कानांवर घातलं. त्यामुळे ही बातमी सगळ्या वस्तीवर पसरली होती. ते सगळं धान्य सगळ्या जातवाल्यांनी वाटून घ्यायचं, असंही ठरलं. हे गौडांच्या कानांवर गेलं. तिथून ते कोष्टी, सुतार, लोहार या सगळ्या वस्त्यांवर पसरलं. मादेवय्या काही फक्त एखाद्या जातीत भिक्षा मागत नव्हते, त्यामुळे त्या धान्यावर सगळ्यांचाच हक्क आहे, असं सगळेच म्हणू लागले. या वादविवादाला बघता बघता मारामारीचं स्वरूप आलं. गावचे पटेल शिवेगौडा न्याय करायला बसले. अखेर ते धान्य गावातल्या सगळ्यांनीच वाटून घ्यायचं, असा निर्णय झाला. हे सगळ्यांना मान्य करावं लागलं. प्रत्येकजणाला दोन-दोन शेर नाचणी मिळू शकेल. तसे सगळे एकत्र जमले. त्यांनी जाऊन पाहिलं, मादेवय्यांच्या खोलीचा दरवाजा आधीच उघडला गेला होता. तिथे एकही धान्याचं पोतंच काय, दाणाही नव्हता. मिरचीचं गाडगंही रिकामं होतं. रिकामी ॲल्युमिनिअमची भांडी मात्र पडली होती.

हा सगळा उद्योग कुणाचा असेल, याचा अंदाज सगळ्या गावाला आला असला तरी ते सिद्ध कसं करायचं, हे कुणालाच सुचलं नाही. सगळे निराश होऊन माघारी परतले.

सगळं तळं खणून झालं होतं. आता खणायला तिथं हातभरही जागा राहिली नव्हती. कुणीतरी रानात पाण्याशिवाय माजलेली घायपात आणली आणि त्यातला गर काढून शिजवून खायला सुरुवात केली. पोट भरायला काहीतरी मिळतंय म्हटल्यावर सगळं गावच बाहेर पडलं. बऱ्याच जणांनी ते आणून शिजवून खाल्लं; पण ते खाल्ल्यामुळे गावात बऱ्याच जणांना हगवण लागली. काही मुलं आणि म्हातारे त्यात मरून गेले. हे लक्षात येताच लोक सावध झाले आणि त्यांनी ते खायचं सोडून दिलं.

६

नंजम्मा, पार्वती आणि सर्वक्का तिघीजणी मिळून पानं गोळा करायला गेल्या होत्या. तिथं पार्वतीचं डोकं दुखू लागलं. डोकेदुखी असह्य झाली. सर्वक्का म्हणाली, “हिला घेऊन सावलीला बैस. मी घेऊन येते.” नंजम्मानंही तेच सांगितलं. ती एकटीच घरी जायला वळली. ती चढ चढून शेडकडे निघाली तेव्हा वाटेत नरसी भेटली. पाण्याकडून आलीय, हे ती आलेल्या दिशेवरूनच कळत होतं. तिनं पार्वतीची चौकशी केली. पार्वतीचं डोकं दुखतंय हे समजल्यावर ती म्हणाली, “माझ्या घरी चल. तुला भाजलेले हरभरे देते.” दोघी मिळून गावाकडे आल्या. पार्वती संकोचानं अंग चोरत होती. नरसी म्हणाली, “आमच्याकडे भाजलेले हरभरे खाल्ले तर काहीपण होणार नाही... ये...” त्याच वेळी शेडपाशी खेळणारा विश्व त्यांना बघून धावत आला. त्यानं नरसीचं बोलणं ऐकलं होतं. तो म्हणाला, “चल ना अक्का! घेऊन येऊ या!” त्यानं हट्ट सुरू केला. दोघेही नरसीच्या दुकानापाशी आले. नरसीनं दुकान खोललं. तिनं दोन-दोन मुठी भाजके हरभरे आणि त्या सोबत गुळाचा एकेक खडा दिला. पार्वतीनं तोंडात एक घास घातला. तिच्या डोळ्यांत पाणी उभं राहिलं.

नरसीनं विचारलं, “काय झालं बाळा? रडतेस कशाला?” यावर पार्वती हुंदके देऊन जास्तच रडू लागली. नरसीनं तिच्या पाठीवरून हात फिरवून पुन्हा विचारलं तेव्हा ती म्हणाली, “आमचा रामण्णा उपाशीच शाळेला गेलाय!” नरसीला वाईट वाटलं. पार्वतीचं कौतुकही वाटलं. तिनं आणखी थोडे हरभरे आणि गूळ पार्वतीला बांधून देत सांगितलं, “हे त्याला दे!”

पार्वतीच्या अश्रुधारा कमी झाल्या. डोळे पुसत तिनं नरसीला, “आम्ही जातो...” म्हणत निरोप घेतला आणि विश्वचा हात धरून आपल्या शेडकडे निघाली. कुलूप काढून ती चटईवर आडवी झाली. तिच्या मनात आलं, आपण जे केलं ते योग्य केलं की चुकलं? आजवर आपण नरसीबरोबर कधीच बोललो नव्हतो. आज तिनं आपण होऊन बोलून खायलाही दिलं. ते आपण खाल्लं! हे अम्माला समजलं तर? ती रागावणार तर नाही? हे अम्माला सांगावं की नको? नकोच! पण पाठोपाठ रामण्णासाठी आणलेले हरभरे आठवले. ते बघितल्यावर अम्मा विचारेल, ‘कुठून आणले?’ तेव्हा काय सांगायचं? त्यात हा विश्व! तो तर अम्मा येताच तिला सगळं सांगून टाकेल! काय करायचं? अखेर तिला एक उपाय सुचला. तिनं रामण्णासाठी ठेवलेले हरभरे विश्वला खायला दिले.

त्यानं विचारलं, “आणि रामण्णाला?”

"तोपर्यंत अम्मा आलेली असेल. ती काहीतरी खायला देईल आणि त्याला गूळ-हरभरे आवडत नाहीत. तूच खा." तिनं जबरदस्तीनं सगळे हरभरे आणि गूळ विश्वला खाऊ घातले. वर पाणी पाजल्यावर तिनं त्याला जवळ बसवून सांगितलं, "आज नरसीच्या दुकानातले गूळ-हरभरे आपण खाल्ल्याचं समजलं तर अम्मा आपल्याला मारेल! कुणालाही सांगायला नको आपण! समजलं?"

"पण का मारेल अम्मा?"

"कोणजाणे! पण नरसम्मा वाईट बाई आहे, असंच सगळे म्हणतात की नाही? तू कुणालाही सांगू नकोस; मीही सांगणार नाही. शपथ आहे तुला!"

विश्वनंही तिच्या हातावर चापटी मारून आणि नंतर चिमटा काढून तिला तसं वचन दिलं; पण तेवढ्यानं तिचं समाधान झालं नाही. ती त्याला जवळच असलेल्या काळम्मा या ग्रामदेवतेच्या देवळाला घेऊन गेली. तिथंही त्याला शपथ घ्यायला लावून म्हणाली, "हे बघ! तू आता काळम्माची शपथ घेतली आहेस! जर तू कुणाला सांगितलंस तर काळम्मा येऊन तुला गट्कन गिळून टाकेल!"

विश्वही घाबरून म्हणाला, "मी नाही सांगणार कुणाला पण!" मग मात्र ती शांत झाली. नंजम्मानं घरी येऊन सोबत आणलेले कंद धुवून शिजवायला ठेवले. शिजत आले तेव्हा रामण्णा आला. चेन्निंगराय घरात नव्हते, तेही आले.

विश्वनं जेमतेम अर्धा कंद खाल्ला आणि तो 'मला नको...' म्हणत उठला. नंजम्मानं, "का रे? काही खाल्लंस काय?" म्हणून विचारलं. क्षणभर पार्वतीचा श्वास थबकला. नरसीकडे खाल्लेल्या हरभऱ्याचा उल्लेख होईल, याची तिला भीती वाटली, पण विश्व म्हणाला, "हे छान नाही... मला नाही आवडलं!" नंतरही शेडबाहेर येऊन त्यानं हलकेच पार्वतीला विचारलं, "बघ! मी नाही ना सांगितलं?" पार्वतीही "होय! शहाणा आहेस!" अशी शाबासकी देऊन पुन्हा आत आली.

७

आजूबाजूच्या गावांमध्ये पसरलेला प्लेग आटोक्यात आला, असं समजल्यावर सगळे गावकरी आपापल्या गावात-घरात परतले. 'रामसंद्र'मधलेही सगळे गावात परतले. सगळ्यांना आता गावात राहणं आणि शेडमध्ये राहणं, यांत फारसा फरक राहिला नव्हता. पोटाला तर इथंही मिळत नव्हतं आणि गावातही तीच परिस्थिती होती.

नंजम्माला एक उपाय सुचला. मागं अप्पण्णय्याची झोपडी बांधून, त्यानंतर ती

जाळून टाकलेली जागा रिकामीच होती. गुंडेगौडांच्या शेतांवरही इतरांप्रमाणेच काही पिकं नव्हती. त्यामुळे खंड वजा केला. या वर्षी ते 'कुरुबरहळ्ळी'ला गेले नव्हते. पोटगी वजा करून गुंडेगौडांकडे शंभर रुपये होते. चेन्निगराय गेले दोन दिवस गावात नव्हते. ते कुठं गेलेत हे कुणालाच ठाऊक नव्हतं. नंजम्मानं गुंडेगौडांना विचारलं, "या वर्षी खंड नाही. या वर्षीचे पैसे पुढच्या वर्षी देईन."

"ठीकाय! या परिस्थितीत तू तरी कुठून पैसे आणशील?"

"मागची जागा आहे तिकडं मी काहीतरी भाजी पिकवते."

"पिकव. माझं काय जाणाराय?" घरी आलेल्या सवाशिणीला तसंच कसं पाठवायचं म्हणून गौडतीनं नंजम्माला शेरभर नाचणीचं पीठ दिलं. तिथून येताना नंजम्माला आणखी एक विचार सुचला. या वर्षीचा खंड सरकारनं रद्द केलाय; पण शानभोगकीची पोटगी येईल. यजमानांच्या हातात तो पडला तर ते पैसे संपेपर्यंत तिपटूरचं हॉटेल सोडणार नाहीत. काहीतरी करून ते पैसे त्यांच्या हातात पडणार नाहीत, असं करायला पाहिजे. कुणाची मदत घ्यायची? पुन्हा शेकदरांनाच शरण जायला पाहिजे. आणखी कुणीही यासंदर्भात मदत करू शकणार नाही.

यजमान तर गेले दोन दिवस गावात नव्हतेच. गंगम्मा-अप्पण्णय्याही नव्हते. ते लांबच्या गावांना भिक्षा-धान्य मागायला गेले असतील. आयतं जेवायला मिळतंय म्हणून हेही त्यांना सामील झाले असणार!

दुसरे दिवशी ती रामण्णाला सोबत घेऊन 'कंबनकेरे'ला गेली. आई-मुलानं शेकदारापुढे जाऊन हात जोडले. ते म्हणाले, "अम्मा! कशाला आलात? यंदा वसुली नाही. पुढच्या वर्षी तरी काय परिस्थिती असेल कोणजाणे!"

नंजम्मानं आपल्या नवऱ्याची हकिकत सांगितली. तसंच दरवर्षी 'कुरुबरहळ्ळी'चे पटेल गुंडेगौडा आणि इतर दोघे कसे पोटगीची रक्कम आधीच लिहून घेऊन पैसे आणि धान्य द्यायचे, हे सगळं सांगितलं. या वर्षी खंडच गोळा न झाल्यामुळे उद्भवलेली समस्याही तिनं त्यांच्या कानांवर घातली.

ते म्हणाले, "हे पाहा, चेन्निगरायाचे प्रताप मलाही माहीत आहेत. तुमची परिस्थिती मला समजतेय; पण कायद्यानुसार मला काहीही करता येणार नाही. तरीही साहेबाला सांगून काही करता आलं तर बघतो."

तिथंच उभी असलेली शेकदाराची बायकोही नवऱ्याला म्हणाली, "तुम्हाला काहीतरी करायलाच पाहिजे. त्यांच्या लेकरांच्या मुखात अन्न पडायची काहीतरी सोय करायलाच पाहिजे! तुम्ही तिपटूरला जाणारच आहात ना? यांनाही साहेबांसमोर घेऊन जा आणि सगळं सांगा; त्यांनाही सगळं समजेल."

अकरा वाजता तिपटूरला यायला सांगून शेकदार तयारीला लागले. तिपटूरला गेल्यावर एका घरात त्यांच्यासाठी उप्पिट-कॉफी झाली. चौकशी केल्यावर उत्तर

मिळालं, "रामसंद्रची पोटगी देऊन आठवडा झाला की!"

नंजम्माच्या छातीत धस्स झालं. शेकदारांनी विचारलं, "आता काय करायचं?"

ती म्हणाली, "दया करा! अजून त्यांच्याकडचे सगळे पैसे संपले नसतील! तुम्ही दमदाटी केली तर राहिलेले पैसे तरी वाचतील!"

"तिपटूरमधल्या हॉटेलात बसून ते चमचमीत खात असतील. तुम्हीही हवं तर बघा! तुम्हाला ते तिथंच भेटतील!" तिथल्या कारकुनानं सांगितलं.

तिघंही तिकडे गेले. नंजम्मा-रामण्णा बाहेर उभे राहिले. शेकदारांनी हॉटेलमध्ये डोकावून पाहिलं, कारकुनानं सांगितलं त्याचा त्यांना प्रत्यय आला. एका केळीच्या पानावर बटाट्याची भाजी, वांग्याचं सांबार, कांद्याची भजी यांच्यासह जेवण्यात ते मग्न झाले होते. मधोमध भाताचा ढीग होता; शिवाय लोणचं-पापड-चटणीही होते. शेकदार काहीच न बोलता बाहेरच्या खुर्चीवर बसून राहिले. बाहेर नंजम्मा-रामण्णाही वाट बघत उभेच होते.

जेवण संपवून शानभोग चेन्निंगराय बाहेर आले. शेकदारांना पाहताच त्यांनी दचकून हात जोडले. शेकदारांनी विचारलं, "इकडे काय करताय?"

शानभोग चाचरत म्हणाले, "...अं... काही नाही... इकडंच एक काम होतं..."

शेकदार म्हणाले, "आधी त्यांना जेवणाचे पैसे देऊन बाहेर या. थोडं बोलायचंय तुमच्याशी!" त्याप्रमाणे जेवायचे दहा आणे देऊन चेन्निंगराय बाहेर आले. बायको-मुलाला बघून थोडे गडबडले-चिडले. शेकदार म्हणाले, "हे पाहा, तुमच्यावर पोलीस-वॉरंट आहे. अंमलदारसाहेबांनी तुम्हाला अरेस्ट करायला सांगितलंय."

चेन्निंगरायांचा थरकाप उडाला. शेकदारांनी सांगितलं, "तुम्ही पोटगीचे म्हणून घेतलेले पैसे खंडाचे म्हणून दाखवलेत! ते क्रिमिनल नाही काय?"

"या रांडेनं..." जीभ आवरत शानभोग म्हणाले, "हिनं सांगितलं काय तुम्हाला?"

"कुणी का सांगेना... आधी ऑफिसला चला. नंतर बाकीच्या गोष्टी!"

"असं करू नका! मी सभ्य माणूस आहे!" ते गयावया करू लागले.

"ठीकाय! तुमच्याकडे किती रुपये आहेत? ते माझ्याकडे द्या. सगळेच्या सगळे द्यायला पाहिजेत!"

"देतो... पण आत ठेवलेत... आत्ता काढून देतो..." म्हणत ते आत निघाले. शेकदारांनी त्यांना जाऊ दिलं नाही. बजावलं, "जे आहेत ते इकडंच काढा..."

चेन्निंगरायांनी अंगरखा वर करून कमरेच्या पंचापाशी बांधलेल्या लंगोटीला बांधलेल्या एका कापडाच्या पुरचुंडीतून दहा रुपयांच्या सहा नोटा, पाच रुपयांच्या दोन नोटा होत्या. शेकदारांनी विचारलं, "बाकीचे पैसे कुठे आहेत?

खर्च झाले!"

"घरात बायको-मुलांना उपाशी ठेवून इकडे हादडायला आलास? लाज नाही

वाटत?'' म्हणत त्यांनी त्याच्या हातांतल्या नोटा काढून घेऊन नंजम्माच्या हातात दिल्या. नंतर ते चेन्निंगरायाला म्हणाले, ''शानभोगकीचा हिशेब लिहायला तुला येत नाही, सगळी लिखापढी हीच अम्मा करते, हे आम्हा सगळ्यांना ठाऊक आहे. यानंतर जर तू तिला न सांगता पोटगी वसूल करून मुलाबाळांना उपाशी ठेवल्याचं समजलं तर सोडणार नाही! अॅरेस्ट करेन. मी बदली होऊन गेलो तरी पुढच्या शेकदारांना सांगून ठेवेन. साहेबांनाही सांगून ठेवेन! याद राख!''

चेन्निंगराय एव्हाना गळफटून गेले होते. थरथर कापत त्यांनी शेकदारांचे पाय धरले आणि जमिनीवर नाक घासत म्हणाले, ''...नको... नको... थोरल्या साहेबांना सांगू नका... गरीब ब्राह्मण आहे मी...''

शेकदारांनी नंजम्माला सांगितलं, ''मला तालुक्याला जायला पाहिजे. तुमची चार वाजता मोटार आहे. तेवढ्यात काही खरेदी करायची असेल तर करून घ्या. मी निघतो...''

ते निघून गेले. चेन्निंगरायांचा मोठाच अपमान झाला होता. मान वर करायची शरम वाटून ते मांडीत डोकं खुपसून तिथंच बसले. ''रामण्णा, मी कधीच उत्तप्पा खाल्ला नाही...'' म्हणाला. नंजम्मा त्याला आता घेऊन गेली आणि तिनं त्याला एक उत्तप्पा खाऊ घातला. सहा आण्याचा उत्तप्पा होता. तिनं एकच सांगितला. रामण्णा म्हणाला, ''तू खाणार नसशील तर मला पण नको!'' दहा आण्याला दोन मिळाले. नंजम्माच्या मनात आलं, घरात सामान असेल तर आपणही असंच घरी करू शकू. तिनं हे रामण्णाला बोलून दाखवत म्हटलं, ''तू मोठा होऊन कमवायला लागलास, की मी घरातच तुला भरपूर करून घालेन!''

दोघांनीही खाणं संपवलं. सगळ्या खाण्याचा एक रुपया झाला. नंतर तिनं घरात मुलांसाठी चार आण्याचा खारा आणि चार आण्याचे चुरमुरे घेतले. जवळच असलेल्या एका मोठ्या दुकानात जाऊन चौकशी केली तेव्हा नाचणी मणाला तीस रुपये होती. हीच नाचणी 'रामसंद्र'ला पन्नास रुपयांना विकली जात होती. साठ रुपये देऊन तिनं दोन मण नाचणी विकत घेतली. त्याच बसमध्ये असलेल्या शेकदारांनी सांगितल्यामुळे मोटारवाल्यांनी नाचणीचं वेगळं ओझं धरलं नाही. चेन्निंगराय कुठे गेले हे मात्र कुणाला समजलं नाही.

रामण्णानं मोटारीतून नाचणीचं ओझं उतरवून आणेपर्यंत नंजम्मा रस्त्याच्या बाजूलाच उभी होती. चेन्निंगराय पायीच चालत घरी परतले. नंजम्मा त्यांना काहीही बोलली नाही. रामण्णा त्यांना काही तिरकं बोलू लागला, तेव्हाही तिनं त्यालाच समजावलं, ''त्यांनी काहीही केलं तरी ते तुझे जन्मदाते आहेत. त्यांना तू तसं बोलायचं नाहीस...''

घरात दोन मण नाचणी आली, हा सगळ्यांच्याच दृष्टीनं सोहळा होता. पोटाला

नसल्यामुळे नंजम्मा सुकलेल्या झाडासारखी झाली होती. वाढीला लागलेले पार्वती-रामण्णा खुरटल्यासारखे झाले होते. विश्व तर पहिल्यापासूनच बाळसेदार होता. आता त्याचीही रया गेली होती. ही काही केवळ त्यांच्या घरातली स्थिती नव्हती. गावातच्या बहुसंख्य लोकांची हीच कथा होती. इतर घरांची परिस्थिती बरी होती. या घरीही घराच्या यजमानानं थोडंफार कमावून आणलं असतं, तर यांचीही परिस्थिती बरीच होती. आता ही नाचणी किमान दोन महिने तरी जाणार होती. दररोज दोन शेरापेक्षा जास्त नाचणी खर्च करायची नाही, असं नंजम्मानं स्वत:लाच बजावलं.

हे असं किती दिवस चालणार, हा प्रश्नच होता. या वर्षीही पाऊस पडला नव्हता. विचार करत तिनं पार्वतीला सांगितलं, ''सकाळी सात भाकऱ्या करायच्या. सगळ्या सारख्या असल्या पाहिजेत. सगळ्यांना एकेक भाकरी. सकाळी रामण्णाला एक. दुपारी तू आणि विश्व अर्धी-अर्धी खा. रात्री शेरभर नाचणीच्या पिठाची उकड करीन. त्याचे पाच उंडे होतील. कुणाला कमी झाले, जास्त झाले तरी तेवढेच खायचे.''

ही व्यवस्था सगळ्यांनाच पटण्यासारखी होती. चेन्निंगरायांचं मात्र त्यात भागणं शक्य नव्हतं. त्यांनी जास्तीची भाकर घेतल्यावर पार्वती-रामण्णा चिडले. त्यात विश्व म्हणाला, ''मी लहान आहे... मला भात पाहिजे...'' शेवटी ते घराबाहेर पडून कुठंतरी निघून गेले. पार्वती स्वयंपाकाला लागली, नंजम्मा इतर कामाला लागली.

अप्पण्णय्यानं जाळून टाकलेल्या घराच्या काही काटक्या आणि वासे तसेच उभे होते. ती जमीन सारखी केल्यावर नंजम्मानं विहिरीचं पाणी ओढून जमीन ओली केली. तिथल्या खाचखळग्यांमध्ये पाणी भरलं. जमीन मऊ झाल्यावर तिनं एकीकडून खणायला सुरुवात केली. बांबूच्या काटक्या आणून त्याचं कुंपण केलं. एका बाजूला छोटं फाटक केलं. त्याला कुलूप लावायचाही बंदोबस्त केला. थोड्या भागात घरातलंच बी पेरून नंतर तिनं वांग्याच्या बियाही पेरल्या. पालेभाजीही लावली. तोंडी लावायला काही नसेल तर इथं उगवेल तो भाजीपाला शिजवून खाता येईल. मोठ्या निष्ठेनं मिळालेल्या पाण्यातला थोडा वाटा ती या जमिनीला घालत होती.

त्यातच सर्वक्काच्या रुद्राणीला, मुलीला ढाळ लागले. दोनच दिवसांत ती मरण पावली. तिला वांती-जुलाब सुरू झाल्याची बातमी आधी नंजम्माला समजली नव्हती. बातमी समजताच नंजम्मा धावली. तेव्हा चारजणं तिला तिच्या अंथरुणासह उचलून घेऊन चालले होते. रेवणशेट्टी खालच्या मानेनं मुलीच्या प्रेतासमोरून चालला होता. बाकी सगळंही त्यांच्या पद्धतीप्रमाणे चाललं होतं. सर्वक्का घराच्या उंबऱ्यावर डोकं आपटून आक्रोश करत होती. तिच्यापाशी आणखी कुणीही नव्हतं. रुद्राणी पार्वतीपेक्षा चार वर्षांनी मोठी होती. लग्न झालं असतं तर एव्हाना दोन मुलांची आई व्हायला पाहिजे होती. भरपूर उंच होती. लांबसडक केस. शरीरानं

भरलेली. पाठीमागून पाहिलं तर आई-मुलीत फरकच समजायचा नाही.

नंजम्मा सर्वक्काच्या शेजारी बसून तिचा हात हातात घेत म्हणाली, "असा आक्रोश करून काय होणार आहे? गेलेला जीव काही परत येणार नाही. शांत व्हा... सांभाळा स्वत:ला! काय झालं होतं लेकराला?"

सर्वक्काच्या तोंडातून आलं, "आला होता बापामुळेच आजार!" आणि सावरून तिनं जीभ आवरली.

लेकीला माती देऊन रेवण्णा घरी येईपर्यंत नंजम्मा तिथंच बसली होती. भोवतालच्या सात-आठजणी येऊन उभ्या होत्या. रेवणशेट्टी येताच सगळ्याजणी पटापट निघून गेल्या; केवळ पुरुष तेवढे राहिले.

नंजम्माही घरी परतली. नंतरही नंजम्मा सर्वक्काच्या घरी जाऊन तिच्या शेजारी बसत होती. आपल्याला समजेल तसं तिचं समाधान करत होती, "...कुणाचा जीव शाश्वत आहे इथं? त्याचं बोलावणं आलं की लगेच जायला पाहिजे. आई-मुलगी-बाप-भाऊ-बहीण ही सगळी नाती म्हणजे त्यानं निर्माण केलेली माया आहे!"

तिनं कितीही सांगितलं तरी सर्वक्काचं दु:ख कमी होण्याऐवजी वाढतच राहिलं. ती नंजम्माच्या बोलण्यावर काहीही बोलत नव्हती. नंजम्मा तिच्या घराची-झाडांची काळजी घेत होती. त्यांना पाणी घालायची. हे करताना किंवा जाता-येताही ती सर्वक्काला बोलतं करायचा प्रयत्न करे; पण सर्वक्का काहीही बोलत नव्हती. एक दिवस नंजम्मानं पाणी घातल्यावर सर्वक्का म्हणाली, "जन्मदात्यानंच मुलीचा जीव घेतला तर त्याला नशीब कसं म्हणायचं?"

"म्हणजे काय सर्वक्का?"

"काही नाही..."

"सांग! मी कुणालाही सांगणार नाही. शपथ!"

"त्या दिवशी कोर्टात खोटी साक्ष देऊन त्यांनी दोन पोती नाचणी आणली म्हणून मी तुला सांगितलं होतं..."

"होय."

"त्या काशीमबड्डीकडून आमच्या यांनीही पैसे घेतले होते म्हणे... मी कशाला म्हटलं तर म्हणाले, काय झालं? उद्या दिवस पालटले की व्याजासकट देऊन टाकायचे. मलाही ते खरं वाटलं. ते रुद्राणी घरी असताना काशीमबड्डीला शेडला घेऊन यायचे म्हणे! रुद्राणीला दिवस राहिले..."

सर्वक्का सांगत होती त्यावर विश्वास ठेवणं नंजम्माला अशक्य वाटलं. या दुष्काळात कितीतरी बायकांनी आपला मानसन्मान विकून पोट भरल्याचं तिच्याही कानांवर आलं होतं; पण प्रत्यक्ष बापच आपल्या मुलीकडून असं काही करवून घेईल, हे तिच्या ध्यानीमनीही नव्हतं. तिच्या चेहऱ्यावरचा अविश्वास बघून सर्वक्का

म्हणाली, “स्वत:च्या नवऱ्याविषयी मी खोटं बोलेन काय? तेही पोटच्या मुलीच्या संदर्भात? खरंतर शिवतरेचे एकजण रुद्राणीचा हात मागायला आले होते. मी ही देऊन टाकू या म्हणत होते. तेव्हा मला सांगितलं, अन्नखर्च करायलाही जवळ पैसा नाही!”

“मग?”

“मग काय! पुढं काय झालं ते मला ठाऊक नाही. तीन महिन्यांची गर्भ राहिल्यावरच समजलं. समजल्यावर मी तिचं रक्त निघेल, असं बडवून काढलं. ती बिचारी... रडत राहिली... या माझ्या नवऱ्यानंच यावर काशीमबड्डी उपाय सांगेल म्हणत काय-काय उपाय केले... उपाय कसले... माझं लेकरू मरून गेलं...”

नंजम्मा मूक होऊन बसून राहिली. सर्वक्काला पुन्हा उमाळा आला. तो ओसरल्यावर ती पदरानं डोळे पुसत असतानाच नंजम्माच्या मनात पार्वतीचे विचार तरळून गेले. यंदा तिला बारा वर्षं पूर्ण झाली. खायला-प्यायला व्यवस्थित मिळालं असतं तर एव्हाना ती वयात आली असती. जर ती आधीच वयात आली तर काय गत? एवढा मोठा दुष्काळ असताना लग्न तरी कसं करायचं? कितीही साधा मुलगा शोधून कितीही साध्या प्रमाणात लग्न करायचं म्हटलं तरी कमीत कमी सात-आठशे रूपये तरी पाहिजेत. या असल्या, दोन वेळच्या जेवणाची भ्रांत असलेल्या दुष्काळात सात-आठशे तरी कुठून उभे करायचे?

सर्वक्का पुन्हा म्हणाली, “नंजम्मा! कुणालाही हे सांगू नकोस! माझी पोर तर मरून गेली...”

“नाही सांगणार! तुझा मान आणि माझा मान काही वेगळा नाही!”

“अशा या पुरुषांचा सहवासच नको असं वाटतं. माहेरी निघून जावं, असं वाटतं; पण तिथं जाऊन भावजयीच्या हातात सापडायला नको! नंजम्मा! आपण कशाला जिवंत आहोत? तुम्ही तरी सांगा मला!”

आता सर्वक्कानं जो प्रश्न विचारला, तो नंजम्मानं अनेकदा स्वत:ला विचारला होता. तिचं आयुष्य तरी याहून काय वेगळं होतं? तशाही परिस्थितीत मुलं झाली. आता हा प्रश्न समोर आला, की मुलं समोर ठाकतात. त्यांच्यासाठी सगळे कष्ट सोसावेत!

पण यातलं सर्वक्काला काय सांगणार? ती म्हणाली, “मलाही ठाऊक नाही सर्वक्का! काय सांगू?”

८

प्लेगची साथ पूर्णपणे कमी झाल्यानंतर सगळ्यांना खरूज-नायटा-कांजण्या यांसारखे आजार ग्रासू लागले. सगळ्या गावाचं बसल्या ठिकाणी सर्वांग कराकरा खाजवून घेणं, हा एक आपसूकच स्वभाव बनला. पाय-मांड्यांवर मोठाले फोड आले की फिरणं अशक्य होई. मग जागीच बसून राहणं किंवा झोपणं सुरू होई. त्यावर खपली धरून ती पडून जाईपर्यंत माणसं हैराण होत. खरूज-नायटा झालेल्यांच्या हातापायाच्या बेचक्यांत विविध मलमं माखलेली असत.

नंजम्माच्या घरातही खरूज सुरू झाली. आधी रामण्णा, नंतर पार्वतीही खरजेनं बेजार झाली. विश्वलाही झाली, नंतर नंजम्माही त्याच्या तावडीत सापडली. कोवळ्या उन्हात बसायचं, किंवा चुलीची धग खरूज असलेल्या भागाला लागेल अशाप्रकारे बसायचं, हा त्याच्यावरचा उपाय केला जात होता. कधीकधी सकाळी उठल्या-उठल्या पाहिलं तर तळहात आणि तळपायावर पांढरे भरलेले फोड असत. ते तसेच ठेवायला मुलांना जमायचं नाही. काहीतरी करून त्यातला पू बाहेर काढायचा. त्यासाठी दाभळीचा काटा वापरायचा; पण हे करताना त्यातला पू आजूबाजूला लागून तिथेही खरूज पसरत असे. या त्रासानं भंडावून जाऊन विश्व तर भोकाड पसरायचा. पार्वती आणि रामण्णालाही अनेकदा रडू अनावर होई. आतापर्यंत घरातली सगळी कामं पार्वती बघायची. दोनही हातांना खरूज झाल्यानंतर तिला काहीही करणं अशक्य होऊन बसलं. नंजम्मालाही झाडांना पाणी घालणं आणि तिथे काम करणं अशक्य झालं. इतके दिवस कष्टानं वाढवलेला भाजीपाला सुकून जाऊ लागला.

सगळ्या गावकऱ्यांनी नागप्पादेवाला नवस बोलायला सुरुवात केली. नंजम्मानंही सतत आठ दिवस मुलांना थंड पाण्यानं अंघोळीला घालून स्वत:ही तसंच केलं. शेजारून मागून आणलेलं अर्धा वाटी दूध वारुळावर वाहून आली; तरीही नागराज प्रसन्न झाले नाहीत. खरूज आणखी वाढतच चालली. या सगळ्यांना झाल्यानंतर महिन्यानं चेन्निगरायांनाही झाली. तेव्हा ते संतापून गेले.

सगळ्या गावाला खरूज झाली तरी गावातल्या पटेलांसारख्या गर्भश्रीमंतांना काही झालं नव्हतं. तंगम्मा-अप्पण्णय्या यांच्याकडेही खरजेनं ढुंकूनही पाहिलं नव्हतं. खरजेचे हात-पाय घेऊन चेन्निगराय गंगम्माकडे गेले तेव्हा गंगम्मा म्हणाली, "शृंगेरीमठाकडून बहिष्कार झालाय. ती छिनाल... तिनं प्रायश्चित्तही घेतलं नाही. शिवाय घरातही विटाळचांडाळ पाळत नाही. विटाळशी असताना झाडांना पाणी घालते, शिवते... मग आणखी काय होणार? तिच्यामुळे तुला झालीय. तिला

जोपर्यंत सोडणार नाहीस, तोपर्यंत तू कधीच बरा होणार नाहीस!''

सोडतो म्हटलं तरी बायको अजिबात घाबरणार नाही, हे चेन्निंगरायांना ठाऊक होतं. मुख्य म्हणजे तिला सोडलं तर आपण दोन वेळच्या जेवणासाठी काय करायचं? तिनं शेकदाराला सांगितलं तर कधीतरी हातात चार पैसे पडतात, तेही पडणार नाहीत. याच कारणासाठी त्यांनी आईचं बोलणं मनावर घेतलं नाही.

तरीही या खरजेवर काहीतरी उपाय करणंही आवश्यक होतं. माय-लेक अण्णाजोईसांच्या घरी गेले. ते काहीतरी उपाय सांगणार; एवढ्यात तिथं अय्याशास्त्री आले. हे वयानं मोठे. कुणाच्या घरासाठी काय-काय करणं परंपरेला धरून आहे, हे त्यांना जास्त व्यवस्थित माहीत होतं. त्यांनी सांगितलं, "गंगम्मा, तुमच्या यजमानांच्या काळात 'नागहोम' केलेला आठवतोय की नाही? नवऱ्याच्या माघारी तुम्ही तो एकदा तरी केलाय काय? मग नागप्पा छळणार नाही तर काय!''

गंगम्मालाही आता आठवलं. भरपूर श्रद्धाभक्तीनं करायचं ते कर्मकांड होतं. विशिष्ट दिवशी घरातल्या सगळ्यांनी मळ्यात जायचं. तिथं स्वयंपाक करायचा. वडे तळायचे. पुरणाच्या पोळ्या, पुऱ्या... सगळा स्वयंपाक. दोन पुरोहित, त्यांच्या बायका, एक विधवा, एक विधुर, एक ब्रह्मचारी अशा सगळ्यांना जेवायला बोलवायचं. गव्हाची कणीक आणि तांदळाची पिठी मिसळून त्याचा नाग तयार करायचा. त्याची सांगोपांग पूजा करायची. नंतर या ब्राह्मण-सवाष्णींना वस्त्रदान, सगळ्यांना श्राद्धाच्या दिवशी वाढलं जातं, तसं भरपूर जेवण घालून त्यानंतर किमान एकेक चांदीचा रुपया दान म्हणून देण्यात यायला पाहिजे. सगळ्या बायकांना पोलक्याचं कापड, विवाहित पुरुषांना धोतरजोडी, ब्रह्मचाऱ्यांना एकेक धोतर आणि जानवी द्यायला पाहिजेत. नंतर त्या सगळ्यांनी प्रसाद म्हणून जेवल्यानंतर संध्याकाळी 'नागाची महाआरती' करून तो पिठाचा नाग आणि शिल्लक राहिलेलं सगळं पीठ त्या काढलेल्या विहिरीत घालायचं. ती विहीर बुजवायची आणि मागं वळून न बघता संध्याकाळच्या अंधारात गावाकडे परतायचं.

"एवढं केल्यावर खरूज-नायट्यासारखे सगळे आजार आपोआप पळून जातील. तुमचे पती असताना तुम्हाला कधी हा असला त्रास झाला होता काय? धर्म-कर्म करायचं सोडून दिल्यामुळे या सगळ्या आजारांचं फावतं!'' आपला खरजेनं भरलेला हात कराकरा खाजवत अय्याशास्त्रींनी विचारलं. हे ऐकल्यावर मात्र गंगम्मानं ठरवलं, काहीतरी करून 'नागप्पा'ची पूजा झालीच पाहिजे.

अण्णाशास्त्री म्हणाले, "तू ब्राह्मणांची काळजी करू नकोस. मी आणि अय्याशास्त्री तर आहोतच; शिवाय आमचा धाकटा काका आणि त्याची बायको दांपत्य म्हणून येतील. आमचा नरसिंह आहेच, तो ब्रह्मचारी म्हणून येईल. सवाष्ण हव्या असतील तर कुंदेनहळ्ळीहून माझ्या बहिणीला बोलावून घेईन. पाहिजे तर रंगापूरहून माझ्या

मेहुण्याला बोलावून घेईन. बाकीची सगळी तयारी करून ठेव.''

आपल्या घराण्याचा हा धार्मिक विधी करायचाच, असं सांगून गंगम्मा घरी आली. चेन्निंगरायाला तिनं आल्या-आल्या सांगितलं, ''तुझ्या बायकोला सांग सगळा खर्च द्यायला!''

नवऱ्याकडून सगळा तपशील ऐकून नंजम्मानं हिशेब केला. कमीत कमी शंभर रुपये तरी खर्च होणार. निम्म्या खर्चात भागवायचं म्हटलं तरी पन्नास रुपये झाले. त्यात हे जोईस माझ्या प्रायश्चित्ताचा प्रश्नही काढतील. तोही खर्च करायला लावतील. या परिस्थितीत एवढे पैसे कुठून आणायचे? तिच्या दृष्टीनं 'नागप्पा'चं प्रकरण जरुरीचं नव्हतंच; पण हे केलं नाही तर 'नागप्पा' रागावून आणखी त्रास देईल, याचं भयही होतंच.

गंगम्माला तर सून-नातवंडांची काही काळजी नव्हती; पण आपल्याला आणि अप्पण्णय्याला काही त्रास झाला तर काय करायचं, याची काळजी होती. ती चेन्निंगरायाला घेऊन हळेसीमेकडच्या दिशेनं भिक्षा मागायला निघाली. ''देवाचा नवस पुरा करायचा आहे... मदत करा... हातभार लावा...'' जे देत ते अगदीच किरकोळ धान्य देत. जे नकार देत त्यांच्या आया-बायांवरून शिव्या घालत पुढं जायची. काहीतरी करून महिनाभर फिरून तिनं शंभर रुपये गोळा केले. थोडे तांदूळही जमले. अखेर विशिष्ट दिवशी मळ्यात 'नागप्पा'ची पूजा करायचं नक्की झालं.

खरूज बरीच वाढली असली तरी रामण्णानं शाळेला जायचं सोडलं नव्हतं. तो आता इंग्लिश दुसरीला होता. त्याच्या शाळेतही अशी खरजेनं भरलेली बरीच मुलं होती. त्या परिसरात प्लेगनं जसा धुमाकूळ घातला होता, तसाच यानंही घातला होता. गोवर-खरूज झालेल्यांना मास्तर वेगळं बसवत होते. मुलांचे हाल बघणं असह्य होऊन त्यांचे शिक्षकच एक दिवस सरकारी दवाखान्यात गेले. त्यांनी आणि ग्रामपंचायतीच्या सदस्यांनी मिळून सरकारकडून इंजेक्शनं मिळवून आणली. नंतरही मुलांना दोन दिवसांसाठी लावायला मलमही दिलं. इंजेक्शनचा परिणाम म्हणून दोन दिवसांत ओले पुरळ सुकून खपल्याही पडल्या. रामण्णानं आईला सांगितलं, ''इंजेक्शन देतात तेव्हा थोडं दुखतंय; पण बघ ना, माझे सगळे पुरळ कसे सुकून गेलेत! तुम्हीपण सगळे एक दिवस चला. दवाखान्यात जाऊन टोचून घ्या.''

त्याप्रमाणे एक दिवस पार्वती आणि 'विश्वनाथ'ला सोबत घेऊन नंजम्मा कंबनकेरेला गेली. तिनं सगळी परिस्थिती सांगताच डॉक्टरांनी पैसे न घेता सगळ्यांना इंजेक्शनं दिली. चार दिवसांनी पुन्हा एकेक इंजेक्शन घेतल्यावर याही सगळ्यांचे पुरळ सुकू लागले.

एक दिवस रामण्णानं विचारलं, ''अम्मा, आमच्या हेडमास्तरांनी सांगितलं, गेलं वर्षभर पाऊसपाणी नाही, पिकं नाहीत, खायला दुभतं नाही. भुकेला काही

मिळालं नाही म्हणून मिळतील ते कंद, मिळेल तो पाला खाल्लाय; त्यामुळे रक्त खराब झालंय. म्हणून हे झालंय. 'नागप्पा' वगैरे सगळं खोटं असतं म्हणत होते ते! इंजेक्शन घेतलं की सगळं बरं होतंय.''

तेवढ्यात गंगम्मा-अप्पण्णय्या-चेन्निंगरायांनी जोईस आणि अय्यांना मोठ्या श्रद्धा-भक्तीनं जेवायला वाढलं होतं. सगळा 'नागप्पा'चा उत्सव करून आले होते. नंजम्मानं मुलांबरोबर औषधं-इंजेक्शनं घेतल्याचं समजताच गंगम्मा म्हणाली, ''देव आलेला असताना या रांडेनं औषध घेतलंय! आता बघशील तू! सगळं अंग सडून जाऊन मरतेय की नाही ते! काय वाटलं हिला 'नागप्पा' म्हणजे!''

पण नंजम्मा आणि तिच्या मुलांना बरं वाटलेलं बघून गावातले एकेक करून सगळे दवाखान्यातून इंजेक्शन-औषध घेऊन येऊ लागले. एका इंजेक्शनला पाच रुपये.

९

ज्येष्ठ-आषाढ गेला तरी थेंबभरही पावसाचा पत्ता नव्हता. हेही वर्ष पावसाशिवाय गेलं तर काय करायचं, हा मोठा प्रश्नच होता. गेल्या वर्षीचा दुष्काळ सहन केलेल्या जमिनीला या वर्षी भेगा पडायला सुरुवात झाली होती. पंचांगातही दिलं होतं, या वर्षी तीन आणे पाऊस आणि नऊ आणे केवळ वाराच आहे, म्हणून. प्रत्यक्षात त्या तीन आण्यांपैकी एक आणाही पाऊस झाला नव्हता. थोडा पाऊस झाला तरी नंजम्मा परसातल्या झाडांची काळजी घेत होती. आता परिस्थिती अशी होती, की दररोज शेरभर नाचणीत सगळ्यांचं जेवण संपवायचं होतं. पोटभरीला दारात येणारा घेवडा-वांगी यांसारखी भाजीच खावी लागत होती. अशा वेळी चोरी व्हायचं प्रमाण वाढायची शक्यता होती, हे तिलाही ठाऊक होतं. त्यामुळे नंजम्मा रात्रीतून चारवेळा उठून मुलांना सोबत घेऊन बागेत फिरून येत होती. गेल्या वर्षी पाऊस नसल्यामुळे बागेतली जुनी नारळाची झाडंही मलूल झाली होती. आलेले नारळही माडांच्या मालकांनी तिपटूरला पाठवल्यामुळे गावाकडे नारळ मिळणं अधिकच कठीण झालं होतं.

एका मध्यरात्री अचानक पाऊस कोसळू लागला. सुरुवातीला रिमझिम असलेल्या पावसानं अचानक जोर पकडला. पावसाचे चार थेंब पडल्यानंतर बरं वाटेल, असं वाटत असतानाच मोसमी पावसापेक्षाही जोरात पाऊस कोसळू लागला. पावसाचा जोर इतका होता, की सगळं गाव त्या आवाजानं जागं झालं. सगळेच आपापल्या घराबाहेर येऊन बघू लागले. थोड्याच वेळात जोर इतका वाढला, की समोर बघितलं तर पावसाखेरीज काहीच दिसेना. आकाश काळंकुट्ट झालं होतं. घडाघडाभर पाणी

ओतण्याशिवाय त्याला आणखी काहीच काम दिसत नव्हतं. एवढं पाणी साठलेले ढग आकाशात एकाच दिवसात कुठून आले, तेच समजेनासं झालं होतं. हे तर गावच्या जोईसांनाही समजेना. इतक्या कमी अवधीत एवढे ढग जमणं आणि असा पाऊस कोसळणं हे अघटितच होतं.

बघता बघता गावाच्या छोट्या-मोठ्या गल्ल्यांमधून पाण्याचे लोट वाहू लागले. त्यात गावाबाहेर उघड्यावर ठेवलेली वैरण आणि किरकोळ धान्यही वाहून चाललं. प्रवाहातून वाचलं ते ओलं किच्च होऊन गेलं.

नंजम्माला एकीकडे भीती वाटली, तरी दुसरीकडे आनंद झाला होता. तिला ठाऊक होतं, परसातली रोपं वाहून गेली तरी नंतर पुन्हा बिया पेरून रोपं तयार करता येतील. पावसानं जमीन ओली झाली तर पुढचं पीकपाणी तरी ठीक यायला हरकत नाही.

पण एक अवघड झालं होतं. पाऊसच नसल्यामुळे कुणीच घराची शाकारणी केली नव्हती. उलट यंदाच्या जोरदार वाऱ्यामुळे छतावरची कौलं आणि झावळ्या आधीच जागेवरून हलली होती. त्या रात्री गावातलं एकही घर असं राहिलं नव्हतं, जे गळालं नाही. घर गळू दे, नाहीतर भिंत कोसळू दे; त्यावेळी तर सगळ्यांच्या मनात पाऊस आला याचाच आनंद होता.

रात्रभर कोसळून पहाटेच्या सुमारास पाऊस थांबला. सकाळी उठल्या उठल्या सगळे आपापल्या शेताकडे जायला निघाले. गावचं तळंही एका रात्रीच्या पावसानं निम्मं भरलं होतं. जवळपासच्या ओढ्यांनाही पाणी आलं होतं. नंजम्माही बाहेर पडली होती.

वाटेत तिला मादेवय्या भेटले. निघून गेलेले मादेवय्या कदाचित या गावी पुन्हा कधीच येणार नाहीत, असंच तिला वाटलं होतं. तिनं विचारलं, "मादेवय्या! आम्हा सगळ्यांना सोडून इतके दिवस तुम्ही निघून गेला होतात! कुठे गेला होता?"

"काशीला गेलो होतो बाळ! आणखी थोडे दिवस तिथं राहिलो असतो तरी काही बिघडणार नव्हतं; पण पुन्हा मनात काय आलं कोणजाणे! इकडे यावंसं वाटलं. आलो!"

नंजम्मा त्यांना घेऊन घरी आली. चेन्निगराय कुठंतरी बाहेर गेले होते. नंजम्मानं चौकशी केली, "कधी आलात?"

"रात्री. येऊन तुम्हाला उठवायचा विचारच करत होतो; तेवढ्यात पाऊस आला."

या गप्पा चाललेल्या असतानाच सर्वक्काही आली. त्यांना बघताच म्हणाली, "बघा! मादेवय्या आले आणि पाऊस आला! आमच्या 'बणजिग' जातीच्या लोकांनी यांना भिक्षा वाढली नव्हती, म्हणून हे रागावून निघून गेले होते. तेव्हापासून पाऊस नव्हता. यांनी गावात पाऊल ठेवलं आणि पाऊस आला बघा! काय वाटले या

आमच्या लोकांना साधू-संत म्हणजे!'' सर्वक्कानं मादेवय्यांच्या पायावर दंडवत घातला. पुन्हा नंजम्मानं विचारलं, ''मादेवय्या! आमच्या गावावर रागावून का निघून गेला तुम्ही?''

''तेव्हा खरंच मला वाईट वाटलं होतं. आमच्यासारखे भिक्षा कशासाठी मागतात? आमच्यासारखेच कुणीतरी फिरस्ते गावात येतात, त्यांच्या पोटाची व्यवस्था करायला नको काय? तिकडं 'जंगम्मवाडी मठ' नावाचा एक मठ आहे. आपल्याकडचे कुणीही तिकडे गेले तर तिकडं राहू शकतात. इकडं जे भजन करत राहायचं, ते तिकडं करायचं. पण तो आपला प्रदेश नाही, आपली माणसं नाहीत. करमेना. वाटलं इकडं निघून यावं. आलो झालं!''

''पण इकडं तुम्ही गोळा करून ठेवलेली नाचणी आणि वाल चोरीला गेलं म्हणे! होय की नाही?'' सर्वक्कानं विचारलं.

''हं बघितलं मी. काहीही राहिलेलं नाही. सगळीकडेच दुष्काळ आलाय! कुणी खाल्लं तरी काय बोलणार?''

सर्वक्का नंजम्मापाशी शेरभर नाचणीचं पीठ मागून घेऊन गेली. जाताना म्हणाली, ''घरी कुणीतरी बाईमाणूस आलंय.''

सर्वक्का गेल्यावर मादेवय्यांनी नंजम्माला सांगितलं, ''तुझ्या अप्पाजींना मी बघितलं.''

नंजम्माला आश्चर्य आणि आनंदाचा धक्काच बसला. तिचे वडील अचानकपणे नाहीसे झाले होते, त्याला नाही म्हटलं तरी दहा-बारा वर्षं होऊन गेली होती. ज्यांनी बारा वर्षांत दर्शन दिलं नाही, ते जिवंत तरी असतील की नाही, अशी तिला गेली काही वर्षं भीती वाटत होती. मादेवय्या सांगत होते, ''काशीत बघितलंय त्यांना एक महिना झाला असेल. गंगेच्या काठावर. हनुमान घाटावर. आपल्याकडची भाषा ऐकायला आली. तिकडे भारतातल्या वेगवेगळ्या भागांतून कितीतरी माणसं येत-जात असतात. इकडची माणसं काहीतरी धार्मिक विधी करत होते. तुमचे अप्पाजी मोठ्या आवाजात, सुस्पष्ट उच्चारानं त्यांना मंत्र सांगत होते. मी त्यांना ओळख दाखवली. त्यांचं कार्य करायचं संपल्यावर तेच मला जंगमवाडीला घेऊन गेले. तिथं गेल्यावर त्यांनी विचारलं, ''मला अॅरेस्ट करायचा हुकूम झाला काय? मला सुरुवातीला संदर्भ लागला नाही. नंतर त्यांनीच सांगितलं, तो श्यामण्णा मेला... त्यासाठी! मला त्यातलं काहीच माहीत नव्हतं. पुढं बोलता-बोलता एकदम म्हणाले, गाव सोडून मला बारा वर्षं झाली... मी आता गावाकडे जाणार! एवढंच. नंतर ते काही मला भेटले नाहीत... त्यांनी आणखी काही सांगितलं नाही.''

नंजम्माला सगळा खुलासा झाला. साक्ष सांगून श्यामण्णा गावी परतलाही होता; पण त्यांना मात्र आपल्या हातून माणूस मेलाय, आपल्याला शिक्षा होणार,

याची खात्रीच वाटली असावी. त्या भीतीपोटी त्यांनी गाव सोडलं असावं. अशा केसचा जीव बारा वर्षं असतो म्हणे. त्यानंतर सरकारी कागद जाळून टाकतात म्हणे. आपल्या अप्पाजींच्या नशिबात बारा वर्षं 'अज्ञातवास' लिहिला असला तर कोण काय करणार, या विचारांत ती गढून गेली.

एवढ्यात चेन्निंगराय घरी परतले. मादेवय्यांना बघून त्यांनाही आनंद झाला. मादेवय्यांच्या सहवासात गाणी-भजनं-गीतं म्हणताना-ऐकताना त्यांचा वेळ छान जात होता. त्यांची चौकशी करताना, 'काशी' हा शब्द कानावर येताच चेन्निंगरायांच्या मनात एक प्रश्न उमटला. त्यांनी तो विचारलाच. त्यांनीही 'काशी'विषयी बरंच काय-काय ऐकलं होतं. पण तिथं एवढा काळ काढलेलं मादेवय्यांसारखं त्यांना कुणीच भेटलं नव्हतं. त्यांनी विचारलं, "तिकडचे राजे-महाराजे अजूनही मोठमोठे यज्ञ-समाराधना करवत असतात म्हणे! जेवणात एकेक लाडू खाल्ला, की एकेक रुपये दक्षिणा देतात असं ऐकलंय, खरंय काय ते?"

"तिथं एकेका राजांच्या एकेक धर्मशाळा आहेत. तिथं गेलं तर तीन दिवस फुकट जेवण मिळतं. सणाच्या दिवशी जेवायला वाढतात. त्या वेळी एकेक लाडू खाल्ला तर एकेक रुपयाही देतात."

"असं असेल तर तिथंच जाऊन राहायला काय हरकत आहे? मला तरी तसंच वाटतंय."

"अहो शानभोग! तुम्हाला काय वाटतंय? काशीत कुणीच भिक्षुक नसतील? तिथं जाऊन राहणारे काही कमी नाहीत! भरपूर लोक राहतात. सगळ्यांना दररोज असंच मोफत जेवण देणं कुठल्याही राजाला कसं परवडणार?"

"थू: त्या राजाच्या आईला..." पाठोपाठ सवयीनं शिव्यांची बरसात झाली, "मग कसला महाराज!!"

यावर मादेवय्या काहीही बोलले नाहीत. थोडा वेळ बसून ते जायला निघाले. नंजम्मा म्हणाली, "तुमच्या देवळातलं सगळं धान्य चोरीला गेलंय. आजच्या जेवणापुरतं थोडंफार धान्य घेऊन जाता, की आमच्या घरातलं पीठ घेऊन जाऊन शिजवून घ्याल? की मी वाढू?"

क्षणभर मादेवय्या विचारात पडले. नंतर म्हणाले, "जरा आजूबाजूच्या गावांमध्ये काय-काय परिस्थिती आहे, ती बघतो आणि इकडंच पोट भरायला येतो."

त्यांना देवळात जाऊन अर्धा तासही झाला असेल-नसेल, एकेक करून 'बणजी' समाजातले पुरुष गोळा झाले. रेवण्णशेट्टी, मण्णय्याशेट्टी, निंगदेव असे सगळे आले आणि त्यांनी मादेवय्यांना दंडवत घातला. रेवणशेट्टी म्हणाला, "आपण महान आहात मादेवय्या! आमच्यावर रागावून तुम्ही निघून गेलात. इकडे पाऊस पडला नाही; मग पीकपाणी कुठून येणार? काल रात्री तुम्ही आलात आणि पाऊस

आला! आम्ही तुम्हाला बोललो, आमच्या हातून घोर पाप घडलंय. आम्हाला आमची चूक समजली. यानंतर आमच्याकडे कोरान्न भिक्षेसाठी यायलाच पाहिजे!''

मादेवय्याही विचारात पडले. आपल्याला वाईट वाटलं म्हणून आपण इथून गेलो. आपण गेलो म्हणून इथला पाऊस थांबला? पण पाऊस काही केवळ 'रामसंद्र'चा गेला नाही! सगळ्या परिसराचाच गेलाय. तेलुगू प्रदेशांतही दुष्काळ पडल्याचं त्यांनीही रेल्वेतून येताना पाहिलं होतं. काल आपण गावी येऊन पोचलो आणि पाऊस आला हा तर केवळ शिवानं दाखवलेला योगायोग म्हणावा लागेल. हा पाऊस तर केवळ याच गावात झालेला नाही. आजूबाजूच्या गावांमध्येही पडलाय. त्यांनी सांगितलं, ''मी काही महान संत नाहीये. पीकपाणी- पाऊसकळा या सगळ्या त्या शिवाच्या इच्छेनं व्हायच्या गोष्टी असतात. तो लोकांच्या पाप-पुण्याप्रमाणे शिक्षा देत असतो. आपण आपल्या वागण्या-बोलण्यानं आपलं अन्न कमावत असतो.''

पण कुणी तिकडे लक्ष दिलं नाही. दुपारच्या वेळी आपल्या दाराशी येऊन भिक्षा मागून मादेवय्यांनी आपल्याला धन्य करावं, असं पुन्हापुन्हा हात जोडून सांगून ते माघारी वळले. मादेवय्यांनी नकार दिला नाही. तरी विपरीत परिस्थितीमुळे घरोघरी खायची अडचण आहे, हे त्यांनी ऐकलं होतं. त्यांना धान्य मिळालं. ते दुपारी शिजवून खाल्ल्यावर त्यांनी नंजम्माकडे रात्री येत असल्याचं कळवलं.

नंजम्माचा धाकटा विश्व मादेवय्यांना पूर्णपणे विसरून गेला होता. आता तर तो शाळेतही जाऊ लागला होता. मादेवय्या गाव सोडून गेल्यावर पाऊसही निघून गेला आणि ते गावी परतताना पाऊस घेऊन आले, ही बातमी एव्हाना गावभर झाली होती. गावातले सगळेच लहानथोर येऊन त्यांना नमस्कार करून गेले. पाटील शिवेगौडा यांच्यासारख्यांनी मात्र यावर विश्वास ठेवला नाही.

त्या रात्री मादेवय्या एकटेच देवळात झोपले होते. मध्यरात्री कुणीतरी हाका मारत होतं, ''अय्याअवरे... अय्याअवरे...''

मादेवय्या जागे झाले. काडेपेटीची काडी ओढली. दारात शिवेगौडा पटेलांचा नोकर काळ्याही होता. आल्या-आल्या मादेवय्यांचे पाय धरून तो म्हणाला, ''द्येवा... मला शाप देऊ नका... माजी काय बी चूक नाही...''

''का? काय झालं?''

''त्या रात्री आमच्या गौडांनी इथली सगळी नाचणी आणि वाल उचलून नेले. त्यांनी सांगितलं म्हणून मी सगळं उचलून त्यांच्या गोडाऊनमध्ये नेऊन टाकलं एवढंच. त्यातला एक दाणापण मी घरी नेला नाही.''

''जाऊ दे रे! तुझी काहीही चूक नाही आणि तू काळजी करू नकोस. मी ही कुणालाही सांगणार नाही!''

त्यांनी एवढा शब्द दिल्यावर तो निघून गेला. शिवेगौडा हा कसला माणूस आहे,

हे मादेवय्याही पुरेपूर जाणून होते. देवस्थानाचा दरवाजा तोडून चोरी करणं, हे केवळ पोटाला काही मिळालं नाही म्हणून चोरी करणाऱ्याच्या स्वभावातलं नाही. त्या व्यतिरिक्त हव्यास असणाऱ्या माणसाचंच हे काम असणार, हे तेही जाणत होतेच.

एक दिवस सकाळी दहाच्या सुमारास एक विशेष घटना घडली. कसला तरी मोठा आवाज झाला. सगळा गाव बाहेर येऊन बघू लागला. आकाशात एक मोठासा गरूडपक्षी चालला होता. विशेष म्हणजे तो अजिबात पंख हलवत नव्हता. खरंतर ते पंख नव्हतेच. शेपूटच दोन्ही बाजूला पसरली होती. त्यातून काहीतरी बाहेर पडलं. काहीतरी तरंगत तरंगत खाली जमिनीवर आलं. ते कागदाचे कपटे होते.

तो कुठलाही पक्षी नसून विमान आहे, हे काही जणांच्या लक्षात आलं. पडलेल्या कागदाचा कपटा नंजम्मानं उचलून पाहिला. वाचून पाहिलं... म्हैसूर राज्याचे महाराज आणि आता राज्य करणारं सरकार या दोघांनी मिळून ते छापलेलं असून, ''त्यात 'युरोप' नावाच्या देशात कुणीतरी 'जर्मनी' नावाची माणसं घुसताहेत म्हणे. नंतर ते 'इंडिया' नावाचा देशही जिंकायला येतील. आकाशातून बॉम्ब टाकायला विमानं आली, तर कुणीही घराबाहेर येऊन तिकडे बघता कामा नये. जागीच पालथं झोपायला पाहिजे. शत्रूला पळवून लावण्यासाठी सगळ्या लोकांनी सरकारला मदत करायला पाहिजे...'' असं सगळं लिहून अखेरीस, 'विजय' असं लिहिलं होतं.

या घटनेनंतर आठवड्यानं शेकदार 'रामसंद्र'ला आले. युद्धासाठी पैसा गोळा करणं आवश्यक असून तो निधी गोळा करायची सरकारची आज्ञा झाली होती. दुष्काळामुळे गेल्या वर्षीचा सारा सरकारनं माफ केला होता; पण त्यामुळे वर्षाचा खर्च चालवणं शक्य नव्हतं. त्यातच हे युद्ध सुरू झालं होतं. त्यामुळे आता मात्र लोकांनी विशिष्ट पैसे देणं बंधनकारक होतं. स्वतः शेकदार आल्यावर काय करणार? शिवेगौडा, काशिमबड्डी यांच्याकडून शेकदारांना अपेक्षित असणारी वसुली झाली. गावाबाहेर किराणामालाचं दुकान चालवणाऱ्या नरसीनंही पाच रुपये दिले. एकूण 'रामसंद्र'मध्ये शंभर रुपये वसूल झाले. ''गावाची अब्रू वाचली...'' म्हणत शेकदार निघून गेले.

दुसरे दिवशी रामण्णा शाळेतून परतताना 'व्ही' लिहिलेला रंग कागद शर्टवर लावून घेऊन आला. त्यानं सांगितलं, ''अम्मा, शाळेत सगळ्यांच्या शर्टला हे लावून मिरवणूक काढली. हे बघ. इंग्लिशमध्ये 'व्ही' म्हणजे 'व्हिक्टरी...' या युद्धात आपला 'विजय' व्हायला पाहिजे म्हणून! त्यासाठी हेडमास्तरांनी उद्या सगळ्या मुलांना दोन-दोन आणे आणायला सांगितलंय.''

नंजम्मा विचार करू लागली, आता मुलांसाठी हे दोन-दोन आणे कुठून आणायचे? कशी जोडणी करायची?

अकरा

१

लग्न होऊन इतके दिवस झाले तरी कमलूच्या पोटात गर्भ राहिला नव्हता. आपण वाढवलेल्या नातवाकडून वंश वाढत नाही, हे बघून अक्कम्मा खंगत होती. मुलं नसतील तर राहू दे; ती आपल्या नवऱ्याला आणि आजीलाही सुखात ठेवू शकत नव्हती, हे खरं तिचं दुःख होतं. 'रामसंद्र'मधला पाऊस गेला तेव्हा नागलापूरचाही पाऊस बेपत्ता झाला होता. पण कल्लेश शहाणा गृहस्थ. त्यानं घरात एका वर्षापेक्षा जास्त काळ पुरेल, असं धान्य साठवून ठेवलं होतं. पाऊस दगा देईल, अशी शक्यता वाटताच त्यानं शेतात कमी पाण्याचा राळ पेरलं. पाऊस नसताना तेही तीन पायली आलं. घरात नाचणीही होतीच. काही गडबड झाली तरी पोटापाण्याला कमी पडणार नाही, राळ्याच्या तांदळाचा भात खाऊन पोट भरता येईल, याची त्यानं काळजी घेतली होती. पण कल्लेशला ते पचायचं नाही. पोटात वायू साठायचा. पचनावर ताबा राहायचा नाही आणि हाताचा कंप वाढायचा. त्यामुळे तो ते खायचा नाही. खंडीभर धान दिलं तर पन्नास शेर तांदूळ यायचा. त्याच्यापुरता अर्ध्या भांड्याचा भात केला तर नाचणीच्या उंड्याबरोबर एक दिवस निघून जायचा. एवढं वय झालेलं असलं तरी धानाच्या अन्नानं अक्कम्माला काहीही त्रास व्हायचा नाही. त्यामुळे तिनं आणि कमलूनं तेच खायचं, असं अक्कम्मानं ठरवलं.

दोन-दोन प्रकारचा भात करायचा आणि आपल्याला-आपल्या नवऱ्याला वेगवेगळा भात खायला घातलेला बघून कमलू संतापली. त्याचं काय एवढं, माझं काय कमी... असा ती वाद घालू लागली. नागलापूरला येऊन बारा वर्षं झाली असली, तरी आपण हासनसारख्या शहरातल्या आहोत, ही भावना तिच्या मनात कायम होती. त्यामुळे आतापर्यंत ती एकदाही नाचणीच्या उंड्याला हात लावायला तयार

नव्हती. आता हा असला निकृष्ट दर्जाचा भात तिच्या घशाखाली कसा उतरणार?

त्या दिवशी अक्कम्मानं स्वयंपाक केला आणि नंतर परसातल्या एका झाडाखाली बसली होती. कल्लेश परसातल्या जागेत जमेल तेवढा भाजीपाला पिकवत होता. पाऊस कमी असला तरी मोठ्या कष्टानं तो ती झाडं जगवत होता. त्यासाठी कष्ट घेत होता. मुकाट्यानं बसणं, हे त्याच्या स्वभावातच नव्हतं. आताही दोन तास तिकडे राबून त्यानं माती सारखी केली, झाडांना शेणखत आणि वर पाणी पाजलं. अक्कम्मानं त्याला स्वयंपाक झाल्याचं सांगितलं आणि जेवायला बोलावलं. कल्लेश आणखी एक घागरभर पाणी ओढून हात-पाय धुवत होता. अक्कम्मानं स्वयंपाकघरात जाऊन पाहिलं, कमलू पांढऱ्या तांदळाचा भात वाढून घेऊन जेवत होती. कल्लेशासाठी शिजवलेला सगळा भात तिच्या ताटात होता. भाताचं छोटं तपेलं रिकामं झालं होतं. भातावर भरपूर तूप आणि गरमगरम सार ओतून ती भात ओरपत होती. हे पाहताच अक्कम्मा अवाक् होऊन पाहत राहिली. ती आली तरी तिकडे लक्ष न देता कमलू गपागप खाण्यात गढून गेली होती.

तेवढ्यात कल्लेशही आत आला. त्यानं हे दृश्य पाहिलं. त्याला सगळा खुलासा झाला. त्यानं सरळ स्वयंपाकघराच्या कोपऱ्यात असलेली काठी घेतली आणि तिच्या पाठीवर, खांद्यावर, मांड्यांवर मारू लागला. अक्कम्माच मध्ये पडत म्हणाली, "...अरे अरे... खाऊ दे रे तिला... जाऊ दे... मारू नको तिला..." पण भडकलेल्या कल्लेशानं तिला डाव्या हातानं बाजूला सारलं. त्या मारासरशी अक्कम्मा बाजूला जाऊन पडली.

कमलू ओरडू लागली, "मला मारतोस काय, तुझ्या घरचं अन्न खाते म्हणून?... बायकोला घासभर अन्न आणून घालायची तुझी लायकी नाही! म्हणून मला राळ्याचा भात खायला घालतोस? वर मारायला येतोस? हीच तुझी लायकी काय?..."

कल्लेशचा संताप आणखी वाढला. कुठं मार बसतोय ते न बघता तो आणखी मारायला लागला. त्याच्या हातातली काठी मोडली, तरी त्याचा राग शांत झाला नाही. तिच्या सगळ्या शरीरावरून रक्त वाहत होतं. बाकी काही जागी काळंनिळं झालं होतं. लाकडाचे तुकडे तिकडेच फेकून अंगात शर्ट घालून तो निघून गेला. असं तडकाफडकी निघून जायची, त्याची काही ही पहिली वेळ नव्हती. अशा वेळी तो कुठे निघून जातो, हे कुणालाच ठाऊक नसायचं. तरीही अक्कम्माला अंदाज असायचा, तो असा भडकून निघून गेला तर नागलापूरच्या पुट्टीकडे किंवा शेजारच्या गावच्या वेश्यावस्तीत जाऊन यायचा. तिथल्या पोलिसांपैकी एकाच्या तिसऱ्या बायकोकडेही अशा वेळी तो जायचा. त्याचं अशा वेळी जेवणही तिकडेच व्हायचं. कुठेही गेला तरी तो अर्ध्या रात्री घरी परततो, हेही तिला ठाऊक होतं. रात्रभर तो कुठंही राहत नाही.

तो निघून जाताच कमलू अक्कम्माकडे वळून म्हणाली, "बोडकी रांड! सांग तुझ्या नातवाकडून मला मारायला लावतेस! मर जा थेरडे! तुझं मढं बशिवलं... उपाशी मर मेली... कुत्र्या-लांडग्यानं खाल्लं तुला!"

यावर अक्कम्मा काहीही बोलली नाही. काय बोलायचं? किती चांगला नेटका स्वयंपाक केला, तरी हिच्या घरात सुखानं दोन घास पोटात जायचं नशिबात नाही! कल्लेश कसा का वागेना, त्याची बायको काही का करेना... तसं रोज काही ना काही चालायचंच. पण आज सगळाच प्रकार अति झाला. ती तशीच बाहेर येऊन पुन्हा झाडाखाली बसून राहिली.

कल्लेश बायकोला मारताना तोंडानं शिव्यांवर शिव्या हासडत होता. त्याचा मार आणि शिव्या जेवढ्या असायच्या, त्याच्या कितीतरीपट तिचा आरडाओरडा आजूबाजूच्या लोकांना ऐकू जायचा. अंगात शर्ट घालून तो निघून गेल्यावर थोड्याच वेळात श्यामण्णाची सून घरी आली. कमलूच्याच वयाची असल्यामुळे गेल्या पाच-सहा वर्षांत त्या दोघींमध्ये मैत्री जुळली होती. दोघी अनेकदा एकमेकींच्या घरी बसून गप्पा मारायच्या. दोन वर्षांपूर्वी तिची सासू मरण पावल्यामुळे आता ही पुट्टगौरीच घराची मालकीण झाली होती. तिचा नवराही तिच्या शब्दाबाहेर नव्हता. त्यामुळे ती कमलूला आदर्शवत् झाली होती. अक्कम्माला तिचं घरी येणं-जाणं पटत नव्हतं. आपल्या घरची शांतता नष्ट करून स्वत:ची करमणूक करून घेण्यासाठी श्यामण्णा आपल्या सुनेला इकडे पाठवून देतो, अशी तिची खात्री होती. तसं तिनं बोलूनही दाखवलं होतं. पण कमलूनं तिकडं दुर्लक्ष करून तिच्या घरची वहिवाट तशीच ठेवली होती. अक्कम्मानं आपलं मत कल्लेशलाही सांगितलं होतं; पण का कोणजाणे, त्यानं तिला विरोध केला नव्हता.

त्या दिवशी कल्लेश निघून गेल्यानंतर पुट्टगौरी घरी येऊन गेली. कमलू आतल्या खोलीत गेली आणि तोंडावरून गोधडी घेऊन पडून राहिली. त्या संध्याकाळी पुट्टगौरीनं घरून भात-आमटी आणून स्वत: कमलूला खाऊ घातली. याहून मोठा अपमान काय असणार? कारण हे करताना वाटेतल्या चार-सहा घरांमध्ये तिनं या घरातल्या भांडणाची कथा रसाळपणे सांगून, "मी कशी तिला अन्न देऊन आले..." याचं रसभरीत वर्णन करून सांगितलं होतं.

कल्लेश दुसरे दिवशी सकाळी घरी परतला. अजूनही कमलूचा राग तसाच होता. ती अजूनही क्रोधागारात झोपावी, तशी झोपली होती. तिच्या दोन्ही कानांतल्या कुड्या त्याच्या कालच्या मारामुळे तुटून गेल्या होत्या. अक्कम्माला ती, "माझ्या तुटलेल्या कुड्या कुठं लपवून ठेवल्यास गं थेरडे? नातीच्या घरी पाठवायच्या म्हणून काढून ठेवल्यास काय?" यावर अक्कम्मा, "मी काही चोरटी नाही! आमच्या घरी असले संस्कार नाहीत..." असा वाद घालत होती. कमलूही, "त्या माझ्या लग्नातल्या

होत्या... मला तशाच्या तशा करून द्यायला पाहिजेत... नाहीतर माझ्या अप्पांना सांगते...'' म्हणत आपलंच म्हणणं रेटत होती.

घरी आला तेव्हा कल्लेशचा राग थोडा कमी झाला होता. त्यामुळे त्यानंच आदले दिवशी मारहाण झालेल्या जागा निरखून पाहिल्या. बायकोच्या बोलण्यावर त्याचाही विश्वास बसला नाही. आपणही फक्त पाठीवर मारायला पाहिजे होतं, कानांवर उगाचंच मारलं, असं वाटून त्याला मनोमन पश्चात्तापही वाटला होता.

पुढचे दोन महिने कमलू बुच्च्या कानांनीच वावरली. बायको अशी बुच्च्या कानांनी फिरते, याचा कल्लेशलाही अपमान वाटला. त्यानं काहीतरी करून सत्तर रुपये काढले आणि पांढऱ्या खड्याच्या कुड्या करून बायकोला आणून दिल्या.

२

सुमारे एक वर्ष गेलं असेल. पाऊसच नाही म्हटल्यावर गावात प्यायच्या पाण्याचीही चणचण भासत होती. गावातली माणसं अर्धा मैल अंतरावरच्या तळ्यातून पाणी घेऊन येत होती. सगळं तळं सुकून गेल्यावर तळ्यात चार छोट्या छोट्या विहिरी होत्या त्या दिसू लागल्या. आधीच दूर, आता गावाला आणखी लांब जावं लागत होतं.

त्या दिवशी दुपारी कमलू तळ्यावर गेली होती. 'एकादशी' असल्यामुळे अक्कम्मा गावाबाहेरच्या देवळाला गेली होती. अशा वेळी पुट्टगौरी डोक्यावर एक आणि कमरेवर एक घागर घेऊन कल्लेशच्या घरी आली. 'कमलम्मा...' हाका मारत आतपर्यंत आली. कुणीच नव्हतं. तशीच मागच्या दारापर्यंत जाऊन आली. कुणीच नव्हतं. माघारी वळली तेव्हा बाहेरचा दरवाजा बंद केल्याचं लक्षात आलं. काय घडतंय, हे लक्षात यायच्या आधीच मागचा दरवाजाही लावला गेला. घरात आपण एकटेच अडकलेय, हे लक्षात येऊन ती, "अय्यय्यो...'' म्हणून किंचाळणार... तेवढ्यात कुणीतरी तिच्या तोंडावर हात ठेवून तोंड बंद केलं.

घरी परतत असताना तिची छाती धडधडत होती. याआधी तिनं कल्लेशविषयी कितीतरी गोष्टी ऐकल्या होत्या. इतर जातींच्या बायकांशी त्याचं जे काही चालत असेल ते चालू दे! पण आपण ब्राह्मण स्त्री! आपल्याला किंचाळण्याची संधी न देता यानं असं आपलं तोंड बंद करायचं काय? तिच्या हातापायांना कंप सुटला होता. किळस वाटून मनात तिरस्कार दाटला होता. ती अजून घरी पोचायची होती, त्याआधीच कल्लेशच्या घरालगतच्या चार-पाच घरांतल्यांनी विचारलं, "तुम्ही

ओरडल्यासारखं ऐकू आलं... काय झालं?''

ती घरी पोचली तेव्हा तिचा सासरा घरीच होता. तेही बाहेर आले, तिनं सांगितलं, ''काही नाही! त्यांच्या घरातल्या मांजरानं अंगावर उडी मारली... म्हणून मी घाबरले.''

''पण दाराला कडी होती! मग पुढे?''

काय सांगायचं ते न कळून ती म्हणाली, ''काही नाही. कमलम्मा परसदारी होत्या.''

हे चाललं असतानाच कमलू डोक्यावरून पाण्याची घागर घेऊन घराकडे चालली होती. श्यामण्णांना शंका आली. सुनेला घरात घेतल्यावर त्यांनी तिला विचारलं, ''खरं सांग काय झालं! खोटं बोललीस तर फासावर लटकवेन! बोल! घाबरू नकोस... खरं ते सांग... पुढचं मी बघून घेईन...''

''कमलम्माला बोलवायला मी त्यांच्या घरी गेले तेव्हा कुणी नव्हतं. माघारी वळले तेव्हा कल्लेश जोईस उभे होते. त्यांनी विचारलं, ''आमच्या घरी का आलीस?'' भीती वाटली. कशीबशी परसदारातून बाहेर आले आणि गोठ्याच्या दारातून पळत पळत घरी आले. असं ते अगं- का गं करून कसे बोलू शकतात?''

सुनेच्या बोलण्यावर पूर्णपणे विश्वास ठेवावा की नाही, हे ठरवत बसण्यापेक्षा यावर आपण सुनेवर शंका घेत राहिलं तर आपल्या घराची अब्रू जाईल, हे लक्षात येऊन त्यांनी सबूरीच्या गोष्टी सांगितल्या. पण त्यांच्या मुलाला त्यातलं काही लक्षात आलं नाही. तो म्हणाला, ''तो रांडेचा असं म्हणाला? तू पुन्हा त्यांच्या घरी जाऊ नकोस.''

श्यामण्णा कल्लेशच्या घरी गेले तेव्हा कमलम्मा घरी होती. अजून अक्कम्मा देवळाहून परतली नव्हती. कल्लेशही घरात नव्हता. कुठेतरी बाहेर गेला होता. श्यामण्णानं कमलूला सांगितलं, ''माझी सून पाण्यासाठी तुला बोलवायला आली तर तुझा नवरा तिला अद्वातद्वा बोलला म्हणे! त्याच्यावर केस घालून मी त्याला शिक्षा करवू शकतो. म्हटलं जाऊ दे! पण यानंतर तू माझ्या घरी यायचं नाहीस, माझ्या सुनेलाही इकडे बोलवायचं नाहीस!'' आणि निघून गेले.

दोन दिवस कल्लेश गावी परतला नाही. तिसरे दिवशी तो रात्री दहा वाजता परतला. अक्कम्मानं चिंचेचा कोळ करून त्याच्याबरोबर जेवायला वाढलं, श्यामण्णानं काही दंगा केला काय, असं विचारताच तिनं सुनेला ऐकू येणार नाही, अशा हलक्या आवाजात सांगितलं आणि म्हणाली, ''त्यांनी हिला आपल्या घरी येऊ नको म्हणून सांगितलं. आपल्या घरच्या सुनेला त्यानं तसं का बोलावं?''

यावर कल्लेश म्हणाला, ''आपल्याला असल्या लोकांशी संबंधच नकोत. तिनं इकडं यायला नको आणि हिनं तिकडं जायला नको! जाऊ दे! अनायासे कटकट

गेली!"

"हेच चार वर्षांपूर्वी सांगितलं असतं, तर ती बया इकडे येऊन हिचे कान भरत या घराचं वातावरण बिघडवत राहिली नसती," अक्कम्मा म्हणाली.

श्यामण्णानंही काही फारसा आवाज केलेला नाही, याची खात्री झाल्यावर कल्लेशच्या मनाचं समाधान झालं. त्याच्या दृष्टीनं एका बाणात दोन कामं झाली होती, हे अक्कम्माला ठाऊक नव्हतं व त्याच्या बायकोलाही समजलं नव्हतं.

आता पुट्टगौरीचा काहीच संपर्क राहिला नाही. एक दिवस त्या दोघी पाण्याला गेलेल्या असताना विहिरीवर समोरासमोर आल्या. कमलूनं बोलायचा प्रयत्न केला तरी ती न बोलता तोंड फिरवून निघून गेली. असं वरचेवर घडलं, तेव्हा आपली मैत्री गमावल्याची तिची खात्री झाली. जवळची मैत्रीण गमावलेल्या दु:खाबरोबरच तिच्या मनात भीतीही होती. पण ती कुणापुढेही बोलून दाखवण्यासारखी नव्हती आणि न बोलता राहणंही तिला अशक्य होतं.

आठवडाभर असा काढल्यावर एक दिवस ती सकाळीच श्यामण्णाच्या घरी गेली. या वेळी घरात श्यामण्णा किंवा त्याचा मुलगा नंजुंडय्या घरात नसतात, हे तिला ठाऊक होतं. ती सरळ घरात शिरली आणि पुट्टगौरीच्या पुढ्यात उभी राहून म्हणाली, "हे तुला काहीतरी एखादा उणादुणा शब्द बोलले असतील! म्हणून आपली मैत्री अशी तुटायची काय?"

यावर काय बोलावं, हे पुट्टगौरीला क्षणभर सुचलं नाही; तरीही ती म्हणाली, "तेवढंच पुरे! यानंतर तूही नकोस आणि तुझ्या घरी येणंही नको! माझ्या सासऱ्यांना समजलं तर ते तुझा पाय मोडून ठेवतील! जा तू!"

"जाते, जाते! आधी माझे कुड्यांचे पैसे टाक!"

"कुठल्या कुड्या? आणि कसले पैसे?" पुट्टगौरीनं अज्ञान पांघरून विचारलं.

"असं काय म्हणतेस? वर्षापूर्वी माझ्या यजमानांनी मला मारलं होतं, त्या दिवशी मी तुला कुड्या दिल्या नव्हत्या काय? पाण्याला जाताना तुला कॉफीच्या बियाही दिल्या होत्या... सगळे मिळून तू मला किमान पंधरा रुपये तरी नको का द्यायला?"

"कमलम्मा! खोटंनाटं काहीतरी माझ्यावर लादायला लागलीस तर तुझ्या जिभेत किडे पडतील! जा म्हटलं ना... आमच्या घरात एक मिनिटभरही थांबायचं नाही... माझे सासरे येतीलच एवढ्यात!"

संतापानं कमलूच्या सर्वांगाला कंप सुटला. तिच्या तोंडून शब्द फुटेना. तिच्या त्या मोठ्या कुड्यांचे काही नाही तरी ऐंशी रुपये झाले असते! आता पंधरा रुपये द्यायलाही ही नकार देतेय! पैसे द्यायला लागू नयेत, म्हणून माझ्या नवऱ्यावर खोटे आरोप करून माझ्याशी बोलणं सोडलंय हिनं! असे हिला माझे पैसे पचू दिले तर

मी कसली हासनची, असा विचार करत असताना तिनं भोवताली नजर फिरवली. तिची नजर बाहेरच्या हातमोरीपाशी असलेल्या मोठ्या हंड्यापाशी गेली. आपण काय करतोय आणि याचा पुढे काय परिणाम होईल, याचा सारासार विचार करण्याइतकीही ती भानावर नव्हती. ती तरातरा तिकडे गेली. हंडा लवंडून रिकामा केला आणि उचलून घेत म्हणाली, "माझे पैसे दे आणि तुझा हा हंडा घेऊन जा!" आणि हंडा घेऊन चालू लागली.

आता पुट्टगौरी तरी कशी गप्प बसेल? तिनं गळा काढला, "अय्यय्यो! ए रांडे! घरात शिरून हंडा घेऊन जातेस?" तिनं अडवायचा प्रयत्न केला; पण कमलू तिच्यापेक्षा दणकट होती. तिनं पुट्टगौरीला ढकलून दिलं आणि बाहेर पडली. काजळी-माती न बघता तो डोक्यावर ठेवून ती धावत आपल्या घरी पळून आली. कल्लेशची बायको डोक्यावर हंडा घेऊन आपल्या घराकडे धावत गेल्याचं गल्लीतल्या चार-सहाजणांनी बघितलं. या घटनेत कुणालाच काही महत्त्वाचं वाटलं नाही.

ती घरी आली तेव्हा घरात नवरा नव्हता. तिनं हंडा स्वयंपाकघरात ठेवून पुढचा दरवाजा बंद करून घेतला. अक्कम्माला काहीच समजलं नाही. तिनं विचारलं, "काय गं हे? कुणाचा हंडा?" यावर कमलू काहीच बोलली नाही. काहीही सांगण्यासारखं नव्हतं. मनाशीच ती धुसफुसत होती, "...चोरटी मेली! हंडा न्यायला घरी तर येऊ दे! मग दाखवते हासनच्या लेकीचा इंगा!" अक्कम्माला बडबंड् ऐकू येत होती; पण संदर्भ लागत नव्हता.

अर्धा तास गेला असेल-नसेल; रस्त्यावर गडबड ऐकू आली. पाठोपाठ श्यामण्णाचा आवाज आला, "आमच्या घराचा हंडा चोरून आणतेस काय!" त्याच्याबरोबर वीस-पंचवीस माणसांचा घोळकाही होता. श्यामण्णानं घराचा दरवाजा वाजवला. कमलू, "दरवाजा नका उघडू... यांना येऊ द्या..." म्हणत असली तरी अक्कम्मानं पुढं होऊन दरवाजा उघडला.

घरासमोर माणसांची जत्राच उसळली होती. श्यामण्णा म्हणाला, "अक्कम्मा, तुझ्या सुनेनं आमच्या घरातला हंडा उचलून आणलाय! द्या आमचा आम्हाला!"

कमलू आतूनच ओरडून म्हणाली, "माझे पैसे देईपर्यंत मी देणार नाही!"

अक्कम्मा गोंधळून गेली. ती म्हणाली, "आमचा कल्लेश बाहेर गेलाय. असेल गावाबाहेरच्या पारावर... कुणीतरी त्याला बोलावून घेऊन या रे! घरचा यजमान आल्यावर काय करायचं ते करा..." लगोलग दोघे उत्साहानं धावले. थोड्याच वेळात कल्लेशला घेऊन आले. त्यांनीच त्याला त्याच्या बायकोच्या उद्योगाविषयी सांगितलं होतं; तरीही तो तसाच स्वयंपाकघरात गेला आणि त्यानं बायकोला विचारलं, "काय झालं?"

"त्या चोरटीनं माझे पैसे खाल्लेत!"

श्यामण्णानं विचारलं, "कुठले पैसे? तुझ्याकडे कुठून आले?"

"मा... माझे... माझ्या कुड्या आणि वरचे पंधरा रुपये!"

"कुठल्या कुड्या? आणि कुठले पैसे?"

"माझ्या... कुड्या मोडल्या होत्या... त्या दुरुस्त करवून आणून देते, असं सांगून तुमच्या सुनेनं घेतल्या होत्या..."

श्यामण्णा म्हणाले, "तुझ्या कुड्या मोडल्या असतील तर नवऱ्याला सांगून दुरुस्त करवून आणायच्या! तिच्या हातात का दिल्यास? आणि पंधरा रुपये कुठले?"

"माझ्याकडून... माझ्याकडून तिनं कॉफीच्या बिया मागून घेतल्या होत्या..."

श्यामणानं सगळ्या गर्दीलाच विचारलं, "ऐकलं की नाही सगळं? सगळी भानगड समजली की नाही?"

"त्यात काय न समजण्यासारखं आहे? माझे पैसे परत करायला नको, म्हणून माझा नवरा काय-काय बोलला असं खोटंच सांगून तिनं माझ्याशी बोलणं सोडलं. माझा नवरा काय म्हणाला? बोलवा तिलाच इथं! तिला तिच्या मुलांची शपथ घेऊन खरं काय ते सांगू द्या!"

"तू तर वांझोटी! तू कुणाची शपथ घेणारायस?" श्यामण्णानं विचारलं.

आता कल्लेशला सगळं प्रकरण लक्षात येऊ लागलं. प्रकरण शपथ घेण्यापर्यंत गेलं तर पुट्टगौरी खरं बोलेल, याचं त्याला भय वाटलं. अक्कम्माकडे वळून त्यानं विचारलं, "हंडा कुठं आहे?"

"स्वयंपाकघरात!"

कल्लेश काही न बोलता आत गेला आणि त्यानं हंडा उचलून श्यामण्णाच्या समोर ठेवला. पाठोपाठ कमलू, "माझे... पैसे... माझ्या कुड्या दिल्याशिवाय नाही द्यायचा हंडा..." म्हणत पुढे आली व अडवू लागली, तेव्हा तिला त्याने लाथेनं दूर केलं. तिला चांगलं बुकलून काढावं, असं वाटत होतं; पण श्यामण्णा तिथंच होता. त्याला हंडा देऊन, "झालं की नाही? निघा आता..." म्हटल्यावर तो निघून गेला. पाठोपाठ जमलेली गर्दीही विखुरली. पण एवढी चित्ताकर्षक घटना घडली असताना लगोलग निघून कसं जाणार? तिथून निघून गेले तरी घोळके करून करून ते पुढची आपसात चर्चा करू लागले. आतापर्यंत घरात असणारेही घराबाहेर येऊन त्या चर्चेत सामील होऊ लागले.

इकडे कल्लेशनं दरवाजा बंद केला आणि शेजारी पडलेला दोरखंडाचा तुकडा घेऊन चोरांकडून कबुलीजबाब घेताना पोलीस जसे मारहाण करतात, तसं तिला ठोकून काढू लागला. यात मध्ये पडलं तर आपल्यालाही फटके पडतील, हे अनुभवानं ठाऊक असल्यामुळे अक्कम्मा परसात जाऊन गोठ्यात बसली. दहा-

पंधरावेळा, ''कुड्यांच्या दुरुस्ती'' विषयी सांगितल्यावर तिच्या तोंडून गेलं, ''रंगमणीला द्यायला म्हणून ठेवले होते...''

'रंगमणी' ही कमलूची बहीण.

''पण हे पैसे आणलेस कुठून?'' आणखी दहा-बारावेळा रट्टे खाल्ल्यावर म्हणाली, ''तिला मी कॉफीच्या बिया नेऊन दिल्या होत्या... पाण्याला जाताना घागरीतून घेऊन जात होते...''

त्यानंतर कल्लेश भान हरपून मारत राहिला. तीही ''अय्यय्यो... मेले... मेले... जीव गेला माझा...'' म्हणून किंचाळत राहिली. विखुरलेली गर्दी मुकाट्यानं पुन्हा घरासमोर गोळा झाली. त्यांना फटक्यांचे आवाज, तिचं ओरडणं आणि शिव्याशाप आणि अधूनमधून कल्लेश वाहत असलेली शिव्यांची लाखोली ऐकू येत होती. दरवाजा तोडून मार कमी करावा म्हणून काही लांबच्या घरातले पुढे झाले. पण यात वेगळं काही नाही हे नेहमीचंच आहे, असं जवळ राहणाऱ्यांनी त्यांना पटवून दिलं.

शेवटी हातातली काठी तुटली म्हटल्यावर कल्लेशनं मारायचं थांबवलं. पण रडायची शक्ती कमी न झाल्यामुळे कमलूनं मात्र रडू थांबवलं नाही. बसलेल्या मारामुळे तिचे दंड, पाठ, कंबर, मांड्यांमधून रक्त येत होतं. कल्लेशनं आणलेल्या दोन्ही कुड्या काढून घेऊन पेटीत ठेवल्या, पेटीला कुलूप लावलं आणि चावी आपल्या करदोट्याला लावली. दरवाजा उघडून तो बाहेर आला तेव्हा दारात माणसांचा घोळका जमलेला दिसला. त्यांना, ''इकडं काय अस्वल नाचतंय? जा तुमच्या-तुमच्या घरी!'' असं झापलं. त्याच्या रागीट अवताराला घाबरून सगळे निघून गेले.

दोन तास पडून कमलू रडत-हुंदके देत होती. नंतर ती उठली. तिला पुन्हा एकदा सगळ्या प्रसंगाचं आकलन झालं. छिनाल... अवदसा... चोरटी... माझ्या पंधरा रुपयांच्या कुड्या चोरल्या त्या चोरल्या... पण माझंही चुकलंच. मी तिच्या घरातला हंडा उचलून आणायला नको होता. त्यामुळे सगळं प्रकरण बाहेर पडलं... म्हणून मला या रांडेच्याच हातचा एवढा मार खावा लागला... पण यावर आपणही गप्प बसता कामा नये. धडा शिकवायलाच पाहिजे... उगाच गप्प राहिलं तर याचा जोर आणखी वाढेल... आणखी बडवून काढेल...

३

त्या दिवशी बेगीनउरूच्या चेन्नीच्या घरी पडून राहिलेला कल्लेश दुसरे दिवशी गावाकडे निघाला. मळ्याच्या जवळून जाताना त्याला कुठून तरी दगड आलेला दिसला. वाकून बघत, "कुणा मसण्याचं काम ते?" म्हणून डाफरत त्यानंही डोकावून पाहिलं. पलीकडची माणसं पळून गेली. त्याला ओळख पटली. ती सगळी श्यामण्णाची कुळं होती.

कल्लेशला कळेना हा काय प्रकार आहे? त्याचं त्यापैकी कुणाशीच वैयक्तिक वैर नव्हतं. श्यामण्णाच्याच सांगण्यावरून ते दगड फेकताहेत, हे त्याच्या लक्षात आलं. या शानभोगाची बुद्धीच अशी आहे! स्वत: पुढं होऊन काही करायचं धाडस नाही. कुणाला तरी पुढं करूनच याचे उद्योग चालतात! जे करायचं ते स्वत: मागं राहून दुसऱ्याकडून करवून घ्यायचं. याच्या बापानंही तेव्हा आमच्या घरावर अशीच दगडफेक करवली होती. तेव्हा अप्पांनी दिवसाढवळ्या त्यांच्या घरी जाऊन त्यांच्या घराची कौलं फोडली होती. पण अप्पांसारखं आपल्याला करायला जमणार नाही, हे कल्लेशलाही ठाऊक होतं; पण श्यामण्णानं हे का केलं असेल? हिनं हंडा उचलून आणला म्हणून? पण तो तर मीच परत केलाय. त्याच्या सुनेबरोबर जे काही घडलंय ते त्याला समजायचं कारण नाही. समजलं तरी त्यावरून भांडायला आला, तर त्याच्याच घराण्याचा अपमान! म्हणून हा असले काही उद्योग करत असेल काय? होय... तसंच असणार. याच्या नादाला फारसं लागण्यात अर्थ नाही. आपलंही चुकलंच. पुट्टगौरीच्या नादाला लागलं नसतं तरी चाललं असतं; ती कुठे फार मोठी सुंदरी आहे म्हणा!

या विचारांच्या तंद्रीत तो घरी येऊन पोचला, तेव्हा घरात एक भलताच प्रसंग त्याची वाट पाहत होता.

अक्कम्मानं सांगितलं, "काल तू कुठं गेला होतास बाबा? ही बया, विहिरीत जीव देते-तुम्हा आजी-नातवाला फासावर लटकवते, म्हणून कालपासून धमकावतेय! काल रात्रभर माझ्या डोळ्याला डोळा लागला नाही. हिच्यावर लक्ष ठेवून बसलेय!"

कमलू अजूनही रागातच होती. त्यानं भडकून विचारलं, "कसली मस्ती आलीय भडवे?"

तिनं उत्तर दिलं, "तुझं थडगं बांधेन, मेल्या! तेव्हाच शांत होईन!"

त्यानं मनाला ताब्यात ठेवायचा प्रयत्न केला. पण तरीही, काल एवढं फोडून काढलं तरी या छिनालला अक्कल आली नाही... पाठोपाठ मागं एकदा तिनं विहिरीत उडी मारल्याचंही त्याला आठवलं. काहीतरी सुचून तो म्हणाला, "केवळ

तोंडानं बोलून काय करतेस? चल तू...'' म्हणत त्यानं तिचा दंड पकडून ओढत-फरपटत परसातल्या विहिरीपाशी नेलं. "अरे... काय करतोस... आपल्यावर येईल..." म्हणत मध्ये येणाऱ्या अक्कम्मालाही त्यानं बाजूला सारलं. विहिरीपाशी कमलूला नेऊन नव्या दोरखंडाचा फास तिच्या कमरेपाशी आवळला. तिचा आरडाओरडा सुरू असताना त्यानं पायाचा विहिरीच्या कट्ट्यापाशी रेटा दिला आणि तिला हळूहळू विहिरीत सोडायला सुरुवात केली. ती "अय्यय्यो..." म्हणून रडत असताना तो दोर खाली सोडू लागला. ती पाण्यापाशी आली. तिचे पाय, मांड्या, पोट, कंबर, छाती हळूहळू पाण्यात बुडू लागली. एकदा तिचं डोकं पूर्णपणे पाण्यात बुडवून बाहेर काढलं. आता मात्र ती घाबरून थरथरू लागली. तिचं ओरडणं थिजून गेलं. त्यानं वरून विचारलं, "मग? मरणार आहेस काय?"

ती रडत-भेकत म्हणाली, "नाही... नाही... हात जोडते... मला मरायचं नाही... मला वर काढा..."

तो आता कट्ट्याला दोन्ही पायांचा जोर लावून तिला वर खेचू लागला; पण एक-दोन क्षणातच त्याच्या लक्षात आलं हे ओझं आपल्याला एकट्याला ओढता येणार नाही! कुणाला तरी बोलवायला पाहिजे... पण बाहेरच्या कुणा पुरुषाला बोलवायचं म्हणजे गोंधळ होईल!

त्या क्षणी कुणीतरी बाहेरच्या दरवाज्यावर थाप मारल्याचा आवाज ऐकू आला. "दरवाजा उघडू नको..." असं तो अक्कम्माला सांगत असतानाच बाहेरून आवाज आला, "अक्कम्मा! कल्लेश! दरवाजा उघडा!"

तो आपल्या मुलाचा, कंठीचा आवाज असल्याची अक्कम्माला ओळख पटली. कंठीजोईस आत आल्यावर तिनं पुन्हा दरवाजा लावून घेतला. हातातल्या दोन मोठ्या जड पिशव्या खाली ठेवत ते मुलाची चौकशी करायच्या आधीच अक्कम्मानं सांगितलं, "आधी तिकडं चल... काही बोलू नकोस..."

कंठीजोईसांनी जाऊन पाहिलं, कल्लेश विहिरीपाशी कट्ट्याला पायानं जोर लावून उभा होता... अवाक्षरही न बोलता त्यांनी जवळ जाऊन परिस्थितीचा अंदाज घेतला. बाप-मुलानं सुनेला दोघांनी मिळून ओढून बाहेर काढलं. आता कमलूही काही बोलायच्या परिस्थितीत नव्हती. त्यामुळे तिनं काही दंगा केला नाही.

आता जोईसांनी संन्याशाप्रमाणे दाढी वाढवली होती. दोघांनीही एकमेकांची चौकशी केली. इतके दिवस ते काशीला असल्याचंही त्यांनी सांगितलं. "पण का गेला होतास?" या प्रश्नावर मात्र त्यांनी काहीच उत्तर दिलं नाही. इथे आपल्या माघारी काय झालं, तो माणूस, श्यामण्णा मेला की नाही, याची त्यांनी पंचक्रोशीत चौकशी केली होती आणि तो मेला नाही, याची खात्री करून घेतल्यानंतर ते घरी परतले

होते. तेवढ्यात अक्कम्मानं विचारलं, "दाढी का रे वाढवलीस? संन्यास घेतलास की काय?"

"छे ! नाही. कल्लेश, हजामाला बोलावून घे..." तो आल्यावर आधीसारखीच केसांची गाठ बांधण्यासारखे केस ठेवून बाकीचे केस काढले. पाहिलं तर बारा वर्षांत ते बारीक झाले नव्हते, केसही तसेच करडे-काळे होते, अंघोळ-संध्या-जप झाला. जप मात्र नवा होता. काशीत शिकलेला असावा.स्वयंपाक करून जेवायला वाढताना अक्कम्मानं विचारलं, "कंठी, तुला जाऊन बारा वर्षं होऊन गेलीत. खरंतर कुठल्या तरी देवळात आपली भेट व्हायला हवी होती. होय की नाही? काशीहून गंगा आणलीस की नाही?"

"आता ते सगळं जाऊ दे. आता गंगासमाराधना करायला पाहिजे."

"पण त्यासाठी किती खर्च आहे! गेलं वर्ष दुष्काळात गेलंय... काही पीक-पाणी नाही," कल्लेश म्हणाला.

"मी पैसे आणलेत! असा किती खर्च होणाराय?" कंठीजोईसांनी सांगितलं.

कंठीजोईस आल्याचं कळताच गावातले बरेचजण त्यांना भेटायला येऊन गेले. बारा वर्षं काशीत राहून आलेले जोईस महापंडित झाले आहेत, याविषयी गावकऱ्यांची खात्री पटली होती. काही ब्राह्मण वगळता बाकीचे सगळे त्यांच्या पायांना हात लावून नमस्कार करत होते. अशांना जोईसांनी एकेक काशीहून आणलेला काळा धागा दिला.

आठवड्याभरातच गंगासमाराधनेचा उत्सव थाटामाटात पार पडला. गावातल्यांपैकी श्यामण्णा किंवा त्याच्या घरातलं कुणीही गंगापूजनाला आलं नाही. मधल्या दिवसांमध्ये कंठीजोईसांनी गावभर फिरून गावातल्या सगळ्या बाबी समजावून घेतल्या होत्या. समाराधनेच्या रात्री परसातल्या विहिरीपाशी बसून त्यांनी मुलाला विचारलं, "श्यामण्णाच्या माणसांनी दगडफेक का केली?"

कल्लेशनं सांगितलं, "ही कानांतल्या कुड्या विकून माहेरी पैसे पाठवणार होती. तिला श्यामण्णाची सून मदत करत होती. मी तिला सांगितलं, असले उद्योग करायचे असतील तर आमच्या घरी यायचं नाही."

"हे बघ! मी तुझा बाप आहे... काशीला जाऊन विद्या घेऊन आलोय! मला सांग, खरंच तू तिला आमच्या घरी येऊ नकोस एवढंच म्हणालास, की आणखी काही झालं?"

"कुणी सांगितलं?"

"गावकरी वेगळंच बोलताहेत. त्यामुळे श्यामण्णाचा अपमान झाला. बोल, नेमकं काय झालं तेव्हा?"

कल्लेशानं मान खाली घातली. अर्थ स्पष्टच होता. नंतर म्हणाला, "तीच

कमलीला बिथरवत होती... मग काय करायचं?''

''काही बोलू नकोस! तुझं चुकलंच.''

कल्लेशला लाज वाटली. तरी स्वत:चं समर्थन करत तो म्हणाला, ''मी गावाकडून येत होतो, तेव्हा श्यामण्णानं गड्यांकरवी माझ्यावर दगडफेक केली. ते त्याचं करणं बरोबर म्हणायचं काय?''

''हलकट रांडेच्या! मागं त्यानं अशीच आपल्या घरावर दगडफेक केली होती. तेव्हा पुढचं सगळं प्रकरण झालं. कंठी मरूनच गेला असं वाटलं की काय त्याला? मी बघून घेतो त्याला!'' कंठीजोईस म्हणाले. प्रकरण म्हणजे काय, याविषयी मात्र ते काही बोलले नाहीत.

यानंतर दोन दिवसांनी शुक्रवार होता. नागलापूरचा बाजार. गावातली माणसं तिकडे गेली होती. दुपारी तीनच्यानंतर शानभोग श्यामण्णा आपल्या घरातून बाहेर पडले आणि निवांतपणे बाजाराच्या दिशेनं निघाले. पांढरं धोतर, पांढरा अंगरखा, खांद्यावर पांढरं उत्तरीय, कपाळावर नाम... ते शानभोगकीच्या थाटात चालले होते. त्यांची वाटच पाहत असलेले कंठीजोईस कुठून तरी येऊन त्यांच्यासमोर ठाकले. काळे आणि लाल कपडे घातलेल्या जोईसांच्या हातांत एक पुरचुंडी होती. त्यातून येणारी दुर्गंधी नाकाला झोंबणारी होती. ''माझ्या मुलावर दगडं टाकायला लावतोस होय रे रांडेच्या!'' म्हणत त्यांनी हातांतली पुरचुंडी श्यामण्णाच्या डोक्यावर उपडी केली.

वासावरूनच जवळपासच्या सगळ्यांना समजलं, ती मानवी विष्ठा होती. त्यांनी ती एवढ्या मोठ्या प्रमाणात कुठून मिळवली आणि ती एकत्रितपणे कुठे जमा केली, हे त्यांनी बारा वर्षं पुजलेल्या त्या काशीविश्वेश्वरालाच ठाऊक!

काही लक्षात यायच्या आतच श्यामण्णाचे शुभ्र कपडे मैल्यानं भरून गेले. डोक्यावरही मैला पडला होता. चारचौघांत श्यामण्णाचा भलताच अपमान झाला.

४

पुन्हा महिनाभर कंठीजोईस नागलापूरमध्ये नव्हते. ते कुठल्या गावाला गेले, हे कुणालाच ठाऊक नव्हतं. कल्लेशही आठवड्यातून दोन-तीनदा कुठल्या तरी गावाला जाऊन येत होता. गावात घडणाऱ्या घटना त्यांच्या कानांवर घालायला तो जात असतो, अशी काही जणांची भावना होती. तो रात्रीच्या वेळी जात असल्यामुळे कुणी त्याच्या मागोमाग जायचं धैर्य केलं नव्हतं. सकाळी तो माघारी परतायचा.

नाहीतरी बाकी तपशील घेऊन कुणाला काय करायचं होतं म्हणा! बारा वर्षांत कंठीजोईस म्हणजे एक 'पुराणपुरुष' होऊन गेले होते. गावी परतल्यावर आठवड्याच्या आत त्यांनी, याआधी कुणीही न केलेलं साहस करून दाखवलं होतं. त्या क्षणीच श्यामण्णा न्हाणीघराकडे धावत सुटला होता. हे दृश्य प्रत्यक्ष पाहणारे दहा-वीस लोकच होते. ते घराकडे पळाले तेव्हा तीन-चार जणांनीच त्यांना ओळखलं होतं. बाकी बऱ्याच जणांना स्वत: कंठीजोईसांनी ही बातमी विस्तारानं सांगितली होती.

श्यामण्णानंही विचार केला, या संदर्भात कंठीजोईसांवर केस करता येईल काय? पण प्रत्यक्ष घटनेचा साक्षीदार म्हणून कुणाला उभं करायचं? आपणच, "यानं मला असं-असं केलं..." म्हणून सांगायची त्याला लाज वाटली. कुणीच या घटनेची त्यांच्याशी प्रत्यक्ष चर्चा करायला आलं नव्हतं. आता आपणच ते सांगत फिरायचं, उठाव द्यायचा. तसंच मागं याच्यावर केस करायला जाऊन त्याच्या हातचा मार खाल्ल्याचंही आठवत होतं. तो रांडेच्या मरून गेलाय, असं वाटलं होतं. त्याच्या मुलाला कल्लेशलाही दूरच ठेवलं होतं. त्यामुळे कसलाही ताप नव्हता. आता म्हातारपणी उगाच कुठल्यातरी लफड्यात कशाला अडकायचं?

त्यांच्या मनात आणखीही एक मुद्दा सलत होता. कल्लेशही बापासारखाच खवीस आहे. आपला मुलगा नंजुंडा शेळपट आहे! कंठीजोईस गावी यायच्या कितीतरी आधी कल्लेशवर दगडफेक झाली होती. हे आले, कुणाशी काही बोलले नाहीत व जे करायचं ते करून टाकलं. आजही लोक त्यांना मानतात! तेव्हा जे काही करायचं ते विचारपूर्वकच करायला पाहिजे!

बारा

१

त्या वर्षी उशिरा पाऊस आला तरी नाचणीचं पीक काहीसं हाती आलं. युरोप खंडात त्यावेळी पेटलेल्या जर्मनी-इंग्लंडच्या युद्धानंही चांगलाच पेट घेतला होता. ब्रह्मदेशापर्यंत त्या वणव्याच्या झळा पोचल्या होत्या. सरकारनं याचा परिणाम म्हणून रेशन सुरू केल्याचं कानांवर येत होतं. तरी रेशन म्हणजे काय, हे कुणालाच ठाऊक नव्हतं. एकदा शेकदारांनी रेशन म्हणजे काय, ते समजावून सांगितलं. त्याचबरोबर त्यांनी पुढच्या खेपेला मोजणीबरोबरच पिकाचा अंदाजही कसा नोंदवायचा, हे सांगितलं. एका एकर जमिनीत सहा खंडी नाचणी येईल, असं वाटत असेल तर रुपया अशी नोंद करायची. चार खंडी येणार असेल तर बारा आणे, तीन खंडी येणार असेल तर आठ आणे, अशी नोंद करायची. नाचणी, भात किंवा जे पीक घ्यायचं असेल त्या पिकाची आणेवारी लिहून ठेवायची. सरकार सगळा हिशेब करेल, त्याच्या घरचा आणि शेताचा खर्च वजा करून बाकीचं सगळं पीक सरकारजमा करून घेईल.

यामुळे लिखापढी करणाऱ्या शानभोगांकडे काही अधिकार आले. नंजम्मा एक दिवस 'कुरबरहळ्ळी'ला जाऊन आली. तिनं हिशेबाची सगळी नवी हकिकत गुंडेगौडांना सांगितली. त्यांनी रागानंच विचारलं, "म्हणजे आम्ही कष्ट करून पिकवायचं आणि त्या चोरांना द्यायचं काय?"

नंजम्मानं सांगितलं, "तसा सरकारी कानून केलाय. तसं केलं नाही तर पोलीस येतील, म्हणतात." बाकी काही झालं तरी 'कुरुबरहळ्ळी'ला यातून वाचवायची नंजम्माची इच्छा होती. गावाचं नुकसान झालं तर तो गुंडेगौडा पटेलांचाच अपमान! ते तर गावाचे पालक. आपल्या लेकरांना त्रास झाला तर ते कसे सहन करतील?

त्यात या गावच्या सगळ्यांकडे मेंढरं होती. दर वर्षी मेढरं घेऊन दूर-दूर फिरणाऱ्या या धनगरांच्या शेतात साहजिकच जेमतेम सहा आणे पीक येत होतं. तिनं ठरवलं, इथे आपण अंदाजच कमी लिहायला पाहिजे. हे शानभोगांनीच लिहायचं असतं, असं अंमलदारांनीच सांगितलं होतं. गुंडेगौडांशी चर्चा करून नंजम्मा एका निर्णयापर्यंत आली. सामान्यत: सात-आठ आणे असंच तिनं लिहिलं. एकूण गावाचा खंड शंभर खंडी इतका लिहिला, बाकी खर्च लिहून सरकारी माणसं वसुलीला आली तर दहा-बारा खंडी द्यायचं.

त्या वर्षी तसंच चाललं. शंभर खंडीपैकी बारा खंडी देऊन चाळीस शेतकऱ्यांच्या वस्त्यांनी आपली सुटका करून घेतली. आधी या गावचे लोक महामुश्किलीनं शानभोगकीची पोटगी द्यायचे, ते आता खुशीनं घरटी दहा शेर नाचणीही देऊ लागले.

आहार-नियंत्रण कायद्यामुळे खरा फटका बसला तो 'रामसंद्र' आणि 'लिंगापूर'ला. पिकाचा अंदाज घालायचा, हे पटेल शिवेगौडा किंवा पटेल निंगप्पाला ठाऊक नव्हतं. नंजम्मानं मात्र विचार करून तसं लिहिलं होतं. दोघेही संकटात सापडले. दोन पोलिसांबरोबर शेकदार गावात आले. पोलीस कॉन्स्टेबलच्या आदेशानुसार पोलीसशिपाई घराघरांत शिरले. त्यांनी घराचा कानाकोपरा शोधला. घरातली गाडगी-मडकीही सोडली नाहीत. पिंप, गाडगी, पेवं खोलून त्यात बांबू तळापर्यंत घातला आणि घरात असलेल्या धान्याचा अंदाज काढला. दिलेल्या अंदाजापेक्षा जास्त धान्य असलं तर ते बाहेर काढायचं, एखाद्या गाठोड्यातून आणून महादेवाच्या देवळासमोरच्या पोत्यावर ओतायचं. काही ठिकाणी काहीतरी गडबड करून असलेल्या धान्यापेक्षा कमी आहे, असंही सांगितल्याचे प्रकार घडले. काही जणांना कमी पीक आलं असं सांगणं कमीपणाचं वाटे. त्यानंतर शेकदार हिशेब करणार. त्यामुळेही बरंच धान्य उचललं जाई. अशाप्रकारे एकाच दिवशी 'रामसंद्र' आणि 'लिंगापूर'मधून शंभर खंडी नाचणी घेऊन शेकदार निघून गेले. त्याची पावती दाखवून खात्री करून देऊन रयतांना त्याची किंमत मिळणार होती.

यानंतर पंधरा दिवस गेले असतील. शिवेगौडानं नंजम्माला निरोप पाठवला. पटेलांचा निरोप आल्यावर शानभोगानं जायलाच पाहिजे. शानभोगांचा निरोप आला तर पटेलानं गेलं पाहिजे, अशी खरी पद्धत होती. पण, इतक्या दिवसांत पटेल शिवेगौडानं निरोप पाठवायचा आणि चेन्निंगरायांनी जायचं, अशीच पद्धत पडली होती.

त्या दिवशी त्याप्रमाणे शिवेगौडानं नंजम्माला निरोप पाठवला. तिला राग आला; पण तिनं संयम बाळगला. शांतपणे निरोप पाठवला, "घाई असेल तर त्यांनाच यायला सांगा!"

थोड्याच वेळात पटेल आला. समोरच्या बाजूला असलेल्या ओट्यावर बसला. सुरुवातीला काय बोलावं ते समजलं नाही. नंतर त्यानं विषय काढला, "कुरुबरहळ्ळीत बारा खंडी धान्य घेऊन गेलेत म्हणून समजलं... आमच्या गावातून इतकं कसं घेऊन गेले?"

"मला काय ठाऊक, पटेल?"

"मला काय ठाऊक कसं म्हणतेस, नंजम्मा? तूच तर सगळं लिहितेस..."

"पटेल! हे तुमचं तू... तुझं म्हणून एकेरी बोलणं बरोबर नाही! मी काही तुमच्या दारात भीक मागायला आलेली नाही! थोडा मान राखून बोला." एवढं सांगून नंजम्मा स्वयंपाकघरात निघून गेली. शिवेगौडा तसेच उभे राहिले. ते म्हणाले, "चेन्निगरायांशी बोलायची तीच पद्धत होती... म्हणून तसा निरोप पाठवला... तसाच बोलत राहिलो."

"होय ना? मग त्यांनाच विचारा. माझ्याशी कशाला बोलायला आलात? मला ये म्हणून कुळवाड्याकडून निरोप पाठवलात! हीच काय तुमची पटेलकी?"

हे सगळंच अनपेक्षित होतं. त्याला कुणीतरी तोंडात भडकावून द्यावं, तसं झालं. आतापर्यंत कधीही या बाईबरोबर बोलायचा प्रसंग आला नव्हता. घरदार गमावल्यावर परसात भाजीपाला पिकवत कसंबसं जगणाऱ्या आणि शानभोगकी करणाऱ्या या क्षुद्र बाईचं बोलणं ऐकून त्याच्या जिवाची लाही-लाही झाली. त्यांनी विचारलं, "आपल्या गावाची नोंद करताना का कमी अंदाज लिहिला नाहीस?"

नंजम्मानं विचारलं, "हे विचारणारे तुम्ही कोण?"

शिवेगौडाला राग अनावर झाला. "बाईमाणूस शानभोगकीचा हिशेब कशी लिहू शकते, हे मी सरकारलाच विचारतो!" म्हणत तो निघून गेला. सगळ्या गावावर मर्दुमकी गाजवणाऱ्या शिवेगौडाला त्या क्षणी पराभवाचा अनुभव आला. इतके दिवस सगळे त्याचं बोलणं मुकाट्यानं ऐकून घेत होते. आज ही बाई "तुम्ही कोण?" असं विचारत होती! तो आपल्या मेहुण्याला घेऊन थेट 'तम्मनकेरे'ला जाऊन शेकदारांना भेटला. सरळच विचारलं, "बाई सरकारी हिशेब लिहू शकते काय? मला तक्रार करायचीय!"

या प्रश्नाचा सगळा संदर्भ शेकदारांना ठाऊक होता. त्यांना या गावी बदलून येऊन सहाच महिने झाले असले, तरी मागच्यांनी त्यांना सगळी पार्श्वभूमी समजावून सांगितली होती. त्यांनी सावकाश, हुशारीनं शिवेगौडाची चूक त्याच्या तोंडूनच वदवून घेतली. शानभोगांनी जास्त लिहिलं तर फायदा मिळेल, असं त्यांना वाटलं होतं. कमी लिहून फायदा नव्हता. त्यामुळे शेकदार तसं का सांगतील? त्यांनी सांगितलं, "हे पाहा शिवेगौडा, तसं लिहिलं तर काही उपयोग होणार नाही. डेप्युटी कमिशनरांनाही हे ठाऊक आहे. संपूर्ण जिल्ह्यात एवढं व्यवस्थित कुणीच लिहीत

नाही, असं त्यांचंही मत आहे. त्या अम्मानीच लिहावं, असा साहेबांचा आदेश आहे आणि दुसरं म्हणजे, बायकांनी सरकारी हिशेब लिहू नये, असा कुठलाही कायदा नाही.''

चेहरा पाडून शिवेगौडा आपल्या मेहुण्यासहित गावाकडे वळला. वाटेत शिवेगौडानं आपल्या मेहुण्याला विचारलं, ''तो रांडेच्या गावाकडे येतो तेव्हा ही रांड त्याला गरम-गरम उप्पीट-कॉफी करून देते! म्हणून बघितलं की नाही, तो कसा तिचीच बाजू घेत होता ते!''

यावर तो मेहुणा म्हणाला, ''फक्त उप्पीट-कॉफीनं काय होतंय? तो येईल तेव्हा हिनं त्याच्यासाठी पदरही पसरला असेल!''

''तसंच असेल! छिनाल रांड! छिनाल रांड!'' असं दोनदा म्हटल्यावर शिवेगौडाला थोडं समाधान वाटलं. पण गावात आल्यावर हेच आणखी कुणापुढे बोलायचं त्याला धाडस झालं नाही. सगळी हकिकत ऐकली तेव्हा नंजम्माला किळसच आली. हा केवळ पटेलकीचा दर्प नव्हता. त्याच्या सावकारीची हकिकत सगळ्या गावाला ठाऊक होती. परस्पर व्यवहार करून काशीमबड्डीच्या सहकार्यानं गावकऱ्यांच्या जमिनी बळकावायची त्याची करामत सगळे जाणून होते. मिळालेल्या पैशांतही आपला वाटा काढून घेऊन त्यानंतर काशीमबड्डी सगळे पैसे आपल्या देशाला केरळला पाठवून द्यायचा म्हणे. सुरुवातीला सगळा व्यवहार सोनं-चांदी-तांबं-पितळ यांवरच चालायचा. हे सगळं गमावल्यावर ती माणसं आपल्या जमिनीवरही त्याच्याकडून पैसे काढायचे. पण जमिनीचा व्यवहार शिवेगौडाच्या नावावर होत होता. तीन महिन्यांचं काशीमबड्डीचं व्याज तर ते आधीच कापून घेत होते. म्हणजे एक हजार रुपयातले आठशे रुपयेच देत होते. त्यानंतर उरलेल्या रकमेवर शेकडा बाराप्रमाणे व्याज आकारलं जात होतं. यावर दुष्काळ पडला की पैसे परत करायला उशीर होई. त्यामुळे वाढेल ते व्याज वेगळंच. त्यामुळे शिवेगौडा प्रमाणापेक्षा जास्त वाढत होता. गावात त्याचा दबदबा प्रमाणापेक्षा जास्त वाढत होता.

हे सगळं नंजम्मालाही ठाऊक होतं; पण जेव्हा तो आपला रुबाब तिच्यापुढे दाखवायला आला तेव्हा तिनं आपलाही मान कायम राखला होता. त्याला तिनं योग्य ते उत्तर देऊन पाठवलं होतं. आहार-इलाख्याकडून शेकदारांनीही त्याला योग्य ते उत्तर देऊन गप्प बसवलं होतं. हे समजल्यावर तर तिला आणखी समाधान वाटलं आणि ती गप्प बसली.

२

पाऊस येऊन पीक चांगलं आलं तरी धान्याच्या वाढलेल्या किमती कमी झाल्या नाहीत. शानभोगांचं कामही वाढलं होतं. पीकपाण्याच्या नोंदीबरोबर आहारनियंत्रणामुळे नोंदींची कामंही वाढली होती. सरकारनं शानभोगांना वार्षिक पोटगीबरोबर प्रत्यक्ष भत्ताही द्यायला सुरुवात केली. त्यामुळं नंजम्माला तिच्या एकशेवीस रुपये पोटगीवर शंभर रुपये भत्ता मिळत होता. वर कामाचं प्रमाण वाढल्यामुळे तिला अजिबात सवड मिळत नव्हती.

त्यामुळे पार्वती घरातली सगळी कामं करून उरलेल्या वेळात परसातल्या भाजीपाल्याला पाणी घालत होती, गुंडेगौडांच्या घरातून आणलेल्या गाईचा चारापाणी बघायची जबाबदारीही तीच पाहत होती. रामण्णाचा अभ्यासही वाढला होता. तो आता हायस्कूलमध्ये जात होता. वर्गात त्याचा पहिला नंबर असायचा. नव्या वह्यांवर नीट रेषा आखण्यापासून न चुकता हिशेब लिहिण्यापर्यंत तो सगळं चोख करू लागला होता. नंजम्माच्या हिशेबातही तो लक्ष घालत होता आणि झालेल्या किरकोळ चुका शोधून सुधारून देत होता. एकदा शेकदारांनीही त्याला बोलावून त्याच्याकडून आपल्या एका पुस्तकाची नक्कल करून घेतली होती. आपल्या मुलाचं कौतुक बघून नंजम्माचा ऊर भरून येत होता. पुढे रामण्णानं शानभोगकी करायला मात्र तिचा विरोध होता. हायस्कूल संपवून त्यानं किमान शेकदारकी करावी, अशी तिची इच्छा होती. त्यात तिला काही कठीण दिसत नव्हतं. रामण्णाला एवढी बुद्धी आहे! का नाही जमणार?

विश्व कन्नड तिसरीत शिकत होता. त्याच्याइतका धीट मुलगा सगळ्या गावात नव्हता. तळ्यात पोहायला गेला तर मोठ्यांसारखा पोहत होता. एकटाच स्मशानात जाऊन येत होता. मधमाशांची पोळी शोधून त्यातला मध गाळून घेऊन येत होता. त्याच्या बोलण्याची पद्धत, वागण्यातला थाट सगळ्याच बाबतीत कंठीजोईसांची आठवण करून देत होता. अलीकडे त्याची मादेवय्यांबरोबर अधिक ओळख वाढली होती. ते छान गाणी म्हणतात, एकतारी छान वाजवतात, दिमडी वाजवतात याचं त्याला अप्रूप वाटत होतं. तो तासन्तास ते ऐकत राहायचा.

एकंदरीत पाहता नंजम्माच्या संसारात खायला-प्यायला कसलीच कमतरता नव्हती. आहाराचा खर्च वाढला असला, तरी तिची आवकही वाढली होती. आता घरात सगळ्यांना कपड्याचे दोन-दोन जोड होते. थंडीच्या दिवसांत पांघरायला 'कुरुबरहळ्ळी'च्या लोकांनी चार कांबळी दिली होती. खायला-प्यायला असल्यामुळे मुलांच्या चेहऱ्यावर तेज येऊ लागलं होतं.

आता पार्वती तेरा वर्षांची होत आली होती. मध्ये दोन वर्षांच्या दुष्काळात उपासमार झाली नसती तर एव्हाना ती वयात आली असती. पोटाला काही नसताना ती काडीसारखी झाली होती, पण आता दोन्ही वेळेला पोटभर अन्न मिळायला लागल्यावर रसरशीत झाली होती. अजून तिचं लग्न झालं नव्हतं. लग्नाच्या आधीच जर तिची पाळी आली तर काय करायचं, ही आता नंजम्माच्या मनातली चिंता होती, आणि लग्न म्हणजे काय पोरखेळ आहे? कितीही साधेपणानं केलं तरी सात-आठशे रुपये तरी नकोत काय? शिवाय पुढं होऊन मुलगा शोधण्यापासून अक्षता टाकेपर्यंतची सगळी जबाबदारी घेणारा समर्थ पुरुष पाहिजे! या बाबतीत आपल्या नवऱ्याची कितपत मदत होणार, हे ती जाणून होती. देव यातून कसा मार्ग काढेल, याची काळजी तिला तिन्हीत्रिकाळ छळत होती.

तिपटूरजवळच्या 'तिरुमगोंड' गावात एक लग्नाचा मुलगा आहे, असं कुणीतरी सांगितलं होतं. तिनं चेन्निंगरायांना जाऊन बघून यायला सांगितलं. सोबत गावात नव्यानं आलेल्या मास्तरांना, व्यंकटेश्वरांनाही तिनं पाठवलं.

दुसरे दिवशी दोघंही परतले. आल्या-आल्या मास्तरांनी सांगितलं, "नंजम्मा, या शानभोगांना सोबत घेऊन गेलं तर लग्न ठरवणं अवघड आहे! आम्ही त्या घरी जाऊन मुलाची पत्रिका मागितली. मुलीची पत्रिका त्यांनी आधी मागितली. तशी आम्ही दिली. त्यांनी जेवायला बसा म्हटलं. मी म्हटलं, मुलगी द्यायला आलोय; दैवयोगानं लग्न ठरलं तर कन्यादान होईपर्यंत आम्ही तुमच्या घरी पाणीही प्यायचं नसतं! पण शानभोग मात्र काहीच ऐकायला तयार नव्हते. मी किती सांगितलं तरी अंगरखा काढून, हात-पाय धुवून जेवायला बसलेच! मी मात्र जेवलो नाही. जेवण झाल्यावर मुलाचे वडील बाहेर येऊन मला म्हणाले, मुलीचे वडील आमच्या घरात जेवले! आता लग्नाचा विषय पुढे नेण्यात अर्थ नाही... तुम्हाला शास्त्र माहीत आहे!"

मास्तरांचं बोलणं ऐकून नंजम्माला वाईट वाटलं आणि त्याचबरोबर नवऱ्याचा रागही आला. चटईवर लोळत पडलेल्या नवऱ्याला तिनं विचारलं, "मास्तरांनी सगळं सांगितलं. का तसे वागलात?"

यावर पतीमहाशय रागानं उद्गारले, "भूक लागली असताना मी आणखी काय करायचं?" यावर बोलण्यात काही अर्थ नाही, हे लक्षात येऊन नंजम्मा गप्प बसली. पुढे काय करायचं, या लेकराचं लग्न कसं होणार, या काळजीत ती बुडून गेली.

त्यातच, त्याच रात्री पार्वती मोठी झाली! ते अपेक्षितच असलं तरी आता नंजम्माच्या छातीची धडधड वाढली. आता या मुलीशी कोण लग्न करणार? तिपटूरसारख्या मोठ्या गावात मुली वयात आल्यानंतरच लग्न करतात म्हणे! पण त्या मोठ्या घरच्या गोष्टी! आपण गरीब आणि खेडवळ माणसं. किती केलं तरी

ही गोष्ट या कानाची त्या कानाला कळता कामा नये. आधीच गावकऱ्यांनी आपल्या घरावर आणि मुलांवर बहिष्कार घातला आहे. कशीबशी पैशाची व्यवस्था केली तरी ही माणसं लग्नात आडकाठी घातल्याशिवाय राहणार नाहीत. ही बातमी समजली तर गावकरी दंगा करतील. ही बातमी चारचौघांत पसरली तर मुलीला बघायला गावात कुणी आलं तर कान भरून लग्न होणार नाही, असं पाहतील.

हे सगळं डोळ्यांसमोरून तरळून गेलं. नंजम्मा बधिर झाल्यासारखी कितीतरी वेळ बसून राहिली. चेन्निगराय मात्र सुखानं ढारढूर झोपी गेले होते. या संदर्भात त्यांच्याशी काही बोलण्यात अर्थ नाही. पार्वतीची बातमीही यांना सांगण्यात अर्थ नाही. तिनं ठरवलं ही बातमी कुणालाच सांगायची नाही. तिनं पार्वतीला आपल्या शेजारी झोपवून घेतलं. सकाळी तिला काही कामं करू दिली नाहीत. पोटदुखीचं निमित्त सांगून तिला एका बाजूला झोपून राहायला सांगितलं. रामण्णाला हे समजलं. शहाणा मुलगा. हे कुणालाही सांगायचं नाही, एवढी त्याला समजूत होती. विश्व तसा अजाण मुलगा. तिनं ही गोष्ट त्याला आणि चेन्निगरायांना सांगितली नाही. पार्वतीही निमूटपणे पडून राहिली. चेन्निगरायांना मुलांची तशी कधीच काळजी नसल्यामुळे त्यांनीही काही विचारलं नाही.

अलीकडे नंजम्मानं घरात काही देवांचे पट लावले होते. तसंच, एक शाळिग्रामही देवघरात ठेवून जमेल तेवढं सोवळंओवळं पाळत होती. आपल्या पाळीच्या दिवसांतही त्या बाजूला जायचं टाळत होती. आता तिनं डोक्यावरून अंघोळ केली आणि तो शाळिग्राम एका पितळेच्या छोट्या डब्यात बंद करून उंचावर ठेवून दिला. आता ती निर्धास्त झाली. किती केलं तरी शाळिग्राम कडक दैवत!

रामण्णा एकटाच 'कंबनकेरे'ला जायचा. त्याच्याबरोबर नंजम्मानं निरोप पाठवला. तसंच स्वत: 'कुरुबरहळ्ळी'ला जाऊन खोबरं घेऊन आली. पार्वतीला तिनं खोबरं गूळ खाऊ घातला. आता लोण्याचा दर दहा आणे शेर इतका वाढला होता. रामण्णा चोरून लोणी आणून देत होता. नंजम्मा लेकीला चोरून तूप खाऊ घालत होती. या काळात तिला योग्य ते खायला मिळालं नाही तर उद्या मुलं-बाळं व्हायची, तेव्हा तिच्या तब्येतीची काय गत, हा विचार तिला छळत होता.

शेजारपाजाऱ्यांना काहीही कळू न देता नंजम्मानं कसेबसे पाच महिने काढले. पण पार्वतीच्या चेहऱ्याकडे पाहिलं की कुणालाही ती मोठी झाल्याचं समजत होतं. आईसारखी उंच सडपातळ शरीरयष्टी, तिला साजेसा रुंद बांधा. गरिबी असली तरी आठवड्यातून एकदा तीळ-खोबरं-गूळ खाऊ घालत होती. आठवड्यातून एकदा केसांना तेल-शिकेकाई घालून न्हाऊ घालत होती. चेहऱ्याचा आणि शरीराचा रंग खुलत होता. हे लेकीचं रूप एकीकडे तिला आनंद देत असलं, तरी दुसरीकडे तिची काळजी वाढवत होतं. हिचं रूप पाहून तिला कुठलाही डाग पडू न देता त्याला

सांभाळायची काळजी वाटत होती.

पार्वती अत्यंत समंजस मुलगी. आईची काळजी तिला संपूर्ण समजली नसली तरी आपण जपून राहायला पाहिजे, हे तिला समजत होतं. आपलं लग्न व्हायला पाहिजे, तरच आपल्या आईची समस्या संपेल. पूर्वी लग्नाच्या आधी मुलीची पाळी आली असं समजलं तर मुलीला सासरचे सोडून टाकत, हे तिलाही ठाऊक होतं. काहीतरी करून आपली आई आपलं लग्न लावून देईल; पण नवरा कसला मिळेल? वडिलांसारखा? मामा कल्लेशसारखा? की काका अप्पण्णय्यासारखा? रेवणशेट्टी? शिवेगौडा? या गावातल्या कुणासारखाही आपला नवरा असायला नको, असं तिला वाटत होतं. आपण अम्माला, "असला नवरा पाहिजे... असला नको" असं सांगूही! पण आपल्याला हवा तसा नवरा आणून द्यायची शक्ती आपल्या आईकडे नाही, हेही तिला समजत होतं. आपण जन्मलोच नसतो तर किती बरं झालं असतं! आता तरी काय बिघडलं? आपण मरून गेलो तर बरं होईल; असं क्षणभर वाटून गेलं तरी, "तसं झालं तर अम्माला किती वाईट वाटेल, असं वाटून तो विचार मागं जाई. कसाही नवरा मिळाला तरी संसार केलाच पाहिजे. कुणास ठाऊक! आपलं नशीब चांगलं असेल तर आपल्याला चांगला नवरा मिळेलही.

हे मास्तर बायकोला कधी मारत नाहीत, शिव्या देत नाहीत. तंबाखू, दारू तपकीर यांसारखं कशाचंही व्यसन नाही. तोंडात वाईट शब्दच नाहीत. तसं कुणीतरी भेटलं तर ठीक आहे. मनात असे कितीतरी विचार येऊन गेले तरी ती त्यांचा उच्चार करत नव्हती.

एका संध्याकाळी चेन्निंगराय बायकोला म्हणाले, "पार्वती विटाळशी झालीय काय?"

हे ऐकताच पार्वती आणि नंजम्मा गडबडून गेल्या; तरीही नंजम्मा रागावून म्हणाली, "काय बोलताय? तुमचं डोकं ठिकाणावर आहे की नाही? कोण म्हणालं तसं?"

"तुझी मुलगी कधीच बाहेर येत नाही, सतत घरात असते, विटाळशी झालीय काय, असं अण्णाजोईसांनी विचारलं."

"मग तुम्ही काय सांगितलं?"

"म्हटलं, मला ठाऊक नाही."

"झालेली नाही, असं सांगायला तुम्हाला काय झालं होतं?"

"मला काय ठाऊक?"

"यानंतर कुणी विचारलं तर नाही म्हणून सांगा!" नंजम्मानं समजुतीनं सांगितलं. तिथंच तो विषय थांबला. पण नंजम्माच्या लक्षात आलं, गावातल्या ब्राह्मणांना शंका यायला लागली आहे! यानंतर हे गावापासून फार दिवस लपवून ठेवणं शक्य नाही.

वेलीवरची कळी उमलल्याचं कितीही लपवून ठेवलं तरी सुगंध कसा लपेल? तसंच वयात येणाऱ्या मुलीचंही होतं.

३

याच्या दुसरे दिवशीच त्यांच्या घरासमोर एक सवारीची गाडी येऊन उभी राहिली. कासरा ओढून गाडी थांबवायच्या आधीच मागच्या बाजूनं एक उंच-भक्कम व्यक्ती खाली उतरली. कपाळावर त्रिपुंड्र, गळ्यात माळा अशा वेशातल्या त्या व्यक्तीला याआधी पार्वतीनं पाहिलं नव्हतं. पाठोपाठ अक्कम्माही उतरली. तिला इकडे येऊन चार वर्षं झाली होती. पार्वतीनं तिला ओळखलं. ती "अम्मा! अक्कम्मा आलीय..." म्हणाली तेव्हा आतून नंजम्मा धावत बाहेर आली. बाहेर येऊन पाहिलं तर समोर तिचे वडील उभे होते. ते म्हणाले, "नंजा! किती बारीक झालीस! आणि ही? तेव्हा जन्मलेली होती तीच ना?"

पार्वती आणि इतर भावंडांनी आपल्या आजोबांच्या विविध कथा ऐकल्या होत्या. आता त्यांना पाहायलाही मिळालं. अक्कम्मानं नातवंडांसाठी कडबोळी, चिवडे आणि बरंच काही-काही खायला आणलं होतं. आजोबांनी नातवंडांसाठी कपडे आणले होते. एकूणच आजोबा-नातवंडांची भेट अतिशय आनंदाची झाली.

नंजम्मानं विचारलं, "अप्पा! तुम्हाला जाऊन बारा संपून तेरावं वर्ष सुरू आहे ना? इतक्या वर्षांत कधीच आमची आठवण झाली नाही? कधी येऊन भेटावंसं वाटलं नाही?"

"काशीला गेलो होतो... सोबत गंगाही घेऊन आलोय."

"ते ठीकाय; पण इतकी वर्षं का राहिला तिथं?" या प्रश्नाचं मात्र त्यांनी उत्तर दिलं नाही. ते गुळमुळीत म्हणाले, "काय नाही... जावंसं वाटलं... गेलो झालं! माझं काय... कुठं असलो म्हणून काय झालं?"

अक्कम्मा आपल्या नातीला गावातल्या आणि घरातल्या सगळ्या बातम्या सांगत होती. कंठीजोईस गावातल्या जुन्या ओळखीच्या घरांमध्ये जाऊन आपले बारा वर्षांचे अनुभव सांगून आले. मग हळूहळू अक्कम्मानं आपण आलेल्या कामाचा विषय काढला.

"त्या हडळीच्या पोटाला तर मुलं व्हायचं लक्षण दिसत नाही. तिच्या लग्नाला सोळा वर्षं झाली की! तिची ती लायकीच नाही! तिची पाळी थांबली तर आम्हाला कोण पिंड देणार? कल्लेशचं दुसरं लग्न करायचा निर्णय घेतलाय."

“त्यासाठी कल्लेशण्णा तयार झालाय?”

“होय. तयार न होऊन काय करेल? त्यानंच आम्हा दोघांना गाडी करून पाठवून दिलंय.”

“बरं... यावर मी काय बोलू? मला काय समजतंय?”

“पार्वतीला दे. एका दिवसात लग्न उरकून टाकू या.” हे अक्कम्मानं सांगितलं तेव्हा पार्वती समोरच होती. क्षणभर तिला आजीच्या बोलण्याचा अर्थच समजला नाही. अक्कम्माच पुढं म्हणाली, “कंठीनं काशीहून येताना तीन हजार रुपये आणि सोन्याच्या तीन अंगठ्या आणल्या आहेत. ते सगळं आपल्या पार्वतीलाच मिळेल. सुखात राहील ती!”

“अक्कम्मा! काय हे बोलणं तुझं? पार्वतीचं वय काय आणि कल्लेशण्णाचं वय किती? शिवाय तो तिचा मामा आहे, ही त्याची भाची. त्याला योग्य वेळी मुलगा झाला असता तर हिला त्याला देता आलं असतं.”

“मुलगा झाला असता तर यानं पुन्हा लग्नाचा विचार कशाला केला असता? आणि कितीतरी घरांत मामाला मुलगी देतातच की! वय काही फार नाही त्याचं... छत्तीस-सदतीस वर्षांचा असेल.”

“पण वहिनी गप्प बसेल काय?”

“न बसून कुणाला सांगते? हिला एकदा मूल झालं की हिची पादपूजा करत राहील ती! नको असेल तर जुनं लुगडं नेसून जाईल, तिच्या बापाच्या घरी!”

आता यावर काय सांगायचं, हे नंजम्माला कळेनासं झालं. अक्कम्माच म्हणाली, “तुला तर माहीतच आहे, आपल्या गावात खायला-प्यायला काहीही कमी नाही. कल्लेशनं जमीनही विकत घेतली आहे. कंठीचं तर मी काही सांगायलाच नको. पैसेही घेऊन आलाय तो. पाहिजे तर त्याही पैशाचं तो सोनं घेऊन हिच्याच अंगावर घालेल! ही त्याचीच नात, त्याची सून होईल. हिच्या पोटात कल्लेशची मुलं झाली तर मलाही जीव शांत झाल्यासारखं वाटेल. मी तुझ्या आईच्या जागी उभी राहून तुझं सगळं करत आले; यानंतरही करत राहीन. माझं एवढंच मागणं आहे. तुझी मुलगी कल्लेशला दे.”

नंजम्मा निरुत्तर झाली तरी तिचं अंतर्मन या संबंधाला नकार देत होतं. ती त्यावेळी काही बोलली नाही. रात्री जेवायच्या वेळी कंठीजोईसांनी तिच्यापुढे विषय काढला, तेव्हा चेन्निंगरायही होते. त्यांना सासऱ्याची भीती होती. शिवलिंगे गौडाच्या हातून त्यांनीच शानभोगकी काढून दिली होती. अक्कम्मा बोलली होती तेच सगळं बोलून ते जावयाकडे वळून म्हणले, “काय म्हणतोस चिन्नय्या? तीन सोन्याच्या आंगठ्या आणि वर तीन हजार रुपये तुझ्या मुलीचे होतील. तू तरी आणखी कुठे मुलगा शोधून मुलीचं लग्न करणार आहेस? मुकाट्यानं हो म्हण.”

यावर चेन्निंगराय तरी नकार कशाला देतील? त्यामुळे तोंडातली तंबाखू न सांडता ते उद्गारले, "हूं... हूं... माझं काही नाही... हिलाच विचारा!"

"तुझ्या नवऱ्याला मान्य आहे. तू काय म्हणतेस नंजा?"

आताही नंजम्माला काय बोलावं ते समजलं नाही. ती म्हणाली, "रात्र झालीय... उद्या विचार करून बोलू या."

"यात कसला विचार करायचा? आपण ठरवल्यावर गावी जाऊन मी सगळं पक्कं करतो. आठ दिवसांत लग्न लावून मोकळं करतो!" कंठीजोईसांनी सोक्षमोक्ष लावल्याच्या सुरात सांगितलं.

"नाही तरी तुम्ही आहातच ना चार दिवस? नंतर बोलू या."

"राहायला वेळ नाहीये. सगळं लग्नाचं सामानसुमान खरेदी करायला पाहिजे. तू काहीही करू नकोस," अक्कम्मा म्हणाली.

अक्कम्माला उप्पिट-फळं आणि इतरांचं जेवण झाल्यावर सगळे झोपले. चेन्निंगराय घोरू लागले. अक्कम्मा, मुलं, कठीजोईस सगळे झोपले. नंजम्माला मात्र झोप लागली नाही. काय करावं ते सुचत नव्हतं. काही विचारविनिमय न करता हे तर निर्णय घेऊन मोकळे झाल्यासारखं बोलताहेत!

ते म्हणताहेत तेही खोटं नाही. नागलापूरमध्ये खायला-प्यायला काही कमी नाही. सगळ्याची रेलचेल आहे. वर्षभर पुरेल एवढं धान्य घरात सतत भरलेलं असतं; शिवाय हिला तीन हजार देताहेत. तीन हजार म्हणजे काही कमी रक्कम नाही! एका वेळी एवढे पैसे आपण हातात धरणं दूरच, डोळ्यांनीही पाहिलं नाही. आपली मुलगी इतकी वर्षं कशी जगतेय! पोटाला मिळालं तर मिळालं, अंगाला कधी नवा-चांगला कपडा लागलेला नाही!

काही वेळ तिचं मनही याच विचारांत गढून गेलं होतं; पण तरीही दुसरेपणावर, तेही आपल्याच भावाला, मुलगी कशी द्यायची? या प्रश्नाला मात्र उत्तर मिळत नव्हतं. कल्लेशण्णा आपल्यापेक्षा सात वर्षांनी मोठा आहे. पार्वतीमध्ये आणि त्याच्यामध्ये सत्तावीस वर्षांचं अंतर. तशी तीस-पस्तीस वर्षांचं अंतर असणारी जोडपीही तिनं पाहिली होती. मुलं झाली नाहीत म्हणून दुसरी-तिसरी बायको करणं, हेही काही वेगळं नव्हतं. तशी जनरीतच होती.

पण कल्लेशण्णाला मुलं का झाली नाहीत? त्याच्या बाहेरख्यालीपणामुळे तर नसेल? की तिच्यात काही दोष असेल? काही का असेना, माझी मुलगी सुखात असली पाहिजे.

मनात हा मुद्दा स्पष्ट झाल्यावर तिनं ठरवलं, उद्या अक्कम्मा आणि अप्पांना स्पष्टच सांगायला पाहिजे. अशा परिस्थितीत कुणाशी विचारविनिमय करायचा? तिन्हीत्रिकाळ केवळ खाण्याचाच विचार करणाऱ्या मुलीच्या बापाला काय विचारायचं?

मुलांच्या लग्नाच्या संदर्भात आई-वडील दोघांनी मिळून विचार करायला पाहिजे. इथं तर तसं करण्यात काहीच अर्थ नाही. तिला मादेवय्यांची आठवण झाली. त्यांच्याशी विचारविनिमय करणं योग्य ठरेल, असा विचार करून ती हळूच उठली. अंधारात घराबाहेर आली. हलकेच दार लावून घेताना तिच्या पाठोपाठ उठून आलेल्या पार्वतीकडे लक्ष गेलं. तिला आश्चर्य वाटलं नाही. तिला आवाज न करता यायला सांगून दार लोटून घेऊन ती निघाली. पाठोपाठ पार्वतीही आली.

दोघी देवळापाशी आल्या. मादेवय्यांना जागं केलं. त्यांनी दिवा लावून त्या दोघींना बसायला सांगितलं. मादेवय्यांनी विचारलं, "काय अव्वा? मामाशी लग्न लावून द्यायला नको वाटतंय काय?"

"पण तुम्हाला हे कसं ठाऊक?" नंजम्मानं विचारलं.

"संध्याकाळी तुमचे अप्पाजी इथे आले होते. मला सगळं सांगितलं त्यांनी. तू काय विचार केलायस?"

"मला काही समजत नाही. म्हणून तर इथे आले."

एवढ्यात रामण्णाही तिथे आला. नंजम्मानं विचारलं, "का रे? तू का आलास दार उघडं टाकून?"

"बाहेरून कडी घालून आलोय. मलाही झोप लागली नव्हती. तुम्ही इथे आलात, हे कळलं म्हणून आलो."

मादेवय्यानं त्याला विचारलं, "मग? तुझं काय म्हणणं आहे, तुझ्या अक्काच्या लग्नाविषयी?"

"नको द्यायला त्या घरी!" रामण्णा पट्कन म्हणाला. आपण उद्धटासारखे बोललो की काय, असं वाटून त्यानं आवरतं घेतलं.

मादेवय्या म्हणाले, "हे बघ! उगाच मुलीला कुठंतरी द्यायचं म्हणून देऊन टाकू नकोस. मला तर वाटतंय, असं कुठंतरी देण्यापेक्षा व्यवस्थित नोकरी असलेल्या एखाद्या सभ्य घरातल्या मुलाला मुलगी दे. बाकी गोष्टी महत्त्वाच्या नाहीत."

मादेवय्या पार्वतीच्या मनातलंच बोलत होते. त्यांचं बोलणं नंजम्मालाही पटत होतं; पण तिनं मनातली भीतीही हलक्या आवाजात सांगितली, "मुलीचं वय पाहता ती लग्नाआधीच वयात आली तर काय गत?"

"तो काही मोठा प्रश्न नाही. मोठ्या गावात अशा मुलींची लग्नं सर्रास होतात. एखादा शहरात राहणारा मुलगा बघून दे. लग्नासाठी पाच-सहाशे रुपये गोळा करणं शानभोगकीमध्ये अशक्य नाही. तो खर्च वाचवायला मुलीचं कुणाशी तरी मनाविरुद्ध लग्न लावून देणं बरोबर नाही."

"पण शहरातला नोकरदार करायचा म्हटलं तर फार 'वरदक्षिणा' मागतात म्हणे! या मुलीचं लग्न म्हणजे जिवाला घोरच आहे!"

"नंजम्मा! त्याची तरी कशाला काळजी करायची? पार्वताक्कालाही शाळेला घातलं तर तीही शिकेल. नंतर एखाद्या शाळेत मास्तरीण होऊन नोकरी करेल. लग्न काय, नंतरही होईल!"

नंजम्मा घाबरी झाली. ते म्हणाले, "पाहिजे तर वेंकटेश मास्तरांनाही विचारू या." त्याप्रमाणे रामण्णानं मास्तरांना बोलावून आणलं. थोड्याच वेळात मास्तर आले. पार्वती तिथल्याच एका खांबाच्या मागं आडोशाला बसली. नंजम्मानं सगळी हकिकत सांगितल्यावर मास्तर म्हणाले, "मादेवय्या म्हणतात ते खरंय. मुलगी वयात येणं, हा काही अलीकडच्या काळात मोठा प्रश्न नाही. या विषयावर कुणीच बोलत नाहीत. तुम्ही अजिबात घाबरू नका. हवं तर तुमच्या मुलीसाठी मी मुलगा बघतो. कुणीतरी नोकरदार मिळायला काहीच अडचण येणार नाही. शाळेतल्या मास्तरांना पगार कमी असतील; पण महिन्याला नक्की चार पैसे मिळतात. तुम्ही लग्नासाठी पैशाची जोडणी करायला सुरुवात करा. पाच-सहाशे रुपये असतील तरी पुरेसे आहेत."

"मास्तर, बाकी काही नसलं तरी जोडी चांगली पाहिजे. एकमेकाला साजेसे पाहिजेत. पगार कमी असला, तरी चालेल. माझी मुलगी काही आळशी नाही. तिला पत्रावळी लावता येतात. घरात बसल्या-बसल्या काही नाही म्हटलं, तरी महिन्याला पंधरा-वीस रुपये सहज मिळवेल ती."

"ते मलाही ठाऊक आहेच ना! 'पार्वत्यम्मा'चा हात धरणाऱ्यानं मागच्या जन्मी पुण्यच केलेलं असलं पाहिजे."

एकंदरीत माहेरी मुलगी द्यायची नाही, हे तर ठरलं. "मुलगी नाही म्हणते, मी काय करू, ऋणानुबंध नाही... असं काहीतरी सांगून विषय संपवा. उगाचंच फार स्पष्ट शब्दांत, मुलगी देणार नाही... वगैरे म्हणून तोडून टाकू नका..." मास्तरांनी समजावलं. तिघंही आवाज न करता मुकाट्यानं घराचा दरवाजा उघडून घरात शिरले आणि पूर्ववत झोपी गेले.

सकाळी उठल्या-उठल्या कंठीजोईसांनी गडबड करत सांगितलं, "नंजा, आठ दिवसांनी एक मुहूर्त आहे. लग्न इकडे करायचं की तिकडे?"

"अप्पा, एकदा लग्न करून घेणाऱ्या मुलीला विचारू या. त्यानंतर जे ठरवायचं ते ठरवू या."

"यात तिला काय विचारायचंय? तुझ्या लग्नाच्या वेळी मी कुठं तुला विचारलं होतं? काय गं पोरी! ये इकडे!" कंठीजोईसांनी पार्वतीला बोलावलं. विचारलं, "हं सांग! काय म्हणतेस तू?"

पार्वती काही बोलली नाही. त्यांनी पुन्हा विचारलं तेव्हा ती म्हणाली, "मला नाही करायचं..."

"का? काय झालं?"

"मला नाही करायचं... नको आजोबा..." म्हणत ती स्वयंपाकघरात निघून गेली.

"काय हे नंजा! काय म्हणतेय ही?"

"तिच्या मनात नसेल तर राहू दे की अप्पा!"

कंठीजोईसांना राग आला. ते स्वयंपाकघरात जाऊन पार्वतीला विचारू लागले, "का नको म्हणतेस?"

"नको. मला नाही करायचं..." ती पुन्हा म्हणाली. ते भडकले. त्यांनी तिच्या तोंडात लगावली. याआधी पार्वतीला तिच्या अम्मानंही कधी पाच बोटं लावली नव्हती. आवाज ऐकताच नंजम्मा आत धावली. म्हणाली, "अप्पा, तिला का मारताय? मनात येईल तसंच व्हायला पाहिजे, असा तुमचा हट्ट! पण त्याआधी थोडा मागचा-पुढचा विचार केलात काय? माझं आणि 'कलेशण्णा'चं लग्न करताना तरी थोडा विचार केला होता काय? तेव्हाच मुलीच्या स्वभावाचा आणि गुणांचा विचार केला असतात, तर त्यालाही चांगली बायको मिळाली असती. त्याचाही संसार चांगला झाला असता अन् माझाही..."

"का? आता तरी काय झालंय?"

"काय व्हायचं राहिलंय? उरलीसुरली जमीन गमावून तुमच्या जावयानं संसार या पातळीवर आणलाय. मी कष्ट केले नाहीत तर माझी मुलं उपाशीपोटी मरतील."

"याच कारणासाठी कल्लेशला दे म्हटलं ना... तिकडं भरपूर खायला-प्यायला आहे."

"असू दे... माझी मुलगी नाही म्हणतेय, तर मी देणार नाही... त्याच्यासाठी तुम्ही दुसरी मुलगी शोधा हवं तर."

"असं असेल तर यानंतर तू माझी मुलगी नाहीस आणि मी तुझा बाप नाही! भांचोद..." म्हणत कंठीजोईस बाहेर आले आणि, "चल अक्कम्मा... या असल्या कृतघ्न लोकांच्या घरी थेंबभर पाणीही पिता कामा नये..." म्हणत कपडे व सामान गोळा करून घरापुढे उभ्या असलेल्या गाडीत जाऊन बसले. आपण ज्यासाठी आलो होतो ते काम झालं नाही, म्हणून अक्कम्मालाही राग आला होता. तीही आपलं लुगड्याचं बोचकं घेऊन गाडीत जाऊन बसली. नंजम्मानं बाहेर येऊन म्हटलं, "ऋणानुबंध नाही म्हटल्यावर रागावून निघून चाललात?"

यावर अक्कम्मा म्हणाली, "तुला तळहातावरच्या फोडासारखं जपलं-वाढवलं! तुझी बाळंतपणं केली! चांगलाच मान राखलास गं बाई माझे!" नंजम्मा कंठीजोईसांना सांगायला गेली तेव्हा ते पुन्हा, "माझ्याशी बोलू नको म्हटलं ना? तू माझी मुलगी नाहीस... मी तुझा बाप नाही!" म्हणत जायला निघाले. नंजम्मा पुढं काहीच बोलली नाही.

४

आठ दिवस झाले होते. एका उतरत्या दुपारी नंजम्मा जात्यावर नाचणी दळत बसली होती. पार्वती तिला मदत करत होती. घरात आणखी कुणीच नव्हतं. कुणीतरी घरात आल्यासारखं वाटलं. नंजम्मानं मान वळून पाहिलं. ती नरसी होती. याआधी नरसी कधीच या घरी आली नव्हती. तिच्या दुकानासमोरून जातानाही कधीच नंजम्मा आपण होऊन तिच्याशी बोलत नव्हती. तिनं काही विचारलं, तर ही फक्त "हूं..." "उंहूं..." एवढंच उत्तर देत होती. पण आता ती आपण होऊन घरी आली आहे, तिच्याशी न बोलून कसं चालेल? ते योग्य ठरणार नाही; शिवाय आपलं काही तिच्याशी भांडण नाही. पण तिच्यावर विश्वास ठेवावा, अशी ती व्यक्ती नाही. तरीही काहीतरी महत्त्वाचं काम असलं पाहिजे... नाहीतर ती घरापर्यंत आली नसती.

"नरसी! ये... ये... बैस," नंजम्मा म्हणाली. पार्वती मात्र उठून स्वयंपाकघरात निघून गेली.

नरसी बसली आणि म्हणाली, "अम्मा! एक गोष्ट सांगायची होती, म्हणून आले."

"काय?"

"तुमच्या 'पार्वत्यम्मा'ला तुमच्या भावाला द्यायचा विचार चाललाय म्हणे... खरंय?"

"तुला कुणी सांगितलं?"

"शिंगेनहळ्ळीमध्ये आमचे नातेवाईक आहेत... त्यांना त्यांच्या नागलापूरच्या नातेवाइकांनी सांगितलं म्हणे. नागलापूरला तसं लोक बोलताहेत."

या संदर्भातला सगळा तपशील तिला सांगणं योग्य न वाटून ती म्हणाली, "ते काही खरं नाहीये."

"आजोबा आणि आजी तुमच्याकडे याच कामासाठी आले होते... ते समजलं तेव्हाच मला वाटलं होतं, हे होऊ नये म्हणून... मी असं म्हणत होते म्हणून कुणाला सांगू नका हं! तुम्ही भाऊ-बहीण चांगले राहिलात तर मला काही पोटदुखी नाहीये; पण त्यांना मुलगी देऊ नका! त्या घरी मुलगी देण्यापेक्षा परसातल्या विहिरीत ढकलून द्या!"

यावर नंजम्मा प्रश्नार्थक पाहत राहिली. नंतर तिनं विचारलं, "अजूनही कल्लेशण्णा तुझ्याकडे येतोय काय?"

"नाही. चार वर्षं झाली. मीच बंद केलंय. एक सांगते. त्या माणसाची नियत

बरोबर नाही. रांडेकडे येतानाही नियत नीट नसते याची...''

''पार्वती स्वयंपाकघरात आहे... तिच्यासमोर असले विषय बोलू नयेत... जाऊ दे नरसम्मा! कशाला पाहिजेत ते विषय आता?''

''नंजम्मा! माझा तर बोलून-चालून व्यवसाय आहे... शंभर माणसं येतात-जातात. पण तुम्हीच सांगा, रात्री झोपलेले असताना माझे दुकानातले पैसे चोरणं बरोबर आहे काय?''

नंजम्माला सगळंच अवघड वाटत होतं. शेवटी नरसम्माच म्हणाली, ''माझं चुकलं, मी तुमच्यासारख्यांच्या घरी यायला नको होतं. पण काय करू? राहावलं नाही बघा! म्हणून आले... निघते मी...'' आणि निघून गेली.

ती निघून गेल्यावर पार्वती बाहेर आली. पुन्हा नंजम्माला जातं ओढू लागली. दोघींच्या मनातल्या विचारांची दिशा एकच होती. यात नरसीला काही सांगितलं नाही हे चांगलंच झालं, असं दोघींनाही वाटत होतं; पण कुणीच हे बोलून दाखवलं नाही.

५

पण आता वेळ न घालवता, शक्य तितक्या लवकर लेकीचं लग्न करून टाकायचा नंजम्मानं निश्चय केला. त्याचबरोबर लग्न ठरताच पैशाची कमतरता भासता कामा नये, याचीही तिला काळजी वाटली. आता ती दररोज पैसे आले, की त्यातले काही पैसे बाजूला काढून ठेवू लागली. त्या पैशांतून तिनं 'कुरुबरहळ्ळी'तून नाचणी आणायचं बंद केलं. जास्तीचे दर वर्षाला शंभर रुपये येत होते. एकूण अडीचशे रुपये हाती येणार, याची खात्री होती. पण यजमान मधल्यामध्ये जाऊन काहीतरी गोंधळ करणारच नाहीत, याची मात्र तिला खात्री नव्हती. एकदा गुंडेगौडांची भेट होताच तिनं आणखी सहाजणांच्या नावांनी पावत्या लिहून घेऊन त्याचाही बंदोबस्त करून ठेवला. पण सुरुवातीला चेन्निगरायांनी याला विरोध केला. तिनं समजावलं, ''गौडा! मला माझ्या मुलीचं लग्न करायचं आहे.'' मग मात्र गुंडेगौडांनी त्यांना दम भरला, ''ए चिन्नय्या! मुकाट्यानं सही करतोस की नाही? की दाखवू माझा इंगा!''

त्यानं तक्रार केली, ''का हो? तुम्ही तिला मिळून मला पैसाही मिळणार नाही, याची व्यवस्था करताय? मी शानभोग आहे. मी सही करणार नाही म्हटलं तर काय कराल?''

''सही नाही करणार? तसं सांग. मग आमच्या गावात तू कसं पाय ठेवतोस

ते मी बघून घेतो!'' लाल डोळे वटारून गुंडेगौडांनी एवढं सांगताच चेन्निंगरायांनी मुकाट्यानं ते सांगतील तिकडे सही केली; पण त्यांच्या मनातला संताप शांत झाला नाही. शिव्यांची लाखोली पुटपुटत ते घराबाहेर पडले.

नंजम्मा म्हणाली, ''चला! अडीचशे रुपयांची तयारी झाली. लग्न म्हटलं की पाच-सहाशे रुपये तरी गरजेचे आहेत. आता पुढं काय करायचं, हे मला समजत नाही. काय करावं ते तुम्हीच सांगा.''

''उत्तम लक्ष्मीसारखं आहे तुझं लेकरू! आमच्या जातीतली असती तर मागणी घालून, सगळा खर्च करून, मुलीला चार वजनदार डाग घालून कुणीही घेऊन गेलं असतं. खराब जात आहे तुमची!''

''कशी का असेना, त्या जातीत जन्म घेतलाय म्हटल्यावर जातीसारखंच वागायला पाहिजे की नाही?''

''तू कसलीही काळजी करू नकोस. मुलगा बघून लग्नाचं पक्कं कर. गावाकडे येशील तेव्हा लग्नाला पुरेल एवढा तांदूळ आणि डाळ देईन. या दिवसांत काही नाही म्हटलं तरी तीनशे रुपये लागतील वरती. एकूण पाचशे रुपये लागतील ना? मी करतो व्यवस्था.''

पैशाची व्यवस्था झाल्यावर नंजम्माच्या जिवात जीव आला. आता काहीतरी करून शक्य तितक्या लवकर नवरा मुलगा शोधायलाच पाहिजे, असा तिनं निश्चय केला. गुंडेगौडांही त्यांच्या देवाला नवस बोलले.''तुझी मुलगी म्हणजे चोख सोनं आहे... तिला उत्तमच नवरा भेटेल, काळजी करू नको...'' असा आशीर्वादही दिला. मुलगा शोधायचं काम कल्लेशण्णावर सोपवायचा आधी नंजम्माचा विचार होता; पण आता ते शक्य नव्हतं. आता कुणातरी पुरुष माणसाला मध्ये घेणं आवश्यक होतं. नाहीतर जबाबदारीनं पुढचं काम होणं शक्य नाही, हे तिला समजत होतं. नंजम्मानं सगळा भार वेंकटेश मास्तरांवर घालत सांगितलं, ''कन्यादानाचं सगळं पुण्य तुम्हालाच मिळेल; तुम्हीच काहीतरी मार्ग काढायला पाहिजे.''

मास्तरही त्याप्रमाणे गावी जाऊन आले. अरसीकेरेच्या एका भारी जमीनदाराच्या दुसऱ्या मुलांचं स्थळ समजलं. त्यांनी ''मुलीला घेऊन या...'' म्हणून सांगितलं. मास्तर घरी येऊन म्हणाले, ''मी काही नक्की सांगितलेलं नाही त्यांना. एवढे श्रीमंत लोक! लगेच मुलीला घेऊन या म्हणताहेत! त्याअर्थी काहीतरी खोट असल्यासारखी दिसते. नीट चौकशी केल्याशिवाय पुढे जाण्यात अर्थ नाही.''

''बरोबर आहे तुमचं! मुलगी देताना काळजी घ्यायलाच पाहिजे. आपल्याला आपल्यासारखंच घर बघू या. इतकं श्रीमंताचं स्थळ बघायलाच नको!'' नंजम्माही म्हणाली.

असेच चार महिने शोध घेतल्यावर एक स्थळ पाहण्यात आलं. शानभोगकी

करताना नंजम्माला ओळखणाऱ्या 'तिमलानरसिंगपूर'च्या द्यावरसय्यांनी स्थळ आणलं होतं. त्यांच्या बायकोकडून काहीतरी नातं लागत होतं. सूर्यनारायण नाव त्याचं. एसएसएलसी म्हणजे मॅट्रिक होऊन हायस्कूलमध्ये मास्तर म्हणून काम करत होता. तीन वर्षांपूर्वी लग्न झालं होतं; पण मुलीला जन्म देऊन बायको मरण पावली होती. मुलाला आई-वडील नव्हते. आता मुलीचं तोच लालनपालन करत होता. शाळेत जातानाही तो मुलीला सोबत घेऊन जात होता. मुलगा देखणा होता. साठ रुपये पगार होता. "सोन्यासारखा स्वभाव आहे... आता मागं-पुढं बघू नकोस... तुझी मुलगी सुखात राहील. त्या लेकरालाही तुझ्या मुलीनं आपलं मानलं पाहिजे, एवढीच त्यांची अट आहे..." असंही द्यावरसय्यांनी आपल्या मुलाकडून सांगून पाठवलं होतं. वयामुळे अलीकडे त्यांना स्वतःला चालत यायला जमत नव्हतं.

द्यावरसय्यांच्या विवेकीपणाविषयी नंजम्माला आणखी कुणी सांगायची गरज नव्हती. अशांच्या बोलण्यावर विश्वास ठेवायचा नाही तर कुणाच्या बोलण्यावर ठेवायचा?

नंजम्मानं विचारलं, "तुम्ही मुलाला पाहिलंय काय?"

"ते ठाऊक नाही. आमच्या आईच्या माहेरच्या खूप लांबच्या नात्यांतले आहेत म्हणे. हायस्कूलमध्ये मास्तर आहेत. तुम्ही सांगितलंत तर मुलगी बघायला ते येतील."

नंजम्मानं वेंकटेश मास्तरांना विचारलं. ते द्यावरसय्यांच्या मुलाबरोबर त्या गावी जाऊन सगळी चौकशी करून आले. त्यांनी सांगितलं, "अहो, तो माझ्या ओळखीचाच आहे. पगार आणायला तालुक्याच्या ऑफिसमध्ये कितीतरी वेळा आम्ही एकमेकांशी भेटून बोललोय. खूपच चांगला माणूस आहे. बिचाऱ्याची बायको गेल्याचं मला ठाऊक नव्हतं. बिजवराचा डाग लागलाय; पण तेवढं सोडलं तर आणखी काहीही खोट शोधूनही सापडणार नाही.

नंजम्मानं पार्वतीला विचारलं, "बाळा, तू काय म्हणतेस?"

ती म्हणाली, "अम्मा, तुला पसंत असेल तर माझी काहीही हरकत नाही."

नंजम्मानं नवऱ्याच्या हाती पार्वतीची कुंडली 'तिमलापूर'ला पाठवून दिली.

यानंतर पंधरा दिवसांनंतर एका सकाळी सूर्यनारायण, द्यावरसय्या आणि त्यांची बायको मुलगी बघायला आले. मुलगा पंचवीस-सव्वीस वर्षांचा असल्याचं चेहऱ्यावरूनच समजत होतं. स्वभाव गंभीर व मितभाषी असावा. तीन वर्षांची मुलगी. ती वडिलांना सोडायलाच तयार नव्हती; तेवढ्यात मास्तर आले. ते सूर्यनारायणपेक्षा बरेच मोठे होते. त्या दोघांच्या बऱ्याच गप्पा चालल्या. दुपारी खिरीचं जेवण करून निघायच्या वेळेपर्यंत त्या छोट्या मुलीला नंजम्माचा बराच लळा लागला होता. तिला कडेवर घेऊनच ती वावरत होती. नंतर पार्वतीबरोबरही तिची सलगी वाढली. ती पार्वतीच्या मागं-मागं फिरू लागली.

निघताना सूर्यनारायण म्हणाला, "आजपर्यंत ही कुणाच्याच इतकी जवळ गेली नव्हती. इथं आल्यावर अर्ध्या तासात तिची एवढी सलगी झालीय! मुलगी तर बघून झालीय. ही माझी पत्रिका. तुम्हाला कुणाला दाखवायची असेल तर दाखवून घ्या. याआधी पत्रिका जुळण्याआधी पाहिलं तर हिचं कुणाशीच जुळत नव्हतं. या लग्नाला माझ्याकडून काहीही हरकत नाही. तुम्हाला माझ्याविषयी द्यावरसय्यांकडून समजेल. मलाही त्यांनी तुमच्याविषयी सांगितलं आहे. तुम्हाला आणखी कुणाकडे चौकशी करायची असेल तर करून घ्या. जर तुमचीही काही हरकत नसेल तर एखादा बरा दिवस बघून या आणि सार-भात-खीर करून लग्न लावून द्या. माझ्या मुलीला तुमच्या मुलीनं आपलीच मुलगी मानायला पाहिजे, ही माझी अट एव्हाना तुम्हालाही ठाऊक आहेच."

वेंकटेश मास्तरांना पत्रिका जुजबी बघायला जमत होतं. द्यावरसय्यांनाही थोडीफार माहिती होती. दोघांनीही गुणाकार करून पाहिलं. गण-गोत्र-नाडी जमलं. सत्तावीस गुण जमले. सगळं उत्तम जमतंय याविषयी दोघांचंही एकमत झालं. नंतर ते सूर्यनारायणाला आपल्या घरी घेऊन गेले. द्यावरसय्यांनी नंतर चेन्निंगरायांना विचारलं, "तुमचं काय म्हणणं आहे?"

ते म्हणाले, "मला काय ठाऊक? ही मला विचारून काही करते काय?"

"असं कसं? तुम्ही यजमान आहात!"

"एवढं सगळं तीच बोलतेय! मग पुढचं पण सगळं तिलाच विचारून करा. मला कशाला मध्ये घेताय?"

"तुम्ही असं म्हणून कसं चालेल?"

आता मात्र स्वतःला सावरून शानभोग म्हणाले, "पोटगीचे पैसे बाजूला काढून ठेवले आहेत... त्यात लग्न बसेल असं वाटतंय... पण सगळे पैसे संपले तर..."

यावर नंजम्मा काही बोलली नाही. दोघांच्याही स्वभावाचा अंदाज असल्यामुळे द्यावरसय्यांनीही विषय तिथेच थांबवला. वेंकटेश मास्तरांनी मादेवय्यांना बोलावून त्यांनाही नवरा मुलगा दाखवला. त्यांनाही तो आवडला.

लग्न ठरलं. लग्नाचा दिवसही ठरला. उगाच वेळ काढण्यापेक्षा महिन्याच्या आत लग्न करायचं ठरलं. नारायण मास्तरांनी स्पष्टच सांगितलं, "जास्तीचा काहीही खर्च करायला जाऊ नका. जे लागेल ते मी घेऊन येतो. वरपूजेसाठी धोतरजोडी, तांब्याचं फुलपात्र-पळी, आणखी काहीही नको!" असं सूर्यनारायणनं स्वतःच सांगितलं. नंतर नंजम्मा आणि चेन्निंगरायांना नमस्कार करून त्यानं मुलीला उचलून घेतलं आणि निघून गेला. पाठोपाठ द्यावरसय्या, त्यांचा मुलगा आणि बायकोही जायला निघाले. वेंकटेश मास्तर आणि मादेवय्या त्यांना गावाच्या वेशीपर्यंत जाऊन पोचवून आले.

६

लग्न ठरलं. लग्न-साखरपुडा होऊन लग्न पार पाडण्यासाठी पुरोहित पाहिजे. गावातल्या दोन्ही पुरोहितांनी तर बहिष्कार घातला होता. वडिलांची मदत घ्यायची म्हटलं तर ते रागावून निघून गेले होते. गावातल्या पुरोहितांना डावलून लग्नाचा घाट घातला तर हे स्थानिक पुरोहित काही ना काही अडचण आणू शकतात. नवऱ्या मुलाला बहिष्काराची गोष्ट सांगतील. आणखीही काहीतरी अडथळा आणतील. नवरा मुलगा आता तरी विचारी वाटतोय. पण अशा बाबतीत कोण कसं वागेल, हे सांगता येत नाही. आतापर्यंत गावातल्या दोन्ही पुरोहितांबरोबर वागताना तिला काही अडचण आली नव्हती. बहिष्काराची फारशी झळ लागली नव्हती; कारण जमिनीच्या नोंदणीसाठी गावातले कितीतरी लोक तिच्याकडे येऊन नम्रपणे वागत होते. विशेष सन्मान दाखवत होते. दोन्ही जोईस स्वत: तिच्या दाराशी येत नसले तरी आपल्या रयतांकरवी ते संपर्क साधून निरोप पाठवत होते. गावाची खरी 'शानभोग नंजम्मा'च आहे, हे त्यांना माहीत नव्हतं असं नाही. आता अशा परिस्थितीत आपण त्यांच्या घरी जायचं की कसं, याचा विचार करून तिनं शेवटी कुळवाड्याला त्यांच्याकडे पाठवलं. निरोप पाठवला, ''अय्याशास्त्री आणि अण्णाजोईसांना बोलावलंय म्हणून सांग.''

हे फारच झालं! शृंगेरी मठाचे ते प्रतिनिधी असल्यामुळे गरिबांनी आणि श्रीमंतांनी त्यांच्या दाराशी जाऊन जमिनीला हात लावून नमस्कार करायची पद्धत. ते कुळवाड्याच्या निरोपावर येतील की नाही, याविषयी तिच्या मनात आशंका होती. जर ते नाही आले तर पुढे काय करायचं, हा तिच्यापुढचा प्रश्न होता.

पण आक्रीत घडलं. पुढच्या दहा मिनिटांतच अय्याशास्त्री आणि त्यानंतर पाच मिनिटांत अण्णाजोईस कुळवाड्यासोबत घरी आले. नंजम्मानं दोघांनाही चटई अंथरून बसायला सांगितलं. खुशालीच्या गप्पा झाल्यावर ते म्हणाले, ''मुलीचं लग्न ठरलं म्हणून समजलं. खूप छान झालं.''

''होय. तरी बाकीची कामं आहेतच की! पत्रिका बघून चांगला दिवस आणि मुहूर्त शोधायला पाहिजे. माझे वडील काशीला जाऊन आलेत हे तुम्हालाही ठाऊक आहेच म्हणा! त्यांना सांगितलं तर लगोलग घोड्यावरून धावत येतील. पण गावातले तुम्ही दोन पुरोहित असताना त्यांना बोलावून घेणं मला योग्य वाटत नाही. म्हणून तुम्हाला निरोप पाठवलाय. तुम्ही जसं सांगाल तसं करेन.''

''छे: छे:! त्यांनी कशाला यायला पाहिजे? आपल्या गावातलं लग्न लावून देणं, हे आमचं कर्तव्य आहे! पत्रिका द्या बघू...'' अय्याशास्त्री लगेच म्हणाले. या

गावात कंठीजोईसांना पाय रोवायला देण्यात या दोघांचाही तोटा होता. शिवाय त्यांचा संतापी स्वभाव! आतापर्यंत पंचक्रोशीत त्यांचंच राज्य होतं. गेली बारा वर्षं तर त्यांना अडवणारं कुणीच नव्हतं. आता त्यांनी दोन्ही पत्रिका बघून त्या उत्तम जुळत असल्याचं सांगितलं. नंतर हेही सांगितलं, "कसलीही काळजी करू नका! मुलाकडचे पुरोहित आले नाहीत, तरी आम्ही दोघं मिळून सगळं कार्य निर्विघ्नपणे पार पडेल याची काळजी घेऊ."

नंजम्माच पुढं म्हणाली, "त्याच वेळी आमच्या रामण्णाच्या गळ्यात जानवं घालायचं म्हणते."

"त्यात काय! तेही तेव्हाच करता येईल!" ते म्हणाले.

हे सगळं प्रकरण एवढ्या सुलभपणे मार्गी लागेल, असं नंजम्मालाही वाटलं नव्हतं. यानंतर बाकी लग्नाची तयारी करायची होती. भरपूर कामं होतं. ती दुसरे दिवशी 'कुरुबरहळ्ळी'ला जाऊन गुंडेगौडांना भेटली. घडलं ते सगळं तिनं त्यांच्या कानांवर घातलं. त्यांच्याकडच्या हिशेबाचे एकशे सत्तर रुपये होते. शंभर रुपये त्यांनी आगावू दिले. "आणखी तीनशे रुपये चार दिवसांत आणून देतो, सगळ्यांना जमतील तेवढे नारळ आणून द्यायला सांगतो..." त्यांनी विचारलं "दीडशे नारळ पुरतील काय?"

"होय. भरपूर होतील."

"तिपटूरला कधी जायचं ठरेल ते सांग. गाडी पाठवून देतो. सगळं सामान अगदी जेवढ्यास तेवढं नको आणूस; थोडं जास्तच असू दे."

नंजम्मा गावी आली. सामानाची यादी करायची होती. मुलाकडचे किती लोक येतात ठाऊक नाही. मुळात त्यांचे फार नातेवाईकच नाहीत म्हणे. त्यात हे दुसरं लग्न. त्यामुळे फार माणसं कदाचित येणारही नाहीत. इकडचे तरी कोण आहेत? नागलापूरचे सोडले तर कुणीच नाहीत. तेही अशा परिस्थितीत येतात की नाही कोण जाणे! गावातली सात-आठ ब्राह्मणांची घरं आहेत. कामासाठी 'कुरुबरहळ्ळी'हून कुणाला तरी बोलावून घ्यायला पाहिजे. सगळा अंदाज काढून नंजम्मानं हिशेब केला. मास्तरांना सोबत घेऊन रामण्णाला घेऊन ती स्वत:च तिपटूरला गेली. कोट-जरीचा फेटा-धोतराबरोबर तिनं एक चांदीचं फुलपात्रही आणलं. पार्वतीसाठी एक तीस रुपयाचं आणि दुसरं पंचवीस रुपयांचं लुगडं घेतलं. रामण्णा-विश्वला चांगले कपडे नव्हते. त्यांच्यासाठीही तिनं कपडे घेतले. विश्वला शर्ट-चड्डी आणि रामण्णाला दोन लुंग्या घेतल्या. रामण्णाच्या भिक्षापात्रासाठी एक छोटंसं भांडं घेतलं. पतिदेवांना पांढरा शर्ट आणि धोतर घेतलं. स्वत:साठी तिनं काहीही खरेदी न करायचं ठरवलं होतंच. सगळे मिळून दीडशे रुपये खर्च झाले होते. यानंतर हात राखून खर्च करायला पाहिजे, हे तिनं स्वत:ला बजावलं.

तिनं पत्र लिहून कुळवाड्यासोबत नागलापूरला पाठवलं. सकाळी गेलेला कुळवाडी रात्री परत येऊन म्हणाला, "कुणी बी येणार न्हाईत म्हणं!."

"असं कुणी सांगितलं?"

"तुमच्या अप्पाजींनीच सांगितलं. मी मागितलं तर मुलगी देणार न्हाय म्हनाली... दुसरीकडे देतेय... हे चांगलं न्हाय, म्हनाले..."

तिला वडिलांचा स्वभाव ठाऊक होता. स्वत:च्या हट्टापुढे त्यांना कुणाचंच काही नाही, हे ती जाणत होती. तिनं विचारलं, "आजी काय म्हणाल्या?"

"त्या पण काहीच बोलल्या नाहीत."

नंजम्माला वाईट वाटलं. वडिलांचा स्वभाव तर राहू दे, पण ज्या आजीनं आपल्याला जन्मल्यापासून वाढवलं, मोठं केलं, लग्न लावलं, बाळंतपणं केली, ती आजी असं कसं वागली? वेळात वेळ काढून आपण स्वत: जाऊन अक्कम्माला बोलावून आणावंसं वाटलं; पण त्यासाठी लागणारे दोन दिवस कुठून आणायचे? मग इथलं कोण बघणार? इथली कितीतरी कामं व्हायची होती. पिठं व्हायची होती, पोहे कांडायचे होते, नारळ सोलून ठेवायचे होते... आलेल्या पाहुण्यांची सगळी व्यवस्था करायची होती... अजून वाजंत्रीवाले ठरवायचे होते... आणखी कितीतरी कामं कुळवाड्याला हाताला धरून करून घ्यायची होती. तिनं कुळवाड्याला बजावलं, "तू जाऊन आलास आणि ते येणार नाही म्हणाले, हे कुणालाही सांगायचं नाही! दोन दिवसांनी पुन्हा एकदा जाऊन ये."

तसा तो जाऊन आला. तेव्हा तर कंठीजोईसांनी त्याला भरपूर शिव्या ऐकवल्या. त्यानं येऊन सांगताच नंजम्मानं पुन्हा त्याला हे कुणालाही सांगायचं नाही, असं बजावून सांगितलं. बाप-लेकीमध्ये वितुष्ट आलंय, असं समजलं तर गावकऱ्यांपैकी कुणी ना कुणी मनस्ताप द्यायची शक्यता नाकारता येत नव्हती. या सगळ्यांत गंगम्माचा सहभाग शून्य होता. ती स्वत: तर अजिबात फिरकली नव्हती; पण चेन्निंगरायाकडून सुनेनं काय-काय आणलं, काय खर्च केला हे विचारून घेत होती. नंजम्मा एक दिवस त्या घरी जाऊन सांगून आली, "अम्मा, तुम्ही आणि अप्पण्णा तिकडेच राहायला या. तुम्ही घरात मोठ्या आहात; तुम्हीच पुढाकार घेऊन कार्य करून द्या!"

यावर गंगम्मा म्हणाली, "छिनाल रांड! इतके दिवस स्वत:च मिरव मिरव मिरवलीस! आणि आता माझी आठवण झाली काय! मुलगा ठरवताना मला कुठं बोलावलं? जगात आणखी कुणी पुरुष राहिला नाही काय, म्हणून या बिजवराला मुलगी द्यायला निघालीस?"

"अम्मा! या जगात ढीगभर पुरुष असतीलही; पण तसा कुणीतरी शोधून लग्न लावून देण्याइतकी माझ्यात तरी शक्ती नाही. तुम्ही दोघंही लग्नाला या..." एवढंच

सांगून निघून आली. चेन्निंगरायांनाही बायकोचा राग आला होता. कल्लेशला मुलगी दिली असती तर पाहुण्यांकडून कितीतरी मदत मिळाली असती! हिनं नकार देऊन सगळं नुकसान केलं, अशीच त्यांची भावना होती. आता लग्न ठरलं होतं. त्यात तिनं नवऱ्याला काहीही विचारलंच नव्हतं. विचारायला गेलं तर काय होऊ शकतं, याचा तिला पुरेपूर अंदाज असल्यामुळे तिनं पुरेपूर काळजी घेतली होती. रागावलेले पतिराज सूड घ्यायची संधीच बघत असणार, हेही ती जाणून होती. निरोपासरशी अप्पण्णय्या मात्र त्याच संध्याकाळी घरी आला. नंजम्माच्या सूचनेवरून त्यानं कुळवाड्याला हाताशी धरून घरापुढे मांडव घातला. 'कुरुबरहळ्ळी'ला जाऊन तिथे गुंडेगौडांनी जमवून ठेवलेलं सगळं सामान एका गाडीत घालून घेऊन आला. गंगम्मा आदले दिवशी आली. तिला कुठलंही काम करायला जमलं नाही किंवा सुचलं नाही. ती मुकाट्यानं स्वयंपाकघरात बसून राहिली.

मुलाकडचे फार लोक आले नव्हते. 'तिमलापूर'हून द्यावरसय्या आणि त्यांची बायको आले होते. त्यांनीच मुलाकडचं देवक बसवलं होतं. त्यांचा मुलगा, सून, तीन मुलं, दोन पुरोहित एवढेच आले होते. तसं कार्य निर्विघ्नपणे पार पडायला हरकत नव्हती; पण तसं झालं नाही.

लग्नाला मुलीला घेऊन यायच्या वेळी चेन्निंगराय आतल्या खोलीत जाऊन बसून राहिले. नंजम्मा त्यांना बोलवायला गेली तेव्हा त्यांनी सांगितलं, "तुझ्या मुलीचं लग्न आहे. तुझं तूच कर जा!" कुणालाच काही समजलं नाही. जवळच असलेल्या मास्तरांनी विचारलं, "काय हो शानभोग? काय झालं?"

शानभोग उत्तरले, "सगळीकडे हिचीच यजमानकी चाललीय! सामानसुमान आणलं, एवढी खरेदी केली, आम्हाला काही विचारलं काय? मी येणार नाही!"

"उशीर होतोय... मुहूर्त टळतोय... उठा!"

"मी येणार नाही! हिनं माझ्यासाठी हे असलं धोतर आणलंय! जरीच्या काठाचं आणायला काय झालं होतं? मी हे असलं भिकार धोतर नेसून मांडवात येणार नाही! दुसरं म्हणजे लग्नाचा सगळा फराळ बंदोबस्तात ठेवून त्याची जबाबदारी कुठल्या तरी बाईच्या हातात देणं, हे कुठल्या लग्नात चालतं?"

कोठीच्या खोलीची चावी नंजम्मानं मास्तरांच्या बायकोच्या हातात दिली होती. पाहुण्यांना गावी परतताना फराळ द्यायचा होता. गावातल्या सवाष्णींना आणि लग्नघरात धावपळ करून मदत करणाऱ्यांना थोडा तरी फराळ बांधून द्यायला पाहिजे होता. त्यामुळे लाडू-चकली द्यायची जबाबदारी नंजम्मानं तिच्यावरच टाकली होती. आता चेन्निंगराय विचारत होते, "फराळाच्या खोलीची चावी हिनं माझ्या हातात का दिली नाही?"

आता नंजम्मा म्हणाली, "ते सगळं बघून घेणं, हे बायकांचं काम असतं. ती

चावी तुमच्याकडे ठेवून घेऊन कसं चालेल?''

''मी यजमान आहे! ती चावी माझ्याकडेच पाहिजे!''

नंजम्मा नको म्हणत असतानाही मास्तरांनी पुढं होऊन आपल्या बायकोच्या गळ्यातली चावी काढून शानभोगांच्या हातात दिली. शानभोग चावी उघडून आत गेले. एका टोपलीत त्यांनी बरेच लाडू-चकली काढून घेतले आणि शानभोगकीच्या कागदपत्रांच्या पेटाऱ्यात ठेवून त्याला कुलूप लावून ठेवलं. अय्याशास्त्रींनी विचारलं तर सांगितलं, ''लग्न झाल्यावर मला खायला नको काय?'' आणि पुन्हा आपल्या जागी जाऊन बसले. पुढचा प्रश्न, ''मला का जरीकाठी धोतर आणलं नाही?''

नंजम्मानं समजावलं, ''एवढा खर्च झालाय. मी माझ्यासाठी एकही लुगडं घेतलं नाही; कुठून आणणार?''

''तसं असेल तर मी मांडवात येणार नाही!''

मुलाकडच्या पुरोहितांनी, ''मुलीचे वडील कुठे आहेत?'' म्हणून विचारायला सुरुवात केली. मुलाकडच्यांना मास्तरांच्या घरी उतरवलं होतं. अजून शास्त्र व्हायचं होतं. इकडे मुलीचे वडील जागचे हलायला तयार नव्हते. मास्तरांनी सांगितलं, मादेवय्यांनी सांगून बघितलं, काही उपयोग झाला नाही. पुरोहित आले, त्यांनी सांगितलं. हा सगळा तमाशा त्यांना अनपेक्षित होता. बाहेर बसलेल्या गुंडेगौडांनी हात उगारला. हे आणखी चिडतील म्हणून नंजम्मानं त्यांना खुणेनंच गप्प बसायला सांगितलं. पण अप्पण्णय्या पुढं होऊन म्हणाला, ''ए चिन्नय्या! आता मुकाट्यानं उठतोस की दोन ठेवून देऊ?''

''हा रांडेच्या मला असं कसं म्हणतोय? मी याचा थोरला भाऊ! म्हणजे बापाच्या जागी! यानं माझा अपमान केलाय! यानं माझे पाय धरून चूक झाली, असं म्हणायला पाहिजे!'' चेन्निगरायांनी आणखी एक अट पुढे केली. नंजम्मानं अप्पण्णय्याला आवरायचा प्रयत्न केला.

पण आता गंगम्माही मध्ये पडली, ''काय चुकलं त्याचं? तो घरचा यजमान आहे. त्याला जरीकाठाचं भारी धोतर आणायला काय झालं होतं? तुला एवढंही समजलं नाही काय? अजून तरी लगेच मागव.'' आईकडून एवढा पाठिंबा मिळाल्यावर चेन्निगरायांचा हट्ट आणखी घट्ट झाला. आता माय-लेक इरेलाच पेटले. ''लग्न पार पडल्यावर आणून देते...'' असं नंजम्मानं सांगितलं तेव्हा तिला देवापुढे शपथ घ्यायला लावली. तरीही यजमान हट्ट सोडायला तयार झाले नाहीत. काहीही न सुचून नंजम्मा गप्प बसून राहिली. एका कोपऱ्यात उभी राहून डोळे पुसू लागली.

बाहेर मांडवात मादेवय्यांना हे समजलं. त्यांनी सांगितलं, ''चिन्नय्या, हे वीस रुपये घे. आणि आता चल!'' यावर शानभोग म्हणाले, ''मला पैसे नकोत. मला धोतरच पाहिजे; तेही आत्ताच्या आत्ता!''

द्यावरसय्यांनी नंजम्माला एका बाजूला बोलावून सांगितलं, "अम्मा! तुम्ही असं करा... नवऱ्या मुलासाठी म्हणून आणलेलं धोतर यांना द्या. आम्ही त्याच्यासाठी अहेर म्हणून द्यायला धोतर आणलंय, ते त्याला देऊ या. तो काही, असलंच का आणलंत, म्हणून विचारणार नाही."

"पण यांची अक्कल बघितलीत की नाही? ज्या घरात आपली मुलगी नांदणार आहे. त्या घरात तिचा मान राहायला नको काय? कधीतरी तिच्या सासरच्यांनी हे बोलून दाखवलं तर तिचा काय मान राहील?"

"त्याचा तसा स्वभाव नाही, आणि म्हटलं त्यानं तसं तरी काय करणार? सहन करायलाच पाहिजे. दुसरं म्हणजे तुझ्या नवऱ्याविषयी मी त्याला सगळी कल्पना दिली आहे. आता या प्रसंगातून मार्ग काढणं महत्त्वाचं आहे."

निरुपायानं नंजम्मानं नवऱ्या मुलासाठी आणलेलं धोतर नवऱ्यासमोर आणून ठेवलं. त्यांनी विचारलं, "आणि याच्यावरचं उपरणं?" नंजम्मानं सांगितलं, "त्याच्याबरोबरच आहे; घाबरू नका!"

चेन्निगरायांनी धोतर नेसून उपरणं अंगावर घेतलं आणि त्यानंतरच ते मांडवात आले. त्यांचे सगळे हट्ट पूर्ण झाले होते. लग्न झाल्यानंतरही भरपूर लाडू-चकली खायला शिल्लक होते. नवरामुलगा सर्वसाधारण कपडे घालून लग्नाला उभा राहिला. लग्नाच्या ऐन वेळी हजर झालेल्या शेकदारांना हा फरक लक्षात आला. त्यांनी द्यावरसय्यांना विचारलं, तेव्हा त्यांनाही विचित्र वाटलं.

त्याच वेळी दारात बैलगाडी उभी राहिली. गाडीतून अक्कम्माला उतरलेली पाहताच रामण्णानं धावतच नंजम्माला ही बातमी सांगितली. तिला पाहताच मनात ठसठसणारी नंजम्माची मूक वेदना कितीतरी कमी झाली. अक्कम्मानं सांगितलं, "कल्लेश आणि कंठी जाऊ नको म्हणत होते; पण मी सांगितलं, माझ्या पणतीचं लग्न आहे, मी तिच्या डोक्यावर अक्षता टाकायला जाणार म्हणजे जाणारच!" तिनं लुगड्याच्या केळातून एक सोन्याचं शेवंती-फूल काढून पार्वतीला दिलं. अक्कम्मा सवाष्ण असताना वापरायची ते हे फूल. इतक्या वर्षांत ते हरवलं असेल अशी नंजम्माची भावना होती. आता ते बघून तिला आनंद झाला. तिनं अक्कम्माला आत नेऊन पाहुण्यांशी ओळख करून दिली. अक्कम्मानं दाराआड उभी राहून अक्षता टाकल्या. नंतर आत आलेल्या नंजम्माला ती म्हणाली, "तू चांगलंच केलंस! हा मुलगा राजकुमारासारखा आहे. स्कूलमास्तर म्हणजे काही किरकोळ नोकरी नाही! वयही लहान आहे. एक सावत्र मुलगी असली म्हणून काय झालं? अक्षता पडल्यावर तीही हिचीच मुलगी झाली की! म्हणजे विश्व तिचा मामा. उद्या तिला तूच सून करून घे म्हणजे छान होईल! याच मांडवात त्यांचंही लग्न करून टाक!" यावर सगळेच हसले.

लग्नानंतर सूर्यनारायण म्हणाले, "हवंतर हिला इथंच ठेवून जाईन."

पण मास्तर आणि त्यांच्या बायकोनं सांगितलं, "नंजम्मा, आम्ही सांगतोय त्याचा चुकीचा अर्थ समजू नका. पार्वती वयात आल्याचं त्यांना आम्ही आधीच सांगितलंय. तुम्ही घाबरू नका. सूर्यनारायण हे 'तिपटूर'सारख्या मोठ्या गावात वावरलेले आहेत. म्हैसूरलाही वर्षभर राहून आले आहेत. मोठ्या गावात तर पंधरा संपून सोळावं वर्ष लागल्याशिवाय लग्नच करत नाहीत. लग्न झालं की दुसऱ्याच दिवशी गर्भाधान करून पाठवून देतात. मला हे सूर्यनारायणांनीच सांगितलं. तसं उद्या गर्भाधान करून सासरी पाठवून द्यायलाही हरकत नाही. तुम्ही पुन्हा हा सगळा कार्यक्रम ठरवत बसलात, तर आणखी खर्च होईल. आता एकात एक खर्च निघून जाईल. पाहिजे तर उद्या मी कंबनकेरेला जाऊन अंथरूण-पांघरूण घेऊन येतो."

पण इतक्या तडकाफडकी मुलीला सासरी पाठवायच्या विचारानं नंजम्मा व्याकूळ झाली. त्याच बरोबर मनात वेगळंच भय निर्माण झालं. तिनं गावात कुणालाही मुलगी मोठी झाल्याची बातमी कळू दिली नव्हती. नवऱ्या मुलाला हे समजलंय; पण आपण इतक्या घाईनं गर्भाधान केलं तर इतके दिवस लपवून ठेवलेली बातमी सगळ्या गावाला समजेल! खरं तर त्यानं काय होणार? पण तरीही नंजम्मा आपल्या जुन्या विचारांना पूर्णपणे डावलू शकली नाही. लग्न झाल्यानंतर दोन-तीन महिन्यांनी पार्वतीची पाळी येईल तेव्हा ही बातमी गावभर सांगून त्यानंतर चार सवाष्णींच्या साक्षीनं न्हाऊ घालायचं आणि नंतर पंधरा दिवसांनी गर्भाधानाचा विधी करायचा, हेच तिनं ठरवलं होतं. तो विचार आता तिला एकाएकी बदलणं अशक्य वाटलं. तिनं सांगितलं, "मोठ्या शहरात हे चालतंय, हे मीही ऐकलंय; पण इथे ते शक्य नाही. हे समजलं तर गावातले दोन्ही जोईस आक्षेप घेतल्याशिवाय राहणार नाहीत. माझ्या यजमानांचा स्वभावही तुम्हाला ठाऊकच आहे. तेही काहीतरी बडबडायला लागतील. ही गोष्ट मी त्यांच्यापासूनही लपवून ठेवली आहे. त्यामुळे आता घाई करायला नको. आधी ठरवलंय तसंच करू या."

सूर्यनारायणानं यावरही काही आक्षेप घेतला नाही; पण तिनं सांगितलं, "तुम्ही लेकराला इथं ठेवून जा. म्हणजे दोघींना एकमेकींचा लळा लागेल. तुम्हालाही शाळेला जाताना हिची काळजी राहणार नाही." विचार पटला तरी मुलीला दूर ठेवायची त्याचीही तयारी झाली नाही. तो जायला निघाला तेव्हा अक्कम्मा-नंजम्माबरोबर रामण्णालाही रडू आलं. तो आईपाशी येऊन म्हणाला, "अम्मा! आता पार्वताक्का त्यांच्या घरी जाणार राहायला?"

नंजम्मानं सांगितलं, "मुलगी आहे म्हटल्यावर जायलाच पाहिजे की नाही?"

आता अप्पण्णय्यालाही रडू आलं. खरंतर तो गेली कितीतरी वर्षं वेगळ्या घरातच राहत होता. पार्वतीशीही त्याचा विशेष स्नेह होता, असंही नाही. कधीतरी

कारणापुरतं बोलणं होई तेवढंच! याव्यतिरिक्त काका-पुतणीचं संभाषणही नव्हतं. आता तो आपण होऊन लग्नघरात धावपळ करून कामं करत होता. नंजम्मा वगळता, त्या घरात दिवस-रात्रीची फिकीर न करता तो एकटाच राबत होता. जास्त करून नंजम्मा वहिनी, अक्कम्मा आणि अधूनमधून जोईस त्याला कामं सांगत होते. स्वयंपाकाची मोठाली पातेली उचलणं, पानं वाढणं, जेवणं झाल्यावर सगळ्या पत्रावळी काढून गाईच्या शेणाचा सडा घालणं, लागेल तितकं पाणी आणणं यांसारखी कितीतरी कष्टाची कामं तो मनापासून करत होता. लग्न झाल्यावर पार्वतीनं त्याला वाकून नमस्कार केला, तेव्हा त्याच्या डोळ्यांतून पाण्याच्या धारा लागल्या. त्या तिच्या डोक्यावर पडल्या.

दुसरे दिवशी पाहुण्यांना पाठवताना गावाबाहेर अक्कम्मा वधू-वरांना गावातल्या देवळापर्यंत पायी घेऊन गेली. मागून सगळ्यांना घेऊन वाजंत्रीसह नंजम्मा येत होती. ग्रामदैवताची पूजा करून नमस्कार करून, गाडीपाशी येऊन बायकोचा हात सोडताना तो हलकेच दाबत सूर्यनारायणानं केवळ तिलाच ऐकू येईल, अशा आवाजात सांगितलं, "आणखी तीन महिन्यांनी येऊन घेऊन जाईन!" खाली मान घालून उभी असलेली पार्वती काहीच बोलली नाही. ती काही बोलेल, याची त्यालाही अपेक्षा नव्हती. त्यानं नंतर सासू-सासरे, मास्तर, आजी-अक्कम्मा, मादेवय्या... एकूण सगळ्यांनाच नमस्कार केला. मादेवय्यांशी त्याचा फारसा परिचय नसला, तरी दोघांमध्ये तेवढ्यातच आत्मीयताही वाढली होती. द्यावरसय्यांच्या घरी सगळ्यांना नमस्कार केल्यावर ते गाडीत चढले. 'तिमलापूर'ला जाऊन बाकी सोपस्कार संपल्यावर सूर्यनारायणला नोकरीच्या गावी जावं लागलं.

तेरा

१

कुठल्याही विघ्नाशिवाय लग्न पार पडलं होतं, याचाच नंजम्माला अपरिमित आनंद झाला होता. त्यासाठी मदत करणाऱ्या सगळ्यांची तिला आठवण होत होती. मुलाकडची फारशी माणसं न आल्यामुळे स्वयंपाकाचं बरंच सामान शिल्लक राहिलं होतं. ते नवऱ्याच्या नजरेला पडलं, तर दररोज सार-भात करून संपवून टाकेल, हे तिला ठाऊक होतं. नाहीतरी तीन महिन्यांत गर्भाधान व्हायचंच होतं. त्याचा विचार करून तिनं सगळं धान्य लपवून ठेवलं. उरलेलं धान्य आणि अर्धा डबा तेल एकीकडे कुणाच्या नजरेला पडणार नाही, असं काढून ठेवलं. वर लागेल ते सामान आणायला वीस रुपये असतील तरी पुरेसं होतं. अंथरूण-पांघरूणाचे पन्नास होतील. मुलीला सोबत काही भांडी द्यावी लागतील. त्याचं काय करायचं? गंगम्माच्या घरात आपली बरीच भांडी आहेत; पण त्या त्यातलं काहीही देणार नाहीत. नवीन आणायची म्हटलं तर पैसे नाहीत. घरातलीच काहीतरी देऊन आता वेळ मारून न्यायची. नंतर जमेल तेव्हा थोडं-थोडं देता येईल. यावरून बायकोला टोचून बोलणाऱ्यांपैकी सूर्यनारायण नाही, हे एक बरं आहे!

आता पार्वती हातभर काळ्या बांगड्या घालत होती, गळ्यात काळ्या मण्यांचं मंगळसूत्र. कानात पांढऱ्या खड्याच्या कुड्या, नाकात तिच्या नवऱ्यानं आणलेलं मुगवट. तिचा चेहरा एवढा रुंद आणि ठसठशीत आहे, हे कानात कुड्या घालण्याआधी नंजम्माला जाणवलंच नव्हतं. पायांतली जोडवीही टकटक वाजवत पार्वती घरभर वावरू लागली, तेव्हा तिचं हे वेगळंच रूप नजरेत भरू लागलं. एकदा घरी आलेल्या सर्वक्कानं हे बोलून दाखवलं. वर सांगितलं, "नवी नवरी आहे. तिला

एकटीला तळ्याकाठी किंवा गावाबाहेर कुठेही पाठवू नका. कुणाची तरी नजर लागेल!'' रामण्णाही एकदा म्हणाला, ''पार्वताक्का किती छान दिसते! दागिने घातले तर आणखी देखणी दिसेल की नाही!'' यावर नंजम्मा म्हणाली, ''तू शेकदार होशील तेव्हा करू या हं तिला दागिने!'' पार्वतीतही बदल झाला होता. आरशात चेहरा पाहिला, की तिचं तिलाच काहीतरी नवं-नवं वाटत होतं.

आणखी दोन-तीन महिन्यांनी आईचं घर सोडून जायचं, हा विचार मनात आला की ती म्लान व्हायची. अम्मा म्हणायची, ''बाळा! तू नशीबवान आहेस. तुझा नवरा किती समजूतदार आहे! नाहीतर आजकालच्या दिवसांत एवढ्या समजुतीनं कोण वागतं लग्नघरात? तुला घरकाम, स्वयंपाकपाणी व्यवस्थित येतं. त्या आईवेगळ्या लेकराला मात्र नीट बघ म्हणजे तुझ्या नवऱ्यालाही आनंद होईल. त्या पोरक्या लेकराच्या डोळ्यांत पाणी आलं तर ते पाप आपल्या सगळ्यांच्या माथी बसेल.''

पार्वतीही म्हणायची, ''मी तशीच वागेन बघ! ती किती गोड आहे! नंतर तिचं आपल्या विश्वशी लग्न लावून दिलं तर किती छान ना!'' रामण्णालाही हा विचार आवडला. तोही म्हणाला, ''आपण विश्वशी तिचं लग्न लावून देऊ या!''

नंजम्मा म्हणाली, ''अरे, पण यानं छान शिकायला पाहिजे. हायस्कूलला जाऊन शिकला, नोकरी करायला लागला तर ठीक ; नाहीतरी पार्वतीचे यजमान याला कशी मुलगी देतील?''

''पण अम्मा! अशा खोडकर मुलांना जास्त बुद्धी असते, असं आमचे हेडमास्तर सांगतात.''

''मला नाही पटत! तू तर किती शांत आहेस! तरीही कसा शाळेत पहिला येतोस?'' पार्वतीनं विचारलं.

''खोडकर असतो तर आणखी मार्क पडले असते!'' रामण्णा म्हणाला.

लग्न होऊन सहा महिने झाले होते. सूर्यनारायण मध्ये एकदा सहज भेटायला आला होता. नंजम्माला आठवलं, पार्वतीचं लग्न निर्विघ्नपणे पार पडल्यानंतर ग्रामदेवतेला गूळ व नारळाचा भात करून नेवैद्य दाखवेन, असा तिनं नवस बोलला होता. बोललेला नवस उगाच मागं न टाकता लगेच फेडायचा तिनं निश्चय केला. सगळं सामान घरातच असल्यामुळे त्यासाठी वेगळा खर्चही नव्हता. हिरवा खणही घरातच होता. नाहीतरी उद्या शुक्रवार आहे. लगेचंच नवस फेडायचं तिनं ठरवून, तसं रामण्णालाही सांगितलं. चेन्निगराय लगेच तयार झाले. गंगम्मा आणि अप्पण्णय्या गेले आठ दिवस गावात नव्हते. नंजम्मानं ग्रामदेवतेचा पुजारी काळिंगाला निरोप पाठवला.

त्या दिवशी सकाळी लवकर उठून तिनं पाणी तापवलं. अंघोळी झाल्या. पार्वती सोवळं नेसली आणि तिनं विश्वलाही सोवळं नेसवलं. रामण्णाची अंघोळ झाल्यावर

चेन्निंगराय न्हाणीघरात शिरले. तीन शेर तांदूळ शिजवायला लावून त्यातल्या थोड्या भाताला खोबरं-गूळ घातलं, थोड्या भाताला कढीनिंबाची फोडणी घालून 'चित्रान्न' केला आणि उरलेल्या भाताची दही घालून बुत्ती कालवली. तीन भांड्यांत भरलं आणि पूजेचं ताट तयार केलं. फुलं, पत्री, फुलांच्या माळा तयार झाल्यावर पार्वतीला तिच्या नवऱ्यानं लग्नात दिलेलं नव्वद रुपयांचं भारी लुगडं नेसायला सांगितलं. गालांना हळद, आडवं कुंकू, केसांमध्ये भरपूर फुलांची माळलेली जाडजूड वेणी घातलेली व भारी लुगडं नेसलेली पार्वती हातात पूजेचं ताट घेऊन निघाली, तेव्हा सगळे तिच्याकडेच वळून-वळून पाहत होते.

आता मात्र सोबत असलेल्या नंजम्माला लेकीला दृष्ट लागेल की काय, याची काळजी करू लागली.

मागोमाग येणाऱ्या रामण्णाच्या हातात भाताचे दोन गंज होते. विश्वच्या हातांत नारळ होते. चेन्निंगराय रिकाम्या हातानं चालले होते.

ते देवळात पोचले तेव्हा तिथे काळिंग त्यांचीच वाट पाहत होता. नंजम्मा मुलीला घेऊन गर्भगृहात गेली आणि तिनं मुलीच्या हातून देवीची पूजा करवली. हळद-कुंकू आणि फुलांसोबत रामण्णानं आणलेल्या लाल फुलांच्या गजऱ्यामुळे पार्वती सगळ्यांमध्ये उठून दिसत होती. तिच्या मांडीवर लाल वस्त्र पांघरून तिची ओटी भरल्यानंतर मंगळारती झाली. सगळ्यांनी साष्टांग दंडवत घातला. पुजाऱ्याची दक्षिणा दिल्यावर त्यानं दिलेला प्रसाद घेऊन सगळे देवळाबाहेर आले. जमलेल्या सगळ्यांनाच केळ्याचा तुकडा प्रसाद म्हणून वाटून झाल्यावर सगळे तळ्यापाशी गेले. तिथे बसल्यावर सगळ्यांना नंजम्मानं केळीच्या पानावर प्रसाद वाढला. चेन्निंगराय सोडले तर सगळ्यांना पुरेसा प्रसाद मिळाला. खाऊन झाल्यावर चेन्निंगराय निघून गेले. माय-लेकरं पुन्हा देवळात आली. थोडा वेळ ओसरीत बसले. पुन्हा एकदा देवीचं दर्शन घेऊन सगळे घरी निघाले.

घरी परततानाही रस्त्यात भेटणाऱ्या बायका आणि मुलं पार्वतीकडे टक लावून पाहत होते. काही बायका तर नंजम्माला म्हणाल्या, "अव्वा! हळदही उतरली नाही मुलीची! तिला कशाला घराबाहेर घेऊन पडलीस? दृष्ट नाही काय लागायची?" नंजम्माही याच काळजीत होती.

त्या दुपारी घरात स्वयंपाक केला नाही. देवळातून आणलेला प्रसादच तिन्ही मुलांना थोडा-थोडा वाढला. घरी परतल्यावर पार्वतीनं लग्नातलं भारी काठाचं लुगडं बदललं आणि रोजचं साधं लुगडं नेसून बसली. कपाळावरचं कुंकू, कानांतल्या कुड्या आणि केसातला गजरा तसाच होता. तिला पेंग येऊ लागली. चटई अंथरून ती आडवी झाली. रामण्णा एका बाजूला बसून इंग्लिशचा अभ्यास लिहून काढत होता. विश्व शाळेला गेला. चेन्निंगराय मादेवांच्या देवळात जाऊन तंबाखू मळू

लागले. नंतर तिथल्या ओवरीत आडवे झाले.

नंजम्माशी गप्पा मारायला सर्वक्का आली होती. चटईवर झोपलेल्या पार्वतीला पाहताच तिला तिच्या मुलीची, रुद्राणीची आठवण झाली. नवरा असा वागला नसता तर एव्हाना तिचं लग्न होऊन तिला एखादं मूलही झालं असतं, असं वाटून ती क्षणभर कष्टी झाली.

थोड्या वेळातच पार्वतीला जाग आली. तिचे डोळे लालबुंद झाले होते. म्हणाली, "अम्मा, अंगाची लाही-लाही होतेय. सगळं गरम-गरम वाटतंय." उन्हाळा असल्यामुळे असं होत असेल, असं वाटलं तरी नंजम्मानं जवळ येऊन तिच्या कपाळाला हात लावून पाहिलं. अंग गरम झालं होतं. सर्वक्का म्हणाली, "नंजम्मा! नव्या नवरीला सकाळी-सकाळी का घेऊन गेली होतीस बाहेर तळ्याकाठी? त्यात लग्नातलं भारी लुगडं नेसली होती! सगळ्यांची नजर सारखी नसते बाई! दृष्ट लागली बघ पोरीला! आधी तिची नजर उतरून टाक!"

नंजम्मानं लगेच ओली काडी उतरवून दाताखाली चावून चुलीत टाकून दिली. चट्ऽचट् आवाज करत जळून खाक झाली. "बघितलं की नाही डोळ्यांनी! कशी चट्ऽचट् करत जळून गेली ते!" सर्वक्कानं पुन्हा खात्री करून दिली. पार्वती तशीच बसून राहिली. संध्याकाळी सर्वक्का घरी परतली. नंजम्माही स्वयंपाक करायला स्वयंपाकघरात वळली. पार्वती पुन्हा कांबळं ओढून आडवी झाली. रामण्णा तिच्या डोक्याशी बसून आपला अभ्यास करत होता.

रात्री तिचा ताप आणखी वाढला. स्वयंपाक झाल्यावर नंजम्मानं लवंग-मिरे-जिरे घालून काढा उकळला आणि पार्वतीला पाजला. आपण हिला भारी लुगडं नेसायला सांगितलं तेच चुकलं, असं वाटून तिचं मन खंतावलं होतं. रात्रभर तिचा ताप तसाच होता. मधूनमधून तिला कापरं भरत होतं. चेहरा ओढल्यासारखा होऊन डोळे तसेच लाल होते. सकाळी नंजम्मानं आणखी एकदा काढा पाजला. तो प्यायल्यावर पार्वती पुन्हा कूस बदलून झोपली. थोडा डोळा लागला. नंजम्माही झोपली.

सकाळी तापाचा जोर थोडा कमी झाला असला, तरी पूर्ण उतरला नव्हता. पण ती सर्वांग दुखायची तक्रार करत होती. नंजम्मानं तिला समजावलं, "तापामुळे तसं होतंय गं! आता ताप कमी होतोय ना... बरं वाटेल बघ. अजून थोडा वेळ झोप. पाणी तापायला ठेवते. नंतर तोंड धू." तिनं पाहिलं, रामण्णा अजून झोपला होता. नेहमी कोंबडा आरवायच्या वेळी उठून चिमणीच्या उजेडात अभ्यास करणारा रामण्णा अजून का झोपलाय? तिनं काळजीनंच विचारलं, "का रे? अजून का उठला नाहीस?"

डोक्यावरचं पांघरूण न काढता तो उत्तरला, "थंडीताप आलाय, अम्मा!"

नंजम्मानं पांघरूण काढून पाहिलं तर त्याचाही चेहरा पार्वतीसारखाच झाला होता. चेहरा सुजला होता, डोळे लालबुंद झाले होते. दोघांनाही एकाच दिवशी कसा ताप आला, याचाच विचार करत नंजम्मानं चूल पेटवून पाणी तापवायला ठेवलं. दोघांचंही तोंड गरम पाण्यानं धुतल्यावर तिनं दोघांनाही शेजारी-शेजारी झोपवलं. दोघांनाही गरम गरम पेज करून बळेच पाजली. नंतर पुन्हा काढा करून दिला. थंडीताप येईल आणि जाईल; पण रामण्णाची परीक्षा जवळ आली होती. त्याची नंजम्माला काळजी वाटू लागली. आता तिला दुसरीही काळजी वाटू लागली. पार्वतीला दृष्ट लागली म्हणून ताप आला असेलही; पण रामण्णाला का यावा? तोही केवळ कमरेला पंचा नेसून देवाला आला होता. त्याचीही नुकतीच मुंज झाली होती; पण मुलग्यांना कसली दृष्ट? लग्नघरात तो बराच राबला होता म्हणा! त्यानंतरही उन्हात शाळेला जाऊन आला. आणखी महिन्यात परीक्षा झाली की नंतर महिनाभर सुट्टीच. त्यानंतर याला विश्रांती मिळेल.

संध्याकाळी पार्वतीचा ताप पुन्हा वाढला. डोळेही ग्रामदेवता काळम्माच्या जळजळीत डोळ्यांसारखे झाले होते. कानांतल्या चमकणाऱ्या कुड्या आणि नाकातल्या चमकीमुळे सकाळी मोहक वाटणारा चेहरा भयानक वाटत होता. नंजम्मानं कुड्या आणि चमकी काढून पेटीत ठेवली. रात्री पार्वती म्हणाली, "अम्मा, माझ्या उजव्या जांघेत काहीतरी झालंय. अवघडल्यासारखं वाटतंय."

लग्नानंतर हिनं काहीही अंगमेहनतीचं काम केलेलं नाही. देवळापर्यंत चालत आल्यामुळे असं काही झालं असेल काय? पण असं कसं होईल? ते तर अगदी गावालगतच आहे. दहा मैल चालून आली तरी न दमणारी माझी लेक! काही का असेना, तिनं त्या भागाला थोडा शेक दिला आणि पुन्हा थोडा काढा प्यायला दिला. रामण्णाही काही न बोलता, मुकाट्यानं शांत झोपला होता. मादेवय्यांच्या देवळातली वचनं ऐकून चेन्निंगराय रात्री आठ वाजता घरी आले. त्याआधी विश्वही आला होता. त्या दोघांना सकाळचाच स्वयंपाक वाढून झाल्यावर नंजम्मा काही जेवली नाही. तिला भूकच नव्हती. आदल्या रात्री तिची झोपही अर्धवट झाली होती. त्यामुळे तिच्या डोळ्यांवर झापड येत होती. एकदा त्या दोघांच्या कपाळावर हात ठेवून ताप पाहिला आणि ती त्यांच्या शेजारीच लवंडली. आधी झोप लागली नाही. पण नंतर गाढ झोप लागली.

कधी नव्हे ते तिला स्वप्न पडलं. त्यात ते सगळे ग्रामदेवतेच्या देवळाला गेल्याचीच दृश्यं दिसत होती. देवी तापानं फणफणलेल्या पार्वतीसारखीच दिसत होती. कानांतल्या कुड्या आणि मुगवट लखलखत होतं. डोळे आग ओकत होते. मांडी घालून बसलेल्या देवीच्या मांडीवर दोन्ही बाजूला पार्वती आणि रामण्णा बसले होते. नुकत्या जन्मलेल्या जुळ्या बाळांप्रमाणे उघडेच झोपले होते. जवळ जाऊन त्या

दोघांच्या अंगांवर कांबळं पांघरायचा तिचा प्रयत्न चाललाय... पण गर्भगृहात जायला तिला जमत नाहीये... कुणाच्या हाती द्यावं म्हटलं तर तिथं आणखीही कुणी नाही... पण कुठली तरी अदृश्य शक्ती तिला आत जायला देत नाहीये... तिची धडपड चालूच असताना मागं कुणीतरी आल्यासारखं वाटलं... वळून पाहण्याआधीच तिला जाग आली.

रामण्णा जागा झाला होता. डोक्याशी जळत असलेला दिवा लहान करून तिनं विचारलं, "काय रे बाळा?"

'जांघेत काहीतरी जाणवतंय अम्मा! खूप दुखतंय..."

हे ऐकताच नंजम्माच्या छातीत धस्स झालं. म्हणजे पार्वतीच्या जांघेतही आलेली गाठ काही सामान्य नाही! या प्लेगच्या गाठी असतील काय? पण जवळपास कुठेच उंदीर पडल्याच्या बातम्या नाहीत. नंजम्मानं रामण्णाच्या जांघेत हात घालून चाचपून पाहिलं. रामण्णा संकोचून गेला होता. तरी शांत पडून राहिला. त्याच्या दोन्ही जांघांमध्ये फणसाच्या बियांच्या आकाराच्या गाठी लागल्या. तिचा हात लागताच रामण्णा म्हणाला, "दुखतंय अम्मा!"

नंजम्माला काहीच सुचेना. ती भिंतीला टेकून गप्प बसून राहिली. नंतर नवऱ्यापाशी गेली आणि हलवून म्हणाली, "अहो! पार्वती-रामण्णाच्या जांघेत गाठी लागताहेत! प्लेग आहे की काय, बघा..."

असं तीन-चारवेळा हलवून सांगितल्यावर ते कूस बदलून म्हणाले, "उद्या सकाळी बघू या... नाहीतरी आता रात्री काय होणाराय?" आणि पुन्हा झोपी गेले. नंजम्माला काही सुचेना. निदान मादेवय्यांना तरी बोलावून आणावं, असा विचार करून ती निघाली. पण कधी नव्हे ते तिला अंधाराचं भय वाटलं. तिनं विश्वला जागं करून सोबत घेतलं. तो झोपेत होता. तरी डोळे चोळत म्हणाला, "तू नको... मी बोलावून आणतो..." आणि दारापाशी गेला. दार उघडून बाहेर धावला. "अरे... फार अंधार आहे... मीही येते... थांब..." ती म्हणाली, तरी त्यानं तिकडं लक्ष न देता बाहेर धाव घेतली.

मध्यरात्र टळून गेल्यामुळे सगळं गाव गाढ झोपेत होतं. काही मिनिटांतच मादेवय्या धावत आले. त्यांना दोन्ही मुलांच्या आजाराविषयी सांगून ती म्हणाली, "मला काही समजत नाही... प्लेग आहे की काय कोण जाणे!" मादेवय्यांनी हातानंच दोघांचा ताप पाहिला. रामण्णाच्या जांघेत हात लावून पाहिलं. आता काय करायचं, हा प्रश्नच होता. त्यांनी सांगितलं, "काल गुरय्या सांगत होता, त्यांच्या वस्तीत उंदरं पडली होती म्हणे. दोन दिवसांपूर्वी..."

हे ऐकून नंजम्माच्या छातीचा ठोका चुकला. काही क्षण ती अवाक् होऊन बसली, त्यानंतर भानावर येऊन हुंदके देऊन रडू लागली. मादेवय्यांनी समजावलं,

"अव्वा! तुम्ही शांत राहा बघू! तुम्हीच हात-पाय गाळले तर कोण बघणार मुलांकडे?"

ती रडतच म्हणाली, "देवा रे! हा दरिद्री प्लेग आला तर त्यातून कोण वाचणार आहे?" तिचं रडू थांबेना. हे ऐकून रामण्णा म्हणाला, "अम्मा! कशाला रडतेस? औषध घेतलं तर बरं वाटील की! रडू नकोस!" यामुळे थोडं अवसान वाटलं.

पार्वतीत तेवढंही बोलायची शक्ती राहिली नव्हती. मादेवय्याच म्हणाले, "असं का म्हणता अव्वा? प्लेगमधूनही कितीतरी जण वाचतात की नाही? एकदा होऊन त्यातून वाचलेल्यांना पुन्हा होत नाही म्हणतात."

हे ऐकून नंजम्मा रडायची थांबली. होय. तिच्या 'कल्लेशाण्णा'लाही प्लेग झाला होता. तो नाही का वाचला, या विचारानं थोडी भीती कमी झाली. चेन्निगरायाचं घोरणं सोडलं तर बाकी सगळीकडे शांतता होती. विश्व मुकाट्यानं आपल्या अंथरुणावर बसला होता. मादेवय्यांनी त्याला बळेच झोपवत म्हटलं, "तू कशाला उगाच जागतोयस बेटा?"

थोड्या वेळानं रामण्णाचाही डोळा लागला. परिस्थितीची कल्पना आल्यामुळे मादेवय्यांचा तिथून पाय निघेना. तिथं बसून काय बोलायचं हेही सुचेना. पण आपण इथं नुसतं बसून राहिलो, तरी या अव्वाला थोडा आधार वाटेल याची त्यांना कल्पना असल्यामुळे ते तसेच बसून राहिले.

काही क्षण शांततेत गेल्यावर नंजम्मा म्हणाली, "रात्री स्वप्न पडलं. त्यात देवीच्या मांडीवर पार्वती-रामण्णा झोपले होते, उघडेच. त्यांच्या अंगावर निदान कांबळं तरी पांघरावं म्हणून मी किती धडपड केली, तरी मला गाभाऱ्यात जाताच आलं नाही. कुणी मला अडवलं तेच समजलं नाही. दगड-भिंत काहीही अडथळा नव्हता; पण मला तिथं जाता आलं नाही... याचा काय अर्थ?"

"मुलं देवीच्या मांडीवर झोपली होती, याचा अर्थ त्यांच्यावर तिची कृपादृष्टी आहे... हा आजारही अम्माचाच आहे. ती त्यांचं रक्षण करेल, असाच त्याचा अर्थ."

आता नंजम्माला थोडं समाधान वाटलं. तरीही तिनं विचारलं, "पण तिनं मला का आत सोडलं नाही?"

यावर मादेवय्यांना काही सुचलं नाही. एकदा वाटलं, सांगावं, देवीनं जबाबदारी घेतल्यावर तिथं माणसांचं काय काम? पण हे त्यांनी बोलून दाखवलं नाही. नंजम्माही याचा विचार करत होती. कसली तरी अशुभ सूचना यातून दिसत असली, तरी मनोमन ते मान्य न करता ती त्याचा काहीतरी वेगळा अर्थ लावू पाहत होती. तिलाही वाटलं, देवी म्हणतेय, माझ्या मांडीवर झोपलेल्या मुलांवर तुझा काय अधिकार? माझ्यावर का अविश्वास? तिनं हे बोलून दाखवलं. मादेवय्या घाईनं म्हणाले, "होय, होय! तसंच दिसतंय; पण आपण यांना काहीतरी औषध आणून

पाजायला नको काय?"

"पण... अम्माला राग आला तर? माझ्या मांडीवरच्या लेकरांना कशाला औषध पाजलं म्हणून?" नंजम्मानं उपस्थित केलेल्या या प्रश्नामुळे काही क्षण दोघेही गोंधळून गेले. अखेर मादेवय्याच म्हणाले, "अव्वा, कांजण्या-गोवर झाला तेव्हा नागाची पूजा केल्यावर बरं वाटलं होतं की! तरी तू त्यावर टोचून घेऊन आलीच होतीस. आताही तसंच कर. उद्या डॉक्टरांना बोलाव; नाहीतर गाडीतून कंबनकेरेला जायला पाहिजे."

हे तिलाही पटलं... थोड्या वेळानं तिनं कुळवाड्याकरवी एक गाडी मागवायचा विचार केला. पण मादेवय्या म्हणाले, "या आजारात एवढ्या लांब गाडीतून घेऊन जाणं योग्य नाही. डॉक्टरांनाच घेऊन यायला पाहिजे. गाडी पाठवून देऊ या. पाहिजे तर मीही गाडीबरोबर जातो."

कोंबडा आरवायची दोघंही वाट पाहत बसले. दीड रुपये गाडीचे ठरले. उजाडायच्या वेळी मादेवय्या कंबनकेरेला रवाना झाले.

सकाळपर्यंत दोघांचा ताप आणखी वाढला. पार्वतीच्या जांघेतल्या दुसऱ्या बाजूलाही सूज आली होती. चेहराही भीती वाटावा, तसा दिसत होता. एक प्रकारची ग्लानी होती. बधिरपणा भरून राहिला होता. नंजम्मा तिला पेज पाजायला जवळ बसली तेव्हा पार्वतीनं सांगितलं, "अम्मा, हात-पायांत शक्तीच नाहीये."

नंजम्मानं समजावलं, "तापामुळे तसं होतंय बाळा! थोडी पेज पिऊन घे. बरं वाटेल."

"नको..."

"असं म्हणून कसं चालेल? शरीरात शक्ती नको काय राहायला?"

यावर काही न बोलता तोंडात घातलेली पेज गिळून ती पुन्हा डोळे मिटून पडली. थोड्या शुद्धीवर असलेल्या रामण्णानं विचारलं, "अम्मा... केव्हा येणार आहेत डॉक्टर?"

नंजम्मानं सांगितलं, "येतील दहा-अकरापर्यंत!" पण तिच्या मनात शंका आली, डॉक्टर तरी येतील की नाही? अशा आजारानं ग्रासलेल्या रोग्याला बघायला येतील की नाही? कदाचित रामण्णाच्या मनातही तेच आलं असावं. तो पुन्हा डोळे मिटून पडून राहिला. आता तो वेदना सहन न झाल्यामुळे मधूनच कण्हत होता.

सकाळी उठून शेताकडे गेलेले चेन्निगराय अजून परतले नव्हते. विश्वला काय करावं ते सुचत नसल्यामुळे अम्माच्या मागोमाग तो स्वयंपाकघर ते ओसरी घुटमळत होता. त्याच वेळी दिमडीचा आवाज आला. नंजम्मानं पाहिलं, कोपऱ्यावर बेडूर तिम्मप्पा दिमडी वाजवून दवंडी पिटत होता, "गावात पिलेगम्माचा फेरा आलाय हो... सगळ्यांनी गाव सोडून गावाबाहेर शेतात शेड बांधून राहायला जावं

हो... ज्यांना शेत नाही त्यांनी गावातल्या देवळात राहावं हो..." नंतर पुन्हा डम डम वाजवत पुढच्या नाक्यावर गेला.

गावात प्लेग आल्याचं नंजम्माला मध्यरात्रीपर्यंत ठाऊक नव्हतं. या खेपेला पहिला हल्ला तिच्या पार्वतीवरच झाला होता! नवी नवरी. सगळ्या गावाचं रक्षण करणारी ग्रामदेवता काळम्मा. तिच्या दर्शनाला जाऊन पूजा करून येणाऱ्या आपल्या पार्वतीलाच तिनं का घास करावा? तेवढ्यावरच नाही थांबली, माझ्या लेकरालाही पकडलंय! दर दोन-तीन वर्षांनी हा जळ्ला मेला प्लेग येतोय... का हा वरचेवर येतोय? यावर काहीच औषध नाही काय? तसं नाही. यावर औषध आहे. लौकर डॉक्टर आले तर नक्की बरं करतील. मुलांना थोडा उतार पडला की गावाबाहेर शेड घालून राहता येईल!

या विचारानं नंजम्माला थोडं हायसं वाटलं.

अकराच्या सुमारास दारात गाडी उभी राहिली. डॉक्टर आले नव्हते. सगळीकडे प्लेग पसरलेला असल्यामुळे यायला जमणार नाही, असा त्यांचा निरोप होता. त्यांनी पेशंटनाच घेऊन या, असा निरोप दिला होता. पण अशा अवस्थेत त्यांना कसं घेऊन जाणार? पण मादेवय्या म्हणाले, "आणखी थोडं मऊ अंथरूण करून घेऊन जाऊ या. नाहीतर काय करणार?" गाडीत आणखी थोडं गवत पसरलं, जास्तीचं अथरूण घातलं. दोघांनाही आणखी थोडी-थोडी पेज बळेच पाजवली आणि गाडीवानाच्या मदतीनं दोघांनाही गाडीत झोपवून कांबळं पांघरलं. गाडीवान चढला. नंजम्माही चढली. मादेवय्या आणि चेन्निंगराय गाडीमागून चालू लागले.

एवढी सगळी वाट ओलांडून गाडी कंबनकेरेला पोचली तेव्हा दुपारचा एक वाजला होता. डॉक्टर त्या वेळीपर्यंत घरी गेले होते. गाडी दवाखान्यासमोर उभी करून चेन्निंगरायांना मुलांकडे लक्ष द्यायला सांगून मादेवय्या आणि नंजम्मा डॉक्टरांच्या घरी गेले. जेवण करत असलेले डॉक्टर काही वेळ विश्रांती घेऊन चावी घेऊन दवाखान्याकडे निघाले.

गाडीतच दोघांना तपासत डॉक्टर म्हणाले, "लवकर का नाही आणलं?"

"आम्हाला काल रात्री समजलं. तोपर्यंत फक्त थंडीताप असेल अशीच कल्पना होती."

"आता यांना इनॉक्युलेशन देता येणार नाही. औषधं देतो ती घेऊन जा. बाटली आणलीय काय?"

"नाही! माहीत नव्हतं... घाईत आलो..."

"बाटलीही नाही आणली... मी काय करणार...?" असं पुटपुटत डॉक्टरांनी दवाखाना उघडला. एका रिकाम्या बाटलीत औषध भरून देऊन त्यांनी दोघांनाही दिवसातून तीन-तीनवेळा पाजायला सांगितलं. औषध दोन दिवसांचं होतं. त्यांनी

तिसरे दिवशी पुन्हा यायला सांगितलं. पुढं डॉक्टर काहीच बोलले नाहीत. यांनाही काय विचारावं ते सुचलं नाही. गाडी गावाकडे वळली. पुन्हा डोलत-डुलत घरी येऊन पोचले तेव्हा चार वाजून गेले होते.

घरी येऊन पाहिलं तर विश्व शाळेला गेला नव्हता. एका चटईवर झोपला होता. सकाळी नंजम्मानं करून दिलेली भाकरी वगळता त्यानं आणखी काहीही खाल्लं नव्हतं. त्याचंही अंग मधूनच कापत होतं. अंगात ताप भरत होता. डोळे-चेहरा लाल होऊ लागले होते. अंगाला हात लावताच चटका बसला.

नंजम्मा मट्कन खाली बसली. न राहवून ती मोठ्यानं रडू लागली. तिचा धीर सुटला होता. ''बघा! ही महामाया माझ्या सगळ्या मुलांना घेऊन जायला आलीय! बघा! यालाही ताप भरलाय!!''

अजून पार्वती-रामण्णा गाडीतच होते. जाणं-येणं मिळून पंधरा-वीस मैल प्रवास, तोही बैलगाडीतून धक्के खात! त्यामुळे दोघेही आणखी दमून गेले होते. त्या दोघांनाही घरात आणून झोपवल्यानंतर मादेवय्या म्हणाले, ''अव्वा, तुम्ही या दोघांकडे बघा. मी पुन्हा गाडीतून विश्वला घेऊन कंबनकेरेला जाऊन येतो.'' यावर आणखी काही बोलण्यासारखी नंजम्माची परिस्थिती नव्हती. मादेवय्या आधी देवळात गेले आणि तिथल्या आपल्या पेटीत असलेले सगळे पैसे त्यांनी सोबत घेतले. नंजम्माकडे त्यातले दहा रुपये देऊन उरलेले वीस रुपये सोबत घेऊन ते विश्वबरोबर निघाले. तेवढ्या अवधीत गाडीवानानं घरी जाऊन उकड खाऊन घेतली आणि दुसऱ्यांकडून दुसरी बैलजोडी घेऊन पुन्हा परत आला. त्याच गाडीत वेगळं आच्छादन घालून मादेवय्या विश्वबरोबर बसले.

ते कंबनकेरेला पोचले तेव्हा रात्रीचे दहा वाजले होते. गाडी थेट डॉक्टरांच्या घरापाशीच नेली. बाहेर येऊन डॉक्टर म्हणाले, ''प्लेग झालेल्या रोग्याला गावात-घरात कशाला घेऊन आलात?''

''तुम्ही दवाखान्यात नसाल म्हणून!''

''दिवस-रात्र मी हेच करायचं काय? आम्ही माणसं नाही काय?'' नंतर डॉक्टरांनी शिपायाला चावी देऊन सांगितलं, ''दवाखान्यात बाहेरच्या शेल्फात पांढरं औषध आहे, ते यांना दे...'' आणि घरात निघून गेले. जवानानं तेवढं केलं. तरी त्यात बरोबर आणखी एका औषधाचं नाव शिपायानं सांगितलं, ''एका आयुर्वेदिक औषधाची बाटली तीन रुपयांना मिळते तिपटूरला. मुख्य रस्त्यावरच शेट्टींचं घर आणि दुकान आहे, ती पण घेऊन जा. दोन्ही द्या. या लेकराला ते औषध द्या. त्या औषधानं नक्की गुण येतोय बघा!''

तिपटूरला जायला आधी गाडीवाला तक्रार करू लागला; पण मादेवय्यानं त्याला सांगितलं, ''काहीतरी करून जाणारा जीव वाचला तर तुला पण पुण्य

लागेल बघ! तुझ्यामुळे जीव गेला तर पापाचा धनी तूच!'' यावर मात्र घाबरून तो यायला तयार झाला. ते तिपटूरला पोचले तेव्हा रात्र होऊन दुकानं बंद झाली होती. पण शेट्टींचं घरही तिथंच असल्यामुळे हाक मारताच त्यांनी उठून औषध दिलं. एक बाटली तीन दिवस पुरते, चार बाटल्या तरी औषध दिलं तरच उपयोग होतो, असंही त्यांनी सांगितलं. मादेवय्यांकडे वीस रुपये होते. त्यातले अठरा रुपये देऊन त्यांनी चार बाटल्या विकत घेतल्या. शेट्टींनी सांगितलं, ''या औषधानं गुण येईल. पण याला लगेच घरी घेऊन जा. प्लेग असलेल्या गावात किंवा घरात घेऊन जाऊ नका.''

गाडी परतीच्या प्रवासाला लागली. आता मादेवय्यांनाही भूक लागली होती. या वेळी काही मिळालंच तर ते फक्त रेल्वेस्टेशनवरच मिळणार. तिथं नेऊन मादेवय्यानी आधी विश्वला औषध देऊन वर लोटाभर कॉफी पाजली. खायला तिकडे वडे-पकोडे सोडलं तर आणखी काहीही नव्हतं. तेच आपल्यासाठी आणि गाडीवानासाठी बांधून घेऊन आले. काहीतरी आठवून गाडीवाला म्हणाला, ''आता थांबायला नको. मला बी गावाबाहेर शेड घालायला पाहिजे. हळूहळू गावाकडं निघू याच.'' ते निघाले. अजून विश्व शुद्धीवर होता. त्याच्या जांघेत आणि काखेत चाचपून मादेवय्यांनी विचारलं, ''दुखतंय काय बाळा?'' त्यानं नाही म्हणताच त्यांच्या जिवात जीव आला. गाठ हाताला लागायच्या आधीच पोटात औषध गेलंय. म्हणजे मुलगा हाताला लागू शकेल... असा विचार करून ते गाडीत बसून डुलकी काढू लागले. बैल सावकाश चालले होते. कंबनकेरेच्या आसपास डांबरी रस्ता असल्यामुळे गाडीवालाही निवांतपणे पेंगत होता. उजाडायच्या आधी ते निम्मं अंतर काटून आले होते. गाडी कडेला थांबवून तिथल्या कट्ट्यावर विश्वला बसवून मादेवय्यांनी चूळ भरायला लावली आणि नंतर औषध पाजलं. अजूनही हाताला ताप लागत होता. पण कुठेही गाठ लागत नव्हती. मादेवय्यांना आणखी धीर आला. प्रातर्विधी संपवून पुन्हा गाडीत बसले. वाटेत त्यांना एक विचार सुचला. सगळे गावकरी गावाबाहेर पडलेत. यालाही गावात घेऊन जाता कामा नये. गावाबाहेरच्या देवळातच याला उतरवावं. तशी त्यांनी तिकडे गाडी हाकायला सांगितली. गावात जाऊन अंथरूण-पांघरूण घेऊन आले.

अकराच्या सुमारास चढ चढून गाडी वर चढली होती. विश्वला उचलून आत ठेवल्यावर त्यांनी पुन्हा एकदा त्याला औषध पाजलं. त्याच्यापाशी गाडीवाल्याला जायला सांगून तेही शिरले.

२

गावात प्रत्येक गल्लीतले सगळेजणं गावाबाहेर शेड घालून राहायला जायच्या गडबडीत होते. शेड घालायचं काम अर्धवट असलं, तरी माणसं घरातली भांडीकुंडी घेऊन त्या दिशेला चालू लागली होती.

मादेवय्या आले तेव्हा पार्वती आणि रामण्णा जवळजवळ बेशुद्ध अवस्थेत होते. थोडी शुद्ध आली की पार्वती विव्हळत, पाण्याचा घोट पीत होती. मादेवय्या एकटेच परतलेले पाहून नंजम्माच्या पायाखालची जमीनच सरकली.

हे लक्षात येऊन मादेवय्यांनी समजावलं, ''घाबरू नका अम्मा! डॉक्टरांकडून औषध घेऊन आलोय. गावाबाहेरच्या देवळात त्याला झोपवून आलोय. औषधही देऊन आलोय. त्याला प्लेगच्या गावात घेऊन जाऊ नका म्हणून डॉक्टरांनी सांगितलंय. हे औषध या दोघांनाही दिवसातून तीन वेळा दे.''

त्यांच्या हातांतल्या बाटल्या घेऊन ती घरात गेली. तिची बधिरावस्था बघून मादेवय्यांनी पुन्हा बजावलं, ''या औषधात शक्ती आहे. ते न चुकता द्यायचं! आणि एवढ्यात गाव सोडायची गडबड करू नका. कुणी आलं नाही ना गडबड करायला?''

''एवढ्या सगळ्या गोंधळात कोण येतंय म्हणा!''

''चेन्निंगराय कुठं आहेत?''

''माहीत नाही. सकाळी आठ वाजता गेलेत. अजून आले नाहीत.''

''हं! हे बघ, तू त्याची काळजी करू नकोस. मी बघतो. तू या मुलांकडे बघ. तो इकडं नाही आला तरच बरं. कुळवाड्याला सांगून ठेवतो. तो थांबेल इकडं.'' एवढं सांगून ते निघून गेले. जाताना विश्वसाठी पेज करायला तांदूळ घेऊन गेले.

पार्वती-रामण्णांच्या बाबतीत नंजम्मानं पुरती हाय खाल्ली होती. यानंतर देवाची कृपा! दोघांच्याही जांघेतल्या गाठी आता रसरसून आल्या होत्या. अधून मधून पार्वती डोळे तरी उघडत होती; पण त्या दृष्टीत जीव नव्हता. चेहरा घाबरा दिसत होता. रामण्णा मुकाट्यानं पडून होता. त्याची गाठ तर रताळ्यासारखी वाढली होती. ते दोघंही एक अक्षरही बोलत नव्हते. मादेवय्यांनी आणून दिलेलं औषध चांगलंच असलं पाहिजे. तिपटूरहून आणलंय. कंबनकेरेच्या डॉक्टरांनी विश्वची काळजी करू नका म्हणून सांगितलंय. तरी मी एकदा जाऊन बघून यायला पाहिजे. पण मग इथे या मुलांसोबत कोण?

त्याच वेळी मास्तरांची बायको आली. तिच्या हातात एक भांडं होतं. म्हणाली, ''शिजवलेलं अन्न आणून द्यायचं नसतं, असं शास्त्र असतं म्हणे. म्हणून फक्त सार-भात घेऊन आले, ठेवून जाते. हेही सामान बांधताहेत. कशी आहेत मुलं?''

"काही फरक नाही. काही खात नाहीत... बोलत नाहीत..."

"तुमच्या एखाद्या कुळवाड्याला पाठवा. हे तुमची शेडही घालून घेतील. तुम्ही मुलांना घेऊन या. सामान आणायचं आम्ही बघू. मुलांचे वडील कुठं आहेत?"

"कुणाला ठाऊक! कुठं गेलेत आणि केव्हा येणार आहेत, कोण जाणे!"

शेडसाठी लागणारे गाळे आणि पत्रे हवे होते. सगळ्या गावाचीच ती गरज झाल्यामुळे त्यांच्या किमतीही वाढल्या होत्या. मिळायलाही अडचणी येत होत्या. एक गाडी पाठवली असती तर कुरुबरहळ्ळीहून हवं तेवढं सामान येऊन पडलं असतं. पण आता तेही गाव सोडून जाताहेत की काय, कोणजाणे? आता सगळा पुढाकार घेऊन कोण करणार?

नंजम्मानं पुन्हा पेज शिजवली. पार्वतीला डावभर दिली. पार्वती काही तरी सांगत होती; पण त्याचा संदर्भ लागत नव्हता. आता एवढ्यात पोटात पेज गेलीय, असा विचार करून नंजम्मा काही बोलली नाही. त्याच वेळी चेन्निंगराय घरी आले. त्यांच्या डोक्यावर दोन पंचे आणि ओले दोन-तीन अंगरखे होते. कपाळावर विभूती होती. हे कुठल्याशा विहिरीवर किंवा तळ्यात अंघोळ करून आल्याचं स्पष्ट होतं. विभूतीवरून ते संध्यावंदन करून आल्याचं दिसत होतं. चुकीच्या पद्धतीनं का होईना, एकशे आठवेळा गायत्री मंत्र म्हटल्याशिवाय ते थांबणार नाहीत! ते घराबाहेर पडलेला वेळ लक्षात घेता त्यांनी आज एक हजार आठवेळा गायत्री मंत्र म्हटल्याचं लक्षात येत होतं. तिनं रागानं विचारलं, "घरात मुलं जगताहेत की नाही, अशी परिस्थिती आहे! आजच कपडे धुवून आणायचं काय अडलं होतं?"

"घाणेरडे कपडे किती दिवस घालणार? तू धुऊन देशील म्हणून बघत होतो. तू वेगळं लुगडं नेसलंयस! का? मी ब्राह्मण जातीत जन्मलेलो नाही काय?"

यावर वाद घालण्यात काही अर्थ नाही, असं वाटून ती गप्प बसली. शानभोग स्वयंपाकघरात शिरले. चूल शांत होती. त्यांचं लक्ष मास्तरांच्या बायकोनं आणून दिलेल्या पातेल्याकडे गेलं. त्यांनी एक ॲल्युमिनिअमची ताटली पुढे ओढली. त्यात सार-भात वाढून घेतलं, मंडल केलं, चित्राहुती घातली, आणि विधीपूर्वक जेवायला सुरुवात केली. यांच्या भुकेविषयी मास्तरांच्या बायकोला काय ठाऊक? तिनं आणून दिलेलं सार-भात त्यांना अपुरं पडलं. भोजन संपवून आपोष्ण घेऊन ते बाहेर आले तेव्हा पुन्हा मादेवय्या आले होते.

ते आले तेव्हा पार्वतीचा श्वास खाली-वर होत होता. तिच्या उशाशी नंजम्मा कपाळावर हात ठेवून बसली होती. मादेवय्या चेन्निंगरायांना म्हणाले, "देवळात लेकराला तसंच सोडून आलोय. तुम्ही तिथं जाऊन बसा. काहीही करू नका."

"मला एकट्याला तिकडं बसायचा कंटाळा येणार नाही काय?"

आता मात्र मादेवय्यांचा संयम सुटला. ते म्हणाले, "तुम्ही माणूस आहे की

जनावर? काही समजतंय काय?'' याआधी मादेवय्या कधीच कुणावरही रागावले नव्हते. त्यामुळे त्यांच्या रागामुळे शानभोग अवाक् झाले. ''जातो! चिमूटभर तंबाखू असली तर द्या. जेवण झाल्यावर मिळाली नाही तर कसं तरी होतंय!''

''जेवण केलं? कुणी शिजवलं?''

''मास्तरांच्या बायकोनं थोडं आणून दिलं होतं.'' नंजम्मानं सांगितलं.

''हे पाहा देवळातच माझी पानाची चंची आहे. त्यातली पाहिजे तेवढी तंबाखू घ्या जा!'' उद्वेगानं मादेवय्या म्हणाले. त्याप्रमाणे चेन्निंगराय बाहेर पडले.

नंतर मादेवय्यांनी विचारलं, ''तुझ्या शेडचं काय झालं? कोण करतंय?''

पण नंजम्मा म्हणाली, ''पार्वती बघा कसं करतेय! कसंतरीच करतेय!''

मादेवय्यांनी पार्वतीच्या नाकापाशी बोट धरलं. श्वासाचा क्रम अनियमित होता. नंजम्मा म्हणाली, ''पेज घालायला गेले तर तोंड उघडत नाहीये...''

''पोटात काही नाही म्हणून असं होत असेल. आधी थोडी पेज करून पाजा. तेवढ्यात मी शेडसाठी माणसं सांगून येतो.'' कुळवाड्याच्या मुलाला त्यांनी विचारलं, ''एकटाच 'कुरुबरहळ्ळी'ला जाऊन येशील काय?''

मुलगा चुणचुणीत होता. ''हं म्हणाला...''

''धावत जा आणि गुंडेगौडांना सांग, या घरी तिघांना प्लेग झालाय, गाडीतून शेडसाठी सामान पाठवा म्हणावं. शेड बांधायला दोन माणसंही पाठवायला सांग. म्हणावं नंजम्मा रडत बसलीय! एवढं सांगशील की नाही?''

''हं... सगळं सांगतो...''

''मग लौकर पळ...'' मादेवय्यांनी सांगितलं.

निरोप पोचताच मादेवय्या नंजम्माच्या घरी आले. चुलीवर पेज रटरटत होती. निरोप पोचताच गुंडेगौडा गड्यांना पाठवतील आणि स्वत:ही येतील, याविषयी मादेवय्यांना मनोमन खात्री होती. शक्य तेवढ्या लवकर शेड घालायचं काम व्हायला पाहिजे. आज रात्रीत ते झालं तर उद्या सकाळी घर सोडून शेडवर राहायला जाता येईल. पेज शिजवून घेऊन आलेल्या नंजम्माला त्यांनी हे बोलून दाखवलं. त्यासाठी घरात वळचणीला ठेवलेले बांबू काढून बाहेर ठेवून दिले. हे करताना धूळ उडेल म्हणून नंजम्मानं पेजेवर झाकण घालून ठेवलं होतं. नंतर पार्वतीला घोटभर पेज पाजण्यासाठी तिनं पार्वतीच्या तोंडावरची चादर काढून पाहिली. तिचा श्वास आणखी हळू चालला होता. चमचाभर पेज तोंडात घालताना पाहिलं, तिला नंजम्माची ओळख पटलेली दिसली नाही.

नंजम्मानं मादेवय्यांना हाक मारली. त्यांनी आत येऊन पार्वतीकडे पाहिलं. परिस्थिती पाहून ते लगेच हात धुवायला न्हाणीघरात गेले. इकडे नंजम्मानं जांघेत हात घालून पाहिलं, तिकडची गाठ फुटून त्यातली घाण सगळीकडे पसरली होती.

तिनं मादेवय्यांनाही दाखवलं. गाठ फुटून तिच्या बाजूला लालबुंद झालं होतं. अंगावरचं लुगडं त्या द्रवानं मलिन झालं होतं. चेहऱ्यावर कुणाचीच ओळख दिसत नव्हती. हाका मारल्या तरी प्रतिसाद येत नव्हता.

त्यांना परिस्थितीची कल्पना आली. नंजम्माच्या चेहऱ्यावर अगतिक प्रश्नचिन्ह होतं. ते म्हणाले, "शिवाची काय इच्छा आहे ते बघावं लागेल, अव्वा!"

अचानक पार्वतीचा श्वास जोरात सुरू झाला. आतापर्यंत नंजम्मानं मनाच्या निग्रहानं डोळ्यांत पाणी येऊ दिलं नव्हतं. मादेवय्यांनाही सगळी परिस्थिती उमजत होती. त्यांना सुचेल-जमेल ते करायला त्यांची घडपड चालली होती. पण नंजम्माला काय सांगावं हे न समजून तेही गप्पच होते. काही क्षण तणावात गेले. नंतर मादेवय्या म्हणाले, "तुमच्या वडिलांनी काशीहून गंगा आणून दिली होती, नव्हं?"

"हो. का?" हा प्रश्न विचारता-विचारता नंजम्माला त्याचा अर्थ समजला.

"आता वेळ घालवायला नको. आत जाऊन गंगा घेऊन ये..." मादेवय्या म्हणाले.

नंजम्मानं धावत जाऊन गंगेची बंद लोटी आणली. तिचं तोंड फोडल्यावर त्यांनी नंजम्माला सांगितलं, "मी इकडंच आहे. तू लेकीचं डोकं मांडीवर घे." नंजम्मा गडबडली. मादेवय्यांनीच तिला मदत केली. लोटी नंजम्माच्या हातात देऊन सांगितलं, "तिच्या तोंडात गंगोदक घाल, अव्वा! मी तिचं डोकं धरतो... घाल..."

नंजम्माच्या हाताला कंप सुटला होता. हातांतली शक्तीच निघून गेली होती. मादेवय्यांनीच तिच्याकडून 'गंगाजल' घालायला लावलं. आता पार्वतीच्या श्वासाचा जोर कमी होऊन श्वास शांत होत चालला होता. डोळे अर्धवट उघडे असले तरी अगदी जवळ असलेला नंजम्माचा चेहरा तिला दिसत नव्हता. आपलं डोकं अम्माच्या मांडीवर आहे, याचंही तिला भान नव्हतं. मधूनच श्वास वाढल्यासारखा झाला, हळूहळू गती कमी झाली. अखेरचा बाहेर आलेला श्वास पुन्हा आत गेला नाही. अखेरच्या श्वासाचा आटापिटा करताना उघडलेलं तोंड उघडंच राहिलं.

काय घडलंय ते लक्षात येताच मोठा हुंदका देत नंजम्मानं लेकीच्या छातीवर डोकं ठेवलं. आता हिचं सांत्वन करायला वेळ नाही, हे मादेवय्यांना जाणवलं. पुढं काय करायचं त्याचा विचार करून ते रामण्णाकडे धावले. सामान हलवत असल्याचं कुणीतरी काहीतरी बोलत असल्याचा भास झाला. त्याच माणसांना पकडून मादेवय्यानी पार्वतीच्या अंत्यक्रियेची व्यवस्था करायला सांगितलं. संध्याकाळच्या आत हे उरकणं अत्यावश्यक होतं.

बातमी समजताच मास्तर धावत आले. पाठोपाठ त्यांची बायकोही आली. अजूनही नंजम्मा मुलीच्या छातीवर डोकं ठेवून हुंदके देत होती. मादेवय्या जवळ येऊन म्हणाले, "अव्वा! तिच्यात आता जीव राहिलेला नाहीये! केवळ देह आहे...

सोडून दे. तू आधी रामण्णाकडे बघ जा. त्याला पेज पाज. उठ बघू... रामण्णाकडे कोण बघणार तू इथं अशीच बसलीस तर?''

नंजम्मा एकदम भानावर आल्यासारखी झाली. पार्वतीचं डोकं तिनं मांडीवरून उतरवून ठेवलं. प्रेत आखडू नये, म्हणून मादेवय्या आणि मास्तरांनी हात-पाय दुमडून ठेवले. आता नंजम्माचं रडू पूर्णपणे थांबलं होतं. बोलणंही बंद झालं होतं. ती उठली. स्वयंपाकघरात जाऊन पुन्हा पेज गरम करू लागली. रामण्णाचं डोकं मांडीवर घेऊन ती त्याला पेज पाजू लागली. त्याचा ताप आहे की कमी झाला, हे तिला समजत नव्हतं. पण तिनं घातलेली चमचाभर पेज रामण्णाच्या पोटात गेली. नंजम्माला जिवात जीव आल्यासारखं वाटलं. तिनं त्याच्या काखेत आणि जांघेत चाचपून पाहिलं. कुठलीही गाठ फुटली नव्हती. तिला त्यातलं काहीच समजत नव्हतं. पार्वतीची गाठ फुटली होती आणि याची फुटलेली नाही, एवढंच तिला हायसं वाटत होतं. शिवाय रामण्णाचा श्वासही ठीक वाटत होता. जास्तही नाही आणि कमीही नाही. गेलेल्या मुलीसाठी दुःख करायचं की राहिलेल्या मुलाची सेवा करायची, हे न कळून ती मुकाट्यानं बसून राहिली. मास्तर आणि मादेवय्या पुढच्या व्यवस्थेला लागले. हाताशी असलेल्या कुळवाड्याला धरून ते धडपडत होते. गावात असलेल्या तीन ब्राह्मण घरांना बातमी देण्यात आली. ते सगळे गावाबाहेर शेड बांधायच्या गडबडीत होते; पण लवकर दहन होणंही अत्यावश्यक होतं. अंधार पडल्यानंतर काय करणार?

जातवाले निरोप पोचताच धावत आले; पण अजून चेन्निंगराय आले नव्हते. ते आल्याशिवाय पुढे काय करणार? मादेवय्यांना कळत नव्हतं, रामण्णाकडे बघायचं की या तयारीकडे? त्यातच त्यांचं निम्मं चित्त देवळात झोपवून आलेल्या विश्वमध्ये गुंतला होता. अखेर मास्तरांवर इकडचं सोपवून ते देवळाकडे निघाले. रस्त्यात कुणीही नव्हतं. दुकानाच्या दाराशी नरसी बसली होती. मादेवय्यांकडे तिनं नंजम्माच्या घरची खुशाली विचारली. मादेवय्यांनी सगळं सांगून तिला म्हटलं, ''तूही गाव सोडणार नाहीयेस. दुकान बंद कर आणि माझ्या मठीकडे चल. मी येईपर्यंत त्या लेकराकडे कुणीतरी बघायला पाहिजे.''

तशी दुकानाला कुलूप लावून ती देवळापाशी आली. तिला विश्वपाशी बसवून मादेवय्यांनी बजावलं, ''हे औषध. तीन तीन तासांनी याला द्यायचं. देवापाशी दिवा लावलाय; तोही जपायचा. यानं भूक लागली म्हटलं तर या गाडग्यात तांदूळ आहेत. पेज शिजवून दे.''

''मी सगळं करते. तुम्ही निघा...''

बाहेर येऊन पाहिलं तर ओसरीवर चेन्निंगराय होते. मादेवय्यांनी सांगितलं, ''पार्वत्यम्मा गेली. पुढचं सगळं करायचं आहे. तुम्ही चला.''

चेन्निंगरायांना काही सुचेना. मादेवय्या त्यांचा हात पकडून घरी घेऊन आले. ते घरी आले तेव्हा दारासमोर तिरडी बांधून तयार होती. अण्णाजोईसच स्वत: लक्ष घालून सगळं नीट करून घेत होते. मादेवय्यांचं थोडं दडपण होतं. त्यामुळे सगळे दबलेल्या आवाजात बोलत सगळं करत होते. घरात चाललेल्या शव-संस्काराशी आपला काडीचाही संबंध नसल्यासारखी नंजम्मा रामण्णाच्या चेहऱ्याकडे बघत बसली होती.

अण्णाजोईसांनी शास्त्र काढलं, "पार्वतीचं लग्न झालंय. तिच्या नवऱ्याशिवाय कसे शवसंस्कार होतील?"

"आता कोण कळवायला जाणार? सगळीकडे प्लेगचं वातावरण आहे. शिवाय प्लेगनं मृत झालेल्या मुलीचं शव! ते किती वेळ असंच ठेवायचं? तुम्ही काही काळजी करू नका. कुणी काही म्हटलं तर ती माझी जबाबदारी! मीच त्यांचं लग्न लावून दिलं होतं. त्यांना नंतर पत्रानं कळवेन. आता उशीर करायला नको." मास्तरांनी सांगितलं.

मास्तरांच्या बायकोनं पार्वतीला कुंकू लावलं. उरलेले पाचशे रुपये नंजम्मानं त्यांच्या हातात दिले. पार्वतीला उचलून नेताना मास्तरांच्या बायकोच्या डोळ्यांना धारा लागल्या होत्या; पण नंजम्माच्या डोळ्यांत पाण्याचं टिपूस नव्हतं. चेन्निंगराय डोळे पुसत म्हणाले, "ही रांडेची अशी का मरून गेली?"

शव घेऊन जाईपर्यंत तिकडे लाकडाची व्यवस्था झाली होती. पार्वतीचं लग्न झालेलं असल्यामुळे तिचं दहन संस्कारपूर्वक होणं आवश्यक होतं. अण्णाजोईसांना शुभकार्यांबरोबर अशा कार्यांचे विधिक्रमही ठाऊक होते. अय्याशास्त्रीही पाठोपाठ गेले; पण त्याआधी अण्णाजोईस तिथं पोचले होते. दहन झाल्यावर सगळे तिथल्या विहिरीत अंघोळ करून येईपर्यंत ते वाट पाहत होते. सगळे आल्यावर त्यांनी विचारलं, "कवटी फुटली काय?"

"हं."

"चिन्नय्या, इथे आलेल्या सगळ्यांना किती किती दिलेस? मला यायला उशीर झाला. येईपर्यंत सगळं संपलं होतं; पण मी एवढ्या लांब आलो. इथंपर्यंत आलो म्हटल्यावर थंड पाण्यानं अंघोळ करायला पाहिजे. ते बाधतं हल्ली. म्हणून आलो नाही; पण माझ्या वाटेची दक्षिणा?"

चेन्निंगरायांच्या सर्वांगाची आग झाली; पण अण्णाजोईसांनी सांगितलं, "द्या त्यांची दक्षिणा..." चेन्निंगरायांनी त्यातली अधेली काढून घेऊन बाकीचे पैसे दिले. हे पाहून त्यांना राग आला; पण त्यातच समाधान मानून ते गप्प बसले. नंतर त्यांनी विचारलं, "दिवसकार्य गावातच करणार आहेस की कसं?"

मास्तरांनी विचारलं, "तो सगळा तिच्या नवऱ्याच्या घरचा विषय झाला! हे

कसे करतील, हे आम्ही काय सांगणार?'' अशाप्रकारे तो विषय संपताच सगळे घराकडे परतले.

३

पार्वतीला घेऊन गेल्यावर घरात नंजम्मा, रामण्णा आणि मादेवय्या राहिले होते. घरातलं बरंच सामान शेडमध्ये हलवण्यात आलं होतं. थोडंफार घरी होतं. मास्तरांची बायकोही घराकडे बघून यायला गेली होती. 'कुरुबरहळ्ळी'ला गेलेला त्यांचा मुलगा आला. त्यानं सांगितलं, ''उद्या दोन गडी शेडचं आवश्यक ते सामान घेऊन गाडी घेऊन येताहेत,'' असा निरोप आणला. गड्यांना कुठे शेड घालायची ती जागा दाखवायची, असं सांगून तो निघून गेला.

रामण्णाचा श्वास मंद गतीनं चालला होता. ''आणखी एकदा औषध घातलंस काय?'' मादेवय्यांनी विचारलं. नंजम्मा उठली. न्हाणीघराकडे गेली. पाय धुऊन ती रामण्णापाशी बसली. तिनं त्याच्या तोंडात औषध घातलं; पण त्यानं ते गिळलं नाही. नंजम्मानं मादेवय्यांना हाक मारून सांगितलं, ''हा औषध प्यायला नाही म्हणतोय!''

''ताप काय म्हणतोय? कमी झालाय काय बघ.'' त्यांनी सांगितलं. त्यांनीही कपाळाला हात लावून पाहिलं, ताप कमी झाला असावा. प्लेगमध्ये ताप कमी-जास्त होणं, ही सामान्य घटना होती. पण आता ताप पूर्णपणे कमी झालेला दिसत होता. हे कदाचित रोग कमी झाल्याचं लक्षण असावं, असं वाटून मादेवय्या म्हणाले, ''उतरलाय ताप. पुन्हा चढला नाही तर चांगलं होईल.''

हे ऐकताच नंजम्माला पार्वती जिवंत होऊन माघारी आल्यासारखं वाटलं. तिच्या तोंडून आलं, ''तेवढं झालं तर देवीला लुगडं नेसवून पूजा घालीन!'' मादेवय्यांनाही हे चांगलं लक्षण आहे, असंच वाटत होतं. नंजम्मानं अंथरुणात हात घालून पाहिलं. पाय थंडगार लागत होते.

हे तिनं सांगताच मादेवय्या सावध झाले. त्यांनी चुलीतली राख आणून रामण्णाच्या पायांना चोळायला सुरुवात केली. पाच मिनिटं पाय चोळले तरी ऊब निर्माण झाली नाही. शरीरातही ऊब आली नाही. त्यांनी गाठी चाचपून पाहिल्या. सूज तशीच होती; पण त्या फुटल्या नव्हत्या. शरीर थंड पडत चाललं होतं.

याच्या तोंडात गंगाजल घालायला सुचवावं असं त्यांना लक्षात आलं नाही. या मुलाचा जीव चाललाय. जीवच जाताना मरणाऱ्याच्या तोंडात गांगाजल घातलं काय आणि नाही घातलं काय! हे मनात आलं तरी नंतर, ''शेजारी असून मी माझ्या

मुलाला गंगाजल घातलं नाही...'' असं या मातेनं आक्रोश करायला नको, असा विचार करून त्यांनी गडूवरचं सील काढून नंजम्माच्या हातात दिलं.

नंजम्माला समजलं. तिनं विचारलं, ''म्हणजे माझा रामण्णाही जाणार काय?''

मादेवय्यांनी समजावलं, ''रडायचं नाही. मी सांगतो तसं करायचं.'' तिच्या हाताला आधार देऊन त्यांनी त्याच्या तोंडात 'गंगाजल' सोडलं. त्यातलं किती आत गेलं आणि किती बाहेरच पडलं कोणजाणे! तिकडे लक्ष न देता त्याच्या नाकापाशी बोट धरून मादेवय्या त्याच्या चेहऱ्याकडे पाहत बसले. नंजम्माही भावरहित अवस्थेत दगडासारखी बसून होती. दोघांचीही नजर रोखलेली असतानाही रामण्णाचा अखेरचा श्वास केव्हा गेला-आला ते दोघांनाही समजलं नाही. पुन्हा चार थेंब घातले, तेही ओघळून जमिनीवर पडले.

शवाचे हात-पाय दुमडले पाहजेत, मादेवय्यांना जाणवलं. ते त्यांनी बोलून दाखवलं. नंजम्माला याचा अर्थ कळला की नाही, कोण जाणे! कानांवर शब्द पडले तरी नेमका अर्थ मनाच्या आत उतरला की नाही, हे मादेवय्यांना समजलं नाही. त्यांचंही तिकडं लक्ष नव्हतं; कारण पार्वती गेली तेवढा ती आक्रोश करणं दूर राहिलं, तिच्या डोळ्यांतलं पाणी थिजल्यासारखं झालं होतं, हे मादेवय्यांना समजत होतं. रामण्णाचं डोकं मात्र अजूनही तिच्या मांडीवरच होतं.

पार्वतीचे दहनसंस्कार करून माणसं परतणार होती. त्याआधीच दारात आणखी एका तिरडीची व्यवस्था करणं आवश्यक होतं; पण एव्हाना रात्र झाली होती. आल्या-आल्या लगेच हेही शव घेऊन जातील की दुसरे दिवसापर्यंत वाट पाहतील, हे मादेवय्यांना समजत नव्हतं. पण काही गोष्टी आवश्यक होत्या. तेच पुन्हा म्हणाले, ''हात-पाय दुमडून ठेवायला पाहिजेत. अव्वा! प्राण शिवाच्या चरणी निघून गेल्यावर काय करणार? बाजूला हो, अव्वा... हात-पाय दुमडून ठेवतो.''

नंजम्मा काही न बोलता रामण्णाचं डोकं जमिनीवर ठेवून बाजूला झाली. मादेवय्यांनी पुढचं काम करून ठेवलं. त्याच वेळी बाहेरून मास्तर आणि चेन्निंगरायही आत आले. त्यांना मादेवय्यांनी सांगितलं, ''रामण्णाचाही श्वास थांबलाय. पुढं काय करायचं ते बघा...''

'अय्यय्यय्यो...'' याहून आणखी काय बोलायला त्यांना सुचलं नाही. मास्तर पुन्हा अण्णाजोईसांच्या शेडकडे धावले. एव्हाना जोईसांच्या घरचं सगळं सामान हलवून ते गावाबाहेरच्या शेडवर गेले होते. चेन्निंगरायांना काहीच समजेना. ते रामण्णाच्या मृत देहापाशी उकिडवं बसले. मास्तर अण्णाजोईसांना घेऊन माघारी परतले. मादेवय्यांनीच विचारलं, ''काय करायचं? आत्ताच न्यायचं की सकाळपर्यंत तसंच ठेवायचं?

''आता रात्रीच्या वेळी कसं होणार?'' ते म्हणाले.

पण मास्तर म्हणाले, "ही मोठ्या रोगाची साथ आहे... मृतदेह रात्रभर घरात ठेवता येणार नाही. कुठली तरी लाकडं जमवायची व्यवस्था करू या. लाकडं जमवणंही कठीण होतंय. महारोगाच्या साथीत एवढा विचार करता येत नाही. काही ठिकाणी तर सात-आठ प्रेतं एकत्र जाळून टाकतात. सगळं गावच होरपळत असताना शास्त्राचा फार विचार करणं जमणार नाही. शक्य नाही ते! आता लगेच घेऊन जाऊ या."

हे जोईसांनाही पटलं. आधी येऊन नुकत्याच घरी परतलेल्यांना पुन्हा बोलवायला मास्तर गेले. निरोप देऊन आल्यावर ते तिरडी बांधायला उभे राहिले. पाठोपाठ अय्याशास्त्रीही आले. रामण्णा मुंजामुलगा. त्यामुळे शवसंस्कार व्हायला पाहिजेत. शिवेगौडांकडून लाकडं आणि इतर गोष्टी मिळाल्या. तेही घर सोडून शेडवर निघाले होते. "ते परस्पर येतील. तुम्ही निघा..." मृतदेह तिरडीवर बांधून घेऊन जाणं तेवढंच राहिलं होतं; पण अय्याशास्त्रींना नंजम्मा दिसली नाही. त्यांनी विचारलं, "नंजम्मा कुठेय?"

आता सगळ्यांचंच तिकडे लक्ष गेलं. नंजम्मा कुठे आहे, हे कुणालाच ठाऊक नव्हतं. तिला मुलाचं अखेरचं दर्शन घडवण्यासाठी सगळे तिला शोधू लागले; पण ती कुठंच नव्हती. ही विहिरीत जीव द्यायला तर गेली नसेल; या विचारानं सगळे घाबरे झाले.

मादेवय्यांना काहीतरी सुचलं. ते म्हणाले, "तुम्ही इतर कुठं शोधायचं तर शोधा. मी माझ्या तळ्याकाठच्या मठीत जाऊन बघून येतो. तिचा शेवटचा मुलगा तिथं आहे. ती तिकडं गेलेली असेल..." म्हणत ते घाईघाईनं तिकडे निघाले. मध्ये मध्ये ते धावत होते. धापा टाकत ते आपल्या देवळात येऊन पोचले.

त्यांचा अंदाज खरा होता. दरवाजा उघडाच होता. त्यांनी पाहिलं, कांबळ्यावर नरसी बसली होती आणि तिच्या मांडीवर विश्व झोपला होता. नंजम्मा त्याच्यापासून तीन हात लांब बसली होती. तिची नजर मुलावर खिळली होती. तिचे डोळे कोरडे ठक्क होते. विश्वजवळ नरसी बसली होती. मादेवय्यांना पाहताच तिनं सांगितलं, "काय बोलायचं मादेवय्या! अम्मा आली, लेकराला मिठी मारली. लगेच काय झालं कोण जाणे! बाजूला झाली. लेकराला दूर केलं मला म्हणाली, "नरसम्मा हे लेकरू माझं नाही, माझं म्हटलं तर दळभद्री पिलेगम्मा याला घेऊन जाईल! तुला मूलबाळ नाही. तू याला तुझा मुलगा म्हणून जवळ घे. मांडीवर घे. माझा याच्याशी कसलाही संबंध नाही! हा माझा मुलगा नाही... मी याची आई नाही... मला असं सांगून याला माझ्या मांडीवर देऊन आपण तिकडं दूर जाऊन बसलीय बगा..."

"असू दे, नरसम्मा! आधी रामण्णाला घेऊन जायला पाहिजे. मी तिकडे जातो. तू इकडं या दोघांकडे बघ. कुणीतरी पुरुष माणूस पाठवू काय?"

"कशाला? मी आहे की! काही भीती नाही. मी बघते..."

मादेवय्यांनी विचारलं, "हा कसा आहे? जांघेत दुखतंय, काखेत दुखतंय असं काय म्हणाला काय?"

"नाही. काही म्हणाला नाही. मधून काहीतरी बोलतोय. ताप मात्र फार आहे. हाताला चटके बसतात."

"भूक लागली तर गंजी शिजवून दे. औषध मात्र देत राहा. नंजम्मा, घाबरू नकोस, अव्वा! याला काही होणार नाही. औषध लागू पडतंय याला!" एवढं सांगून ते धावतच माघारी वळले.

इकडे मात्र मास्तरांनी "नंजम्मनवरे..." म्हणून हाका मारत जवळपास सगळीकडे शोध चालू ठेवला होता. मादेवय्या माघारी येताच सगळे त्यांच्याकडे जमले. मादेवय्यांनी सांगितलं, "नंजम्मा तिकडच्या देवळात आहेत, विश्वपाशी."

आता सगळ्यांनी रामण्णाचा देह उचलला आणि निघाले. ते थोड्या अंतरावर गेल्यावर मादेवय्या घरात वळले. त्यांनी घराला कुलूप लावलं आणि आपल्या देवळातल्या मठीकडे निघाले. थोड्या उंचावर असलेल्या त्या देवळाच्या प्रांगणातून दूरवर स्मशानात पेटलेली आग दिसत होती.

४

सकाळी आठ वाजता 'कुरुबरहळ्ळी'हून दोन गाड्या लाकूड गाळ्यांबरोबर दोन गडी आले. ते या गावाच्या आत आले नाहीत. 'रामसंद्र'चे कुळवाडी शानभोगांच्या घरासमोर असलेले गाळेही घेऊन आला. ग्रामदेवतेच्या समोर असलेल्या राईमध्ये दुपारपर्यंत एक शेड तयार झाली. मास्तरांनी यांच्या घराची चावी घेऊन जाऊन घरातली भांडीकुंडी आणि कपडेलत्ते गाडीत भरून पाठवून दिले.

त्या दिवशी संध्याकाळपर्यंत सगळं गाव रिकामं झालं होतं. आता विश्वचा तापही बऱ्यापैकी स्थिरावला होता; पण गाठी आल्या नव्हत्या. पार्वती-रामण्णाला ताप आल्या-आल्या चोवीस तासांत गाठी दिसायला लागल्या होत्या. पण विश्वला ताप येऊन दोन दिवस झाले असले तरी गाठी आल्या नव्हत्या. मादेवय्या देत असलेल्या औषधाचा परिणाम असावा किंवा ताप येताच वेळ न घालवता औषध दिल्याचा परिणाम असावा. घरात दोन मृत्यू झाल्यावर तिसरा होणारच नाही, असं सांगणंही कठीण होतं. त्यामुळे धास्तावलेल्या नंजम्माला ते सांगत होते, "नंजव्वा, हे देवीचं स्थान आहे, इथं कशी मारम्मा येईल? म्हणून विश्वण्णाला गाठ आली

नाही. घाबरू नकोस.''

नंजम्मा यावर काहीच बोलली नाही. दगडाच्या मूर्तीसारखी दूर बसून विश्वकडे पाहत होती. दिवस उजाडेपर्यंत ती जागची हलली नव्हती. उजाडेपर्यंत मादेवय्या पार दमून गेले होते. गेले दोन दिवसांत त्यांच्या पोटात अन्नाचा कणही गेला नव्हता. परवा रात्रीच्या प्रवासात त्यांचा थोडासा डोळा लागला होता, तेवढं सोडलं तर त्यांच्या डोळ्याला डोळा लागला नव्हता. त्यांचं खरं वय गावात कुणालाच ठाऊक नव्हतं; तरीही पंचाहत्तर वर्षांचे असतील, असा गावकऱ्यांचा अंदाज होता. त्या देहाला दोन दिवसांत अजिबात उसंत मिळाली नव्हती. खांबाला टेकून बसलेला नकळत तो देह बसल्या-बसल्या जमिनीवर कलंडला. बघता बघता त्यांना झोप लागली.

काही वेळ शांत राहून नरसी म्हणाली, ''नंजव्वा! देवानं मला मूलबाळ दिलं नाही. इतके दिवस मी त्याचं वाईट वाटून घेत होते. मुलं असली तर एवढी काळजी असते?''

नंजम्मा काही न बोलता बसली होती. तेवढ्यात मास्तरांनी येऊन नंजम्माजवळची दिवली घेऊन गेले. नंजम्मा तशीच बसून होती. पुढं काय बोलायचं, ते नरसीलाही समजलं नाही. तरी ती मादेवय्यांनी सांगितल्याप्रमाणे विश्वला वेळच्या वेळी औषध पाजत होती. त्याचं डोकं तिच्या मांडीवरच होतं.

थोड्या वेळात मास्तरांच्या पत्नी आल्या. त्यांच्या डोळ्यांत पाणी होतं. नंजम्माचे डोळे कोरडे ठक्क होते. त्या म्हणाल्या, ''चला. आमच्या शेडला जाऊ या. थोडं उप्पिट करते. तुम्ही काल दिवसभरात काहीही खाल्लेलं नाही.''

नंजम्मानं मानेनंच नकार दिला. त्या आपल्या शेडला गेल्या आणि थोडं उप्पिट घेऊन आल्या. नंजम्मा तोंड धुवायलाही उठली नाही. नरसीनं विचारलं, ''चेन्नराय कुठं आहेत?''

''काल स्मशानातून आल्यावर आमच्या शेडसमोर पोतं अंथरून झोपी गेले होते. आत्ताच त्यांनाही उप्पिट देऊन आले.''

''इकडं पोर आजारी आहे, हे त्यांना माहीत नाही काय?''

''माहीत आहे. आमच्या यजमानांनीच सांगितलं होतं.''

नरसी म्हणाली, ''नंजव्वा! ही नरसी वाईट बोलते असं तुम्हाला वाटेल. माझ्यासारखीला मूलबाळ झालं तर त्याला कसलंही दुःख होणार नाही. ती कुणापासून जन्मली हेच ठाऊक नसल्यावर कोण कशाला येईल? पण या चेन्नय्याला आपल्या पोटच्या मुलाची काळजी नाही... तिकडं उप्पिट हादडत बसलाय!''

नरसम्मानं बोलू नये, म्हणून नंजम्मानं हातानंच खुणावलं. मास्तरांची बायको नंजम्माला म्हणाली, ''हे पाहा! या गावच्या मारम्मा-सुंकम्मा या काही चांगल्या

नाहीत. या छळायला येतात; पण राखणाऱ्या नाहीत. कितीही त्रास होत असला तरी शृंगेरीची शारदम्बा त्यातून सुटका करते. विश्व बरा झाला तर या नवरात्रात तुझ्या दर्शनाला येऊन कुंकुमार्चना करेन, असा नवस बोला. नक्की लेकराला बरं वाटेल. तुम्हाला सुतक आहे. तुम्ही आता काहीही करू नका. घरी जाऊन मी सोवळ्यानं तुमच्या नावानं एक पावली गाठीत बांधून ठेवते.''

नंजम्मानं मान हलवून नकार दिला.

"असं का म्हणता?''

"देवबिव सगळं खोटं आहे. कुठलाही देव जीव वाचवायला येत नाही- आयुष्य असेपर्यंत श्वास चालतोय; नसेल तर थांबतो.''

नरसीनं समजावलं, "नंजम्मा, असं नका म्हणू! पाप झालं-चुकून बोलले म्हणा!''

"काहीही चुकलेलं नाही! मला कुठल्याही देवाचा नवस बोलायचा नाही!'' नंजम्मा स्पष्टपणे म्हणाली. त्या दोघींनी पुन्हा आग्रह केला तेव्हा म्हणाली, "तुम्हाला काय करायचं ते करा!'' मास्तरांच्या पत्नी ते ऐकल्यावर निघून गेल्या.

त्या वेळेपर्यंत गावातले कितीतरीजण देवळाच्या दिशेनं येऊ लागले. सगळ्यांना शेडची व्यवस्था करायची होती. नंजम्माच्या सांत्वनासाठी आलेले काही वेळ थांबले, पार्वतीच्या रूप-गुणाचं तोंडभरून कौतुक करत राहिले. रामण्णाच्या हुशारीचं कौतुक करत राहिले. "...जगला असता तर पुढे अंमलदार व्हायची बुद्धी असलेला मुलगा... शिवानं आपल्या पायाशी बोलवून घेतलं... त्या दिवशी नव्या नवरीला, 'पार्वत्यम्मा'ला नवीन लुगडं नेसवून घराबाहेर नेलं तेच चुकलं... मारम्माची नजरही या मुलीवर पडली असणार...'' या सारख्या गोष्टी करत राहिले. त्यांनी बातमी आणली होती, "गावात आणखी आठजणांना प्लेग झाला होता... त्यातले दोघे सकाळीच वारले...''

गावाबाहेर देवळात असलेल्या नंजम्मा आणि नरसीला यांतलं काही ठाऊक नव्हतं. आलेले एकेक करून निघून गेले. सर्वक्का एकटीच नंजम्माबरोबर राहिली. नंजम्मा आणि सर्वक्का एकमेकींच्या सुख-दुःखाला सोबतिणी होत्या. सर्वक्कांनीही वयात येणारी मुलगी गमावली होती. आपल्या मुलीच्या मृत्यूच्या आठवणीमागोमाग त्यांना नरसीचा संदर्भही आठवला. आता समोरच नरसी बसली होती. नंजम्माचा मुलगा तिच्या मांडीवर होता. तो आपला मुलगाच नाही, अशाप्रकारे नंजम्मा दूर बसली होती. नरसीच्या नावासरशी सर्वक्काच्या सर्वांगाची लाही होत होती. बाकी कुठला प्रसंग असता तर सर्वक्कानं तिला मारल्याशिवाय सोडलं नसतं; पण आताचा प्रसंग वेगळा होता. तीही मुकाट्यानं बसून राहिली. तिला नंजम्माला सोडून जायची इच्छा नव्हती. काही बोलायलाही सुचत नव्हतं.

तेवढ्यात विश्व जोरात श्वासोच्छ्वास करू लागला. पुन्हा ताप भरल्यासारखं वाटू लागलं. नरसीनं सांगितलं, "नंजव्वा! याच्या तापानं माझ्या मांड्या तापायला लागल्यात. श्वास पण कसा चाललाय बघा! मला भीती वाटतेय... बघा तरी!"

"मी हात लावणार नाही! तुम्हीच बघा सर्वक्का!" नंजम्मा म्हणाली.

सर्वक्कानं अंथरुणात हात घालून पाहिलं. तिचा हात घामानं भिजला. याचा काय अर्थ समजायचा, हे तिलाही समजेना. वेगळी कुठली वेळ असती तर नंजम्माला समजलं असतं की काय, कोणजाणे! पण आता तिलाही काही समजेनासं झालं होतं. नरसीनं मादेवय्यांना हाक मारली. त्यांना गाढ झोप लागली होती. सर्वक्कानं त्यांचा दंड हलवून जागं केलं, तेव्हा ते उठून बसले. जाग येऊन भोवताली नजर फिरवल्यानंतर त्यांना सर्वक्काच्या बोलण्याचा अर्थ समजला. त्यांनी विश्वच्या कपाळावर हात ठेवून पाहिलं आणि सांगितलं, "घाम येतोय. ताप उतरायच्या आधी असं होतंय. गाठबिठ आलेली नाहीये! नंजम्मा! विश्व वाचलाय!"

नंजम्मा मूक होऊन विश्वच्या चेहऱ्याकडे पाहत होती. सर्वक्काही म्हणाली, "चला! शेवटी शिवानं डोळे उघडले!"

विश्व अजूनही ग्लानीतच होता. थोड्याच वेळात ताप उतरायला लागला. एवढ्या वेळात रेवणशेट्टी नंजम्माशी अवाक्षरही बोलला नव्हता. तो कधीच नंजम्माशी स्पष्टपणे समोरासमोर बोलला नव्हता. आता त्यानंही विश्वच्या अंगाला हात लावून म्हटलं, "बचावला!" नंतर तिलाही म्हणाला, "सगळ्या गावाला समजून सांगणाऱ्या तुम्ही! तुमचं समाधान कोण कसं करणार?" नंतर तो बायकोकडे वळला आणि म्हणाला, "मादेवय्यांना दोन दिवस जेवण-खाण-झोप नाही. घरून त्यांच्यासाठी उंडे करून घेऊन ये." आणि तिला सोबत घेऊन घरी गेला.

मादेवय्यांनी बळेच नंजम्माला उठून तोंड धुवायला लावलं. मास्तरांच्या बायकोनं आणलेलं उप्पिट भांड्यात तसंच होतं. नंजम्माला बळेच खायला दिलं, पण ती तयार झाली नाही. मादेवय्यांनी थोडा राग दाखवला. नरसीनं आग्रह करायचं सोडलं नाही. निरुपायानं तिनं एक घास तोंडात घातला, भांडं दूर सारलं आणि तोंडातला घासही बाहेर जाऊन थुंकून आली.

मादेवय्यांनी आपल्या डब्यातली एक पुडी बाहेर काढली आणि त्यातली एक चिमूट तिला बळेच खाऊ घातली. खायच्या आधी तिनं विचारलं, "काय हे?"

त्यांनी सांगितलं, "शिवाचा प्रसाद. काशीहून आणला होता. थोडा शिल्लक होता. घे. ग्रहाचार नष्ट होईल. लेकराला घाम यायला लागलाय. तापाला उतार पडलाय."

यावर काहीही न बोलता नंजम्मानं ते गिळलं. तिचं सगळं शरीर आणि मन थकून गेलं होतं. ती पुन्हा विश्वकडे पाहत खांबाला टेकून बसून राहिली; तेवढ्यात

चेन्निंगराय आले.

"काय करत होता एवढा वेळ?" नरसीनं विचारलं.

"येतच होतो... पण वाटेत कोण-कोण भेटून सांत्वन करत होते... म्हणून थांबावं लागलं."

"वा रे वा... भलताच पुरुष जन्माला घातलाय!" नरसी म्हणाली. काही न समजून त्यांनी इकडंतिकडं पाहिलं. मादेवय्याच म्हणाले, "नरसव्वा! काहीही बोलू नकोस!"

पाच-सात मिनिटांतच नंजम्माच्या डोळ्यांसमोरची दृश्यं अधांतरी तरळू लागली. ती तशीच खांबाला डोकं टेकवून बसली. शेजारीच अंथरुणाची वळकटी होती. ती उलगडून मादेवय्यांनी तिला त्यावर झोपवली. एक जुनी वाकळ तिच्या अंगावर पांघरून होईपर्यंत तिला गाढ झोप लागली होती.

"काय दिलंत तुम्ही नंजम्माला?" नरसीनं विचारलं.

"झोपेचं औषध. काशीत देतात. येताना घेऊन आलो होतो. जुन्यातलं थोडं राहिलं होतं."

"तर मग मला पण द्या!" चेन्निंगरायांनी मागितलं.

"ते पुरुषांनी खायचं नसतंय! नंजव्वाला आता रात्रभर जाग येणार नाही. सकाळीच येईल. तुम्ही इकडंच राहा. तुम्हाला काहीतरी खायला आणून द्यायचं बघतो..." असं चेन्निंगरायांना आश्वासन देऊन मादेवय्या नरसीला म्हणाले, "आता काही घाबरायचं कारण नाही; तूही लेकराला खाली झोपव. घरी जाऊन झोप जा. काहीतरी खाऊन घे. तुझ्याही पोटात काही नाहीये."

"माझ्या जेवणाचं-झोपण्याचं काय म्हणता... पोर जगलं की सगळं आलं."

"होय... पण तू घरी जाऊन जेवण कर, एक झोप काढ आणि नंतर ये." म्हणत मादेवय्यांनी एक कांबळं अंथरलं. त्यावर विश्वला झोपवून नरसी उठली आणि घरी गेली. नंजम्माला जाग आली नाही. दुपारपर्यंत गुंडेगौडा आणि त्यांच्याबरोबर आठ-दहा माणसं देवळापाशी आली. मोठ्यानं आवाज करू नका, असं मादेवय्यांनी सांगितलेलं असल्यामुळे ते हलकेच आपसात बोलत होते. सगळ्यांनी चेन्निंगरायांनाच बाहेर बोलावून घेतलं आणि सांत्वनाच्या चार गोष्टी सांगितल्या. "माझ्याकडचे सगळे पैसे खर्च होऊन गेले बघा! रांडेचे जगले नाहीत!" हे सांगताना चेन्निंगरायांच्या डोळ्यांत पाणी येत होतं.

इथे घडलेली दुर्दैवी घटना सूर्यनारायणाला कळवणारं मास्तरांनी पत्र लिहिलं.

५

दोन्ही मुलं मरण पावल्याला सहा दिवस झाले. नंजम्मा शेडमध्ये राहायला आली होती. आता शेडमध्ये ती आणि चेन्निंगराय दोघेच होते. विश्व आता बराच ठीक झाला होता. त्यानं या सुतकाच्या घरी यायला नको, म्हणून मादेवय्यांनी त्याला आपल्याबरोबर मठातच ठेवलं होतं. त्याला या घरी आणायची यांनाही भीती वाटत होती. नंजम्माच सकाळी-दुपारी देवळात जाऊन येत होती. आपल्याला सुतक आहे, हे लक्षात असल्यामुळे ती देवळात जात नव्हती. विश्व लहान मुलगा. मादेवय्या त्याची सगळी काळजी घेत होते. नंजम्मा देवळाच्या बाहेर, दाराशी काही घटका बसून, मादेवय्यांशीही अवाक्षर न बोलता निघून जात होती. मादेवय्याच विश्वला पेज बनवून पाजत होते.

नंजम्माला एक प्रश्न सतत छळत होता. ही मारम्मा सगळ्यांची आई आहे. स्वत: आई असताना हिनं माझ्या दोन पोटच्या गोळ्यांना कसं माझ्यापासून कायमचं दूर केलं? कितीही विचार केला तरी तिला उत्तर सुचत नव्हतं. एक दिवस तिनं मादेवय्यांनाच विचारलं.''

तेव्हा त्यांनी सांगितलं, ''देवाची माया! दुसरं काय! कृष्ण तान्हा असताना त्यानं आपल्या आईची परीक्षा घेतली म्हणे. तो उपाशी राहिला, की तीही उपवास करायची. तो दूध पिईपर्यंत ती पाणीही प्यायची नाही. अशा आईची परीक्षा घेण्यासाठी एक दिवस त्यानं विचारलं, ''आई, मी मरून गेलो तर तू काय करशील? ती म्हणाली, बाळा ...तुझ्या माघारी मी कशी राहीन? तुझ्या पाठोपाठ मीही मरून जाईन... त्यानं विचारलं, खरंच? तिनं पुन्हा तेच शपथेवर सांगितलं. एक दिवस तो नदीच्या डोहात पडला. एकदा बुडून वर आल्यावर आईला हाक मारून ओरडू लागला, आई... मी बुडतोय... मरतोय... ये... मला वाचव... त्याच्या नाका-तोंडात पाणी गेलं होतं. आई घाबरी झाली. काठावर राहून आरडाओरडा करू लागली, कुणीतरी माझ्या लेकराला वाचवा... कुणी आलं नाही. तिनं अंगावरचं लुगडं सोडून त्याचं एक टोक त्याच्याकडे टाकलं; पण ते त्याच्यापर्यंत पोचलं नाही. तो आई... आई म्हणत पाण्यात बुडाला. लुगडं नेसून ती काठावरच बसून हंबरडा फोडून रडू लागली. आपणही तिथेच जीव द्यायचा म्हणून काठावर उभी राहिली; पण भीती वाटली. तिनं उडी मारली नाही. काठावरच उभी राहून गंगामातेला दूषणं देऊ लागली. त्यानंतर एक दिवस गेला, दोन दिवस गेले... ती दररोज तिथं येऊन गंगेला दूषणं देत होती. रडत होती; पण पाण्यात काही उडी मारली नाही. तिसरा दिवस उजाडला. तिसऱ्या दिवशी कृष्ण वर आला आणि म्हणाला, आई,

तीन दिवस वाट बघतोय. तू काही पाण्यात उडी मारलेली नाहीस. यानंतर आयांच्यासमोर त्यांच्या डोळ्यांसमोर त्यांची मुलं मरतील,'' असा त्यानं शाप दिला.

ही गोष्ट ऐकल्यावर नंजम्माला कृष्णाच्या आईचा राग आला. तिनं जर डोहात उडी मारली असती तर या जगात आयांच्या समोर मुलं कधीच मेली नसती! किती केलं तरी ती माणूस होती. कृष्ण देव होता. आईची परीक्षा घेण्यासाठी तो असा वागला. माणूस असलेल्या आईनं डोहात उडी मारली असती तर ती मरूनच गेली असती. देवतेला मरण नाही. तिच्या मुलालाही मरण नाही. त्यामुळे ही कथाच जन्मली नसती.

शेडला परतल्यावरही तिचं मन याचाच विचार करत होतं. ही फक्त कथाच आहे, की खरंच असं घडलं असेल? कदाचित ती केवळ कथाच असेल; पण पार्वती-रामण्णा मरून गेल्यावर मी का मेले नाही?

मनात हा प्रश्न उद्‌भवताच तिच्या मनात आश्चर्य दाटलं. ते काही नाही... आपण मरून जायला पाहिजे! पाहता पाहता हा विचार प्रबल होऊ लागला. एव्हाना रात्रीचे आठ वाजले होते. चेन्निंगराय बाहेर हवा खायला बसले होते. ती आत अंथरूण घालून झोपली; झोप मात्र आली नाही. काय करावं... कसं मरावं, हे ठरत नसलं तरी मरून जायचा विचार मात्र प्रबळ होत होता. आपण मरून गेल्यावर तो कृष्ण प्रसन्न होऊन आपल्या दोन्ही मुलांना कदाचित जिवंतही करेल, अशी अशक्य आशाही मनात निर्माण झाली. तिनं पाहिलेल्या 'यक्षगाना'त आणि गाण्यांमध्ये हे अजिबात अशक्य नव्हतं. कितीतरी पुराणकथांमध्येही असंच घडलं होतं. मग आपल्या बाबतीत का तसं होऊ शकणार नाही?

पण दोन्ही पोटची मुलं गमावल्यामुळे तिची असल्या पुराणकथांवरची श्रद्धा नष्ट झाली होती. कृष्णाच्या माघारी गोपी जगली की नाही, याविषयी मला काही समजून घ्यायचं नाही. माझी मुलं मरून गेली आहेत. त्यांच्या आठवणींनी गेले सहा दिवस मी वेदना अनुभवते आहे. हे जगणं मला नकोय. मला मरून जायचंय.

ती याच वेदनेत विव्हळत असताना तिचा नवरा आत येऊन झोपला होता. त्यांच्या घोरण्याचा आवाज स्पष्टपणे ऐकू येत होता.

नंजम्मा उठून बसली. बहुतेक दहा-अकरा वाजून गेले असावेत. शेडचं दार लोटून ती बाहेर आली. काय करायचं-कसं मरायचं, याविषयी काही सुचलं नाही. तिची पावलं तिच्या नकळत तिच्या दोन्ही मुलांना घेऊन गेलेल्या स्मशानाच्या दिशेनं पडू लागली. प्रत्यक्ष शवसंस्कारांच्या वेळी ती गेली नव्हती. बायकांनी जायचं नसतं, असा प्रघात असल्यामुळे कुणी तिला नेलंही नव्हतं. आता ती थेट तिथं गेली. मनात कसलंही भय नव्हतं. कुठल्याही प्रकारची आशंका मनात नव्हती. भीतीही नव्हती. मनात भूत-पिशाचे भयही नव्हतं. अंधारात दोन प्रेतं जाळल्याची जागा दिसत होती.

तिच्या दोन मुलांनंतर आणखी कुठली ब्राह्मणांची प्रेतं आलेली दिसत नव्हती. त्या दोन जागांपैकी पार्वती कुठली आणि रामण्णा कुठला हेही समजत नव्हतं. ते समजून तरी काय करायचं, हेही तिला समजत होतं. तिसऱ्या दिवशी दोन्हीकडची रक्षा न्यायचा संस्कार संपला होता. तिनं वाकून त्या दोन्ही जागेची मूठ-मूठभर राख उचलून पदरात बांधून घेतली. जवळच प्रेतसंस्कार झाल्यावर डुबकी मारायचं कुंड होतं. त्यात बऱ्यापैकी पाणी होतं. यात उडी मारून जीव द्यायचा विचार तिला आकर्षक वाटला. ती तशीच तिथे जाऊन उभी राहिली. डोळ्यांसमोर अंधारी आली. हाता-पायाच्या नसा ताणल्यासारख्या झाल्या. काही क्षण भानरहित अवस्था अनुभवाला आली; पण हळूहळू सगळं शांत झालं. मनात कुठलीही भावना जाणवत नव्हती.

बस्स? मृत्यू म्हणजे एवढंच? तिथं तर कुणीही नाही. पार्वती-रामण्णाही नाहीत; आपणही नाही. पाऊलभर पुढं जाऊन पाण्यात उडी मारणं एवढंच राहिलं होतं. त्यासाठी काहीही विशेष कष्ट घ्यायचीही गरज नाही.

ते पाऊल उचलण्याआधी एकदा या जगात असलेल्यांची आठवण आली. नवरा... त्यांचं आयुष्य त्यांना लखलाभ...! विश्व...!

विश्वची आठवण होताच मन विचलित झालं. तो प्लेगमारीच्या तावडीत सापडून मेला नाही; जगलाय! त्याला कोण सांभाळेल? मादेवय्या? ते कसं सांभाळतील? त्यांचा त्यांनाच थारा नाही... मुलं गेली म्हणून नंजम्मानं जीव दिला, असं समजल्यावर ते कधीही विश्वला सोडून जाणार नाहीत, याची मनानं ग्वाही दिली.

पण मी नसेन तर तो पोरका होईल! मादेवय्यांनी किती काय केलं तरी या वयाच्या लेकराला आईसारखं कोण बघेल? पार्वती-रामण्णाला आजार झाला, तेव्हाच मला का झाला नाही? का वाचवलं मला देवानं? विश्वला मोठं करायला म्हणून तर नसेल? माझ्याकडून लालनपालन व्हावं म्हणूनच तो एवढ्या मोठ्या रोगातूनही वाचला असेल काय?

आता विश्वचा चेहरा तिच्या डोळ्यांसमोर तरळू लागला. पार्वतीचा रुंद सुंदर चेहरा, रामण्णाची हुशारी या दोन्ही गोष्टी त्याच्यात आहेत. त्या दोघांच्या बदल्यात तो जिवंत राहिलाय. त्यानंही जीव गमावला तर काय राहील? सगळंच संपून जाईल!

ती जागीच मट्कन बसली. या गावात लग्न करून आल्यापासून मुलांच्या जन्मापर्यंतचा सगळा इतिहास तिच्या डोळ्यांसमोर तरळू लागला. आतापर्यंत आलेली सुखं-दुःखं, मध्ये ग्रासलेला दुष्काळ आठवला. त्या वेळी रामण्णा आणि पार्वती किती समाधानानं वागत होते! इतकी गुणाची होती माझी मुलं! म्हणून देवानं त्यांना जवळ बोलावून घेतलं! उलट हा विश्व! भूक अनावर झाली, की त्या

दोघांनाही किती मारायचा! त्या दोघांपेक्षा याचा स्वभावच वेगळा आहे. खाण्याच्या बाबतीत तर थेट वडिलांसारखा! जराही भूक आवरत नाही! पण सगळं स्वत:च खाईन, अशी नीच बुद्धी नाही. अगदी रानातून बोरं किंवा आणखी काही रानमेवा हाताला लागला तरी मला, पार्वताक्काला आणि रामण्णाला दिल्याशिवाय खाणार नाही! अशा लेकराला अनाथ करून मी मरून गेले तर ते पाप कुणाचं? मी तिकडं जाऊन पार्वती-रामण्णाला भेटले तरी ते दोघंही विचारतील, "अम्मा! अशी कशी विश्वला सोडून आलीस? तो कसा जगेल? तू एवढाही विचार कसा केला नाहीस?"

स्वत:च्या नकळत ती त्या कुंडापासून दूर सरली. दगड-काट्यांच्या रस्त्यानं चालत स्मशानाला येऊन पोचली. पार्वती-रामण्णाच्या चितेच्या मध्ये थोडा वेळ उभी राहिली. नंतर माघारी वळली. चढ चढून गावालगत आली; पण शेडकडे न जाता ती देवळाकडे निघाली. रस्ता बऱ्यापैकी रुंद असल्यामुळे आता पायाखाली बघायची गरज नव्हती.

ती देवळापाशी पोचली तेव्हा देवळातून मादेवय्या म्हणत असलेले देवाच्या पदाचे स्वर ऐकू येत होते. तिनं पुढं जाऊन पाहिलं, देवासमोर दिवा जळत होता. विश्व एका चटईवर गाढ झोपला होता. त्याला पांघरलेल्या कांबळ्याच्या एका टोकावर बसून मादेवय्या एकतारी वाजवत पद म्हणण्यात रमून गेले होते.

दारात सावली दिसताच मादेवय्यांनी तिकडे वळून पाहिलं. तिला पाहताच म्हणाले, "संध्याकाळी तर येऊन गेलीस. आता का परत आलीस? काही काळजी करू नकोस. विश्वण्णाला आता काहीही होणार नाही. दगडासारखा टणक आहे तो! यानंतर त्याला विश्वण्णा म्हणू नकोस. गुंडण्णा म्हणायला सुरुवात कर. दगडासारखाच होऊन राहील."

हे नंजम्माला पटलं. मादेवय्यांचं पुण्य भरपूर आहे." त्यांच्या बोलण्यावर विश्वास ठवायला पाहिजे. याला गुंडण्णाच म्हणायला पाहिजे, असं तिला वाटलं. ती म्हणाली, "काही नाही. जाते."

"पण आता का आली होतीस?"

"काही नाही. सहजच."

"हवं तर इथंच राहा; पण अव्वा! लोकांची तोंडं सारखीच नसतात..."

"जाते मी!" ती म्हणाली. ते म्हणाले, "थांब, थोडं पोचवायला येतो."

"नको... नको. हा एकटाच झोपलाय. तुम्ही त्याच्यापाशीच थांबा..." असं सांगून ती बाहेर पडली. शेडपाशी येताना तिला पदरात बांधलेल्या रक्षेची आठवण झाली. तळ्यापाशी येऊन तिनं ती राख तळ्यात टाकून मनोमन म्हटलं, "गंगम्मामाते, ही माझ्या लेकरांची आहे... तिला पोटात घे..." आणि पुन्हा शेडपाशी आली. पुन्हा

जागेवर झोपली.

६

त्या दिवशी सकाळी देवळात जाऊन विश्वला पाहून ती पुन्हा शेडमध्ये बसली होती. सगळं व्यवस्थित असतं तर आजपासून रामण्णाचे दिवस सुरू व्हायला पाहिजे होते. कसलं शास्त्र आणि कुठलं काय! तिनं यावर काहीच विचार केला नव्हता. कुणीच विचार केला नव्हता. पार्वतीचे दिवस करायचं काम तिच्या नवऱ्याचं.

बारा वाजले होते. नंजम्मा तशीच उदास होऊन बसली होती. चेन्निगराय कुठेतरी निघून गेले होते. दाराशी कुणीतरी आल्यासारखं वाटलं. तिनं मान वर करून पाहिलं. दारात सूर्यनारायण उभा होता. पार्वतीचे पती. डाव्या हाताचं बोट धरून मुलगी रत्ना. खांद्याला एक मोठी पिशवी होती. उजव्या हातात एक मोठी वेताची टोपली होती. आल्या-आल्या नंजम्मानं त्याला बसायला सांगितलं नाही. जावई आलाय म्हणून नंजम्मा मान दाखवण्यासाठी स्वयंपाकघरातही गेली नाही. सूर्यनारायणनंच मुलीला सांगितलं, "आजीपाशी जा बाळा!"

तिलाही ओळख पटली होती. बाबांनी सांगताच ती नंजम्मापाशी गेली. ती जवळ येताच नंजम्मानं तिला जवळ घेऊन मांडीवर बसवून घेतलं. सूर्यनारायणनं टोपली जमिनीवर ठेवून 'कोमेजून जातील...' म्हणत त्यातले गजरे आणि माळा-हार एकेक करून बाहेर काढून ठेवायला सुरुवात केली. ते घमघमणाऱ्या जाई-जुईचे गजरे होते. विड्याच्या पानांचा गठ्ठा होता. केळीच्या फणी, संत्री, चिक्कू; याशिवाय हॉटेलमधून आणलेली मिठाईची पुडकी...

आता मात्र नंजम्माला असह्य झालं. तिनं मुलीला एकदा कवटाळलं आणि हुंदका दिला. कावराबावरा झालेला सूर्यनारायण मान वर करून पाहत असतानाच मुलीला दूर सारून नंजम्मा उठली आणि स्वयंपाकघरात धावली. तिलाही काय बोलावं ते समजेना. ती हुंदके देऊन रडू लागली. त्यानं विचारलं, "अम्मा! काय झालं? का रडताय?"

ती काही बोलली नाही. त्यालाही स्वयंपाकघराच्या दाराशी येऊन बोलायचा संकोच वाटला. काही न कळून तो मुकाट्यानं बसून राहिला; पण त्याच्या मनात हजार शंका उपस्थित झाल्या होत्या.

तसाच अर्धा तास गेला. अखेर सूर्यनारायण म्हणाला, "अम्मा, तुम्ही काहीच

बोलत का नाही?''

तरी नंजम्मा काही बोलली नाही. ती बाहेर आली. शेजारी शेडबाहेर खेळत असलेल्या एका मुलाला हाक मारून तिनं त्याला मास्तरांना लगेच बोलावून आणायला सांगितलं. तो मुलगा धावत निघून गेला. त्याच्या पाठोपाठ मास्तर आले. त्यांनी विचारलं, ''काय झालं? कशाला बोलावलंत?''

नंजम्मानं सांगितलं, ''आमच्या शेडमध्ये जाऊन पाहा!'' आणि ती सरळ देवळाकडे निघून गेली. गोंधळून गेलेले मास्तर शेडपाशी आले. आत सूर्यनारायण आणि त्याची लहान मुलगी बसली होती. त्याच्यासमोर फुलं-फळं आणि विड्याची पानं होती.

मास्तरांनी विचारलं, ''केव्हा आलात?''

''तास झाला असेल.''

''पत्र मिळालं की नाही?''

''कुठलं पत्र? नाही मिळालं...''

''पाच-सहा दिवस झाले असतील.''

''आमच्याकडे आठवड्यातून एकदा टपाल येतं. या काहीच बोलत नाहीयेत. मला काहीच कळेना. काय बोलायचं?''

''कसं सांगू? पार्वती आणि रामण्णा एकाच दिवशी गेले प्लेगनं. आज सातवा दिवस!''

सूर्यनारायण अवाक् झाला. कसंबसं त्यानं विचारलं, ''काय सांगता...?''

''या वेळचा प्लेग सगळ्यात आधी यांच्याच घरात शिरला. भावा-बहिणीला एकाच दिवशी घेऊन गेला. विश्व वाचलाय. तेवढं सुदैव म्हणायचं या मातेचं!''

सूर्यनारायण मूकपणे ऐकत होता. सगळं सांगून झाल्यावर मास्तर म्हणायचं म्हणून म्हणाले, ''शेवटी नशिबाचे भोग कुणाला चुकलेत म्हणा!''

यावर मात्र सूर्यनारायणला स्वत:ला आवरणं कठीण झालं. त्यानं हुंदका आवरायचा प्रयत्नही केला नाही. हुंदके देऊन रडत असलेला पाहून मुलगी रत्नाही रडू लागली. तिला काय समजलं कोणजाणे. मास्तरांनी तिला जवळ घेतलं; पण ती वडिलांकडे जाऊन त्यांच्या कुशीत शिरली.

पुढं काय बोलावं हे मास्तरांनाही समजलं नाही. थोडा वेळ जाऊ दिल्यावर ते म्हणाले, ''चला, आमच्या घरी जाऊ या.''

''नको! कुठेच जायला नको. मी माघारी जातो...''

''तुमचं बरोबर आहे; पण लेकराला काहीतरी खायला नको काय? भूक लागली असेल तिला...'' असं सांगत बळेच त्याला सोबत घेऊन ते बाहेर पडले. शेडचा दरवाजा लावून घरी गेले. मास्तरांच्या बायकोनं सुतकातल्या रत्नासाठी एक

पत्रावळ घातली आणि त्यावर जेवायला वाढलं. सूर्यनारायणनं मात्र कॉफीच्या लोट्याला हातही लावला नाही. रत्नाचं जेवण झाल्यावर त्यानं पत्रावळ काढून ती जागा सारवून घेतली आणि नंतर म्हणाला, "चला. देवळात जाऊन विश्वला पाहून येऊ या."

दोघंही तिकडे जायला निघाले. सूर्यनारायणनं रत्नाला उचलून घेतलं.

दोघंही देवळात पोचले तेव्हा नंजम्मा शेडकडे परतली होती. मास्तरांच्या घरी एका मुलाला पाठवून तिनं चावी मागवून घेतली. सुतकाचं घर असल्यामुळे चेन्निंगरायांचं जेवण मास्तरांच्याच घरात होत होतं. त्यांच्या बायकोनं वाढून आणलेल्या ताटाला नंजम्मा जेमतेम उष्टावत होती. बहुतेक सगळं कुत्र्यांना वाढत होती. आता तिनं घरात येऊन पाहिलं तर समोर सूर्यनारायणनं आणलेली फुलं-फळं-मिठाई पडली होती. ते असह्य झाल्यामुळे ती तोंड फिरवून आत निघून गेली. पार्वतीची लग्नातली लुगडी, दागिने व इतर कपडे बाजूला काढून सगळं एका पांढऱ्या कपड्यात बांधून ठेवलं.

देवळातून परतलेला सूर्यनारायण काही न बोलता उभा होता. मास्तर नंजम्माला म्हणाले, "हे निघताहेत. उद्यापासून त्यांनाही सगळे दिवस करायला पाहिजेत..."

यावर नंजम्मा काहीच बोलली नाही. बांधून ठेवलेलं गाठोडं त्यांच्यासमोर आणून ठेवून म्हणाली, "हे तिचे कपडेलत्ते. हे दागिने. पिशवीत ठेवा..."

ते पाहताना त्याचे डोळे भरून आले. तो म्हणाला, "अम्मा! माझी मुख्य वस्तूच निघून गेलीय! आता हे घेऊन जाऊन काय करू? हे मला नको!"

"कन्यादान केलं तेव्हा ती तुमची झाली. तिच्याबरोबर दिलेलं हे दान! तिचे कपडे-दागिने घरात ठेवून मी तरी काय करू? नजरेसमोर राहिले तर मलाही त्रासच होईल..."

मास्तरांनी सांगितल्यावर त्यानं ते घेऊन आपल्या पिशवीत घातलं. त्यानं उभ्या जागेवरूनच वाकून त्यांना नमस्कार केला, रत्नाकडूनही करवला. हातात पिशवी घेऊन मुलीचा हात धरून तो शेडबाहेर पडला. मास्तरही गावाबाहेरपर्यंत पोचवायला गेले. आता त्या रस्त्यावर तीन मोटारगाड्यांच्या फेऱ्या होत होत्या. रस्त्याला लागल्यावर दहाच मिनिटांत त्यांना बस मिळाली. त्यांना बसमध्ये बसवून ते परतले तेव्हा नंजम्मा शेडमध्ये होती. मास्तर म्हणाले, "पार्वत्यम्माचे दिवसकार्य ते चटावर करून संपवणार आहेत. रामण्णाची मुंज झाली होती. त्याचं काहीतरी शास्त्र करायलाच पाहिजे. या जोईसांच्या हातात सापडलो तर ते पार बोळवून टाकतील. माणुसकीही पाहणार नाहीत. तुम्ही ते सगळं माझ्यावर सोपवा. मी बघून घेतो. पंचवीस रुपयांत सगळं संपवतो. आपण काहीही केलं तरी तिकडे त्या जिवाला काहीही होणार नाही. हे फक्त आपल्यासाठी करायचं..."

“आता अजिबात पैसा नाही. तुम्हीच ‘कुरुबरहळ्ळी’ला जाऊन येता काय? अशा प्रसंगी गुंडेगौडा नाही म्हणणार नाहीत. पुढे त्यांच्या हप्त्यांतून वळते करता येतील.”

मास्तर लगोलग ‘कुरुबरहळ्ळी’ला जायला निघाले. नंजम्मा शेडमध्ये आली.

७

त्याच दिवशी संध्याकाळी कल्लेश आणि अक्कम्मा गाडी जुंपून घरी आले. रस्ताभर अक्कम्मा रडत असल्याचं तिच्या डोळ्यांवरून समजत होतं. कल्लेशचा चेहराही पडला होता. शेडमध्ये पाय टाकताच अक्कम्मा म्हणाली, “का गं नंजा? आम्ही सगळे मरून गेलो होतो काय? आज सात दिवस झाले की! आम्हाला निरोप नाही काय पाठवायचा?”

अशा प्रसंगी माहेरचं गणगोत बघून नंजम्माला रडू कोसळलं. तरी रडू आवरत ती म्हणाली, “काय फार मोठी आनंदाची बातमी म्हणून सांगून पाठवू?”

“सुख-दुःखाला आपापली माणसं जवळ नको काय? आम्ही काही मेलेलो नाही! चल. आता इथं राहायचं नाही. महिना-दोन महिने गावी चल.” कल्लेश म्हणाला.

तातडीनं माहेरी जायची नंजम्माची इच्छा नव्हती. तिनं सांगितलं, “आत्ता नको. आता कुठं विश्वची तब्येत थोडी बरी होतेय; शिवाय रामण्णाचे दिवस व्हायलाच पाहिजेत.” मुळात माहेरी जायची तिची इच्छाच नव्हती. पण कल्लेशनं आग्रह केला. तो आणि अक्कम्मा देवळात जाऊन विश्वलाही बघून आले. अक्कम्माला त्याला पाहताच अश्रू आवरले नाहीत. अकराव्या दिवशी सुतक संपेपर्यंत दोघं तिथंच राहिले. अक्कम्माचं सुतक तिसऱ्या दिवशीच संपलेलं असल्यामुळे तिनं शेडमध्ये स्वयंपाक करायला सुरुवात केली. रेवणशेट्टीही एकदा शेडमध्ये येऊन भेटून गेला. अक्कम्मा नंजम्माला म्हणाली, “हे बघ तुझा बाप काही आता गावात राहत नाही. त्याचं ते पहिलं घोडं तो काशीला गेला होता तेव्हा मरून गेलं. आता त्यानं नवा घोडा घेतलाय. त्याच्या मागं तो कुठं कुठं फिरत असतोय. काशीहून आल्यापासून तो आणखी कसली-कसली विद्या शिकून आलाय. करणी-बिरणी करायच्या कामासाठी तो चन्नरायपट्टण-कामटापूर-हासन-अरकलगुडू आणखी कुठं-कुठं जात असतोय. माणसं त्याला बोलावून घेऊन जात असतात.”

नंतर म्हणाली, “कुरुबरहळ्ळीची एक मुलगी आपल्या जवळच्या कोळीकुट्टा

गावी दिलीय की नाही? तिला न्यायला आलेल्या त्या गावच्या माणसानं सांगितलं, तुमच्या नातीची दोन मुलं एकाच दिवशी वारली म्हणून! सगळे गाव सोडून शेडमध्ये राहायला गेलेत, असंही सांगितलं. वर विचारलं, तुम्हाला माहीत नाही काय? आम्हाला तर सगळं खोटंच वाटलं आधी. नंतर कल्लेशनं लगेच गाडी जुंपायला लावली आणि निघालोच.''

''कल्लेशअण्णासाठी मुलगी नाही काय ठरवली?''

''एक-दोन बघितल्या होत्या; पण त्याच्या सासऱ्याला हे समजलं वाटतं. ते धावत आले. रडत-भेकत म्हणाले, ''मुलगा समजून कठीण प्रसंगांतही तुझी सेवा केली. तुला सोडलं नाही. तू आणखी एक लग्न करू नकोस. मग याचंही मन बदललं. हा पण लग्नाला नाही म्हणाला. मी आणि कंठीनं किती सांगितलं तरी त्यानं ऐकलं नाही.''

मास्तरांच्या मार्गदर्शनाखाली रामण्णाचे दिवसकार्य पंचवीस रुपयांत झाले. सुतक संपल्यावर नंजम्मा विश्वला शेडला घेऊन आली. आता तो सावकाश पायावर उभा राहून पावलं टाकण्याइतका सशक्त झाला होता. उत्तम अंगापिंडाच्या विश्वच्या आता हाता-पायाच्या काड्या झाल्या होत्या.

या दोघांनी गावाकडून आणलेली गाडी माघारी पाठवून दिली होती. आता कल्लेश पुन्हा म्हणाला, ''नंजा, एक सवारी-गाडी ठरवतो. तूही चल गावाला.''

नंजम्माच्या मनात अजिबात जायची इच्छा नव्हती; पण माणसं तोडून घेणंही योग्य नव्हे, हे तिला समजत होतं. वहिनी आपल्याशी वाईट वागली असली तरी भाऊ कधीच वाईट वागलेला नाही. पार्वतीच्या कारणानं रागावला आणि लग्नाला आला नाही हे खरं; पण आता तोही प्रश्न राहिलेला नाही. ते आपण होऊन बोलावतात. का जाऊ नये? पण हा खंडवसुलीचा काळ. इतके दिवस तिकडे लक्ष दिलेलं नाही. माहेरी गेलं तर नवरा इथं राहणार नाही, सरकारी कामही करणार नाही.''

अखेर सगळा विचार करून तिनं सांगितलं, ''अक्कम्मा, आता राहू दे. सगळी वसुलीची कामं झाल्यानंतर मी येईन. दहा-पंधरा दिवस राहून पुढची वसुलीची कामं सुरू व्हायच्या वेळी परत येईन. तोपर्यंत तूच इकडे राहा.''

अखेर कल्लेश एकटाच गावी माघारी परतला.

चौदा

१

त्या वेळी फिरतीला गेलेली गंगम्मा दीड महिन्यानंतर गावाला परतली. पण सगळे गाव सोडून बाहेर राहताहेत, ही बातमी ती गावापासून दहा मैल अंतरावर असतानाच तिला समजली. गावी आलं तर सगळं सामान गोळा करून गावाबाहेर शेड घालायला पाहिजे. पण ते सगळं सामान राहत असलेल्या देवळाच्या कोपऱ्यात आहे. दरवाजा उघडून ते सगळं आणणंही शक्य आहे. पण तेवढा खटाटोप कुणी करायचा? असा विचार करून ते पुन्हा तसेच गावाच्या पश्चिम दिशेला निघून गेले. त्या दिशेची लहानसहान खेडी संपवून ते सावकाश गावी परतले तेव्हा तीन महिने होऊन गेले होते. दोन मोठे पाऊस होऊन सगळे शेड सोडून गावात परतले होते.

गावी परतल्यावर एकाच दिवशी दोन नातवंडं वारल्याची बातमी समजली. ती ऐकताच सुनेला शिव्यांची लाखोली वाहावी इतका गंगम्माला संताप आला. पण तिच्यासमोर तोंड उघडायची तिला भीतीही वाटत होती. तरीही सुनेच्या घरी गेल्यावर ती म्हणालीच, "त्या बायको मेलेल्याशी लग्न लावून दिल्यावर पोर कशी जिवंत राहील? मला काही विचारलंस काय लग्न ठरवायच्या आधी?" असं बोलून तिनं आपल्या दुःखाला वाचा फोडली.

खरं सांगायचं तर ती मुलं जिवंत असतानाही कधी तिचा त्या मुलांशी फारसा संबंध आला नव्हता. ती बहुतेक वेळा गावाबाहेरच फिरत असायची. गावात असतानाही कधी ती या मुलांना भेटत-बोलत नव्हती. ही मुलंही कधी त्या घरी जायची नाहीत. कधी वाटेत पार्वती भेटली की ही विचारायची, "तुझी आई वसुलीला गेली होती म्हणे! किती कमाई झाली?" यावर पार्वती म्हणायची, "मला

काय ठाऊक आजी?'' एवढ्या संवादावरच आजी-नातीचा प्रेमसंवाद संपून जायचा. कधी ती रामण्णाला विचारायची, "तू मोठा झाल्यावर इंग्लिश शिकून शेकदार होणारायस म्हणे! तेव्हा मला एक लाल काठाचं लुगडं आणून देशील काय?'' यावर तोही सांगायचा, "देतो आजी.'' यावर त्या दोघांमधलाही संवाद संपुष्टात यायचा. पण आता मात्र त्या दोघांना दोन्ही नातवंडांची आठवण छळू लागली. तीन-चार दिवस नातवंडांची आठवण काढत सुनेला शिव्या घालण्यात गेले. समोर आलेल्या गावकऱ्यांसमोर तेच बोलून त्यांनी आपलं दुःख हलकं करून घेतलं.

अप्पण्णय्याला मात्र खरोखरच फार दुःख झालं होतं. पार्वतीच्या लग्नात तो मनापासून उत्साहानं श्रमला होता. कदाचित त्यामुळेच त्याच्या मनात तिच्याविषयी बरंच प्रेम निर्माण झालं होतं. रामण्णा त्याच्या वर्गात पहिल्या नंबरावर असतो, हे समजल्यापासून त्याच्याविषयी याच्या मनात अभिमान निर्माण झाला होता. शेकदारांनाही हिशेब लिहून देणारा हा मुलगा! इंग्लिश शिकून पुढे शेकदार होऊ शकेल, असा विश्वास त्याच्याही मनात होता. त्यामुळे संभाषण फारसं नसलं, तरी ती आपलीच मुलं असल्याची भावना त्याच्या मनात होती. अप्पण्णय्या आपल्या भावजयीपुढे उभा राहून रडत म्हणाला, "आम्हीच पापी... असली गुणाची मुलं वाढवून मोठं करायचं आमच्या नशिबात नव्हतं..."

या खेपेला पाऊस-पाणी-पिकं चांगली होती. हिशेबाची कामंही संपली होती. मास्तरांची बायको एकदा नंजम्माला म्हणाली, " शृंगेरी शारदाम्बेचं दर्शन करून कुंकुमार्चना करणार म्हणून मी पावली बांधून ठेवली आहे. ती आमच्या घरातल्या देव्हाऱ्यातच आहे. आणखी आठवड्यानं नवरात्र येतंय. तेव्हा तुम्ही लेकराला घेऊन जाऊन या. मी नवस बोलले त्याच दिवशी त्याचा ताप उतरायला लागला. देवाचं नवसाचं काम मागं टाकू नये.''

हे नंजम्मालाही पटलं. काहीतरी करून शृंगेरीला जाऊन यायचं, असं तिनं ठरवलं. देवाची शक्ती अगाध आहे... त्याचं देणं देऊन टाकलं नाही तर उद्या आणखी काही त्रास व्हायला नको! आता राहिलाय हा एकुलता एक विश्व. त्यामुळे कशाला विषाची परीक्षा घ्या? जाऊन यायलाच पाहिजे.

मास्तरांनीही सांगितलं; इथून तिपटूरहून रेल्वेनं जायचं, तिथून अरसीकेरेला जायचं व गाडी बदलायची. रात्री अरसीकेरे स्टेशनवर झोपून सकाळी एका लहान गाडीनं नरसिरामपूरला जायचं. तिथून शृंगेरीला जायला मोटारगाड्या असतात. तिपटूरहून अरसीकेरेला एका माणसाला पंधरा आणे, तिथून नरसिरामपूरला सहा आणे, पुढे मोटारगाडीला दोन रुपये. शृंगेरीला उतरायला धर्मशाळा आहेत. तिथं दोन्ही वेळेला जेवण मिळतं. एवढा लांबचा प्रवास. त्यात रेल्वेचा प्रवास! सोबत कुणीतरी पुरुषमाणूस पाहिजे. पूजेसाठी पाच रुपये लागतील.

अप्पण्णय्या आईच्या नकळत चोरून येऊन सांगून गेला, "कुणाला सांगू नका. माझ्याकडे वीस रुपये आहेत. आता देतो. नंतर मला गरज असेल तेव्हा आणून द्या. जमलं तर मीही येतो." फिरताना त्यानं काही नाचणी विकताना मिळालेले पैसे गंगम्माच्या नकळत राखून ठेवले होते.

वीस रुपये पुरेसे नव्हते. आणखी शिल्लकही नव्हती. पार्वतीच्या लग्नाच्या वेळी नंजम्मानं सगळे पैसे खर्च करून टाकले होते. कुरुबरहळ्ळीच्या गुंडेगौडांना तरी कितीवेळा विचारायचं?

अप्पण्णय्या म्हणाला, "इथून तिपटूरला पायीच जाऊ या. नरसिरामपूरला रेल्वेनं जावं लागेल. पुढे मोटारगाडीनं जायच्या ऐवजी पायी जाता येईल, वीस रुपये पुरतील."

नंजम्मा, अप्पण्णय्या आणि विश्व अशा तिघांनीच जायचं ठरलं; पण चेन्निंगराय ही संधी कसे सोडतील? त्यांनी आपण येणार, असा हट्टच धरला. म्हणजे आणखी पैसे जमवणं आलं; शिवाय ते पायी चालतील याची खात्री नाही.

यावर ते म्हणाले, "मी माझे पैसे आणतो. तुम्हाला कशाला काळजी?" तिनं बजावून सांगितलं, "पोटगीची पावती काढून यायचं नाही!" हे त्यांनी मान्य केलं. नंतर त्यांनी कुठून पैशाची व्यवस्था केली कोणजाणे! पण त्यांचा खर्च वेगळा आणि बाकीच्यांचा खर्च वेगळा.

नंजम्मा तयारीला लागली. पाच शेर नाचणीच्या लाह्या भाजून पीठ तयार केलं. आलेल्या भातापैकी आठ शेर भात अप्पण्णय्यानं आणून दिलं. त्याचे पोहे कांडून घेतले. ते पोहेही नंजम्मानं बांधून घेतले. गंगम्मालाही जायची आशा होती, पण या सुनेबरोबर जायची इच्छा नव्हती. तिनं अप्पण्णय्याला जाऊ नको म्हटलं; पण त्यानं, "का नाही जायचं?" म्हणत तिचं म्हणणं धुडकावून लावलं. प्लेग गेल्यानंतर नंजम्मानं विश्वला भरपूर दूध-तूप खाऊ घालून पहिल्यासारखं बनवलं होतं. तसा तो आधीपासूनच सशक्त मुलगा होता.

एक दिवस पहाटेच्या वेळी, म्हणजे त्या पळसाची पानं गोळा करायला निघायच्या त्या वेळेआधी नंजम्मानं सोबत भाकरी-चटणी बांधून घेतली आणि ते प्रवासाला निघाले. मोटारवाले ओळखीचे असल्यामुळे आपल्याला बिनापैशाचं घेऊन जाणार आहे, असं चेन्निंगरायाचं म्हणणं. एका छोट्या पोत्यात स्वयंपाकाचं सामान आणि भांडं बांधून घेऊन त्याचं तोंड बांधलं होतं. ते बोचकं डोक्यावर घेऊन अप्पण्णय्या निघाला. आपली दोन लुगडी, विश्वचे कपड्याचे दोन जोड, दोन पांघरुणं अशा कपड्यांचं बोचकं कमरेवर घेऊन एका हातात विश्वचं बोट धरून नंजम्मा निघाली. दिवस उजाडेपर्यंत ते मुख्य रस्त्यावरही बरंच अंतर चालून गेले होते. मोकळा रस्ता असल्यामुळे विश्व नंजम्माचा हात सोडून अप्पण्णाच्या पुढे

धावत होता. मधूनच मागं वळून म्हणत होता, "बघ, अम्मा! मी कसा तुझ्याहून शक्तिवान आहे! होय की नाही?"

सहा मैल चालून गेल्यावर वाटेत दिसलेल्या एका कट्ट्यावर बसून तिघांनीही चटणी-भाकरी खाल्ली. पुढं चालताना विश्वच्या चालण्याचा वेग कमी झाला होता. त्यानं पुन्हा नंजम्माचा हात धरून चालायला सुरुवात केली. पाय दुखताहेत हे सांगायला त्याला कमीपणा वाटत होता.

त्याचवेळी एक मोटार मागून येऊन पुढे गेली. अप्पण्णय्यानं विचारलं, "बघितलं? तो मागच्या सीटवर बसला होता!"

नंजम्मा म्हणाली, "नाही बघितलं..."

विश्वनं विचारलं, "अम्मा, अप्पांना मोटारीत फुकट बसवून नेतात! मला का नाही?"

अप्पण्णय्या म्हणाला, "फुकट कसं कोण घेऊन जाईल? धान्यधुन्य किंवा आणखी काहीतरी दिलं असेल! तेव्हा घेऊन जातात!"

"जाऊ दे म्हटलं ना?" नंजम्मानं विषय तिथंच थांबवायला म्हटलं; पण अप्पण्णय्या म्हणाला, "तुम्ही काही म्हणा, वहिनी! आमचा रांडेच्या चेन्नय्या म्हणजे नीच माणूस आहे! पहिल्यापासून असाच आहे तो! आपण आणि आपलं सोडलं तर त्याला आणखी काहीही नको असतंय. असल्या भडव्या रांडेच्यांना पायताणानं बडवून काढायला पाहिजे!"

"अप्पण्णय्या! देवाच्या दर्शनाला चाललोय आपण! कशाला तोंडात ती भाषा? जाऊ दे म्हटलं ना?" नंतर ती विश्वला म्हणाली, "बाळा, मी तुला शिकवलं होतं ना, 'भज गोविंदम् भज गोविंदम्...' ते म्हण बघू! बघू या येतंय की नाही ते? शृंगेरीला चाललोय ना, तिथल्या मठाच्या शंकराचार्यांनी लिहिलंय ते!"

विश्व उत्साहानं सुरात ते म्हणू लागला. तो अडखळला किंवा चुकला, की नंजम्मा दुरुस्त करून सांगत होती. अप्पण्णय्यानं कमरेची चंची काढून त्यातली पान-सुपारी काढून तोंडात घातली. त्यावर तंबाखूची चिमूट दाढेखाली सारली. थोड्या वेळात त्याचं तोंड बंद झालं. तोबरा न थुंकता तसाच ठेवून तो चालू लागला. तिपटूरला रेल्वे एक वाजता येणार होती. हे सावकाश चालत असले तरी मध्ये बराच आडरस्ता घेतल्यामुळे ते बारा वाजताच स्टेशनवर येऊन पोचले. या तिघांनी आणखी एकदा चटणी-भाकरी खाल्ली. तेवढ्यात तिथे असलेल्या माधव भट्टांच्या हॉटेलात जेवण करून चेन्निंगराय तिथं आले. अप्पण्णय्या रेल्वेचं अडीच तिकीट घेऊन आला. चेन्निंगरायांनी आपलं तिकीट काढलं. अरसीकेरी स्टेशनात पाणी मिळालं तेव्हा या तिघांनी पुन्हा भाकरी-चटणी खाल्ली. चेन्निंगराय आपण गावात फिरून येतो, असं सांगून बाहेर पडले.

अप्पण्णय्या म्हणाला, "आता हा कुठं गेला ठाऊकाय?"

नंजम्मा म्हणाली, "कुठं का जाईनात! आपल्याला तो विषय नको!" तिनं जमखाना बाहेर काढला आणि विश्वला जवळ घेऊन स्टेशनच्या एका कोपऱ्यात ती झोपली. त्यांच्या उशाशी एक पोतं आणि त्यावर एक वाकळ अंथरून कापडाचं बोचकं उशाला घेऊन अप्पण्णय्याही आडवा झाला. लगेच तिघांनाही झोप लागली. थोड्या वेळानं परतलेले चेन्निंगरायही अप्पण्णय्याच्या शेजारी पंचा अंथरून झोपले.

दुसरे दिवशीही त्यांच्या शिदोरीत दहा भाकऱ्या शिल्लक होत्या. दोन दिवसांपूर्वीच्या भाकऱ्या कडक झाल्या असल्या, तरी पाण्यात भिजवून खाता येण्यासारख्या होत्या. चेन्निंगराय हॉटेलमध्ये निघाले.विश्व हट्ट करू लागला. नंजम्मानं सांगितलं, "स्वयंपाकासाठी थोडं सामान आणायचंय. तसंच विश्वसाठी इडली घेऊन या आणि एक साधा दोसा घेऊन या. एकूण तीन आणे होतील."

नरसिपूरची रेल्वे आली. विश्वला आनंद झाला. आपण रेल्वेनं प्रवास करणार याचा त्याला मोठा अभिमान वाटत होता. उत्साहानं तो खिडकीपाशी बसला. खिडकीतून एका मागून एक अगणित झाडं धावताना दिसत होती. मोजता येणं अशक्य व्हावं इतकी झाडं! त्यांच्यावर चढलेले हिरवेगार वेल, नुकताच पावसाळा संपला होता. त्यामुळे 'अश्वयुज' असल्यामुळे सगळीकडे हिरवी झाडं लखलखत होती. विश्व पाहत असताना एक मोठा प्राणी चालत चालत दिसेनासा झाला. त्याचं चित्र पुस्तकात बघितलं असल्यामुळे त्याचं नाव 'हत्ती' असल्याचं त्याला आठवलं. काहीतरी विचार करून त्यानं विचारलं, "अम्मा, अरण्य म्हणतात ते हेच काय?" नंजम्मालाही तेच उमजलं होतं. याआधी तिनंही इतकी झाडं आणि मोठाले वृक्ष पाहिले नव्हते. अप्पण्णय्या म्हणाला, "होय. इकडे असंच अरण्य असतं. शिवमोग्याच्याजवळ तर आणखी भयंकर अरण्य असतं."

"तुम्ही कधी तिकडे गेला होतात?"

काहीतरी आठवून अप्पण्णय्या बोलायचा थांबला. पाठोपाठ नंजम्मालाही आठवलं. आपण हा प्रश्न उगाच विचारला, असंही तिला वाटलं. याच वहिनीला लाथेनं मारल्यावर पोलीस पकडून घेऊन जातील, या भीतीनं तो पळून गेला होता. ते सगळं आठवल्यामुळे तो आता मुका होऊन बसला होता. चेन्निंगराय मात्र कशाचंच काही वाटून न घेता तंबाखू खात होते.

दुपारी दोन वाजता ती छोटी गाडी 'नरसिराजपुरम'ला जाऊन पोचली. बसचे एजंट येऊन "शृंगेरी... शृंगेरी... अर्जंट शृंगेरी..." म्हणून ओरडू लागले. चेन्निंगरायांनी विचारलं, "चालत येणार की बसनं?"

"मोटारीनं जायला पैसे कुठे आहेत?" अप्पण्णय्या म्हणाला. यावर चेन्निंगराय म्हणाले, "माझा पाय मुरगळलाय. मी मोटारीनं जाणार. मी पुढं जाऊन धर्मशाळेत

जागा बघून ठेवतो. तुम्ही या मागून! ...'' म्हणत ते निघालेच.

अप्पण्णय्या म्हणाला, ''चेन्नय्या! थोडा थांब. वहिनी आणि विश्वला घेऊन जा. तीन रुपये होतील. विश्व लहान आहे... मोठ्या आजारातून नुकताच बाहेर आलाय... त्याला मांडीवर घेऊन बसलं तर त्याला फुकट घेऊन जातील. मी पायी येईन.''

यावर जाता-जाता चेन्निंगराय म्हणाले, ''माझ्याकडे पैसे नाहीत! त्यांच्याकडे असतील तर येऊ दे...'' सगळेच प्रवासी धावाधाव करत जाऊन बसमध्ये बसायच्या गडबडीत होते. त्या गर्दीत शिरून चेन्निंगराय गाडीत चढून बसले. हे तिघंही पायी जायच्या वाटेला लागले. तिकडे वाटेत बसून पुन्हा भाकरी काढली. चटणी संपून गेली होती. नाही तरी ती खराबच झाली असती. नंजम्मानं सोबत आणलेली चिंचेची चटणी काढली. भाकरीही पोटभर होण्यासारखी नव्हती. नंजम्मानं थोडे पोहे आणि गुळाचा तुकडा दिला. तो खाऊन अप्पण्णय्या डोक्यावर पोतं घेऊन चालू लागला. विश्वचा हात धरून नंजम्माही चालू लागली.

२

विश्वच्या दृष्टीनं हे सगळंच नवीन होतं. एवढी झाडं, एवढी हिरवळ, एवढी माणसं... तो सगळीकडे आसुसून पाहत चालला होता. तीच गत नंजम्माचीही होती. पळसाची पानं गोळा करायला ती रानात बरीच फिरली असली, तरी त्या वेळी मनात केवळ कामाचे आणि पैशाचेच विचार असायचे. त्यामुळे निसर्गाचं रूप तिच्या नजरेत असं ठसलं नव्हतं. मुख्य म्हणजे इथली झाडंही महाप्रचंड होती. झाडांच्या फांद्या-पानं इतकी दाट होती, की सूर्याचा प्रकाशही जमिनीपर्यंत पोचत नव्हता. त्या झाडांची पानं तर एवढी मोठी होती, की एकेका पानावर जेवायला वाढता येईल. पळसाची पानं एवढी रुंद असतील तर पत्रावळी लावायचे कष्ट तरी कशाला घ्यायचे?

पळसाची पानं गोळा करायला फिरताना असं एखादं मोठं पान दिसलं, की रामण्णा म्हणायचा, ''बघ अम्मा! किती मोठं पान हे!'' आणि धावत जाऊन ते पान खुडून आणायचा. तेव्हा ती पानं गोळा करताना त्याचा शर्ट काळा होऊन गेलेला असे. म्हणून एक फाटका शर्ट तेवढ्यासाठीच ठेवलेला असे.

पार्वती पानं गोळा करताना येत असलेली सगळी गाणी म्हणायची. त्याची तर किती हौस तिला! बारा वर्षांची झाल्यानंतर नाचणी दळायचं काम तिनं सर्वस्वी

आपल्यावरच घेतलं होतं. पहाटे उठून नाचणी दळताना तिला सुरात गाणी म्हणायला अतिशय आवडत असे. ती गाणी ऐकणं हाच एक आनंद होता.

मास्तरांनी सांगितलं होतं, तिच्या नवऱ्याला, सूर्यनारायणला गाणी-पदं म्हणणं अतिशय आवडायचं म्हणे! सूर्यनारायण स्वत: हार्मोनियम वाजवून गाणी म्हणायचा. भक्तिगीतं तर इतकी भावपूर्ण म्हणतो, की ऐकणाऱ्यांच्या डोळ्यांत पाणी उभं राहतं. त्याला कितीतरी श्लोक आणि पदं येतात आणि तो घरात बसून दररोज हार्मोनियम वाजवून गाणी म्हणायची त्याला आवड. त्याचा स्वभाव अतिशय चांगला. राग नाही, ताप नाही. पोटच्या रत्नाची तर तो किती काळजी घ्यायचा, हे तर नंजम्मानंही पाहिलं होतं. असा पाहिजे नवरा! इतक्या चांगल्या पुरुषाशी संसार करण्याइतकं आपल्या पार्वतीचं नशीब नव्हतं की काय कोणजाणे!

नाही म्हटलं तरी तिचं मन सूर्यनारायणची आपल्या नवऱ्याशी, चेन्निगरायांशी तुलना करत होतं. मनाशी या तुलना करण्याचीही किळस आली. 'प्रत्येकाच्या पूर्वजन्माचं फळ या जन्मी मिळत असतं! दुसरं काय!' तिनं मनाला आवर घातला.

आजूबाजूचं अरण्य बघताना विश्व फुलून जात होता. मध्येच सांगत होता, "अम्मा! बघ! ते आंब्याचं झाड आपल्या गावातल्या झाडापेक्षा किती मोठं आहे! आणि त्याच्या शेजारचं झाड तर आकाशाएवढं उंच आहे! ते माकड बघ... त्याचा चेहरा आपल्या गावातल्या तिम्मण्णासारखा आहे ना? पण आपलं माकड यापेक्षा जास्त छान आहे! होय की नाही?..."

नंजम्मा समजेल तसं उत्तर देत होती, "हे रानटी वानर आहे बाळा!"

"तर मग आपल्या गावात आहे ते कसलं माकड? गाव-वानर? पण ते तर शेतात राहतं. मग त्याला शेत-माकड म्हणायला पाहिजे!"

चालताना त्यांना एक-दोन सापही दिसले. साप काही त्याला सर्वस्वी अपरिचित नव्हते. 'रामसंद्र'लाही बरेच साप त्यानं पाहिले होते. पण नंजम्मा सांगत होती, "इथं पावलं टाकताना सावध राहायला पाहिजे हं बाळा! इथले साप भयंकर विषारी असतात आणि मोठाले! एकेक साप अख्ख्या माणसाला गिळून टाकतात!"

मग विश्व आईचा हात धरून चालू लागायचा. मध्येच हात सोडवून घेऊन एकटाच चालायला सुरुवात करे. कधीकधी वीस पावलं पुढं जाई, तर कधी दहा पावलं मागं राही.

नंजम्मा आपल्याच विचारात पावलं टाकत होती. अप्पण्णय्या मात्र या दोघांपासून दहा-पंधरा पावलं पुढेच चालत होता. अचानक काहीतरी जाणवून नंजम्मानं मागं वळून पाहिलं. मागं विश्व नव्हता. तिच्या छातीत धस्स झालं. अरण्यात वाघ-अस्वलं-कोल्हे-लांडगे असतात म्हणे! याची तिला पहिल्यांदाच आठवण झाली. तिनं ओरडून सांगितलं, "अप्पण्णय्या! विश्व कुठाय?" तोही घाबरला. दोघेही मागं

वळले. मागं फर्लांगभर अंतरावर विश्व रस्त्यालगतच्या छोट्या झाडावर चढला होता. त्यावरची फळं काढून समोरच्या माकडांना चिडवून चिडवून खात होता. नंजम्मानं हाक मारून त्याला खाली उतरायला लावलं आणि विचारलं, "काय करत होतास रे?" यावर विश्वनं तर दिलं, "ती माकडं मला न देता आपणच खात होती..."

त्यानंतर मात्र त्याला मागं राहू न देता पुढेच राहू देत, हे दोघं चालू लागले.

अप्पण्णय्याला या अरण्याचं सौंदर्य वगैरे प्रकरण समजत नव्हतं. त्याच्या मनात हजारवेळा येत होतं, या 'मलेनाड'मधल्या अरण्यापेक्षा आपला देशावरचा भागच किती छान आहे! इथे फक्त भातच पिकतं; नाचणी अजिबात नाही. नुसता भात खाऊन हाता-पायात शक्ती कशी येणार? म्हणूनच इथली माणसं आमच्याइतकी सशक्त नसतात.

त्याला त्याच्या आयुष्यातल्या सगळ्या जुन्या घटना आठवू लागल्या. त्याची मुलगी जयलक्ष्मी पार्वतीच्याच वयाची होती. दुसरा रामकृष्ण तिच्यापेक्षा बराच लहान. तिसरं मूल तर मुलगा आहे की मुलगी आहे, हेही ठाऊक नाही! रामकृष्ण खरोखरच माझा मुलगा आहे असंच ती सांगत होती... आणि मी तिथं जाऊन आलोय ना... मला हे ठाऊक नाही काय? त्यांनी तर तेव्हा किती प्रकारे सांगितलं होतं. मुंजही केली असेल. आता तो एकटाच पंचक्रोशीत फिरून दान गोळा करून येत असेल.

ती आता कशी असेल? तिला माझी कधी आठवण येत असेल काय? माझंही तेव्हा चुकलंच. अम्माचं ऐकून तेव्हा तिला सोडायला नको होतं. तिलाही काहीतरी करून घरातच ठेवून घेतलं असतं तर सुखात राहता आलं असतं. पण तिच्याबरोबर त्या बयेला दररोज सकाळी उठल्यावर कॉफी, तुरीच्या डाळीचं सार-भाताचं जेवण पाहिजे म्हणे! हे कसं चालेल? हिच्या बापानं डबोलं दिलंय काय? तरीही... ही रांड मला सोडून गेली हे काही चांगलं झालं नाही. या विचारासरशी त्याला एकटेपणाचा अनुभव तीव्रपणे जाणवत होता. कंटाळा. जीवनात सुख नाही, अशी भावना मनाला ग्रासून टाकायची. त्यानं मागं वळून नंजम्माला विचारलं, "त्या मुलीचं एव्हाना लग्न केलेलं असेल काय?"

"कुणाचं?"

नाव घेऊन सांगायची शरम वाटून तो गप्प बसला. तिनंच पुन्हा विचारलं, "कुठल्या मुलीचं म्हणता?"

यावर मात्र तो म्हणाला, "कुणी नाही... मला रेवणशेट्टीच्या मुलीची, रुद्राणीची आठवण झाली."

"रुद्राणीला तर मरून कितीतरी वर्षं झाली! असं काय म्हणताय तुम्ही?"

यावर तो काहीच बोलला नाही. विचारात गढून गेल्यामुळे त्याचंही तिकडं लक्ष राहिलं नाही. पुन्हा दोघेही काही न बोलता चालू लागले. तो दहा पावलं पुढे आणि ती मागे. या दोघांमध्ये विश्वच इकडे-तिकडे करत होता. कंटाळा आला की नंजम्माचा हात धरून गोष्ट सांगायचा हट्ट धरे.

अशाप्रकारे एक वाजता सुमारे चौदा मैल चालून ते तिघं पोचले. वाटेत थांबून गूळपाण्यात नाचणीचं भाजलेलं पीठ कालवून खाणं शक्य होतं. नाहीतर एखाद्या झाडाखाली तीन दगडाची चूल रचून भातही करणं शक्य होतं. नाहीतर एखाद्या हॉटेलमधून दोन आण्याचं काहीतरी आणून खाता येईल, असा नंजम्मानं विचार केला. अप्पण्णय्यानं सुचवलं, "मैलारकडचे लोक कितीही माणसं आली तरी जेवायला वाढतात. तिकडे जाऊ या काय?"

"नको! कुणाच्याही घरी जेवायला जायला नको. मी येणार नाही."

"तर मग मी आणि विश्व जेवून येऊ. तुमच्यासाठी हॉटेलमधून आमटी आणून देतो. तुम्ही भात करून घ्या."

"कुणीच नको जायला. आपण आणलंय ते खाऊन घेऊ या." नंजम्मा निग्रहानं म्हणाली. अखेर तसंच झालं. नंजम्मानं दगड ठेवून चूल केली. भात शिजवला. हॉटेलवाल्यांनी दोन आण्यात निम्मा गंज भरून आमटी दिली. पोटभर जेवण झालं. एका दुकानाबाहेरच्या फळीवर झोप काढली. सकाळी ऊठून भाजलेलं पीठ कालवून दिलं. एक नारळ फोडून त्यातलं एक भक्कल अप्पण्णय्यानं हॉटेलमधून खोवून आणलं. भिजवलेल्या पोह्याला नारळाचा चव आणि गूळ घातला. तिघांनाही पोटभर झालं. ते खाऊन उरलेले पोहे तिनं विश्वसाठी म्हणून काढून ठेवले. ते पुढं चालू लागले. परवा तिपटूरहून सोळा मैल, काल नरसिंहरायपूरहून कोप्पळला चौदा मैल सतत चालत असल्यामुळे विश्वच्या दोन्ही जांघांमध्ये सूज आली होती. त्याच्या आईचीही पावलं दुखत होती; पण चालण्याशिवाय गत्यंतर नव्हतं. "पाय दुखताहेत काय, बाळा?" असं आईनं विचारताच विश्वनं उत्तर दिलं, "मुलग्यांचे पाय दुखत नसतात!" आणि तसाच चालत राहिला. पुढे सहा मैलांवर हरीहरपूर आलं तिथं 'शृंगेरी मठ' आहे म्हणे. आणखी पाऊण तास चालल्यावर ते हरीहरपूरला पोचले. तिथं देवदर्शन झाल्यावर मठात जेवण झालं. यांच्यासारखे चालत आलेले सुमारे शंभरेक बायका-पुरुष असल्यामुळे नंजम्माला संकोच वाटला नाही.

जेवण झाल्यावर विश्व पेंगू लागला. इथून शृंगेरी बारा मैलांवर आहे, असं समजलं. नंजम्माचे पाय जास्तच दुखत होते. त्यामुळे रात्री विश्रांती घेऊन दुसरे दिवशी पहाटे निघायचं असं ठरलं. एका रांगेत सगळे झोपले. विश्वच्या जवळ अप्पण्णय्याही झोपला होता. समोरच्या बाजूला असलेल्या तळ्याच्या काठी बसायची नंजम्माला इच्छा झाली. ती हलकेच उठली आणि नदीच्या काठी जाऊन पाण्यात

पाय ठेवून बसली. पाय पाण्यात ठेवल्यावर तिचा जीव सुखावला. पाठोपाठ रामण्णा-पार्वतीच्या आठवणी मनात दाटून आल्या. ते दोघेही जिवंत असते आणि इथं आले असते तर किती आनंद झाला असता! तेही गप्पा मारत सोबत चालले असते... अशा मुलांना गमावणारी मी किती पापी आहे... याच विचारात ती तिथं बसून राहिली. संध्याकाळी अप्पण्णय्या-विश्व येईपर्यंत ती तिथेच बसली होती.

३

हे पायी चालत जाऊन पोचले त्या वेळेपर्यंत चेन्निंगराय 'शृंगेरीत' जुने झाले होते. तिथलं प्रचंड स्वयंपाकघर, जेवणघर, हॉटेलं, दुकानं पाहता पाहता ते रंगून गेले होते. किती माणसं! एवढी सगळी माणसं एकाच वेळी जेवायला बसू शकतील, एवढालं स्वयंपाकघर बघून तर ते थक्कच झाले होते. सगळ्यांना कसं एकाच वेळी जेवायला वाढतील, याविषयी त्यांच्या मनात उत्सुकता होती. शिवाय आजूबाजूच्या देवळांमधून मिळणारा प्रसादही चाखून आले. धर्मशाळेत जागा मिळवण्यासाठीही त्यांना खटपट करावी लागली. नवरात्रात येणारी माणसं एवढी होती, की पैसे भरूनही जागा मिळणं कठीण होतं. शेवटी एका ठिकाणी जिन्याखालची थोडीशी जागा धर्मादाय मिळाली. जिना चढून वर जाणाऱ्यांच्या पावलांनी प्रत्येक वेळी जाग येत असली तरी निदान तेवढी तरी जागा मिळाली, याचा त्यांना आनंद होता. शिवाय राखणदार तिथेच असल्यामुळे सामानसुमान ठेवून निर्धास्तपणे गावात फिरून येणं शक्य होतं.

सकाळी नऊ वाजता नंजम्मा शृंगेरीला येऊन पोचली. लगेच पतिदेवांचं दर्शन झालं. त्यांनी ठेवलेल्या सामानाच्या बाजूला आपलं सामान ठेवून ती मठात आली. स्वत:जवळचं सोवळं नेसून आणि विश्वलाही नेसवून ती सगळीकडे फिरून आली. कुंकुमार्चनेची वेळ टळून गेल्यामुळे ते दुसरे दिवशी करायचं ठरलं. दुपारचं जेवण झाल्यावर हे तिघंही गोल नावेत बसून नदी ओलांडून नरसिंहवनाला गेले. चेन्निंगरायही त्यांच्याबरोबर आले; पण विश्वनं भांडण काढलं, "आम्हाला सोडून तुम्ही एकटे मोटारीतून आलात! आता आमच्याबरोबर यायचं नाही!" पण नंजम्मानं त्याला आवरलं. अप्पण्णय्या आणि विश्वच्या याच विषयावर गप्पा चालल्या होत्या. नंजम्मानं त्यांना गप्प बसवत म्हटलं, "तुम्ही शहाणे आहात की नाही? उगाच निरर्थक बोलणं वाढवायचं नाही..."

नरसिंहवनात कितीतरी गुलाबाची फुलं होती. पण कुणी ती तोडत नव्हतं.

पूजेच्या वेळेला हीच फुलं शारदम्बाला वाहतात म्हणून समजलं. तिथल्या माळ्यानं सांगितलं, "हवं तर यांतलं फूल देवीला वाहाता येईल." विश्वनं दोन फुलं खुडली. गडबडीत बोटात काटा रुतला. त्यानं ती नंजम्माला दिली. म्हणाला, "अम्मा, घाल ना तू ही केसात!"

"ही मी घालायची नाहीत बाळा! देवीची आहेत ती!" नंजम्मानं सांगितलं. तिचं मन वेगळ्याच विचारात होतं. पार्वतीचे लांबलचक केस होते. दोन वेण्या जाडजूड येत होत्या. रामण्णा पहाटे लवकर उठून जुईच्या कळ्या घेऊन यायचा. ती गुंफून त्याचा जाडजूड गजरा करायची. तिला न्हाण आलं त्या दिवशी तर नवीन लुगडं नेसवून भरगच्च गजरे घातले होते... किती सुंदर दिसली होती ती! एकदा रामण्णानं शाळेच्या कम्पाउंडला असलेल्या झाडांची दोन गुलाबाची फुलं आणली होती. तीही तिला किती शोभून दिसत होती! त्या दोघांचा एकमेकांवर किती जीव होता!

या सगळ्या आठवणींमुळे गुलाब पाहताच नंजम्माचं मन कोमेजून गेलं. ती सगळ्यांबरोबर फिरत होती. आधीच त्या स्थानाची माहिती करून घेतलेल्या चेन्निंगरायांनी ती सगळी माहिती यांनाही सांगितली. नंजम्मानं बरीच फुलं काढून देवळात नेऊन दिली. कुंकुमार्चना होईपर्यंत सुरुवातीला उत्साहात असलेल्या विश्वला कंटाळा आला. बाहेर गेलेले चेन्निंगराय परतले. त्यांनी सोबत जाड-जाड कारली आणली होती. अप्पण्णय्यानं विचारलं, "ही का आणलीस?"

"चांगली दिसली. दीड आण्याला एवढी सगळी मिळाली... याचं गोज्जू कर!" त्यांनी बायकोला आज्ञा केली."

"काय हा पोरकटपणा! आपण आता देवस्थानाला निघालोय."

"तिथून आल्यावर कर."

"तिकडे प्रसादाचं जेवणं असतंय. तिथे नेऊन देते."

"त्या स्वयंपाकाची चव बरोबर नसते."

"पण हजार माणसं जेवत असतात. तिथं तुम्ही घरात केलेलं गोज्जु एकट्यानं वाढून घेतलं तर माणसं हसणार नाहीत काय?"

"कोण हसतोय त्याच्याईला..."

"पुण्यक्षेत्राला आला आहात! कशाला वाईट शब्द उच्चारता?"

अप्पण्णय्या म्हणाला, "पण इथं रगडा नाही; वाटण कसं करणार?"

"धर्मशाळेत रगडा आहे. इकडे तीन दगडांची चूल मांडता येईल. पावली खर्च केली तर लाकूड, बाकी सामान मिळेल..."

पण विश्व म्हणाला, "अम्मा! नाही करायचं!"

"रांडेच्या! असं म्हणायला लागलास तर तुझ्याईचा..."

धर्मशाळेचा राखणदार तिथेच होता. त्यानं तात्काळ बजावलं, "हे बघा! इकडे

वाईट-साईट बोलायचं नाही! वर समजलं तर बाहेर हुसकून काढतील! आणि इकडे स्वयंपाक करायचा नाही! तशी परवानगी नाहीये!''

चेन्निंगराय निराश झाले. कारल्याचं गोज्जू हा त्यांचा अतिशय आवडता पदार्थ. 'रामसंद्र'ला इतकी उत्तम कारली मिळत नाहीत. इथं मिळाली, पण उपयोग झाला नाही! मनातल्या मनात राखणदाराला आईमाईवरून शिव्या हासडून ते गप्प राहिले. स्पष्ट उच्चार करायला मात्र घाबरले.

कुंकुमार्चना झाली. नंजम्माच्या मनाला एक प्रकारची शांती लाभली. इतके दिवस तिनं 'शारदम्बे'ला फक्त चित्रात पाहिलं होतं. काल दुपारी आल्या-आल्या काही क्षणच दर्शन झालं होतं. तेव्हा देवीला अलंकारानं नटवलं नव्हतं; पण आता कितीतरी भक्तांनी विविध प्रकारच्या सेवा केल्यामुळे देवी अतिशय देखणी दिसत होती. तिच्या चेहऱ्यावरची प्रभा तर कुठल्याही चित्रात दिसली नव्हती. किती गांभीर्य! 'रामसंद्र'च्या काळम्माकडे पाहिलं तर भीती वाटते. पण या शारदम्बाकडे पाहिलं तर किती प्रसन्न वाटतंय! शारदम्बाच्याच कृपेनं विश्व वाचलाय! यानंतर आयुष्यात काही त्रास-सुख-दुःख आलं, तरी या मातेलाच शरण जायचं. ही आई पाठीशी असेल तर आणखी कुठल्याही देवाची गरज नाही! नंजम्मानं विश्वकडून तीनवेळा दंडवत घालायला लावला आणि आपणही अकरा प्रदक्षिणा घालू लागली. पुरचुंडीतले चार आणे हुंडीत घातले आणि कुंकू-खडीसाखरेचा प्रसाद भक्तिभावानं स्वीकारला. अप्पण्णय्यानंही भक्तिभावानं प्रदक्षिणा आणि नमस्कार घातले.

दुसरे दिवशी सकाळी प्रातर्विधी उरकून निघायची वेळ झाली होती. अंघोळीला नदीवर जायचं होतं. पाहिलं तर विश्वचा पत्ता नव्हता. चेन्निंगराय नदीकडे जातो, असं सांगून निघून गेले होते. त्यांचा विचार करायचं काहीच कारण नव्हतं; पण एवढ्या गर्दीत विश्व कुठं गेला, म्हणत नंजम्मा आणि अप्पण्णय्या त्याला घाबऱ्या घाबऱ्या शोधू लागले. गर्दीतून अचानक विश्व आला आणि नंजम्माचा हात धरून ओढत म्हणाला, "अम्मा! चल... मला दोसा घेऊन दे... चल..."

तिनं सांगितलं, "सोवळं नेस. तुला भाजलेलं पीठ कालवून देते!"

"नको... अप्पा दोसा खाताहेत... मला पण पायजे... चल..." त्यानं हट्ट सुरू केला.

अप्पण्णय्यानं विचारलं, "पण तू कुठं गेला होतास?"

"अप्पा एकटेच हॉटेलला गेले होते; मी पण गेलो. त्यांनी दोन दोसे आणायला सांगितले. नंतर मला बघितल्यावर म्हणाले, तू का आलास? मी म्हटलं, मला पण दोसा पायजे. तर म्हणाले, "माझ्याकडे पैसे नाहीत, तुझ्या आईकडे भाजलेलं पीठ मागून घेऊन खा जा... मी हॉटेलवाल्याला सांगितलं, मला पण दोसा द्या. तर अप्पांनी सांगितलं, हे कुठलं तरी पोर दोसा मागतंय. नंतर माझ्याकडे मागितले तर

मी पैसे देणार नाही! मग हॉटेलवाल्यांनी मला दरडावून पळवून लावलं.''

''हा इथं पोहे खायलाही येतोय आणि तिकडं जाऊन हॉटेलमध्येही खाऊन येतोय! बघितलं की नाही त्या चोर छिनाल लेकाचे उद्योग?'' अप्पण्णय्या उद्वेगानं म्हणाला.

''काही का असेना, तुम्ही असलं काही बोलू नका. लेकराला घेऊन जा आणि एक आण्याचा दोसा खाऊ घाला.'' नंजम्मानं एक आणा दिल्यावर त्याप्रमाणे काकानं पुतण्याला दोसा खाऊ घातला. त्यानंतर तिघंही नदीवर अंघोळीला गेले. मासे असलेल्या ठिकाणी अंघोळ करायची विश्वची इच्छा होती. याआधी त्यानं किंवा त्याच्या आईनं एवढे मोठे मासे पाहिले नव्हते. अप्पण्णय्यानं मात्र असले मोठाले मासे 'रामनाथपूर'ला पाहिल्याचं सांगितलं. काहीतरी खायला टाकल्यावर माशांची उडणारी झुंबड कितीवेळाही पाहिली तरी विश्वचं समाधान होत नव्हतं. खिशातले सगळे पोहे त्यानं माशांनाच खाऊ घातले. थोड्या अंतरावर हळूच नदीत उतरून नंजम्मानं अंघोळ उरकली, कपडेही धुतले. नंतर अप्पण्णय्याही पाण्यात उतरायचा विचार करू लागला.

पाठोपाठ विश्वनं नदीत उडी मारली आणि बघता बघता दिसेनासा झाला. नदीला ओढ असल्यामुळे तो प्रवाहाबरोबर गेला. पोहायला येत असल्यामुळे तो बुडाला नाही; पण धारेला लागला. नंजम्माचा श्वास अडकल्यासारखा झाला. ती किंचाळली. अप्पण्णय्यानं लगोलग पाण्यात झेप घेतली आणि तिकडे निघाला. पण तेवढ्या अवधीत विश्व कितीतरी अंतर पुढे गेला होता. अप्पण्णय्या निकरानं पोहत त्याच्याकडे पोचला. धडपडत दोघंही काठावर आले. नंजम्माचा गेलेला जीव परत आला. ती काठावरून धावली आणि ते दोघं ज्या काठावर लागले होते तिथे आली. तेवढ्या अवधीत विश्वला पाहायला कितीतरी माणसं गोळा झाली होती. काठावर आलेल्या विश्वनं सांगितलं, ''अम्मा, तळ्यात कितीही पाणी असलं तरी हवं तसं पोहता येईल. इकडं नदी मात्र आपल्याला कुठं-कुठं ओढून घेऊन जाते...''

नंजम्माला अनावर राग आला होता. तिनं त्याच्या पाठीवर चार जोरदार धपाटे मारले. विश्व म्हणाला, ''मला माहीत नव्हतं नदी असं ओढते म्हणून! चुकलं अम्मा!''

जमलेल्यांपैकी कुणीतरी म्हटलं, ''देवाची कृपा म्हणून लेकरू वाचलं! आता नका मारू!''

नंतर दिवसभर देवीचं पुन:पुन्हा दर्शन घेतलं. कुंकुमार्चना आणि इतरही देवीची पूजा, तिचं अलंकरण पुन:पुन्हा पाहिलं. दुसरे दिवशी चंडी-होम झाल्यावर त्यांचा परतीचा प्रवास सुरू झाला. नंजम्मानं सगळा हिशेब केला. ''असलेल्या पैशात तिपटूरपर्यंत रेल्वेनं जायला मिळालं तरी पुरे. नाहीतर तुम्ही चेन्निंगाबरोबर मोटारीनं

या. मी आजच निघून नरसिंहराजपूरमला पायी येईन.'' अप्पण्णय्यानं सांगितलं. तसं करणंही शक्य होतं. मोटारबसनं गेलं तर तीन रुपये खर्च होता. पण वाटेत विश्वनं काही मागितलं तर मात्र हातात काहीच राहिलं नसतं. शिवाय असलं अरण्य आयुष्यात पुन्हा कधीच बघायला मिळणार नाही, असं वाटून तिनं पायीच चालायचं ठरवलं. पाय दुखले तरी विश्व काही मागं हटणाऱ्यांपैकी नव्हता. त्यामुळे तिघंही चालू लागले. सामानाचं गाठोडं अप्पण्णय्यानं घेतलं. शारदम्बाचा प्रसाद आणि कपड्याचं बोचकं नंजम्मानं घेतलं.

परतीच्या प्रवासात नंजम्माचं मन प्रसन्न होतं. आपली दोन मुलं एका दिवशी मरणं ही देवाचीच इच्छा होती की काय कोणजाणे! देवाचीच इच्छा असेल तर कोण काय करणार? विश्वही जिवावरच्या संकटातून वाचलाय. त्याच्यावरचं गंडांतरही टळलंय. गावी गेल्यावर आपल्या अप्पांकडून विश्वचं व्यवस्थित भविष्य लिहून घ्यायला पाहिजे! कंठीजोईसांची तशी ख्यातीच होती.

संपूर्ण प्रवासभर अप्पण्णय्या मात्र फारसं काही बोलत नव्हता. सतत कुठल्या तरी विचारात होता. आता विश्वही त्याच्यासोबत असण्यापेक्षा आपल्या आईचाच हात धरून होता. अप्पण्णय्या अबोलपणे चालत असलेला पाहून नंजम्माला वाटलं, संकोचामुळे तसा वागत असेल. तीही काही न बोलता चालत राहिली.

नरसिंहराजपूरमला भात शिजवून हॉटेलमधली आमटी आणली. तिघांचं जेवण झालं तेव्हा दुपारचा एक वाजला होता. उरलेलं अन्न एका पातेल्यात काढून ठेवलं होतं. तेवढ्यात तिथं चेन्निंगरायांची मोटारबस आली. त्यांना पाहताच विश्व म्हणाला, ''अम्मा! अप्पांना काहीही द्यायचं नाही! मला त्यांनी तिकडे दोसा दिला नाही. एकट्यांनीच दोन्ही दोसे खाल्लेत!''

हे कुणी ऐकलं तर काय म्हणतील, याचं नंजम्माला भय वाटलं. पण चेन्निंगरायांनी यांचा भात मागितला नाही. स्टेशनजवळच हॉटेल होतं तिथं जाऊन जेवले. रात्री चौघंही अरसीकेरे स्टेशनजवळ झोपले. सकाळी नऊ वाजता रेल्वे यायच्या वेळी नंजम्माचा भात तयार होता. अप्पण्णय्यानं आमटी आणली. आताही चेन्निंगराय यांच्यासोबत जेवले नाहीत.

त्या दिवशी संपूर्ण दिवसभर अप्पण्णय्या मलूलच होता. चेन्निंगरायांनी तंबाखूची चिमूट देऊ केली तरी ती त्यानं घेतली नाही. त्याच्या चेहऱ्यावर काळजी दिसत होती. नंजम्माला चौकशी करावंसं मनात येऊन गेलं. पण नवऱ्यासमोर विचारायला नको वाटलं म्हणून ती गप्प बसली. 'कडूर' स्टेशनात पाणी भरायला म्हणून गाडी बराच वेळ थांबते असं इतर प्रवासी बोलत होते. वडे-बोंडा शोधायला चेन्निंगराय खाली उतरले होते.

अप्पण्णय्या नंजम्माला म्हणाला, ''तिपटूरहून तुम्ही आणि विश्व मोटारीतून

जाण्याइतके पैसे आहेत काय?''

"का?''

"तुम्ही जा. मी इथेच नुग्गीकेरेला जाऊन येतो.''

अनपेक्षित असलं तरी या बोलण्याचा नंजम्माला आनंद झाला. बायकोला मारहाण करून तिच्या गळ्यातलं मंगळसूत्र तोडल्याला कितीतरी वर्षं झाली होती. आता हा तिथं गेला तर याच्याशी ते कुणी बोलतील की नाही, याविषयी तिच्या मनात संशय होता. तेव्हा आईचं ऐकून हा तसं वागलाय; पण त्याला आज आपल्या बायको-मुलांना भेटायची इच्छा होतेय हे खरं.

नंजम्मानं जवळचे पैसे मोजून पाहिले. दोन रुपये आणि वर अडीच आणे होते. दोघांना मोटारबससाठी बारा आणे पुरेसे होते. तिनं त्यातला एक रुपया अप्पण्णय्याच्या हातात दिला. सांगितलं, "जा, भेटून या. जयलक्ष्मीही आता लग्नाच्या वयाची झाली असेल. वडिलांनी मुलांची काळजी नाही घेतली तर आणखी कोण घेणार? रामकृष्ण शाळेला जातोय की नुसताच इकडंतिकडं भटकतोय, तेही बघून या.'' पोतं सोडून अप्पण्णय्यानं त्यातले आपले कपडे काढून घेतले. त्याच वेळी चेन्निंगराय आले. त्यांनी विचारलं, "कुठं चाललास?''

"नुग्गीकेरेला.''

काहीही विचार न करता आपण सांगितलं, असा विचार त्याच्या मनात येत असतानाच शानभोगांनी विचारलं, "टाकलेल्या बायकोला भेटायला निघालास काय!?''

तेवढ्यात रेल्वे सुटली. अप्पण्णय्या काहीही उत्तर न देता घाईघाईनं खाली उतरला.

दुपारी तीन वाजता ते तिपटूरला उतरले. संध्याकाळी सहा वाजता ते गावात पोचले. रात्री थोडा भात होता. तिनं पुन्हा स्वयंपाक केला नाही. आल्या आल्या प्रसाद आणि 'शारदम्बे'चा फोटो द्यायला ती मास्तरांच्या घरी गेली.

शृंगेरीहून कमावून आलेली मन:शांती टिकवणं तिला कठीण गेलं. चेन्निंगरायांनी अप्पण्णय्या सोडलेल्या बायकोला भेटायला गेल्याची बातमी गंगम्माच्या कानावर घातली होती. त्याचबरोबर यात्रा करून आल्यावर पूजा करून गावकऱ्यांना जेवण घालायचा विचारही सुरू झाला. "त्या छिनाल बाईनं काय जादूटोणा करून माझ्या भोळ्याभाबड्या लेकराला त्या हडळीकडे पाठवलं...'' म्हणत भर रस्त्यावर उभी राहून आधी गंगम्मानं नंजम्माच्या अनेक पिढ्यांचा दोन तास उद्धार केला. पण नंजम्मा त्यावर अवाक्षरही बोलायला गेली नाही. आजीचं बोलणं ऐकून भांडायला निघालेल्या विश्वलाही तिनं आवरून घरातच बसवलं.

सासूच्या सगळ्या शिवीगाळी संपल्यावर ती निघून गेली. एक प्रश्न नंजम्माच्या

मनात छळू लागला. आम्ही आमच्यापुरतं राहत असतानाही देव अशा गोष्टी कशाला माझ्या वाट्याला पाठवून देतो? मी हजारवेळा टाळलं तरी या का माझ्याशी भांडण उकरून काढत बोलत राहतात?

मनातला प्रश्न तिनं मादेवय्यांना विचारला, तेव्हाही योग्य ते उत्तर मिळालं नाही. त्यांनी सांगितलं, "आपली परीक्षा बघायला 'शिव' असं काहीतरी करतोय..."

'ही कसली परीक्षा? का ही परीक्षा तो घेतोय?' मनात उमटलेले हे प्रश्न तिनं मनातच ठेवले. चार-पाच दिवस गेल्यानंतर एक दिवस घरी आलेल्या सर्वक्कानं सांगितलं, "नंजम्मा, तुम्ही पार्वतीला लग्नाच्या वेळी सोन्याचं शेवंतीचं फूल दिलं होतं की नाही? काय केलंत?"

"आठवत नाही. पार्वतीचे सगळे दागिने सूर्यनारायणाला दिले तेव्हा त्यात दिलं असेल; पण नाही. तसं दिलेलं मला आठवत नाही. घरातच असेल कुठंतरी... शोधायला पाहिजे!" असं म्हटलं तरी लेकीची कुठलीही वस्तू नजरेला पडली तरी जीव कासावीस होत होता. अशा वेळी ते फूल शोधणं, ही साधी गोष्ट नव्हती. रामण्णाचे कपडे दिसले तरी ती व्याकूळ होत होती. तीच पुन्हा म्हणाली, "मला आठवत नाहीये हो! पण कशाला विचारताय, सर्वक्का?"

"तुम्ही शृंगेरीला गेल्यावर तुमच्या यजमानांनी काशीमबड्डीकडे ते पन्नास रुपयांना विकलं म्हणून समजलं!"

"तुम्हाला कुणी सांगितलं?"

"शिवेगौडाच्या मुलीनं सांगितलं. जुन्या काळातलं आहे, लई छान आहे म्हणून ती वापरायला लागलीय."

हे ऐकताच नंजम्माला आपल्या नवऱ्याची 'शृंगेरी यात्रा' आठवली. काही क्षण तिचं मन उद्वेगानं भरून गेलं; पण दोनेक क्षणात तिनं स्वत:ला सावरलं. जे घडायचं ते घडून गेलंय. आता संतापून काय करायचं? त्यांचा स्वभाव काही नव्यानं समजत नाहीये. तो बदलणं कुणालाही शक्य नाही. त्यामुळे ती म्हणाली, "जाऊ द्या सर्वक्का! ते घरात असतं तर माझ्या नजरेला पडून दु:खच झालं असतं!" आणि तिनं विषय बदलला.

४

'कडूर'हून नऊ मैल दूर असलेल्या 'नुग्गीकेरे'ला जाताना अप्पण्णाच्या मनात नाना विचारांचं काहूर उठलं होतं. आता मुलं केवढी झाली असतील, कशी दिसत

असतील? ती माझ्याशी बोलेल की नाही? 'घर म्हटलं तर त्याला एक पुरुषाची जोड पाहिजे. तुम्ही इथेच राहा... इथंच राहून मुलांना मोठं करू या...' म्हणाली तर काय करायचं? आपण इथून गेलो तेव्हाच ती गर्भार राहिली होती की काय कोणजाणे!' एकीकडे त्याला भीतीही वाटत होती. 'आता कशाला आलास? निघून जा...' म्हणाली तर काय करायचं? काय करू? इथूनच माघारी जाऊ काय? पण इथंपर्यंत आलोय तर भेटायलाच पाहिजे, असा हट्टही मनात निर्माण झाला.

तो 'नुग्गीकेरे'ला पोचला तेव्हा संध्याकाळचे सहा वाजले होते. त्यानं चौकशी केली तेव्हा समजलं, की इथली जागा सोडून पाच-सहा वर्षं झाली म्हणे. तिथं जगणं अशक्य झालं म्हणून मोठ्या गावात, 'कडूर'ला राहायला गेलेत. बाजारात असलेल्या सोनार बंगारप्पाच्या दुकानाजवळ राहतात, असंही समजलं.

त्यानं विचारलं, "काय करतात तिथं?"

"आम्हाला काय ठाऊक? आणि तुम्ही त्यांचे कोण?"

या प्रश्नाचं उत्तर देणं त्याला अवघड वाटलं. त्यामुळे तो तिथून निघालाच. वाटेतल्या 'मद्दहळ्ळी'ला पोचला. थातुरमातुर सांगून तिथल्या एका घरात आसरा घेतला आणि त्यांनी दिलं ते खाऊन झोपला. दुसरे दिवशी तो काहीतरी विचार करून 'कडूर'कडे निघाला.

'कडूर' हे काही त्याला सर्वस्वी अपरिचित गाव नव्हतं. मागं फिरल्याच्या आठवणीवरून तो बाजारपेठेतल्या बंगारप्पा सोनाराच्या दुकानापाशी आला. दुकानाशेजारी एक छोटीशी गल्ली होती. त्यातून गेल्यावर मागच्या बाजूला एक छोटं मंगळुरी कौलांचं घर होतं. त्याला काचेच्या मण्यांचं तोरण लावलं होतं. हेच घर असेल काय, हे कुणाला विचारावं याचा विचार करत असताना एक मुलगी तिथं आली. तेरा-चौदा वर्षांची असेल. हातात पुस्तकं होती. अंगावर व्यवस्थित साडी होती. चेहऱ्याला पावडर लावलेली होती. क्षणभर पाहताच ओळख पटली. जयलक्ष्मी! त्यानं विचारलं, "हेच घर काय?"

ती मुलगी त्याच्याकडे पाहून म्हणाली, "पण तुम्ही कोण?"

"ओळखलं नाहीस काय तुझ्या अण्णांना?"

"कुठले अण्णा?" म्हणत ती घरात शिरली. "काय हे शिंदळीची..." म्हणत तो घरात गेला. आतलं वैभव बघून तो चकितच झाला. मऊ गालिचा, खुर्च्या, बैठक... टेबल... टेबलावर हॉटेलमध्ये असतो तसा रेडिओ... रेशमी साडी नेसलेली त्याची बायको तिथल्या खुर्चीवर बसली होती. चेहऱ्याला पावडर लावली होती. त्याला जाणवलं, ती खूप सुंदर दिसत होती! तिच्या मांडीवर दोन वर्षांची मुलगी होती. जवळच्या एका आरामखुर्चीवर एक चाळिशीचे गृहस्थ सिगारेट ओढत बसले होते. त्यांच्या बहुतेक सगळ्या बोटांमध्ये सोन्याच्या अंगठ्या होत्या. गळ्यात

सोन्याची चेन, मनगटावर सोन्याचं घड्याळ होतं.

अप्पण्णय्यानं विचारलं, "हेच काय घर? मी नुग्गीकेरेला विचारून आलो."

सातू क्षणभर धक्क्यातून सावरत त्याच्याकडे पाहत राहिली. तो पुढे काही बोलायच्या आधीच म्हणाली, "कोण तुम्ही? इथे कशाला आलात?"

"मला विचारतेस कोण म्हणून?"

यावर, "यांना बाहेर काढा... मला काही माहीत नाही..." म्हणत ती आत निघून गेली. त्या पुरुषानं जरा जोरातच विचारलं, "काय हो! कोण तुम्ही?"

आता मात्र अप्पण्णय्या घाबरला आणि तिथून बाहेर पडला. बाहेर पडताच कुत्रं मागं लागल्यासारखा जोरात धावत सुटला. आपण कुठल्या दिशेला चाललोय, याचं त्याला भानही नव्हतं. दमल्यावर धावायचा वेग कमी करून तो धपाधपा पावलं टाकू लागला. थोड्या अंतरावर एक गाव दिसलं. कुणाला तरी विचारल्यावर ते 'बिरूर' असल्याचं समजलं. तिपटूरला जाणारी रेल्वे एवढ्यात येणार आहे, असं कुणीतरी म्हणत होतं. तिकीट काढून रेल्वेत बसल्यावर थोड्याच वेळात ती रेल्वे 'कडूर'ला येऊन थांबली. कुणीतरी शोधत इथंपर्यंत आलं तर काय करायचं, अशा विचारानं घाबरा होऊन तो गाडी सुटेपर्यंत अंग चोरून बसून राहिला. ही भीती तिपटूरला पोचेपर्यंत होतीच. तिथं पोचल्यावर जवळ राहिलेले पाच आणे देऊन एक साधा दोसा खाऊन बाहेर पावलं टाकत असताना त्याच्या मनात एक जिज्ञासा निर्माण झाली, ते कुणाचं घर असेल? त्या रांडेच्याला या छिनालनं ठेवून घेतलं असेल, हे उत्तर फारसा विचार न करता मिळालं. त्याच पावली माघारी जाऊन त्याला निदान झाडूनं का होईना, मारायला पाहिजे असं वाटून गेलं. पण त्या दिशेला पाऊल टाकायचीही त्याला भीती वाटली! मध्ये कुठेही न थांबता रात्री दहा वाजता गावी येऊन तो हनुमंताच्या देवळाच्या कट्ट्यावर झोपला.

दुसरे दिवशी गंगम्मानं दार उघडलं. हा उठताच त्याच्यापाशी येऊन तिनं बोलायला सुरुवात केली, "त्या बाजारबसवीच्या वासावरून हुंगत गेला होतास! तुला कुणी जायला सांगितलं? तुझ्या त्या छिनाल भावजयीनं?"

अप्पण्णय्या काहीच बोलला नाही. "ती छिनाल रांड! शृंगेरीला जायचं म्हणून इकडे प्रत्यक्ष आईपुढे खोटं बोलून तिच्याकडे झोपायला गेला होतास? आणि या देवळात येऊन बसतोयस! थांब! आत्ताच्या आत्ता अण्णाजोईसांना बोलावून तुझ्यावर बहिष्कार घालायला लावते की नाही बघ! सोडलेल्या बायकोला वाईट दान द्यायला गेला होतास काय!"

अप्पण्णय्या वैतागानं म्हणाला, "अम्मा! तू मुकाट्यानं बसतेस की नाही?"

"मी कशाला गप्प बसू? तूच गेला होतास तिच्या वासावर हुंगत-हुंगत! ती छिनाल सांगणार आणि..."

आईचं बोलणं ऐकून अप्पणय्याला संताप आला. त्यानं पुन्हा एकदा, "तोंड बंद कर..." म्हणून बजावलं, तरी ती आणखी आणखी शिव्या घालू लागली. त्याच्या समोर केरसुणी होती. ती हातात घेऊन त्यानं आईची पाठ-तोंड-हात-दंड न बघता तो मारू लागला.

आता ती आणखी ओरडू लागली, "अय्यो! अय्यय्यो! अय्यय्यय्यो... हा माझा जीव घेतोय!" तिचा आरडाओरडा ऐकून शेजारचे सात-आठ जणं उठून आले. गंगम्मानं निरोप पाठवल्यावर अय्याशास्त्रीही अण्णाजोईसांबरोबर आले. अय्याशास्त्रींनी विचारलं, "केरसुणीनं मारणं, हे काय महापाप आहे?"

अण्णाजोईसांनी सांगितलं, "एकशे एक रुपये देऊन प्रायश्चित्त करून घ्यायला पाहिजे!"

अप्पणय्या संतापून म्हणाला, "तुम्हाला माझ्याकडून एक पैसाही मिळणार नाही!"

"अशा माणसाला देवळात कसं राहायला द्यायचं? याच्यावर बहिष्कार घातला तर यानं गाव सोडायला पाहिजे!" अण्णाजोईस म्हणाले.

अप्पणय्या म्हणाला, "हे काही तुमच्या बापाचं गाव नाही! नाही ऐकत मी जा!"

याला इतक्या धाडसानं बोललेलं याआधी कुणीच ऐकलं नव्हतं. सगळे स्तब्ध झाले. त्यानं कपडे गोळा केले आणि निघून गेला. "त्या छिनाल-भडवीच्या हाताला किडे पडू दे..." त्याची आई शाप देत होती.

सरळ वहिनीकडे जायचं त्यानं ठरवलं. नुग्गीकेरेविषयी तिनंही विचारलं तर काय सांगायचं, हा त्याच्यापुढचा प्रश्न होता. त्यामुळे त्यानं तो विचार बाजूला सारला. तो हळूच मादेवय्यांच्या देवळात जाऊन झोपला. रात्र संपली. मादेवय्या सुमारे महिनाभर गावात नव्हतेच.

रात्रीची घटना नंजम्माच्या कानावर आली. अप्पणय्या आपल्या बायकोला भेटायला गेल्याची बातमी इतक्या तत्परतेनं गंगम्माच्या कानांवर घालणाऱ्या, आपल्या नवऱ्याचा तिला अतिशय संताप आला. पण या बाबतीतच काय, कुठल्याही बाबतीत त्यांच्याशी बोलून काहीच फायदा नाही, हा अनुभवही होताच. काही सांगायला गेलं, तरी पुन्हा सगळं आईच्या कानांवर घालून पुन्हा शिव्यांची बरसात होणार, यात शंका नव्हती. तिनं विश्वला बजावलं, "वाटेत कुठंही आजी भेटली तर तिच्याशी काहीही बोलायचं नाही!"

महिन्यानंतर एक दिवस अप्पणय्या वहिनीकडे आला. चेन्निंगराय घरात नव्हते. त्यानं सांगितलं, "या भोसडी-रांडेशिवाय मी काय जगू शकत नाही की काय? मीही फिरून नाचणी, वाल, भात गोळा करून घेऊन आलोय! तुम्ही

माझ्याकडचे वीस रुपये घेतले होते ते द्या. थोडी भांडी विकत आणतो.''

'पण राहणार कुठं?''

'कुरुबरहट्टीच्या बेरेगौडाच्या गोठ्यात जागा मिळतेय मला. तिकडं स्वयंपाक करून घेऊन राहता येईल, असं बेरेगौडानं सांगितलंय.''

पुढच्या तीन दिवसांत नंजम्मानं वीस रुपये गोळा करून त्याच्या हातात दिले. कंबनकेरेला जाऊन तिनं त्याच्यासाठी स्वयंपाकासाठी आवश्यक ती भांडीही आणून दिली. सोबत कपड्याचा एक जोडही आणून दिला. अप्पण्णय्याला नाचणीची उकड अतिशय आवडायची. अधूनमधून तो वहिनीकडे येऊन ती खाऊन जायचा. कधीकधी संपूर्ण जेवण करायलाही थांबायचा. त्याला घरात घेणाऱ्या आपल्या छिनाल सुनेवरही बहिष्कार घालावा, असं गंगम्मानं अण्णाजोईसांना सांगितलं. पण सरकारी आहाराचा हिशेब लिहिणारी नंजम्मा स्वतःच शृंगेरीची यात्रा करून आली होती! आता जोईसांनाच तिची भीती वाटू लागली होती. कारण त्या दोघांपैकी कुणीही प्रत्यक्ष शृंगेरीला जाऊन आलं नव्हतं.

एक दिवस नंजम्मानं अप्पण्णय्याला विचारलं, ''नुग्गीकेरेत काय म्हणाले ते?''

''ती छिनाल त्या गावात राहतच नाही.''

''कुठं गेले ते? कुणाकडे चौकशी नाही केली काय?''

''न करायला काय झालं? कुणाला तरी ठेवून घेऊन राहतेय ती...'' म्हणत त्यानं पाहिलं ते सगळं सांगितलं. सगळं ऐकून नंजम्माचं मन मलूल होऊन गेलं. या घरात दोघीही सुना होऊन आलो. दोघींपैकी कुणाबरोबरही या घरचे पुरुष बरं वागले नाहीत. स्वतःचं आयुष्यच कसं काढायचं, हे ठाऊक नसलेले हे नवरे बायकांशी कसे बरे वागतील? पण थोरल्यापेक्षा धाकटा उत्तमच म्हणायला पाहिजे! बोललेलं थोडंतरी समजून घेतो. नशीब! दुसरं काय! नाहीतर यांच्या आयुष्याची ही का गत झाली असती? आणि तिची तरी का झाली असती?

दुःख, कष्ट सहन करायची सगळ्यांची शक्ती सारखी नसते. ही सासू, हा नवरा, हे घरातलं वातावरण सहन करत जगणं सगळ्यांना जमेलच, असं नाही. आईचं बोलणं ऐकून अप्पण्णय्यानं स्वतः कष्टानं उभारलेल्या घराला आग लावली होती. बायकोच्या गळ्यातलं मंगळसूत्र तोडलं होतं; पण याच घरातल्या दुसऱ्या सुनेला, ''हे असं व्हायला नको होतं...'' असं वाटत होतं. तिनं अप्पण्णय्याला विचारलं, ''हे तुम्ही आणखी कुणाला सांगितलंय काय?

सांगू नका. आपलीच अब्रू जाईल त्यानं!''

''त्या रांडेविषयी काही बोलणं म्हणजे घाण खाणं! मी कुठेही बोलणार नाही!''

''तसं नव्हे. राग आला की तुम्हाला आवरत नाही! आपण काय बोलतो तिकडे

तुमचं लक्ष राहत नाही, म्हणून सांगते. हे कुणापुढेही बोलणार नाही, अशी देवाची शपथ घेऊन सांगा!''

''शृंगेरी शारदम्बेची शपथ घेऊन सांगतो, कुणालाही सांगणार नाही!'' त्यानं भिंतीवरच्या शारदांबेच्या फोटोला हात लावून शपथ घेतली.

पंधरा

१

गेल्या आठ वर्षांत सरकारनं गावाबाहेर नवीन प्रायमरी शाळेची इमारत बांधली होती. शिवेगौडांना शाळेचं भाडं मिळेनासं झालं होतं. नव्या शाळेच्या भोवताली मुलांना खेळायला म्हणून शाळेसमोर मोठं मैदान होतं. बाकी तिन्ही बाजूला शेतं होती.

घरात नंजम्मा पुढच्या वर्षाच्या हिशेबाची पुस्तकं तयार करत बसली होती. मास्तर घरी येऊन म्हणाले, "नंजम्माअवरे! तुमच्या विश्वनं काय केलंय ठाऊक आहे काय?"

आपल्याविषयी सतत आदर बाळगणारे मास्तर स्वतः घरापर्यंत तक्रार घेऊन आले, त्याअर्थी यानं काहीतरी मोठाच पराक्रम केला असणार, याची नंजम्माला कल्पना आली. तिनं घाबऱ्या घाबऱ्याच विचारलं, "का? काय झालं?"

"शाळेच्या भोवतालचं खेळाचं मैदान आहे की नाही, त्याच्या पलीकडे एक वारूळ आहे. तिकडच्या बाजूला एक साप होता. कात टाकताना सापाच्या हालचाली मंदावलेल्या असतात, हे तुम्हालाही माहीत आहे. बिचारा उन्हं खात होता की काय कोणजाणे; या तुमच्या चिरंजीवांनी मागून जाऊन एका काठीनं त्याला डिवचलंय."

"मग?" नंजम्मानं घाबरून विचारलं.

"नशीब! त्यानं फणा काढला नाही! सरसर बिळात निघून गेला. ते मीही बघितलंय. हा त्याच्या मागोमाग चालला होता. मी दिले दोन दणके!"

"हात मोडण्याइतकं मारायला पाहिजे होतं!"

"आता त्याला मारण्याचा काही उपयोग नाही. बारा वर्षांचा झालाय तो. मला काळजी वेगळीच आहे! हा यांच शाळेत येतो. त्या नागानं डूख धरलं आणि संधी

साधून चावा घेतला तर काय करायचं?''

तिच्या छातीत धडधडू लागलं.

''याचा स्वभावच आहे असला! साहस म्हणजे वेडं साहस! याचं हे साहस माझ्या जिवाशी येतंय बघा! काय करायचं या मुलाचं?''

''साप अजूनही त्याच वारुळात असेल. चार माणसं लावून ते वारूळ खणून काढायचं आणि त्या सापाला मारून टाकायचं. उशीर करायला नको.''

नंजम्मा चट्‌कन उठली. घराला कुलूप लावलं. कुळवाड्यालाही तिनं निरोप पाठवला. सोबतच साप पकडण्यात तयार असलेल्या वाल्मीकी समाजाच्या प्रमुखांना, संजीव नायकांनाही एक रुपया द्यायच्या बोलीवर यायचा निरोप धाडला. सगळे तिकडे पोचले तेव्हा विश्वही तिथेच होता. तेव्हा तो तिथे मैदानात एकटाच कोलांट्या उड्या मारत होता. नंजम्मानं त्याला रागे भरत विचारलं, ''सापाला का रे मारायला गेला होतास?''

''त्या दिवशी संजीव नायकांनी तिरुमलैंच्या घरी मारला होता की नाही? तसं मीही मारलं!''

संजीव नायकांनी हातात सोटा घेतला आणि कुळवाड्यानं त्या वारुळात पाणी भरायला सुरुवात केली. आतल्या बाजूला वारूळ बरंच खोलवर पसरलं होतं. सगळं खणून काढायला संध्याकाळ झाली तरी साप सापडला नाही. ''इकडं सापडलं नाही म्हणजे जनावर कुठं गेलंय ते सांगता येणार नाही...'' असं संजीव नायकानं सांगितलं. ''आता त्याला शोधणंही शक्य नाही. मुलावर त्यानं डूख धरला तर काळजी घ्यावी लागेल.''

नंजम्माचा संताप अनावर झाला. नायकाच्या हातात असलेला बांबू घेऊन तिनं विश्वच्या पाठीवर दणके दिले. तो रडू लागला. मास्तरांनीच तिला समजावलं, ''झालं ते झालं. आता मारून काय होणाराय?''

नंजम्मा विश्वचा हात धरून घरी आली. दोन मुलं गेल्यावर हा एकटाच राहिला होता. पोहायला जायचं, नदीत उड्या मारायच्या, देवळाच्या माळ्यावर चढून धाड्‌कन उडी मारायची. इतरांच्या न माणसाळलेल्या चरणाऱ्या घोड्यावर रपेट मारायची... एक ना दोन! सतत काही ना काही साहसी कामं करून नंजम्माचा जीव टांगणीला लावायचा. तिला तिच्या वडिलांची आठवण झाली. कंठीजोईसांचाच स्वभाव यानं उचललाय. पुढेही तोच स्वभाव राहिला तर मात्र कठीण आहे! आता यानं जे संकट उभं केलंय, त्याला काय करायचं हा तिच्यापुढचा मोठा प्रश्न होता. साप तर बारा वर्षं आठवण विसरत नाही! हा तर दररोज सकाळी त्याच जागी शाळेला म्हणून जाणार. काय करायचं?

त्या दिवशी तिनं त्याला शाळेला पाठवलं नाही. दुसऱ्या दिवशीही पाठवलं

नाही. मास्तर म्हणाले, "शाळेला पाठवलं नाही ते बरंच केलंत; पण असंच किती दिवस त्याला घरात बसवून ठेवणार आहात?"

तो प्रश्न होताच. प्रायमरी संपवून हायस्कूलसाठी त्याला कंबनकेरेला जावं लागणार होतं. पुढे शेकदार व्हायचं असेल तर हे आवश्यक आहे ना! हा इथंच राहिला तर घरात याचे वडील, काका, आजी यांचेच संस्कार होणार. काय करायचं आणि कसं करायचं?

तिनं मादेवय्यांना विचारलं. तेही दिवसभर विचार करत राहिले. दुसरे दिवशी घरी येऊन म्हणाले, "आता हा नाहीतरी तिसरीत आहे. याला तुम्ही तुमच्या कल्लेशण्णाच्या घरी सोडून या. चौथी तिकडे संपवू द्या. नंतर तो काही या शाळेत यायचा प्रश्न येणार नाही. नंतर त्याच्या अन्नाची काहीतरी व्यवस्था करून हायस्कूलला पाठवा. सुट्टीला गावात आला तरी त्या वेळी शाळेकडे तो फिरकणार नाही, एवढं बघितलं तरी पुरेसं आहे. तोपर्यंत हा मोठा झाला असेल. तेव्हा माणसालाच ओळख पटत नाही; मग त्या सापाला कशी ओळख पटणार?"

"पण माझी भावजय कशी आहे, हे तुम्हाला माहीत आहे ना?"

"असू दे, पण तिला मूलबाळ नाही. शिवाय तुमचा भाऊ चांगलं बघेल त्याच्याकडे."

हा उपाय नंजम्मालाही पटला. पण मनात आलं, एवढा एकच मुलगा आपला! त्याला लांब ठेवून इथं एकटीनं कसं राहायचं? पण इथं जवळ ठेवलं तर त्याचं मरण चुकणार नाही, याची भीतीही तिला जाणवत होती. यापेक्षा मामाकडे ठेवणं काही फार अवघड नाही. शाळेला सुट्टी असेल तेव्हा त्याला घेऊन येता येईल. अधूनमधून मीही जाऊन भेटून येऊ शकेन. असा सगळा विचार करून यानंतर दीड वर्ष त्याला कल्लेशण्णाकडे ठेवायचा तिचा निर्णय झाला. त्या मार्गानं तिची तयारी सुरू झाली.

त्याच्याबरोबर देण्यासाठी तिनं चकली-कडबोळी केल्या, पोहे कांडून आणले... ही सगळी तयारी पाहून विश्व गयावया करू लागला, "मी शहाण्यासारखा वागेन... काही करणार नाही... सगळा अभ्यास करेन... कुणालाही त्रास देणार नाही..."

तिनं समजूत घातली, "फक्त एक वर्ष बाळा! नंतर कंबनकेरेलाच यायचं आहे तुला! तिकडे तर मीच येईन तुला स्वयंपाक करून घालायला! तू कशाला त्या सापाला मारायला गेला होतास?" म्हणत तिनं आपले डोळे पुसत त्याचेही डोळे पुसले. दोन मण नाचणी, वीस शेर वाल, एक गाडगंभर तेल, एक शिकेकाईचं पुडकं एकत्र बांधून तिनं गाडीत चढवलं. सर्टिफिकेट जपून ठेवत ती विश्वबरोबर निघाली. सोबत यायला चेन्निंगरायांनी नकार दिला.

भाच्याला घरात ठेवून घ्यायचा कल्लेशलाही आनंदच होता. अक्कम्माला तर

अपरिमित उत्साह वाटत होता. आताशा तिच्या हातून पहिल्यासारखी कामं होत नव्हती; तरीही तिनं दर आठवड्याला आपल्या नातीच्या लेकराला तेल लावून न्हाऊ घालायची जबाबदारी घेतली. मात्र कल्लेशच्या बायकोच्या कपाळावर मात्र नाराजीच्या आठ्या चढल्या होत्या. यात कुणालाच काही अनपेक्षित वाटलं नाही.

सोबत आणलेलं धान्य आणि इतर जिन्नस बघून कल्लेश म्हणाला, ‘‘हे सगळं का आणायला गेलीस तू? घेऊन जा परत. माझ्या घरी काय एका मुलाला जेवू घालण्याइतकं अन्न नाही काय?’’

‘‘मीही काही माझ्या मुलाचा अन्नखर्च म्हणून हे आणलेलं नाहीय. तुम्ही त्याचं पोटपाणी बघायला समर्थ आहात! घरात होतं म्हणून घेऊन आले मी! तुम्ही त्याला काहीही कमी पडू देणार नाही, याची मला खात्री आहे. याचा खोडकरपणा फार वाढायला लागलाय. त्या घरात त्याला कुणा पुरुषमाणसाची भीती राहिलेली नाही. मी कितीही मारलं तरी मुलं बायकांना घाबरत नाहीत. मी काय म्हणेन याची काळजी करू नकोस. वेळप्रसंगी चार दणके देत जा. त्याच्यावर दरारा ठेवून त्याला अक्कल येईल, असं बघ! शाळेच्या अभ्यासात तो हुशार आहे. घरात मी त्याचा अभ्यास घेत होते. इथे तू अभ्यास घे किंवा एखाद्या मास्तरांची शिकवणी ठेव. त्यांच्यासाठी दर महिन्याला एक रुपया मी देईन.’’

यावर कल्लेश काही बोलला नाही. चार दिवस राहून जायचा अक्कम्मानं आग्रह केला तरी नंजम्माची हिशेबाची कामं खोळंबली असल्यामुळे तिला राहणं शक्य नव्हतं. त्यामुळे त्याच गाडीतून ती माघारी जायला निघाली. विश्व, ‘‘मी पण येणार...’’ म्हणून रडू लागला. नंजम्मालाही रडू आवरत नव्हतं. पदरानं डोळे पुसतच ती गाडीत चढली. कंठीजोईसांनाही भेटता आलं नाही. त्यांना गावी जाऊन तीन महिने झाले होते.

२

विश्वला सोडून आल्यानंतर नंजम्माला वेळ जाणं कठीण झालं. करायला भरपूर काम होतं; पण तरीही सगळं ओकं-ओकं वाटत होतं. पुन्हा पार्वती-रामण्णाच्या आठवणी फेर धरून नाचू लागल्या. ती ज्या खोलीत बसून हिशेबाची आणि इतर लेखनाची कामं करायची, त्याच खोलीत तिचे पोटचे दोन गोळे एकाच दिवशी एका पाठोपाठ एक मरून गेले होते, आणि ती काहीही करू शकली नव्हती. या घरात राहणंच नकोसं वाटत होतं. पण कुठं जाणार?

याच वेळी तिला आठवलं, हे धीरेगौडांनी दिलेलं घर! गेल्या तेरा वर्षांत हे स्वत:चंच वाटायला लागलं आहे! त्यांनी कधीच त्याविषयी एक शब्दही काढला नसला, तरी या गावात आपलं असं एक घर पाहिजे.

हा विचार तिच्या मनात हळूहळू रुजू लागला.

नवंच घर पाहिजे, असं कुणी सांगितलंय? पुढच्या काळात विश्व या गावातच राहील कशावरून? नकोच राहायला! त्यानं शेकदार व्हायला पाहिजे! नाही तर हायस्कूल मास्तर तरी व्हायला पाहिजे. काहीही झालं तरी तो या गावात राहणार नाहीच. आपलं काय! मुलगा असेल त्या गावात जाऊन राहायचं. ते काहीही असलं तरी आपलं गाव म्हटल्यावर तिथं एक खोपटं असलं पाहिजे. गावी यावंसं वाटलं तर तेव्हा राहायला चार अंकणाचं का होईना, आपलं घर पाहिजे.

याच वेळी एक खरेदी-विक्रीचं काम समोर आलं. तेल्याच्या चेलुवशेट्टींना त्यांच्या सासुरवाडीकडून चांगली स्थावर संपत्ती मिळाली होती. इथलं सगळं विकून त्या गावीच जाऊन राहायचा त्याचा विचार होता. त्यासंदर्भात आवश्यक असलेले सगळे खरेदी-विक्रीचे कागद तिनंच तयार करून दिले होते. म्हणजे तिनं तयार केलेले कागद चेन्निंगरायांनी पुन्हा लिहून दिले. त्याचे पन्नास रुपये खरेदी दाखवली तरी पुरेसं होतं. ठरल्याप्रमाणे सगळे कागद तयार केले गेले. सरकारी कायद्याचं योग्य ते ज्ञान असल्यामुळे नंजम्मानं ते सगळं व्यवस्थित होईल हे पाहिलं. तिने ती जमीन आपल्या नावावर लिहून घेतली. या आणि इतर व्यवहारावर सह्या करणाऱ्या इतरांनाही पन्नास रुपये मिळाले.

आपल्याला किमान दोन अंकणाचा ओटा, तीन अंकणाचा चौक, एक अंकणाचं स्वयंपाकघर तरी पाहिजे. आणखी एक खोली धान्य साठवायला, किंवा उद्या मुलाचं लग्न झाल्यावर लागेलच, मागं गाईला बांधायला थोडी जागा आणि उरलेल्या जागेत भाजीपाला पिकवायचा... एवढ्या जागेला काही नाही म्हणजे दीड हजार रुपये तरी पाहिजेत! आता पहिल्याएवढंच उत्पन्न येतंय. खर्चही कमी करता येईल. निंगापूर आणि त्या भागातले लोक हिशेब लिहायचे पैसे देण्यापेक्षा नाचणी आणि इतर धान्य देतात. तेच त्यांना सोईचं पडतं. घरात आता पहिल्याएवढा खर्च होत नाही. एकवेळ स्वयंपाक केला तर दोन्ही वेळेला पुरतो. त्यामुळे जमा झालेली नाचणी आणि इतर धान्य विकता येईल. आता नाचणीचा भावही नव्वद रुपयांना खंडी असा झाला आहे. दोन वर्षांच्या पोटगीची रक्कम पाचशे रुपये मिळतील. कुरुबरहळ्ळीच्या गुंडेगौडांशी बोललं तर पुढच्या वर्षीची पोटगी आगावू देतील.

याच संदर्भात घरी आलेले मास्तर म्हणाले, "हे पहा, आता सरकारनं प्रौढ शिक्षण समिती स्थापन केली आहे. सगळ्या बायका-पुरुषांनी शिक्षण घेणं आवश्यक आहे, असं त्यांचं म्हणणं. त्यांच्यासाठी रात्री सात ते नऊ वाजेपर्यंत प्रौढशाळा सुरू

करायच्या आहेत. त्यांना शिकवायचं, 'नाइटस्कूल' म्हणतात. या गावच्या 'नाइटस्कूल'साठी माझी नेमणूक केली आहे. मी तुमचं नावही सुचवलं आहे. पगाराव्यतिरिक्त दरमहा पंचवीस रुपये देतील. तुमच्या भागात शिकलेल्या कोण आहेत, असं इन्स्पेक्टरनी विचारलं तेव्हा तुमचं नाव सांगितलंय.''

''पण मला ते जमेल काय?''

''न जमायला काय झालंय? हे वर्षातले आठ महिने काम असेल. काहीजणं जमल्यानंतर पुढच्यांना शिकवायला सुरुवात करायची. अ आ इ ई... अशी आपली चौदाखडी आली आणि दुसरीचं पुस्तक वाचायला आलं तरी पुरेसं आहे. नंतर तीच माणसं घरात पेपर आणि इतर काहीतरी वाचून शिकणं अपेक्षित आहे. दरमहा पंचवीस रुपये मिळतील. फक्त बायकांनाच शिकवायचं तुमचं काम असेल.''

''कोण शिकतंय या गावात? तेही या गावच्या बायका?''

''सरकार पाटी-पेन्सिल-पुस्तकं देतील. आणखी जे काही खर्च... बोर्ड, खडू डस्टर सगळं देतील. तुमच्या घरात सुरू करा. आधी सात-आठ बायका यायला लागल्या, की नंतर इतर बायकाही यायला लागतील. मी माझ्या बायकोला पाठवतो.''

हे नंजम्माला पटलं नाही. एक दिवस शेकदारही घरी येऊन हेच सांगून गेले. त्यानंतर मात्र नंजम्मानं हे मान्य केलं. कंबनकेरेच्या शाळेचे हेडमास्तर यांना मार्गदर्शन करणार होते. ते एक दिवस गाडी करून आले आणि पाटी-पेन्सिली-बोर्ड-कंदील-पुस्तकं असं सगळं आवश्यक ते सामान देऊन गेले. मास्तरांच्या बायकोला अ आ इ ई येत होतं. तरीही मास्तरांनी त्यांचंही नाव घातलं. जेव्हा सर्वक्का आपण होऊन नाव दाखल करायला आली, तेव्हा नंजम्माला खरं आश्चर्य वाटलं! घरात नवऱ्यानं विरोध केला तरी न ऐकता ती आली होती. लिंगायतांपैकी चार बायका, कुरुबरकेरेच्या दोन मुली यांच्यासह एकूण चौदा बायकांनी नावं नोंदवली. बोर्डावर अ आ इ ई लिहून एवढ्या सगळ्यांना शिकवणं हा नंजम्मालाही नवा अनुभव होता. त्यातल्या काहीजणी खरोखरच शिकायला उत्सुक होत्या तर काहीजणी उगाच वेळ घालवायला येत होत्या.

सर्वक्का एवढी हुशार आहे, हे नंजम्मालाही ठाऊक नव्हतं. एकाच दिवसात ती आठ अक्षरं शिकली. आठ दिवसांत तिला बावन्न अक्षरंही लिहायला-वाचायला येऊ लागली. ती म्हणाली, ''नंजम्मा, हे आधीच शिकले असते तर मीही तुमच्यासारखं लिहायचं काम केलं असतं बघा!''

''ते शानभोगकीचं काम असतं. सगळ्यांना कसं असेल?''

तेही खरंच होतं. सकाळपासून संध्याकाळपर्यंत घरातली कामं, त्यानंतर शानभोगकीची कामं चालायची. दुपारनंतर कधीकधी मादेवय्या येऊन बसायचे, इकडच्या-तिकडच्या गप्पा मारायचे. संध्याकाळी साडेआठ-नऊ वाजेपर्यंत क्लास

चालायचा. त्यानंतर जेवण करून झोपलं तर पहाटेपर्यंत गाढ झोप लागायची.

बायकांना शिकवताना दररोज विश्वची आठवण यायची. तो कसा असेल? त्याला अम्माची आठवण येत असेल काय? तिथं अक्कम्मा असताना काळजी करायचं कारण नाही. ती त्याची पुरेपूर काळजी घेईल.

दोन-तीन महिने क्लास चालला होता. आता सहा दिवसांऐवजी आठ दिवस क्लास चालला होता. मास्तरांनी सांगितलं होतं, ''काहीजणं आले नाहीत तरी तुम्ही त्यांना प्रेझेंट मांडून ठेवा.'' मास्तरांची रात्रीची शाळाही उत्तम चालली होती. एकूण बावीस माणसांपैकी वीसजण नियमितपणे येत होते.

एक दिवस रात्री घरात चेन्निंगराय नव्हते. मास्तर घरी आले. ते रात्रीच्या शाळेविषयी सांगत होते, ''वय झालेलं असतं. त्यामुळे अक्षरओळख झाली तरी लक्षात राहणं अवघड असतं. यांचं लक्ष शिक्षणात नसतं. आणखी कुठं कुठं असतं. शाळेत बिडी ओढायची नाही, असा नियम केला तरी कुणीही ऐकत नाही! ही माणसं कशी साक्षर होणार ते त्या देवालाच ठाऊक!''

''मास्तर, उद्या आमचा अप्पण्णय्या घरी आला की त्यालाही सांगते. त्यालाही तुमच्या रात्रीच्या शाळेत दाखल करून घ्या. दिवसभर त्याला इतर करायचं ते करू द्या; पण रात्री त्याला थोडं तरी शिकवा. या दोघांकडे थोडी तरी विद्या असती तर यांचं जीवन असं झालं नसतं.''

मास्तर हसत म्हणाले, ''पण अप्पण्णय्या रात्री वेगळ्याच शाळेला जातात!''

काही न कळून नंजम्मानं विचारलं, ''म्हणजे काय म्हणता?''

''नरसीकडे जातात, असं समजलंय मला!''

हे नंजम्माला पटलं नाही. त्याच्याकडे कुठे आले एवढे पैसे? नाचणीची उकड मिळवायला कष्ट करतोय. उंडे खाणारा हा ब्राह्मण! इतर बायकांकडे तशा दृष्टीनं बघायचा त्याचा स्वभाव नाही... नंजम्मानं आपल्या मनातली भावना बोलून दाखवली.

पण मास्तर म्हणाले, ''बातमी खात्रीची आहे. आता तिचा कुणी खास यार नाही. दुसरं म्हणजे तिच्याकडे पैशाची काहीही कमतरता नाही. अप्पण्णय्यांनाही बायको-मुलांची, प्रपंचाची काळजी नाही. या दोघांचे संबंध कसे वाढले, देवजाणे!''

सगळं ऐकून नंजम्माला शरम वाटली. किती केलं तरी तो तिचा धाकटा दीर होता. इकडेतिकडे धान्य मागून जगणं त्याच्या नशिबात लिहिलं असेल. पण इतके दिवस झाल्यावर कशाला हा असला नाद करायचा? त्यापेक्षा घराची जबाबदारी घेऊन दोन्ही मुलांची काळजी घेत राहिलं असतं तर किती छान झालं असतं! त्याला असं सांगायचं तिच्या मनात हजारवेळा येऊन गेलं होतं. पण तसं सांगितलं तर गंगम्मा भांडण काढणार! शिवाय बोलताना कुठलाही घाणेरडा बोल लावायलाही त्या कमी करणार नाहीत! मुख्य म्हणजे अप्पण्णय्याच्या स्वभावाची तरी कुठे खात्री

देता येते? भटकत राहणं हा तर त्याच्या स्वभावाचा अविभाज्य भागच झालाय! कुठेही एका ठिकाणी स्थिर राहायला त्याला जमणं कठीण आहे. प्रत्येकाचं नशीब त्याच्याबरोबर, असं म्हणून ती काही बोलत नव्हती. पण मास्तरांकडून ही बातमी समजताच तिला राहावलं नाही. या बाबतीत अप्पण्णय्याची कानउघडणी करावी, म्हणून ती चार दिवस स्वतःला तयार करत राहिली. एका दुपारी तो सार घेऊन जाण्यासाठी आला होता. चेन्निंगरायही घरात नव्हते. तिनं विषय काढला.

"एक विचारू? काही वावगं समजणार नसाल तर विचारते."

"त्यात काय समजायचं? विचारा."

"तुम्ही नरसम्माच्या दुकानात तंबाखू आणायचं निमित्त करून जात-येत असता म्हणून लोक वेडंवाकडं बोलतात! तुम्ही दुसऱ्या दुकानातून तंबाखू घेतली तर चालणार नाही काय? उगाच कशाला लोकांना बोलायची संधी देता?"

"कोण भडवा तसं म्हणाला? कोण बोलत असेल तर त्याची जीभ कापून टाकेन!"

"तो प्रश्न नाही. आपल्यापुरतं आपण सावध राहायला नको काय?"

यावर अप्पण्णय्या काही बोलला नाही. सार घेऊन निघून गेला; पण दुसरे दिवशी तो सार न्यायला आला नाही. असे आठ दिवस गेले तरी त्यानं यायचं सोडलं ते सोडलंच. त्यानंतर मात्र तिनं सार कमी करायला सुरुवात केली. आपण तरी का असं विचारलं? आता लाज वाटल्यामुळे किंवा राग आल्यामुळे तो आलेला नाही. पुरुषाला डाळ-नाचणी कमावण्याबरोबरच ते शिजवायचंही काम लागलं तर किती त्रासाचं आहे! प्रत्येकाचं कर्म म्हणायचं, दुसरं काय!

पण नंतर समजलं, अप्पण्णय्या गावात नव्हता. या खेपेला तो जो निघून गेला तो तीन महिने परतला नाही. तो एकटाच देशांवरच्या गावी गेला होता म्हणे. माघारी परतला तेव्हा त्यानं वहिनीसाठी मणभर तांदूळ आणून दिले. त्यानंतर पुन्हा रोज सार घेऊन जायला येऊ लागला.

नंतर एक दिवस मास्तरांनीच सांगितलं, "आता अप्पण्णय्या तिच्याकडे जात नाहीत म्हणे. गावात आल्यापासून ते तिकडच्या बाजूला गेलेलेच नाहीत."

३

विश्वच्या मनात मामाविषयी विलक्षण दरारा होता. कल्लेश त्याच्याशी कधीच मायेनं बोलायचा नाही. तसं चुरमुरे, खारे शेंगदाणे, बत्तासे खायला आणून द्यायचा. पण थोडाजरी खोडकरपणा केला तरी त्याचं रूपच पालटून जायचं. त्याचे वटारलेले डोळे बघून विश्व घामाघूम होऊन जायचा. एकदा विश्वचं कुणाशी तरी भांडण झालं. तेव्हा फारशी चौकशी न करता कल्लेशनं त्याला फोडून काढलं. विश्व इतका घाबरा झाला, की त्याची चड्डी ओली झाली. हे पाहून अक्कम्मानं त्याला जवळ घेऊन त्याची समजूत काढली.

कमलूला तर विश्वविषयी कणभरही सहानुभूती नव्हती. त्याच्या बसण्यात-उठण्यात-बोलण्यात तिला चूकच दिसत होती. पण अक्कम्मा आणि नवऱ्याच्या धाकामुळे ती त्याला मारत नव्हती. तसंच वाकडं बोलायची एकही संधी सोडत नव्हती. तो पानावर बसला की, "हा रांडेच्या आलाय आमच्या घरचं अन्न गिळायला..." असं काहीतरी बडबडत राहायची.

या सगळ्याचा परिणाम म्हणून त्याचा सुरुवातीचा चुणचुणीतपणा कमी होत चालला होता. अभ्यासातही पहिल्यासारखं मन लागत नव्हतं. त्यामुळे कल्लेशही, "कसलाही धाक नसल्यामुळे हा ढ झालाय..." म्हणू लागला. कल्लेश शिकवायला बसला तर विश्वचं सगळं लक्ष केव्हा मामा हात उगारेल आणि आपल्याला शिक्षा मिळेल, याकडेच असे. अक्कम्माला अक्षर ओळखच नव्हती. कल्लेशला मात्र आपण आपल्या बहिणीच्या मुलाला शिस्त लावतोय, याचंच समाधान होतं. तिरुमलापूर हे 'रामसंद्र'पेक्षा मोठं गाव. गावाच्या जवळच्या नदीत खूप खडक होते. नदीत पोहून झाल्यावर त्या खडकावर झोपून अंग सुकवायचं आणि पुन्हा नदीत पोहायची विश्वची जबर इच्छा असे. पण पाण्यात पायही टाकायचा नाही, अशी मामाची सक्त ताकीद असे. ते आठवून आठवून त्याला रडू यायचं. या गावात पाण्यात पोहायचं नाही, मधमाश्याच्या पोळ्याच्या मागं जायचं नाही, झाडावर चढायचं नाही! कधीकधी इथून गावाला पळून जायची इच्छा त्याच्या मनात प्रबळ होत असे. पण पळून घरी गेलं तरी अम्मा पुन्हा इथंच आणून सोडणार, याविषयी त्याच्या मनात शंका नव्हती. अशा वेळी त्याला अम्माचाही पराकोटीचा राग येत असे.

एकदा तो पुस्तकं घेऊन शाळेत जायला निघाला होता. कितीतरी मुलं घोळक्यानं निघाली होती. त्यांचा एक पुढारी मुलगाही दिसत होता. सगळ्यांचे पांढरे कपडे होते. प्रत्येकाच्या डोक्यावर पांढरी टोपी होती. सगळ्यांच्या हातात निशाण

होते. पुढच्या बाजूला निशाण घेऊन चालत असणारे हातात कर्णा घेऊन "बोलो भारत माता की..." म्हणून ओरडायचे आणि बाकीचे सगळे एकत्रितपणे "जय..." म्हणून ओरडत होते. नंतर ते "महात्मा गांधी की..." म्हणायचे. पुन्हा सगळे "जय..." म्हणून ओरडायचे. पुढच्यांनी काहीही म्हणून, "की..." म्हटलं, की ते "जय..." म्हणायचे. त्याला गावच्या देवाच्या रथोत्सवाच्या वेळी होणारा "हर हर महादेव..." चा घोष आठवत होता.

विश्वला हे सगळंच दृश्य गमतीचं वाटलं. चार-पाच मिनिटांतच त्याला सगळ्या घोषणा तोंडपाठ झाल्या. एकदा पुढचे शांत असताना हाच ओरडला, "बोलो भारत माता की..." सगळे ओरडले, "जय..." त्यानं उत्साहानं पुढच्या सगळ्या घोषणा देताच पाठोपाठ "जय..."चे आवाज निनादले. पुढाऱ्यांनी हे पाहिलं. त्याची पाठ थोपटून म्हणाले, "शहाणा मुलगा आहे... यानंतर तूच घोषणा दे ये!" त्यांनी आपल्या हातातले निशाणही त्याच्या हातात दिले. आता सगळ्यांत पुढे तोच होता! विश्वला या सगळ्याचीच मजा वाटत होती.

सगळा घोळका त्याच्या शाळेपाशी गेला. तिथल्या खेळाच्या मैदानावर सगळे बसले. याच्या हातात निशाण देणारे उभे राहिले. आणखी एकजण पुढे झाले. त्यांनी एक बोंडूक त्यांच्या पुढे ठेवलं. एका वायरीनं जोडलेल्या काही वस्तू शेजारच्या टेबलावर ठेवल्या. ते बोलायला लागले, "बंधू-भगिनींनो... आता आपला देश लाल माकडांच्या हातात सापडला आहे. ते आपल्या सोन्या-चांदीची लूट करताहेत... आपल्या 'भारतमाते'ला स्वतंत्र करण्यासाठी आपण सगळ्यांनी कटिबद्ध राहिलं पाहिजे... आता आपण सगळे युद्धासाठी सिद्ध असे शिपाई आहोत..."

त्यांचं बोलणं अतिशय स्पष्टपणे जोरात ऐकू येत होतं. त्याला लाउडस्पीकर म्हणतात, असंही कुणीतरी सांगितलं. नंतरही दोघं-तिघंजणं बोलले. कुणीतरी म्हणालं, "आज शनिवार! 'चन्नरायपट्टण'ला बाजार भरतो. तिथे भरपूर गर्दी असते. तिथे तुम्ही सगळ्यांनीही यायला पाहिजे. देशभक्ती दाखवायला पाहिजे!" असं म्हणताच बरेचजण त्यांच्याबरोबर जायला निघाले. विश्वलाही जायची प्रबळ इच्छा झाली. तो पुढे होऊन त्या निशाणधारकांना म्हणाला, "मी पण येतो..." त्यांनी विचारलं, "आठ मैल चालशील काय?"

त्यानं सांगितलं, "हो. मी शृंगेरीला पण जाऊन आलोय..."

"मग ठीकाय!" म्हणत ते चालू लागले, सगळे निघाले. त्यांच्याबरोबर हाही निघाला. वाटेत कितीतरी छोटी-छोटी गावं लागत होती. शेतातून, रानातून, दगडधोंड्यांतून चालावं लागत होतं. पण त्यातही मजा वाटत होती. तास-दीडतास चालल्यावर सगळे 'चन्नरायपट्टण'ला जाऊन पोचले. या वेळेपर्यंत त्याला भूक लागली होती. त्यानं त्या पुढाऱ्यांना सांगितलं, "मला भूक लागलीय!"

त्यांनी त्याला हाताला धरून जेवायला नेलं. तिथे मोठमोठ्या भांड्यांमध्ये स्वयंपाक केला होता. शृंगेरीतही त्यानं तशी मोठी भांडी आणि एवढाला स्वयंपाक बघितला होता. त्यानंतर सगळे बाजाराच्या मैदानावर गेले. तिकडे माणसांची प्रचंड गर्दी उसळली होती. एवढी माणसं त्यानं शृंगेरीतही पाहिली नव्हती. 'रामसंद्र'च्या देवीच्या जत्रेतही पाहिली नव्हती. नागलापूरच्या बाजारातही पाहिली नव्हती. इकडे दोन पुरुष उंचीवर एक छोटा मांडव घातला होता. त्यावर लाउडस्पीकर ठेवला होता. त्याच्या हातात निशाण देऊन त्याला घेऊन आले होते, ते होळेनरसिंहपूरचे असल्याचं समजलं. त्यांनी याला विचारलं, "बाळ, तू भाषण करशील काय?"

"म्हणजे काय?"

"मी नागलापूरला उभा राहून बोललो ते आठवतं की नाही? तसंच बोलायचं."

'बोलतो की! पण काय बोलायचं?"

"ते मी सांगतो तुला!"

"तुम्ही बोललात ते माझ्या लक्षात आहे, तेच बोलतो. लाल माकडांनी आमच्या आईला जेलमध्ये ठेवलंय..."

"तेवढं तर झालंच... आणखी काय बोलायचं ते सांगतो..." म्हणत त्यांनी आणखीही काही काही सांगितलं.

सभा सुरू झाली. सुरुवातीला एकजणाने लाउडस्पीकरसमोर उभं राहून एक छानसं गाणं म्हटलं. त्यानंतर कुणीतरी सांगितलं, "यानंतर 'भारतमाते'चा एक किशोर भाषण करणार आहे... त्याच्या बोलण्यातून आपण सगळ्यांनी स्फूर्ती घ्यायला पाहिजे..." लगेच त्या होळेनरसिंगपूरच्या व्यक्तीनं विश्वला वर चढवलं. स्वत: चढले आणि याला त्यांनी माइकच्या पुढे उभं केलं.

विश्वनं समोर पाहिलं. प्रचंड जनसमुदाय एखाद्या डोहात पाणी स्तब्ध होऊन उभं राहावं, तसा उभा होता. तो घाबरला. चेहरा लाल झाला. कानशिलं तापली. सोबत असलेल्यांनी आधी, "बोलो भारत माता की..." च्या घोषणा द्यायला सांगितल्या. विश्वनं त्या दिल्या. सगळ्यांनी "...जय..." म्हणत प्रतिसाद दिला. तो आवाज इतका मोठा होता, की त्याच्या घोषणेपेक्षा तो मोठा होता. आता त्यानं मनातल्या मनात काय बोलायचं, ते एकदा घोळवलं आणि आधी ठाऊक असलेल्या सगळ्या घोषणा एकापाठोपाठ एक दिल्या. सगळ्यांना उत्तम प्रतिसाद मिळाला. त्यांनी भाषण सुरू करायला सांगितलं. त्यानं भरलेल्या तळ्यात पोहायला उतरावं तसं बोलायला सुरुवात केली, "बंधू-भगिनींनो... तुम्हाला ठाऊकच आहे, आपल्या 'भारतमाते'च्या हातात बेड्या ठोकल्या आहेत... आपण सगळे गुलाम झालो आहोत... आता लाल तोंडाची माकडं, रांडेचे, आपली कराची रक्कम ओरबाडून घेऊन जात आहेत. तुम्ही कुणी कर भरू नका..." त्या वेळी सुचलं ते सगळं तो

बोलत राहिला. त्यांनी सांगितलं ते सांगताना लाल माकडांच्या संदर्भात वडील-काका-आजीकडून ऐकलेल्या शिव्याही मुबलक प्रमाणात वापरल्या. पण त्यातल्या आईवरून द्यायच्या शिव्या द्यायच्या नसतात, हे आठवलं.

त्याचं भाषण संपल्यावर शेजारी उभ्या असलेल्यानं त्याच्या गळ्यात शेवंतीचा हार घातला आणि पुन्हा, "भारत माता की..." ची घोषणा दिली. "...जय..." म्हणताना समोरच्या गर्दीनं टाळ्यांचा कडकडाट केला. त्याला खाली उतरवून दिल्यावर पुढचे कुणीतरी बोलायला उभे राहिले. त्यांनी विश्वच्या भाषणाचं वारेमाप कौतुक केलं आणि, "अशा किशोर मुलांकडून स्फूर्ती घ्यायला पाहिजे... त्यानं जसा स्पष्टपणे या सरकारला विरोध केला, तसा तुम्हीही सगळ्यांनी विरोध केला पाहिजे... या वर्षी कुणीही कर देऊ नका... पोलीस आले तर या मुलाची आठवण ठेवा..." असंही सांगितलं. विश्व वेगळ्याच दुनियेत तरंगत असल्यामुळे त्याला यातल्या कशाचाच अर्थ समजला नाही.

तेवढ्यात समोरची गर्दी पांगायला लागली. खाकी कपडे घातलेले पोलीस हातात काठ्या घेऊन आले होते. लाउडस्पीकर गुंडाळून ठेवण्यात आला. त्यांच्याशी पोलिसांचं काहीतरी बोलणं झालं. शेवटी सगळ्यांना पोलीस स्टेशनवर घेऊन गेले. त्यांच्यामध्ये विश्वही होता. सगळ्यांना एका मोठ्या खोलीत कोंबून बाहेरून सळ्यांचं दार लावण्यात आलं. सगळे एकमेकांशी बोलत होते. कुणी गाणी म्हणत होतं. त्या कोलाहलात कुणाचंच काही ऐकू येत नव्हतं. त्या गर्दीत विश्वच्या ओळखीचं कुणीच नव्हतं. त्या गर्दीत त्याला भाषण करायला सांगणारेही नव्हते. आता त्याला रडू आलं. तो हुंदके देऊन रडू लागला. कुणीतरी त्याला समजावू लागलं, "घाबरू नकोस बाळा! आम्ही सगळे आहोत ना तुझ्याबरोबर..."

त्याचं रडं थांबलं. या सगळ्यासकट सकाळपासून जे काही चाललं होतं त्याची त्याला मजा वाटत होती. पण आता सगळ्यांना इकडे का बंद करून ठेवलंय, हे त्याला उमजत नव्हतं. त्यानं एकाला विचारलं, "जेल म्हणतात ते हेच काय?"

कुणीतरी सांगितलं, "नाही बाळा! हा तर राजवाडा आहे!"

त्यानं प्रामणिकपणे विचारलं, "मग सिंहासन कुठे आहे?"

त्याच्या या बोलण्याचंही सगळ्यांना प्रचंड कौतुक वाटत होतं; पण कुणीही त्याच्या प्रश्नाचं उत्तर दिलं नाही. तेवढ्यात एक पोलीस तिथं आला आणि त्याचा हात धरून त्याला बाहेर घेऊन निघाला. इतर सगळेजण, "आम्ही याला सोडणार नाही... तुम्ही याला माराल..." म्हणत आडकाठी करू लागले.

पोलीस म्हणाला, "एवढ्या छोट्या मुलाला आम्ही कशाला मारू? त्याचे पालक आले आहेत." असं सांगून त्यानं याला बाहेर घेऊन पुन्हा कुलूप लावलं. ऑफिसमध्ये गेल्यावर तिथल्या खुर्चीवर बसलेला एकजण पुढे होऊन विचारू

लागला, “तुझं कुठलं गाव रे पोरा?”

“रामसंद्र.”

“कुठं आलं ते?”

“तुमकूर जिल्हा, तिपटूर तालुका, ‘कंबनकेरे’जवळचं रामसंद्र.” विश्वनं आत्मविश्वासानं सांगितलं.

“वा! सगळं ठाऊक आहे तुला! कितवीत आहेस?”

“तिसरीत.”

“कुणाचा रे तू?”

“शानभोग चेन्निंगरायांचा मुलगा!”

“शानभोगांचा मुलगा आणि अशा ठिकाणी जातोस? कोण तुला घेऊन आलं?”

जवळ उभा असलेला पोलीस म्हणाला, “रामसंद्रहून नाही आला हा... हं बोल... कुठून आलास तू?”

“नागलापूरहून!”

“तिकडे कसा गेला होतास?”

“शाळेत जायला.”

“कुणाच्या घरात राहतोस?”

“कल्लेश जोईसांच्या घरी.”

“ते तुझे कोण लागतात?”

“मामा. माझ्या अम्माचे थोरले भाऊ...”

आतापर्यंत बसलेल्या अधिकाऱ्यांना पोलिसानं सांगितलं, “ओह! आता आलं लक्षात सर! हा कल्लेश माझ्याबरोबरच होता. आता तिकडे भुताचं घर म्हणून आहे ना, तिकडं एकटेच राहतात बघा! ते कंठीजोईस म्हणून आहेत की, करणी-मंत्र-तंत्र करतात ते? त्यांचा मुलगा कल्लेश आणि हा त्यांचा नातू!”

“अरेच्चा! असंय काय? पण बाळ. तू इकडे कसा आलास?”

विश्वनं सगळं विस्तारानं सांगितलं. कंठीजोईसांचं नाव ऐकताच सगळं वातावरण बदललं होतं. नंतर ते अधिकारी डोळे वटारून त्याच्याकडे बघत म्हणाले, “जर पुन्हा या सगळ्या माणसांत दिसलास तर बघ! ही मोठी काठी आहे की नाही, तिचा रट्टा असा बसेल, की काही विचारू नकोस!”

विश्वनं “नाही... नाही... नाही येणार...” असं कबूल केलं. नंतर पोलीस त्याचा हात धरून बाहेर पडले. थोड्या अंतरावरच्या एका पडक्या जुन्या मोठ्या घरासमोर उभं राहून त्यांनी दार वाजवलं. आतून आवाज आला, “कोण?”

“तुमचा नातू...” यानं उत्तर दिलं.

दरवाजा उघडला गेला. दारात एक दणकट, उंच गृहस्थ उभे होते. पोलिसानं त्यांना सांगितलं, तुमच्या नातवाला घेऊन आलोय. इथल्या सभेत हा येऊन जोरदार भाषण ठोकत होता. तुमच्या मुलीचा मुलगा! यानंतर त्याला असं कुणाही माणसांमध्ये सोडू नका...'' एवढं सांगून तो निघून गेला.

विश्वला या आजोबांना पाहिल्याची पुसट आठवण होती. पार्वतीअक्काच्या लग्नाच्या आधी एकदा अक्कम्माबरोबर घरी आले होते. पण त्यांचा चेहरा नीट आठवत नव्हता. घरात जाऊन पाहिलं तर त्याला भीती वाटली.

तिथे वाघाचं कातडं पसरलं होतं. समोर माणसाची कवटी होती. कवड्याची माळ, लाल रंगाची फुलं, कुंकू... असं काही काही ठेवलं होतं. त्यानं सांगितलं, ''मला भीती वाटते!''

''आज एवढं धैर्यानं भाषण केलंस... भीती कशाची तुला? तू माझ्या मुलीचा मुलगा म्हणजे माझा रक्ताचा नातू हे तेव्हा माझ्या लक्षात आलं नाही. वा रे वा... खरा रुस्तुम मर्द आहेस! माझ्या मुलीच्या पोटी जन्मलास! तिची कूस सार्थक झाली!'' म्हणत त्यांनी त्याचा हात धरला आणि त्याला जवळ घेतलं.

त्यांचा मुलीवरचा राग अजून कमी झाला नव्हता. आपला शब्द डावलून तिनं आपली मुलगी कल्लेशला द्यायचं नाकारलं होतं. तसा त्यांचा नातवंडांशी कसलाच संपर्क नव्हता. कधीतरी वाटायचं, दोन मुलं एकाच वेळी गेली म्हटल्यावर आपल्या मुलीला दु:ख झालं असलं पाहिजे. त्या मुलांशी प्रत्यक्ष नातं जुळलं नसलं तरी मुलीच्या मार्फत जे काही मूक बंध होते, तेवढेच. त्यात तेव्हा तर संतापच मिसळला होता. पण आता या नातवाचा पराक्रम त्यांनी स्वत:ही पाहिला होता. पंधरा-वीस हजार माणसांपुढे उभं राहून, पोलिसांनाही न घाबरता यानं भाषण केलं होतं. त्यानंतर एवढ्या मोठ्या समुदायानं केलेला टाळ्यांचा कडकडाटही त्यांनी स्वत:च्या कानांनी ऐकला होता. त्याचं भाषणही त्यांनी त्याच समुदायात उभं राहून ऐकलं होतं. त्यामुळे आता त्यांच्या मनात त्याच्याविषयी अभिमान निर्माण झाला होता.

त्यांनी चौकशी केली, ''कुठून आलास?'' त्यानं आपण आता नागलापूरला राहत असल्याचं सांगितलं. ते गेल्या कितीतरी काळात नागलापूरला गेलेच नव्हते. 'चन्नरायपट्टण'लाही गेले नव्हते. हासन-रामनाथपूर याच भागांत फिरत होते.

त्यांनी विचारलं, ''काही खाणार काय? भूक लागलीय?''

''हं!'' तो उत्तरला.

''ही केळी आहेत. आत्ता तीच खा. सकाळी उजाडल्यावर हॉटेलमध्ये खाऊ घालतो, चालेल?''

''हं!'' त्याला खरोखरच भूक लागली होती. त्यांनी दिलेली साखरेत घोळलेली केळी त्यानं पोटभर खाल्ली. आपल्या शालीचा अर्धा भाग अंथरून त्याचाच निम्मा

भाग त्याला पांघरायला देऊन त्यांनी त्याला झोपायला सांगितलं. त्याला झोप लागली.

पण त्यांना झोप लागली नाही. याच पावली मुलीला भेटून यायची त्यांना जबर इच्छा झाली. तिची मुलं मरून वर्ष व्हायला आलंय. किती दुःखानं व्याकूळ झालीय कोणजाणे! मी त्या नातीच्या लग्नालाही गेलो नाही. अक्कम्मा सांगत होती, खूप चांगला मुलगा बघून लग्न लावून दिलंय म्हणून! तिचा तो नालायक नवरा! त्या कुत्र्याची माझ्या लेकीचा हात धरून संसार करायची लायकी कुठं आहे? पण जाऊ दे! हे असलं मर्द लेकरू तिच्या पोटी जन्मलंय, हीच मोठी गोष्ट आहे! याच विचारात ते कूस पालटत होते.

त्याच वेळी दारावर थाप ऐकू आली. पाठोपाठ 'दार उघडा...' हा आवाज. कल्लेशचा आवाज. ते उठले. दिवा लावून त्यांनी दार उघडलं. तो कल्लेशच होता.

त्या दिवशी दुपारपर्यंत विश्व आला नाही म्हटल्यावर कल्लेश त्याला शोधायला बाहेर पडला होता. सगळं गाव शोधेपर्यंत रात्र झाली. कुणीतरी सांगितलं, त्याला 'चन्नरायपट्टण'कडे जाताना पाहिलं. तसा तो तिकडे गेला. सगळं गाव झोपलं होतं. मनात काही आशंका येऊन त्यानं पोलीस स्टेशन गाठलं. तिथं असलेल्या जुन्या सहकाऱ्यानं इथं काय घडलं ते सांगितलं. तसंच त्या मुलाला इथे आणून सोडल्याचंही सांगितलं. त्यानंही मुलाच्या धैर्याचं तोंडभर कौतुक केलं. कंठीजोईसांनीही नातवाच्या प्रतापाचं तोंडभर कौतुक केलं. कल्लेशनं त्याचे सापाच्या संदर्भातले प्रतापही सांगितले. त्याच कारणासाठी नंजूनं याला आपल्याकडे शिकायला ठेवल्याचंही सांगितलं.

सकाळी सगळेच निवांत उठले. जागं झालेल्या विश्वनं पाहिलं, समोर कल्लेशमामा बसला होता! त्याची घाबरगुंडी उडाली. तळ्याकाठी प्रातर्विधी उरकून तिघंही हॉटेलला आले. आजोबांनी विचारलं, "मसाला दोसा खाणार काय?"

तो काहीच बोलला नाही. पुन्हा विचारलं तेव्हा, "नको..." म्हणाला. कल्लेशला बघून तो पराकोटीचा घाबरलाय, हे त्यांच्या लक्षात आलं नाही. त्यांनीच आग्रह करून त्याला दोन मसाला दोसे आणि म्हैसूरपाक खाऊ घातला. कल्लेशला ते म्हणाले, "पोराला चालवत घेऊन जाऊ नकोस. मी नवं घोडं आणलंय. बांधून ठेवलंय. त्याच्यावर जीन-खोगीर घालून घेऊन त्यावर बसवून घेऊन जा." तसं केल्यावर विश्वचा आनंद गगनात मावेनासा झाला. पटेलांच्या घरचं घोडं बघताना त्याला अनेकदा त्यावर सवारी करायची इच्छा होत असली, तरी ती तो बोलून दाखवत नसे. चरायला सोडलेल्या घोड्यावर कधीतरी चोरून रपेट मारली असली तरी एवढ्या मोठ्या लालसर घोड्यावर त्यानं कधीच सवारी केली नव्हती. त्याला घेऊन कल्लेश स्वार झाला तेव्हाही त्यांनी सांगितलं, "हे बघ, पाहिजे तर पंधरा

दिवस घोडं तिकडेच राहू दे! यालाही घोडेसवारी शिकव. पुरुषाच्या जातीला घोडेसवारी आली पाहिजे!''

प्रवास मोठ्या मजेत झाला. वाटेत मामा अजिबात बोलला नाही. यालाही त्याच्याशी काही बोलायची भीती वाटत होती. त्यामुळे तोही मुकाट्यानं बसला होता. त्याला अधूनमधून आदले दिवशीच्या भाषणाची आणि त्यानंतर अनुभवलेल्या कौतुकाची आठवणही मनाला आनंद देत होती. त्यात घोड्यावर बसून जायचं म्हणजे किती छान! आज्जाला सांगून हा घोडाच मागून घ्यायला पाहिजे! देतील ते मला! या घोड्यावर बसून रात्री आपल्या गावी जायचं! अम्माला मला बघून किती आनंद होईल! आणि अम्माला सांगून टाकायचं, यानंतर मी इथंच राहणार... इथून शाळेला जाऊन येईन! शाळेत मास्तरांनाही सांगायचं, मी घोड्यावर बसून राहीन, तुम्ही मला तसंच शिकवा! ही शाळा संपल्यावर याच घोड्यावरून 'कंबनकेरे'च्या हायस्कूलला जायचं! हा मामा सोबत नसता तर हा घोडा घेऊन असंच आमच्या गावाला गेलो असतो. मला मारतो हा मामा! याचे हात झडू देत!

घोडा गावात आला. घरापुढे घोडा थांबला. याला खाली उतरवलं तेव्हा दारात अक्कम्मा उभी होती. याला बघताच त्याला जवळ घेत म्हणाली, "कुठं गेला होतास रे माझ्या बाळा..."

कल्लेश जोडे काढून सरळ स्वयंपाकघरात गेला. अक्कम्मा विश्वचा हात धरून त्याला घरात घेऊन आली होती. तेवढ्यात कल्लेश स्वयंपाकघरातून चुलीतलं जळतं लाकूड घेऊन बाहेर आला आणि त्याचा एक तडाखा विश्वच्या दंडावर दिला. त्यानंतर तो पुन्हा पुन्हा मारत राहिला. अक्कम्मा ओरडली, "अय्यो! लेकरू मरून जाईल! सोड त्याला! तसं मारायचं नसतं मुलांना... सोड..." ती मध्ये पडली. तेव्हा तिच्यावरही दोन तडाखे पडले. म्हातारी "अय्यय्यो... मेले मेले..." म्हणत विव्हळत बाजूला झाली. त्यानं पुन्हा विश्वला झोडपायला सुरुवात केली. तोंडानं बडबड चालली होती, "...रेड्यासारखा माजलाय... त्या तसल्या लोकांबरोबर गेला होता... काहीतरी झालं असतं तर वाईटपणा कुणाला आला असता?"

त्याची नजर मुलाकडे गेली. पाठीवरून रक्त गळत होतं. तो जमिनीवर कोसळला होता. त्याची शुद्ध हरपली होती. अंगावरची चड्डी ओली झाली होती. तिकडची जमीनही ओली झाली होती. अक्कम्मा तर त्याची ही अवस्था बघून घाबरी झाली होती. ती कळवळून म्हणाली, "अरे कल्लेश! त्याला मारून टाकणार आहेस काय?"

झाल्या प्रकारामुळे शेजारपाजारचे धावून आले. कल्लेशनं नाकाला हात लावून पाहिलं. जीव गेला नव्हता. त्यानं थंडगार पाणी आणून विश्वच्या डोक्यावर थापलं. विश्व शुद्धीवर आला. शर्ट काढून पाहिलं तर पाठीवरच्या वळांतून रक्त पाझरत

होतं त्याची खपली धरली होती. कल्लेशनं त्या जखमांवर घरातलं तेल लावलं. त्याचा हात लागताच विश्व, "अय्यय्यो... आग होतेय..." करून ओरडत राहिला.

४

या सुमारास मास्तरांची 'रामसंद्र'हून बदली झाली. या गावी त्यांना येऊन पाच वर्षं झाली होती. त्यांचे आपल्या गावाकडे बदली करून घ्यायचे प्रयत्न चालले होते. त्यांना तेच गाव मिळालं. ते निघून गेले. ते निघून गेल्यावर नंजम्माला फारच कंटाळा येऊ लागला. त्यांची तिला सख्ख्या भावासारखी मदत होती. त्यांच्या बायकोशीही तिचा जवळचा स्नेह जुळला होता. त्या कुटुंबाचाच तिला मोठा आधार होता. त्यामुळे पोकळी जाणवत होती. आता सहा महिन्यांची ती प्रौढशाळाही संपली होती. 'कंबनकेरे'च्या हेडमास्तरांनी त्याविषयी अनुकूल अभिप्रायही लिहून पाठवला होता. पुढेही उपक्रम सुरू ठेवायची शिफारस केली होती. तूर्त तिला झालेल्या उपक्रमाचे एकशे वीस रुपये मिळण्यासाठी त्यांनी तिच्या सहीची चिठ्ठी नेली होती. त्या मास्तरांच्या जागी दुसरे मास्तर हजर झाले. पण त्यांच्याशी नंजम्माचा परिचय झाला नव्हता. वेंकटेशय्या मास्तर गेल्यापासून मादेवय्यांनाही कंटाळा येत होता.

आता नंजम्माच्या मनात स्वतःच्या मालकीच्या नवीन घराचा विचार सुरू झाला. करायला हातात दुसरं काही काम नव्हतं.तशी तिला अशा घराच्या कामांची सवय नव्हती; पण घराचं काम स्वतःच्या जबाबदारीवर करायची तिची इच्छा होती. ते काम दुसऱ्यावर सोपवलं तर जास्त खर्च येईल, याची तिला कल्पना होती. आता तिच्यापाशी असलेल्या पैशांमध्ये घराला लागणारं सामान येऊ शकत होतं. तिच्या या विचारांना मादेवय्यांनी काही प्रमाणात उत्तेजन दिलं. एकदम सगळं बांधकाम काढण्यापेक्षा हातात पैसे असतील, तेव्हा थोडं थोडं काम काढलं तर पैसेही उभे करायचा त्रास होणार नाही.

करायला काहीच काम नसल्यामुळे तिनं कामाला सुरुवात केली. गड्यांप्रमाणे त्यांच्या बरोबरीनं तिनं मातीचे गोळे मळून-मळून भिंतीवर थापायला सुरुवात केली. माती कालवायला लागणारं पाणीही तीच आणायची. शानभोगकी करणारी अम्मा आपल्याबरोबर हे काम करत असल्याचं बघून कामाच्या गड्यांना संकोच वाटत होता. पण आपल्या घराचं काम आपण केलं तर काय बिघडलं? आणि रिकामं बसून तरी काय करायचं, असे विचार मनात येत असल्यामुळे ती काम करत राहिली. पुरुषभर उंचीची भिंत उभी राहिली होती. कौलाचे पैसे उभे करणंच तेवढं

राहिलं होतं.

त्या दिवशीही जमिनीला चिकटून राहिलेली माती खरवडून काढून तिचे गोळे बनवून भिंतीला लिंपणाऱ्यांच्या हातात देत ती जमिनीवर बसली होती. तिचे वडील तिथं आले. खांद्यावर एक हिरवी पिशवी लटकत होती. अंगावर शाल पांघरली होती. ते घोड्यावरून आले नव्हते. त्यामुळे हॅट-बूटही नव्हते. चालत आले आहेत, हे लक्षात येत होतं. ते म्हणाले, ''नंजा! घर बांधते आहेस काय!'' हातातलं फावडं बाजूला ठेवून पुढे काय करायचं, ते गड्यांना सांगून ती वडिलांबरोबर घरी आली. हात-पाय धुवून स्वयंपाकघरात शिरली. ती चूल पेटवू लागली तेव्हा ते म्हणाले, ''विशेष काही करू नकोस. फक्त पातळ भात केलास तरी पुरे...'' तेही स्वयंपाकघरात आले. तिथल्या भिंतीलगत पाट मांडून ते बसले. म्हणाले, ''काय तुझा मुलगा! रुस्तुम मर्द आहे बघ! असा मुलगा पाहिजे!'' म्हणत त्यांनी पाहिलं होतं ते सगळं विस्तारानं सांगितलं.

मुलाचं कौतुक ऐकताना तिची छातीही भरून आली. पण पाठोपाठ मनात काळजीही निर्माण झाली, असले उद्योग करताना पोलिसांच्या हातात सापडला तर काय गत होईल? ते मात्र सांगत होते,''मीही इकडच्या बाजूला आलोच नव्हतो. काल तुझ्या मुलाला पाहिलं. काल रात्री पोलीस त्याला माझ्या घरी सोडून गेले. सकाळी त्याला घोड्यावर बसवून कल्लेशच्या गावाला पाठवून दिलं. तुलाही भेटावंसं वाटलं. म्हटलं, कशाला उगाच वेळ घालवायचा? लगेच पिशवी काखोटीला मारली आणि निघालोच बघ!''

मुलांच्या मरणाचा त्यांनी विषयच काढला नाही; तीही काही बोलली नाही. तेच म्हणाले, ''घर बांधतेयस हे छान झालं. मला आधी ठाऊक असतं तर मीही थोडे पैसे दिले असते. मंगळुरी कौलं घालता आली असती. अलीकडेच आठशे रुपये देऊन घोडा घेतला. हे पाचशे रुपये आहेत, घे...'' म्हणत त्यांनी आतल्या बंडीच्या खिशातून पैसे काढून दिले; पण ती म्हणाली, ''तुम्हालाच कशाला तरी लागतील. राहू देत. माझी पैशाची व्यवस्था झालीय.''

''माझ्याकडे पैसे असतात. काही कमी नाही. असू देत तुझ्यापाशी...''

त्या रात्री बाप-लेकीच्या भरपूर गप्पा झाल्या. बोलताना नंजू म्हणाली, ''अप्पा, एवढं वय झालं तरी देवानं तुम्हाला घट्टमुट्ट ठेवलंय. सगळं चांगलं आहे. तरी तुम्ही का असं गावोगाव फिरता? तीन-तीन महिने, सहा-सहा महिने कुठं तरी जाता, कुठे असता हे कुणालाच ठाऊक नसतं. असं फिरत राहण्यापेक्षा घरात शांतपणे का राहत नाही?''

''पण गावात राहून काय करू?''

''काय करायचं? शांत राहायचं! कशाला काय करायचं?''

"असं कसं राहता येईल? काहीतरी काम करायला पाहिजे की नाही?"

यावर काय बोलावं ते नंजम्माला समजलं नाही. थोडा वेळ गेल्यावर तेच म्हणाले, "कल्लेशच्या बायकोचं तुला माहीत आहे की नाही? त्या रांडेला पळवून लावेपर्यंत कुणीच सुखी होणार नाही... तो तिला मारहाण करतोय, हे काही खोटं नाही... तिला मारून कुठल्या तरी शेतात गाडून टाकणंही काही कठीण नाही. त्याच्या नशिबात तिच्याच बरोबर गाठ मारून भोगणं लिहिलंय. मी कशाला उगाच मध्ये पडू,असं म्हणून गप्प राहतोय. मी काय, कुठंही कसाही राहू शकतो."

यावर नंजम्मा काहीच बोलली नाही. पाहिजे तर इथं येऊन राहा, असं म्हणायचं तिच्या मनात येऊन गेलं;पण ते आपल्या लेकीच्या घरी कधीच येऊन राहणार नाहीत. शिवाय इथं आपला नवरा येणार. त्याला बघितलं, की यांचा पारा चढणार! यांना राग आवरत नाही. प्रसंगी दोन दणकेही घालायला कमी करणार नाहीत! त्यामुळे ती काहीच बोलली नाही. वीस मैल चालून आल्यामुळे त्यांना लगेच झोप लागली.

नंजम्माला मात्र लगेच झोप लागली नाही. ती कूस पालटत होती. तिच्या डोक्यात विश्वला पोलीस स्टेशनात नेल्याचाच विषय घोळत होता. त्याला खरं तर पोलिसांनी सोडलं होतं, पण तिच्या स्वप्नात मात्र तो अजून धावतच होता... त्याच्या मागं दोन पोलीसही लागले होते. मध्ये एक नदी लागली, तो त्यात पोहत जाऊन पळून गेला... पोलिसांच्या हातात लागला नाही, पण कुठे गेला ते ठाऊक नाही... पोलीसही हताश झाले होते...

तिला जाग आली. काहीतरी घाणेरडं स्वप्न. आपण असं काय वाईट काम केलंय म्हणून असलं स्वप्न आपल्याला छळतंय? तिला स्वत:चाच राग आला. नंतरही तिला झोप लागली नाही.

कंठीजोईस मुलीच्या घरात तीन दिवस होते. घर बांधायच्या कामासाठी त्यांनीही जमेल तेवढा वेळ दिला; पण त्यांना कुठलं तरी करणीचं काम आठवलं आणि ते जायला निघाले.

जास्तीच्या पैशासाठी काय करायचं, याचा ती विचार करत असतानाच तिचे वडील तिला पाचशे रुपये देऊन गेले होते. ते गेल्यानंतर दोन दिवसांनी कौलं आणून द्यायला ती सांगून आली. भिंती पूर्णपणे वाळल्यावर कौलं घालायचं काम करायचं होतं. त्यासाठी आणखी पन्नास रुपये लागणार होते. ते काहीतरी करून जमवायला पाहिजेत. तेवढ्यात प्रौढशाळेचे पैसे मिळाले तर उत्तमच होईल. तसंच पन्नास रुपये खर्च करून गृहप्रवेशाचं शास्त्र करायला पाहिजे. त्या वेळेस अप्पांनाच बोलवायला पाहिजे. या गावच्या दोन्ही जोईसांना अजिबात बोलवायला नको. अक्कम्मा येईल, कल्लेश तर नक्की येईल. त्याची बायको? तिला काय करायचं ते करू दे.

या वर्षीही उन्हाळा सुरू व्हायच्या आधी आकाशात ढग दिसू लागले. कौलं घालण्याआधी पाऊस आला तर भिंतींचं नुकसान होईल. त्यामुळे कौलाचं काम लवकर व्हायला पाहिजे. घाई करण्यासाठी ती कुंभाराच्या घरी गेली. तो घरात नव्हता. तो येईपर्यंत ती तिथंच थांबली. त्याला घाई करायला सांगून आली. वेळेवर काम झालं नाही तर किती नुकसान होईल, हेही विस्तारानं सांगून आली. वेळेवर कौलं आली. तेव्हा उन्हाचा तडाखा वाढला होता; शिवाय ढगही येत-जात होते. कौलांचं काम लवकर करणं आवश्यक होतं. तसं ते सुरू झालं. गडी शिडी लावून वर चढून बसले. दुसरे शिडीवर चढून ती त्यांच्या हातात कौलं देत होती. त्या संध्याकाळी पाऊस यायची चिन्हं दिसत होती. नंजम्मा सकाळपासून कौलं उचलून द्यायचं काम करत होती. तिच्याबरोबर गडीही न थांबता काम करत राहिले. संध्याकाळी चारच्या सुमारास कौलांचं काम संपलं.

मध्यभागी घालायची जाड कौलंही घालून झाली होती. गडीही म्हणाले, "अव्वा! सगळी कामं झाली. तुम्ही जिंकलात!" मादेवय्याही म्हणाले, "नंजम्मा, अप्पणय्यानं या छताला चूड लावली होती तेव्हा! मागं त्यानं आणि चेन्निगरायांनी कौलं फोडली होती. त्या दोन्ही घटनांचा मी साक्षीदार आहे. मी सांगतो, घर फोडणं सोपं आहे, बांधणं कठीण असतं! तू धीराची बाई! तू हे कठीण काम केलंस!"

त्यावेळी तिथं असलेल्या चेन्निगरायांना राग आला. रागानं ते तिथून निघून गेले.

ढगांचा गडगडाट भरपूर झाला; पण त्या रात्री पाऊस आला नाही. आकाशातले ढगही नाहीसे झाले.

सकाळपासून कौलं उचलून वर देता देता नंजम्मा खूपच दमली होती. पण पोटासाठी काहीतरी करणं आवश्यक होतं. रात्री काहीतरी करून खाल्लं पाहिजे. स्वयंपाक करताना तिन्ही मुलांची आठवण तिच्या मनात भरून राहिली होती. आपल्या स्वतःच्या घरात ती दोघं तरी एक दिवसही राहिली नाहीत. मन दुःखानं भरून गेलं. तसाच विश्वचाही विचार आला. त्याला नागलापूरला जाऊन सहा महिने झालेत. आणखी पंधरा दिवसांनी उन्हाळ्याची सुट्टी सुरू होईल. तेव्हा गावी घेऊन यायला पाहिजे. या गावातल्या शाळेला जायचा रस्ता तेवढा पाहून ठेवला, की पुरेसं आहे. त्याला आणायला गाडी जुंपूनच जायला पाहिजे. "अम्मा... अम्मा..." करत बिचारं लेकरू किती व्याकूळ होत असेल! येताना त्याच्याबरोबर अक्कम्मालाही घेऊन यायला पाहिजे. आणखी एक वर्षभरही त्याला तिथंच राहावं लागेल. त्यानंतर कंबनकेरेच्या शाळेत पाठवता येईल. त्यानंतरही रामण्णासारखं पाच-पाच मैल जाणं-येणं नको. त्या ऐवजी तिकडेच भाड्याचं घर करून तिथंच राहायचं. तिथं राहून अधूनमधून इकडं येऊन जायचं, शानभोगकीचा हिशेब लिहिला तरी जमेल.

तिला कितीतरी वेळानंतर झोप लागली.

सकाळी जाग येताना सगळं शरीर जड वाटत होतं. अंगात ताप असल्यासारखं जाणवत होतं. दोन्ही काखांमध्ये दुखत होतं. कालचा सगळा दिवस भरपूर श्रमाचा गेल्यामुळे हे स्वाभाविक होतं. असे कष्टही तिच्या दृष्टीनं नवे नव्हते; पण काल टोचणारी ढगातली उन्हं त्रासदायक होती. त्यात सतत दोन्ही हातांनी कौलं उचलून उचलून दिली होती. कदाचित त्यामुळे दोन्ही काखांमध्ये सूज येऊन अडक्यासारखं होत होतं. ती तशीच उठली. सकाळच्या कामांना लागली, वासराला सोडून दूध काढलं. विश्व नसल्यामुळे घरातलं दही-दूध संपत नव्हतं. गेला महिनाभर अप्पणय्याही गावात नाही. त्यामुळे हाताशी मदतीला कुणीच नव्हतं. अंगात ताप असतानाही तिनं सहा भाकऱ्या थापल्या. त्यातली अर्धी खाऊन घेऊन बाकीच्या साडेपाच भांड्यात ठेवून ती पुन्हा झोपली. अर्धवट ग्लानीत असल्यासारखा सगळा दिवस गेला. कुणीच घराकडे फिरकलं नव्हतं. नवऱ्याची तर अपेक्षाच नव्हती म्हणा! तीच पुन्हा उठली. अजूनही ताप होताच. तिनं उठून काळे मिरे आणि सुंठीचं 'कशाय' करून घेतलं. नंतरही ती ग्लानीतच होती. रात्री नवरा कधी येऊन झोपला हे तिला समजलं नाही. पण तिला अचानक जाग आली. तिनं पाहिलं, तिच्या दोन्ही जांघांमध्येही ठणका सुरू झाला होता. तिथं गाठी होत्या.

आता नंजम्मा घाबरली. केवळ श्रमांमुळेच काखा दुखल्या असतील तर त्याच वेळी श्रमांमुळे जांघाही दुखायला पाहिजे होत्या! तसं का झालं नाही? हा प्लेग असेल काय? पण कुठंही प्लेगच्या बातम्या नव्हत्या. गेल्या खेपेला पार्वती-रामण्णाला झाला तेव्हाही कुठलीही चाहूल न देता आला होता. आताही हा चोरासारखाच आला काय? तिची भीती वाढली. तिनं मादेवय्यांना विचारायचं ठरवलं. तिनं नवऱ्याला हाक मारली. तो उठला नाही. तिनं पुन्हा हाका मारल्या. नंतर तिनं हातानं हलवून त्याला जागं केलं. नवरा झोपेतच डाफरला, "गप पड म्हटलं ना? रात्री स्वयंपाकही केला नाहीस! आता झोपही बिघडवून टाकतेय!"

तिला संताप आला. 'तुम्ही माणूस आहात, की जनावर, असं विचारावंसं वाटलं. पण त्यानंतर त्यांनी तोंडाला येईल तशी शिवीगाळी सुरू केली तर आपल्या मनाला आणखी वेदना होतील, हे लक्षात येऊन तिनं ते वाक्य गिळून टाकलं आणि म्हणाली, "मला प्लेग झालाय, असं वाटतं. जाऊन मादेवय्यांना बोलावून घेऊन या." ते काही बोलले नाहीत; पण थोड्या वेळात पुन्हा घोरल्याचा आवाज ऐकू आला.

सकाळी उजाडलं. नंजम्माला जाणवत होतं, शक्य तितक्या लवकर औषध घ्यायला पाहिजे. ती उठली. कांबळं पांघरून बाहेर जायला निघाली. तिचा तोल जात होता. चालताना मांड्यांमध्ये वेदना होत असल्या तरी तशीच कशीबशी देवळापर्यंत जाऊन तिनं मादेवय्यांना हाक मारली. उकाडा असल्यामुळे ते बाहेरच्या ओसरीवरच

झोपले होते. एका हाकेतच ते जागे झाले. "मला प्लेग झालाय वाटतं... जरा घरी या..." एवढं सांगून ती माघारी वळली. ती घरी पोचायच्या आत घरी आलेल्या मादेवय्यांनी दरवाजा उघडला. घरात जाऊन तिनं काडेपेटीनं कंदील पेटवला आणि पुन्हा अंथरुणावर जाऊन झोपली.

मादेवय्यांनी पाहिलं, तिचे डोळे निखाऱ्यासारखे लाल झाले होते. चेहराही लालबुंद होऊन सुजल्यासारखा झाला होता. अंगात बराच ताप असल्याचं चेहऱ्यावरूनच समजत होतं.

"केव्हापासून ताप आलाय?"

"काल रात्रीपासून. काल काखेत दुखत होतं. तेव्हा वाटलं, श्रमानं असेल. पण आता जांघेतही गाठी आहेत."

काही क्षण विचार करून त्यांनी विचारलं, "तू 'सणणहारे' गावात कौलं सांगायला गेली होतीस ना, तेव्हा गावात गेली होतीस काय?"

"गावात गेले नव्हते; पण लक्कव्वाचं घर गावाच्या मधोमधच आहे ना... का विचारताय?"

"त्या घरात बसला होता काय?"

"होय. मी गेले तेव्हा तिचा नवरा गावात नव्हता. तो येईपर्यंत बसले होते. दोनेक तास असेन. का विचारताय?"

"त्याच्या घराच्या शेजारच्या घरात आठवड्यापूर्वी एकाला झाला होता म्हणे. ही खेडवळ माणसं कुणाला सांगत नाहीत. त्यांनाही काही समजत नाही. आज सकाळी मी भिक्षेसाठी तिकडेच गेलो होतो; पण हे समजलं म्हणून मी त्या गावात गेलोच नाही. तुम्ही सांगता त्यावरून प्लेगच दिसतोय. म्हणजे लवकर औषधोपचार करायला पाहिजेत."

नंजम्माला दमणूक जाणवत होती. थोडा दम खाल्ल्यावर ती म्हणाली, "पन्नास रुपये आहेत... तुम्हीच औषध आणून द्या..." आणि पुन्हा डोळे मिटून निपचिप पडून राहिली.

कुठला औषधोपचार करावा, याविषयी मादेवय्या काही वेळ विचार करत राहिले. गेल्या खेपेला विश्वला गाडीत घालून कंबनकेरेच्या हॉस्पिटलला घेऊन गेल्याचं आठवलं. तेव्हाही त्या डॉक्टरांनी काही केलं नव्हतं. त्यापेक्षा मागचाच विचार चांगला, असं त्यांना वाटलं. नंजम्मानं पैसे असलेली जागा सांगताच त्यांनी तिकडून पैसे घेतले. त्यांनी बाहेर आकाशात बघून वेळेचा अंदाज घेतला. आता अर्जंट तिपटूरला जाऊन कोण औषध घेऊन येणार? चेन्निंगरायांना रात्रीच्या वेळी अंधारात चालत जाण्याइतकं धाडस नव्हतं. त्यात त्यांचा अंगचोरपणा सगळ्यांनाच ठाऊक होता. दिलेल्या पैशात तिथल्या हॉटेलात जाऊन मसाला दोसा आणि

म्हैसूरपाक खात तिथंच राहणार नाहीत, याची कुणीच खात्री दिली नसती. अप्पण्णय्या पण गावात नाही. आपण जाऊन यायचं म्हटलं तर एका दमात तिपटूरला जाऊन माघारी येण्यासारखी शक्ती आपल्यात नाही. आणि आपण निघून गेलो तर इथं कुणीच राहणार नाही.

त्यांना नरसी आठवली. ती मदत करू शकते. तिला तिपटूरला जाऊन आपल्या दुकानासाठी सामान आणायची सवयही आहे; पण ती बाईमाणूस. रात्रीच्या वेळी चालत जायचं काम तिला कसं सांगायचं? तरीही निदान ती काहीतरी सुचवू शकेल, असं वाटून ते गावाबाहेरच्या तिच्या दुकानापाशी गेले आणि दरवाजा वाजवला. ती चट्कन बाहेर आली. सगळी हकिकत ऐकून म्हणाली, ''घाबरू नका. तिमलापूरचे 'संगण्णा' आहेत. मी त्यांना सांगितलं तर ते नक्की काम करून येतील.''

तिनं आत जाऊन त्यांना उठवून परिस्थितीची कल्पना दिली. तिमलापूरचे संगेगौडांना मादेवय्याही ओळखत होतेच. या गौडांकडे त्यांना बऱ्याचदा भरपूर भिक्षाही मिळाली होती. पण आपल्याला अशा परिस्थितीत, अशा जागी मादेवय्यांना सामोरं जावं लागतंय, याची शरम वाटून ते खाली मान घालून उभे राहिले. मादेवय्यांचं तिकडं लक्ष नव्हतं. त्यांनी एका कागदावर बाजारातल्या वेंकटाचलशेट्टींच्या दुकानाचा पत्ता लिहून दिला. प्लेगचं औषध असं लिहून वीस रुपयेही दिले. नरसीनंही लगेच औषध घेऊन मोटारीनं निघून यायला बजावून सांगितलं. तो खालच्याच मानेनं हातात पैसे घेऊन पायांत जोडे घालून धपाधपा पावलं टाकत अंधारात दिसेनासा झाला.

नरसी म्हणाली, ''या बाईसारखी घट्ट बाई मी कुठंच बघितली नाही बघा! हिच्या वाट्याला जे आयुष्य आलं, ते आणखी कुणाच्या वाट्याला आलं असतं तर काय झालं असतं कोण जाणे! आता पुन्हा तिच्याच नशिबाला हे यावं म्हणजे बघा की! तिच्याच वाट्याला हे सगळं का यावं? तुम्हीच सांगा...''

मादेवय्यांना काहीही उत्तर सुचलं नाही. अशा संदर्भात विचार करून काही सांगावं एवढी त्यांची बुद्धी तल्लख राहिली नव्हती. त्यांनी सांगितलं, ''ते नंतर बघू या... मला जायला पाहिजे... आता या अम्माला बघून घ्यायला कुणीही नाही.''

''तुम्हाला खायला-प्यायला काहीतरी देऊ काय?''

''काही नको...'' म्हणत मादेवय्या निघाले. तिनं पुन्हा हाक मारून सांगितलं, ''मी येणार नाही. अम्मा रात्रीच्या शाळेत शिकवत होती, तेव्हा मी येऊ काय म्हणून विचारलं होतं. तेव्हा नको म्हणाली होती. आता आले तर त्या अम्माला उगाच त्रास नको!''

''का नको म्हणाली असेल अम्मा?''

“आम्ही पापी बायकांनी कशाला शिकायचं, म्हणून नको म्हणाली असणार! दुसरं काय!”

औषध आल्या-आल्या लगेच पाठवायला सांगून मादेवय्या घरी आले तेव्हा नंजम्माचा डोळा लागला होता. रॉकेलचा दिवा जळत होता. आता उठवायला नको, असा विचार करून ते नुसतेच तिच्याकडे बघत बसले. चेन्निंगराय उठले असतील काय, त्यांना उठवायचं काय असा विचार करताना त्यांना वाटलं, त्यामुळे आणखी मनस्ताप वाढेल असं वाटून ते गप्प बसले.

नंजम्माकडे पाहताना त्यांना ती नुकतीच लग्न करून गावात आली होती ते तिचं रूप आठवलं. तेव्हा ती बाहेरच्या कुणाशीही बोलायची नाही. नव्या नवरीसारखंच तिचं वागणं होतं. पण ती तसली सासू, हा असला नवरा, त्यांनी घर आणि शेत गमावल्यावर घर चालवण्यासाठी तिनं केलेले प्रयत्न, स्वतःच्या हिमतीवर उभा केलेला संसार, मुलीचं लग्न, मुलाची मुंज करताना दाखवलेली बुद्धीची चुणूक आणि एकाच दिवशी घडलेले दोन मुलांचे मृत्यू... या सगळ्या घटना त्यांच्या डोळ्यांसमोरून तरळून गेल्या. या अम्माच्या वाट्याला जेवढे कष्ट आले तेवढे आणखी कुणाच्याही वाट्याला आले नसतील. कुठल्या कर्माची ही शिक्षा असेल? इथं आल्यापासून तरी हिचं वागणं सगळ्या गावासमोरच आहे, कुणीही बोट करून दाखवू शकणार नाही. सासू, नवरा, दीर यांच्या समवेत हिनं बरीच टक्कर दिली. या प्लेगनं हिची मुलं नेली, शेवटी हिचाही घास घ्यायला आलाय तो! धर्म-कर्म आणि शिस्तीसाठी देवानं रोगराई तयार केलीय, असं ते ऐकत आले होते. पण आता त्या विचाराचा इथं काही संदर्भच लागत नव्हता.

अचानक नंजम्मा “अय्यय्यो...” म्हणत विव्हळत जागी झाली. त्यांनी विचारलं, “काय झालं?”

तिनं त्यांच्याकडे बघून विचारलं, “तुम्ही होय!”

“हं. काय झालं?”

“काही नाही. स्वप्न पडलं. मागंही एकदा पडलं होतं. विश्वच्या मागं दोन काळे पोलीस लागले होते. मी नदी ओलांडून पळू लागले. ते म्हणाले, “आमच्या तावडीतून कुठं पळून जाणार आहेस? मला नदी ओलांडायला दिली नाही... मला पकडून काळ्या दोरखंडानं बांधत होते... तेवढ्यात जाग आली...”

“ताप चढलाय म्हटल्यावर पडतात अशी काहीतरी स्वप्नं... तू झोप बघू शांत...”

“तसं नव्हे, मादेवय्या... मी मरणार हे तर नक्की आहेच... मला वाटीभर पेज करून देता काय? शेवट जवळ आलाय म्हणून कसलाही संकोच करू नका. घरात तांदूळ असायला पाहिजेत. चुलीपाशी वळचणीच्या फडताळावरच्या डब्यात असतील.

तिकडंच गूळही आहे. नसेल तर सपक पेजही चालेल. करून घेऊन या.''

ते दिवा घेऊन आत गेले. रात्री भाकरी खाऊन चेन्निंगरायांनी तिथंच टाकलेल्या खरकट्या ताटलीवर माशा घोंगावत होत्या. त्यातल्या त्यात तिथं स्वच्छ करून त्यांनी पेज बनवली आणि आणून दिली. दंडाला धरून बसतं केल्यावर नंजम्मानं ती खाऊन घेतली आणि पुन्हा झोपली. पाच मिनिटांनंतर ती म्हणाली, ''पेज पोटात गेलीय, त्यामुळे थोडी शक्ती वाटतेय. नंतर पुन्हा शुद्ध हरपेल. आताच तुमच्याशी बोलून घेते.''

''तुला बरं नाहीये... बोलू नये जास्त... झोप बघू तू...'' मादेवय्यांनी समजावलं.

''नंतर वेळ मिळणार नाही... मी जन्मले तेव्हाच माझी आई वारली... मी वर्षाची होते... एक दिवस मी पाळण्यात झोपले होते... कल्लेश तिथंच खेळत होता म्हणे... बाहेर पाऊस कोसळत होता... मी रडायला लागले... पावसाच्या आवाजात अक्कम्माला माझं रडणं ऐकू आलं नाही... जवळच अप्पा कुठला तरी संस्कृत मंत्र पाठ करत होते... माझ्या रडण्यामुळे त्यांच्या पाठांतरात अडथळा आला होता... म्हणून ते रागारागानं उठले आणि त्यांनी मला पाळण्यासकट उचलून बाहेरच्या धोधो पावसात पन्हाळीखाली ठेवलं म्हणे! पुन्हा मंत्र पाठ करू लागले. थोड्या वेळानं अक्कम्मा आत आली, तर पाळणाच नव्हता. तिनं घाबरून विचारलं तर त्यांनी बाहेर बोट दाखवलं... माझं तोंड रस्त्याकडे होतं आणि वरून धोधो पाणी पडत होतं... मी जेमतेम वाचले; नाहीतर मी तेव्हाच मरायची... अक्कम्मानं मला घरात आणून पुसलं, शेकलं, कोरडं केलं आणि मला वाचवलं... तेव्हा सगळेजण कंठीजोईसांनी आपल्या मुलीला असं-असं केलं, असं सगळे म्हणत होते.''

थोडा दम घेऊन नंजम्मा म्हणाली,''मी तेव्हाच मरायला पाहिजे होतं... का नाही मेले? इतकी वर्षं जगले... अशा नवऱ्याबरोबर संसार केला... इतकी चांगली मुलं जन्माला घातली... त्यांना गमावलं... एवढं सगळं भोगल्यानंतर मला मरण येणार? का असं सगळं होतंय?''

यावर मादेवय्या तरी काय बोलणार? गेला तासभर तेही हाच विचार करत होते. तरी त्यांना उत्तर सुचत नव्हतं. तिथं नरसीही हाच प्रश्न विचारत होती आणि इकडे मरणासन्न नंजम्माही तेच विचारतेय! ते म्हणाले, ''काय सांगणार? शिवाची इच्छा!''

हा प्रश्न त्यांना सतत समोर येत होता. कधी तो आध्यात्मिक प्रश्न म्हणून समोर यायचा तर कधी जगणाऱ्यांच्या समोरचा यक्षप्रश्न म्हणून! सवयीनं त्यांनी ''शिवाची इच्छा...'' असं म्हटलं असलं, तरी नंजम्माच्या आणि नरसीच्या या साध्या सरळ प्रश्नाचं त्यांच्याकडे इतकंच सरळ उत्तर नव्हतं, ही वस्तुस्थिती होती. खरंच, नंजम्मा तान्ही असताना तिचं मरण आलं होतं; तरीही ती का जिवंत राहिली?

तेव्हा का मेली नाही? आतापर्यंत का जगली? एवढे सगळे भोग का भोगले?

नंजम्मा पुन्हा ग्लानीत गेली होती. आता ती काहीतरी असंबद्ध बडबडत होती. थोडा वेळ गप्प राहिली. पुन्हा बोलायचा तिचा प्रयत्न होता; पण तिच्या तोंडून बोलणं फुटलं नाही. तिनं सारी शक्ती एकवटली आणि म्हणाली, "पार्वती-रामण्णा वारले तेव्हा तुम्ही माझी समजूत काढली होतीत, एक गोष्ट सांगून. त्या रात्री मीही मरायला गेले होते; पण धैर्य झालं नाही. तेव्हा विश्व डोळ्यांसमोर आला. आता मीच चाललेय! माझ्या विश्वकडे आता कोण बघणार? अक्कम्मा अन्न शिजवून घालेल. कल्लेशण्णावर माझा विश्वास नाही. मुलाला केवळ अन्न मिळणं महत्त्वाचं नाही; त्याला शिकून शहाणं व्हायला पाहिजे."

बोलण्याचे श्रम होऊन तिनं पुन्हा डोळे मिटून घेतले. ती पुढं काही बोलली नाही. तेही तसेच बसून होते.

परीटगल्लीत कोंबडा आरवल्याचा आवाज ऐकू आला. ही त्यांची प्रातर्विधीची वेळ. चेन्निंगरायांना उठवायचं मनात आलं तरी त्यांनी हाक मारली नाही. ते परत आले तेव्हा पक्ष्यांचे आवाज सुरू झाले होते. तेवढ्यात काही गावकरीही तिकडे येत असलेले वाटेत भेटले. कुणीतरी सांगत होतं, त्या गावच्या सगळ्या लोकांनी गावाबाहेर जायचा निर्णय घेतलाय... आज 'बेलूर'कडून सरकारी माणसं येणार आहेत... काल संध्याकाळी कंबनकेरेच्या अधिकाऱ्यांनी निरोप पाठवलाय म्हणे. सकाळीच ते येऊन सगळ्यांना 'इनॉक्युलेशन'ची सुई मारणार आहेत... रोग पसरायच्या आधी गावोगावी जाऊन सगळ्यांना सुया टोचणार आहेत... म्हणजे या खेपेचा प्लेग नेहमीसारखा आलेला नाही... गेल्या वर्षी पिलेगमारी नंजम्माच्या घरात शिरली होती... या वर्षीही सुई टोचायच्या आधी या अम्माला पकडलंय... हे लक्षात येऊन ते घराकडे परतले.

५

सगळे दोन दिवसांत गाव सोडून गेले. मादेवय्यांनी उरलेली लाकडं घेऊन एक शेड घातली. तिथून वर देऊळ होतंच. सगळ्यांना आश्चर्य वाटलं ते एका गोष्टीचं. गंगम्मा त्याच शेडमध्ये येऊन सुनेची सेवा करायला उभी राहिली. जर ही शेड घातली नसती तर काय झालं असतं, सगळे म्हणाले. गंगम्मा म्हणाली, "मोठ्याचं ऐकलं असतं तर या रांडेची अशी कथा झाली नसती."

मादेवय्यांनी आणून दिलेला काढा ती नियमितपणे सुनेला पाजत होती. ती नको

म्हणाली, तरी जबरदस्तीनं पाजत होती. चेन्निंगरायांनी 'इनॉक्युलेशन' घेऊन सूज आल्यामुळे मादेवय्यांच्या किंवा आणखी कुठल्या तरी देवळाच्या ओसरीत झोपत होते. "मला का सुई टोचायची? मला काय होणाराय? मी मेल्यावर कोण रडणार आहे?" असं त्यांचं म्हणणं होतं.

"तुम्ही मरणं हे काही महत्त्वाचं नाही. आजार इतरांना पसरेल..." असं सांगून डॉक्टरांनी इंजेक्शन दिलं होतं. एक दिवस सगळ्यांचे हात दुखत होते. त्यातच सगळे सामान हलवून शेडवर राहायला जात होते. गंगम्मानं मात्र हट्टानं सुई टोचून घेणं टाळलं. नंजम्माला चौघाजणांनी चार बाजूनं धरून उचलून आणून शेडमध्ये झोपवलं. तेव्हा तिची हरपलेली शुद्ध एक दिवस आली नाही. तरीही गंगम्मा औषध आणि पेज तिच्या घशात ओतत होती. शेडवर गेल्यानंतरच्या दुसरे दिवशी ती थोडी शुद्धीवर आली होती. थोडंफार बोलायचाही प्रयत्न करत होती. जवळून न हललेल्या मादेवय्यांनी तिच्या तोंडापाशी कान नेऊन "काय?" म्हणून विचारलं. ती कसंबसं "वि... श्व..." म्हणाली.

"भेटायचंय काय?" त्यांनी विचारलं.

"हं..." म्हणून ती गप्प झाली. त्यांनी सांगितलं, "माणूस पाठवतो घेऊन यायला..." पण कुणाला पाठवायचं हा प्रश्नच होता. सगळेच गावाबाहेर आपापली शेड घालण्यात गर्क होते. याच विचारात ते कुळवाड्यांच्या शेडपाशी गेले आणि सांगितलं, "नंजव्वा काही आता जगत नाही. पोराला बघायचंय म्हणतेय. कुणीतरी नागलापूरला जाऊन विश्वला घेऊन येईल काय?" नेहमी हो म्हणणारा कल्लप्पा म्हणाला, "तुमीच बगा, शेडसाठी मला अजून गाळे आणायचे हायेत..."

मादेवय्या म्हणाले, "ते उद्या आणता येतील... पण मरणाऱ्या आईच्या तोंडात लेकरानं गंगा नाही सोडली तर कसं होईल?" त्याला ते पटलं. तेवढं सांगून ते शेडला आले. गंगम्मा म्हणाली, "काहीतरी म्हणाली ही! मला समजलं नाही... तुम्हीच ऐका..."

मादेवय्यांनी पुन्हा तिच्या तोंडापाशी कान नेऊन विचारलं, "काय अव्वा?"

ती काहीतरी म्हणाली, पण ते समजलं नाही. पुन्हा विचारलं तेव्हा तिनं सांगितलं, "विश्व... ला... बो... ला... वू नका!"

"कुळवाड्याला सांगून येतो..." म्हणत ते बाहेर आले. त्यांच्या मनात हेच येत होतं. नंजम्माचं मरण क्षणाक्षणाला जवळ येत असल्याचं स्पष्ट दिसत होतं. लेकानं तोंडात गंगा नाही घातली तरी चालेल... त्याचं आयुष्य घट्ट राहू दे हीच तिचीही इच्छा असल्याचं स्पष्ट होतं. पण तिला लहानाची मोठी केलेल्या अक्कम्माला आणि भावाला तरी बातमी कळवायला पाहिजे, असा विचार करून ते पुन्हा कुळवाड्यांच्या शेडकडे धावले. तो नुकताच नाचणीचा उंडा संपवून जायला निघाला होता. त्याला

मादेवय्यांनी बजावून सांगितलं, "विश्वला अजिबात आणायचं नाही... .आज्जा आणि भावाला यायला सांगायचं!" कुळवाड्यानं धाव घेतली. तो किती वेगानं धावला तरी एवढ्या लांबवरच्या नागलापूरला जाऊन पोचायला दुपारचे दोन वाजले होते. तिकडं जाऊन पाहिलं तर गावात कुणीच नव्हतं. सगळे गावाबाहेर गेले होते. कल्लेश जोईसांची शेड विचारत तो तिकडं पोचला तेव्हा पाहिलं तर विश्व शाळेला गेला होता आणि कल्लेश जोईस गावात नव्हते. दुसरे दिवशी येणार, असं समजलं. यानं सांगितली बातमी ऐकून अक्कम्मा हवालदिल झाली. कल्लेश येईपर्यंत थांबायचं नाही, असं ठरवून तिनं इकडं-तिकडं सांगून गाडी ठरवली आणि निघालीच. या दरिद्री प्लेगनं गेल्या वर्षी तिच्या दोन पतवंडांना खाल्लं होतं. या वर्षी नातीला आलाय. विश्वलाही आला होता, पण शृंगेरीच्या शारदाम्बेला नवस बोलल्यामुळे तो वाचला होता म्हणे... आता कुणीतरी त्याच शारदाम्बेला नवस बोललाय की नाही? वाटेत एक कट्टा लागला. गाडी थांबवून तिथल्या पाण्यात तिनं हात-पाय धुतले. जवळ असलेल्या पैशांतला एक चांदीचा रुपया हातात घेऊन नवस बोलला, "माझ्या नंजूला बरं वाटलं तर तिला पुन्हा एकदा शृंगेरीला पाठवते आणि कुंकुमार्चना करायला लावते..." नंतर ती पुन्हा गाडीत बसली.

नागलापूरला मात्र सगळ्यांनी लसी टोचून घेतल्या होत्या. कल्लेश, विश्व, कमलू सगळ्यांनीच टोचून घेतली होती. पण अक्कम्मानं मात्र, "मला म्हातारीला कशाला..." म्हणत घेतली नव्हती. एकदाही दवाखान्याचं पाणी मी प्यायलेली नाही, मग हे कशाला अंगात टोचून घ्यायचं?

ती रस्ताभर कुळवाड्याला नंजूविषयी विचारत होती. त्याला काही ठाऊकच नसल्यामुळे तो फारसा बोलत नव्हता. पण हा आपल्याला मुद्दामच काही सांगत नाही, असं वाटून अक्कम्मा आणखी लवकर जायची घाई करत होती. किती घाई केली तरी ते गावात पोचले तेव्हा रात्र झाली होती.

६

शेडमध्ये पाऊल टाकताच तिनं पाहिलं, तिची नात नव्हती. गंगम्मा जमीन आपटून रडत होती. मादेवय्यांनी सांगितलं, "दुपारच्या वेळी नंजम्माचा जीव गेला. विश्वला आणू नका म्हणून सांगितलं तेच तिचं शेवटचं बोलणं ठरलं. तिची कुठलीच गाठ फुटली नाही. पाचच मिनिटांचा श्वास लागला आणि जीव गेला. जवळ असलेल्या गंगम्मानं अखेरीस तिच्या तोंडात पाणी घातलं. कल्लेश किंवा

कंठीजोईस येतील, म्हणून संध्याकाळपर्यंत देह ठेवला होता. आणखी उशीर झाला तर रात्रभर थांबावं लागेल... प्लेगचं प्रेत फार वेळ ठेवलं तर खराब होईल, म्हणून ठेवलं. नेऊन अर्धा तास झाला.''

अक्कम्मानं एकदा छाती पिटून आक्रोश केला. ''मला अखेरचं तोंडपण बघायला मिळालं नाही... मी जाते स्मशानात...'' म्हणत ती जायला निघाली. मादेवय्यांनी सांगितलं, ''बायकांनी तिकडे जायचं नसतं; तरी न ऐकता ती निघालीच. म्हातारी अंधारात कुठंतरी पडेल, असा विचार करून मादेवय्या तिचा हात धरून निघाले. बाहेर अय्याशास्त्री कंबर वाकवून उभे होते. त्यांनी ''कोण?'' म्हणून विचारताच मादेवय्यांनी सांगितलं, ''नंजम्माची आजी...'' ते अक्कमाचा हात धरून तिकडे चालू लागले.

ते स्मशानात पोचले तेव्हा सगळे शास्त्राचे विधी संपवून देह चितेवर ठेवून त्याच्यावरची सगळी वस्त्रं उतरवली होती. आपल्या नातीला ती जन्मली तेव्हाच्या अवस्थेत आता अक्कम्मा पाहत होती. तेव्हाची गोरीपान नात! आता तोच देह काळाठिक्कर पडला होता. अक्कम्मा पुढं झाली आणि तिनं चितेवरचा तो देह कवेत घेतला. अक्कम्माला समजावून दूर घेईपर्यंत सगळ्यांची पुरेवाट झाली. तिला बाजूला घेऊन त्या देहाचे बाकीचे संस्कार पुरे करत देहाला अग्नी देण्यात आला. हळूहळू पसरत चाललेल्या आगीनं संपूर्ण देह कवेत घेतला, तेव्हा अक्कम्मा तिथेच मट्कन बसली. म्हणाली, ''चोरटी रांड! शेवटी असं केलंस हो! का असं केलंस?''

म्हातारी काय म्हणतेय, ते कुणालाच समजलं नाही. अक्कम्मा उठली, वळली आणि तरातरा चालू लागली. अंधारात कुठंतरी पडेल म्हणून पुन्हा मादेवय्या तिचा हात धरून चालू लागले. पण तिनं हात हिसकावून घेतला आणि पुढे चालू लागली. अय्याशास्त्रीही विचारू लागले, ''काय झालं? कुठे निघालात?'' त्यांनाही उत्तर न देता ती सरळ घरात आली. आत येऊन दोन्ही जोडे हातात घेऊन गाडीपाशी आली आणि तशीच शेडमधून निघून गावाकडे निघाली. कुणालाच काहीच समजलं नाही. ती सरळ त्या नुकत्याच बांधलेल्या घरापुढे उभी राहिली आणि दारा-भिंतींवर पायताणानं मारत ओरडली, ''अगं रांडेचे! सगळं जग तिकडं पडलंय... तरी सगळ्यांना सोडून याच घरी पुन्हा पुन्हा का येतेयस गं? का? माझ्या नातीनं तुला सोडून शारदाम्बेला धरलं आणि मुलाला वाचवलं म्हणून तुला राग आलाय काय? पापी लवडी! मढं बशिवलं तुझं! आता या घरात येऊन बसलीस काय? मी सोडणार नाही तुला... डोक्यावरचे केस झडून जातील एवढं जोड्यानं मारेन तेव्हा गप्प बसेन...''

ती तोंडाला येईल त्या शिव्या देत हातात शक्ती असेल तेवढा वेळ दाराला आणि भिंतींना मारत राहिली. अखेर ती दमली आणि तिथल्या ओसरीवर बसली.

हातातला झाडू आणि जोडा तसाच होता.

आता हळूहळू तिचा राग उतरत होता. गेल्या वर्षी दोन पतवंडं वारली होती तेव्हा तिनं याच घरी येऊन नातीचं सांत्वन केलं होतं. याच घरात पार्वतीचं लग्न झालं होतं. याच घरात का यावी ती जळ्ली मेली पलेगम्मा? आता अक्कम्माला रडू येऊ लागलं होतं. हुंदक्यानं सुरू झालेलं रडू हळूहळू आक्रोशात रूपांतरित झालं. नंतर ती पुन्हा शांत झाली. पुन्हा दाराला-भिंतीना मारायचं तिच्या मनात आलं नाही. अंधारातच ती गावाबाहेर आली. समोरून येणाऱ्या मादेवय्यांनी तिला ओळखून म्हटलं, "तुम्हाला गावभर शोधलं! इकडं गावात कशाला आला होता?"

"पिलेगरांडेला जोड्यानं मारायला गेले होते..."

शेडवर तिला आणलं. चेन्निंगराय डोळे पुसत, रडत बसले होते. ते बडबडत होते, "ते जळलं मेलं घर. ते बाधलं नसतं तर हिला काय झालं असतं? नवीन घर बांधायला जाऊनच हिची ही गत झाली..." अक्कम्मा अजूनही रडतच होती.

तिला आता प्रश्न पडला होता, लगोलग गाडी घेऊन निघून जायचं, की कल्लेश येईपर्यंत वाट बघायची? मादेवय्यांनी सांगितलं, "त्यांना येऊ द्या. मग जा." गाडीबरोबर एक गडी राहिला. बाराच्या सुमाराला अक्कम्मा आली होती. कपाळाला हात लावून बसली होती. चेन्निंगराय देवळाच्या ओसरीत जाऊन झोपले होते.

विश्व भराभरा पावलं टाकत आपल्या गावाकडे चालला होता. गावाबाहेरच्या आपल्या दुकानात बसलेल्या नरसीनं त्याला पाहिलं आणि धावतच जवळ आली. तिनं विचारलं, "कुठं निघालास बाळा?"

"माझी अम्मा मरून गेलीय म्हणे! खरंय?"

नरसीनं त्याला मिठीत घेतलं. सोडवून घेत तो म्हणाला, "मला कशाला धरतेस? मला आधी घरी जाऊ दे!"

"होय रे बाळा!" नरसी म्हणाली.

"नाही! माझी अम्मा आहे! ती मरून गेलेली नाही."

"इकडं ये बेटा... मी सांगते..." म्हणत तिनं त्याचे दोन्ही हात पकडून त्याला दुकानात बसवून तिनं विचारलं, "एकटाच आलास?"

"हं."

"अम्मा गेली म्हणून तुला कुणी सांगितलं?"

"आमच्या शेडच्या बाजूच्या नागम्मानं."

"त्यांनी सांगितल्यावर पळत आलास?"

"हं."

"तुला रस्ता माहीत होता काय?"

"गाडीतून जाताना बघून ठेवला होता..." म्हणत त्यानं सगळा रस्ता व्यवस्थित सांगितला. तिला रडू आलं. तिनं पुन्हा त्याला मिठीत घेतलं.

तोच म्हणाला, "कशाला रडतीस? मला घरी जायचंय. जाऊ दे... सोड मला..."

'थांब. मी तुला घेऊन जाते..." म्हणत तिनं त्याचा हात धरला आणि घेऊन गेली. पतवंडाला पाहताच अक्कम्मानं उठून रडायला सुरू केलं, "माझ्या लेकरा... पोरका झालास की रे!" विश्वलाही रडू आलं. "अम्मा मरून गेली?..." असं विचारत त्यानं गळा काढला. बराच वेळ रडत राहिला.

७

संध्याकाळी अक्कम्माला ताप आला. अंग ठणकत होतं. चेहरा आणि डोळे बघून मादेवय्यांनी लगेच तो प्लेग असल्याचं सांगितलं. आता आजी जगणार नाही, हे त्यांना स्पष्ट दिसत होतं. आता विश्वला कुठं ठेवायचं, हा प्रश्नच होता. त्यांनी त्याला नरसीकडे आणून सोडलं आणि बजावलं, "अव्वा! याला तुझ्या घरातून बाहेर कुठेही सोडू नकोस. त्याला इथंच खाऊ-पिऊ घाल. शेडमध्ये आजीलाही प्लेग झालाय."

तिनंही सांगितलं, "काही काळजी करू नका..."

विश्वनं काहीही खाल्लं नाही. अम्माची आठवण काढत रडलाही नाही. त्याला लांब कुठेही होऊ न देता नरसीनं जवळच बसवून ठेवलं होतं. मादेवय्यांनी नंजम्मासाठी आणलेलं औषध मादेवय्या अक्कम्माला पाजायला गेले, पण तिनं नकार दिला. काही केलं तरी तिनं तोंड उघडलं नाही. रात्री दहा वाजता कल्लेश आला. घडलेलं सगळं मादेवय्यांनी सांगितलं. दोन मिनिटं त्यानं अश्रू ढाळले. आता पुढे काय करायचं, हा प्रश्न होता. त्यानंच सांगितलं, "विश्वला लस मिळाली आहे. तो नागलापूरला राहिला किंवा या गावात राहिला तरी काही भीती नाही. त्याला त्याच्या आईचे दिवस होईपर्यंत इथंच राहू द्या. त्यानंतर मी येऊन त्याला घेऊन जाईन. त्या घरात फार वेळ थांबल्यामुळे अक्कम्मालाही या रोगानं पकडलंय. ती औषध नको म्हणतेय. त्यात तुम्ही तिला गाडीवरून घेऊन निघालात."

यावर काही बोलण्यासारखी कुणाचीच परिस्थिती नव्हती. नको तरी कोण म्हणणार? मादेवय्याही म्हणाले, तसंच करा." अक्कम्मानं धोसरा घेतला होता, "मी तरी येणार नाही. जिथं माझ्या नातीला जाळलंत तिथंच मलाही जाळा!"

पण कल्लेशनं ऐकलं नाही. गाडीत आणखी थोडं गवत घालून मऊ केलं, त्यावर कांबळं अंथरलं. त्यावर अक्कम्माला झोपवून तिला नंजम्माची एक चादर पांघरून घरी घेऊन गेला.

दुसऱ्या दिवशी अप्पण्णय्या आला तेव्हा त्याला इकडची काहीच माहिती नव्हती. वहिनी मरण पावल्याचंही त्याला ठाऊक नव्हतं. समजल्यावर शेडमध्ये येऊन तो भरपूर रडला. गेल्या काही वर्षांत त्याच्या मनात वहिनीविषयी ममत्व निर्माण झालं होतं. त्यात तिच्याबरोबर शृंगेरीला जाऊन आल्यानंतर तिच्याविषयीचा आदर कितीतरी पटीनं वाढला होता. गंगम्मापासून वेगळा राहायला लागल्यापासून तो दररोज तिनं केलेली आमटीच खात होता. गावात कुणाशीही बोलायची त्याची इच्छा नव्हती. तो विश्वला भेटून आला. या गावात मादेवय्या सोडून त्यातल्या त्यात जवळचं होतं तो फक्त हा काकाच. अप्पण्णाशेट्टी आणि सर्वक्कासारखे गावातले कितीतरीजण येऊन त्याच्या गालांना हात लावून अनुकंपा दाखवत डोळे गाळत होते. पण यातलं कुणीही त्याच्या अम्माला घेऊन येणार नव्हतं. तिला जाळून टाकलंय, तिची राख झालीय म्हणे! कशाला जाळलं तिला? तसंच ठेवायचं होतं. तसंच ठेवलं असतं तर तिचा प्राण परत आला असता... असंही त्याला वाटायचं.

दिवसकार्याचा खर्च समोर होता. अप्पण्णय्या म्हणाला, "माझ्यापाशी साठ रुपये आहेत. तेवढ्यातच थोडक्यात करू या." गंगम्माचा आरडाओरडा सुरूच होता, "गाढवीरांड! उगाच एवढा मोठा घराचा खर्च करत राहिली! कुणी गाढवानं सांगितलं होतं हे करायला?"

मादेवय्या म्हणाले, "खर्च करून पस्तीस रुपये राहिलेत. सगळेच गरीब आहेत. थोडक्यात सगळं करून मोकळं करू या. इकडे तुम्ही कितीही दानधर्म केला आणि जोईसांना किती काही दिलं तरी मरून गेलेल्या त्या अम्माला त्यातलं काहीही पोचणार नाही."

पण त्याच दिवशी कंबनकेरेच्या शाळेचे हेडमास्तर आले. त्यांनी नंजम्मानं केलेल्या नाइटस्कूलच्या कामाचे एकशे वीस रुपये चेन्निगरायांना दिले आणि पैसे मिळाल्याची सही घेऊन गेले. अप्पण्णय्यानं ते पैसे मागितले. तेव्हा मादेवय्यांनी सांगितलं, "ते पैसे खर्च करू नका. शाळेला जाणाऱ्या मुलाचे कपडे, पुस्तकं, फी, वह्या यासाठी ते पैसे ठेवून द्या."

अप्पण्णय्यानं हे मान्य केलं... पण म्हणाला, "तर मग ते पैसे मादेवय्यांकडे राहू देत."

चेन्निगराय मात्र ते पैसे कुणालाच द्यायला तयार नव्हते. त्या पैशांवर नजर ठेवून त्या मस्तीत फिरू लागले. विश्व लहान मुलगा. त्यामुळे त्याच्या जागी अप्पण्णय्याच

उभा राहून सगळे विधी करत होता. मळ्यातल्या विहिरीपाशी घेऊन जाऊन विश्वचे केस काढून झाल्यावर सगळी कर्मं होईपर्यंत त्याला एका बाजूला मुकाट्यानं बसवलं होतं. अण्णाजोईसांनी नंजम्माच्या संसारातली भांडी गोळा केली आणि समाराधनेच्या दिवशी ब्राह्मणांना मोकळ्या हातानं दान केली.

८

वैकुंठसमाराधनानंतर दहाव्या दिवशी कल्लेश आला. अक्कम्मा गावी गेल्यावर मरण पावली होती. कल्लेशनं दहा-बारा गावात शोध घेऊन कंठीजोईसांना हुडकून आणलं आणि त्यांच्या हाती अक्कम्माचेही दिवस करायला लावले. आता तो विश्वला घेऊन जायला आला होता.

अम्माचे दिवस संपल्यावर विश्वनं रडायचं सोडलं होतं. दिवसभर तो मादेवय्यांच्या देवळात जाऊन मुकाट्यानं बसून राहत होता. त्याला जेवणखाण नकोसं व्हायचं. तेव्हा तेच आग्रह करून त्याला जबरदस्तीनं काही ना काही खायला लावायचे. तिथं नसलं तर तो नरसम्माच्या दुकानात जायचा. नरसम्माला विचारायचा, "माझी अम्मा खरच मरून गेलीय काय? हे सगळे मला खोटं खोटं तर सांगत नाहीत ना?" ती बिचारी, "मला माहीत नाही, बाळा..." असं काहीतरी सांगून त्याला आपल्या दुकानातलं बिस्कूट खायला द्यायची. त्यावरही तो हट्ट करायचा, "मला नको बिस्कूट... मला सांग माझी अम्मा कुठं आहे?" एकदा कुणालाही न सांगता गावातल्या आपल्या घरी जाऊन तिथं आपली अम्मा आहे की नाही, हे बघून आला होता.

आता कल्लेशमामा बोलवायला आल्यावर त्यानं धीटपणानं सांगून टाकलं, "मी येणार नाही!"

"अरे पण का?"

"तू मला मारतोस! मी इथेच राहून शाळेला जाईन!"

पण या गावात त्याला कोण सांभाळणार? गंगम्मा तर दारोदार हिंडून नाचणी मागून खाणारी. ती सांभाळणं शक्य नाही. मादेवय्या म्हणाले, "नको बाळा! तू मामाच्या घरीच राहायला जा."

"नाही जाणार! तो मला गुरांना मारावं तसं मारतो. मी जाणार नाही!" मामाच्या समोरच त्यानं पुन्हा सांगितलं. मग कल्लेशनंही सगळ्यांसमोर "मारणार नाही," असा शब्द दिला. बाकीच्यांनीही जबरदस्ती केली. निरुपायानं तो जायला निघाला.

घरातले सगळे पोचवायला म्हणून मैलभर चालत गेले. रस्ताभर विश्व विचार करतच होता. पुन्हा माघारी वळून धावत येऊन म्हणाला, "तुम्ही सगळे सांगता अम्मा मरून गेली म्हणून! मी गेल्यावर ती परत येईल. मला माहीत आहे! ती आली की तिला सांगा, नागलापूरला जाऊन मला घेऊन ये म्हणून!"

मादेवय्यांनी "बरं बाळा..." असं सांगून ते तिथेच थांबले. कल्लेश त्याचा हात धरून पुढे निघाला. माघारी बघत बघत विश्व पाय ओढत त्याच्या बरोबर चालत राहिला. दोघेही दिसेनासे होईपर्यंत ते तसेच उभे होते. नागलापूरला पाठवायच्या आधी विश्व किती तरतरीत मुलगा होता! आता त्याच्या चेहऱ्यावर एक प्रकारची बधिरता जाणवतेय. हाता-पायाच्या कड्या झाल्या आहेत. तो सांगतोय, तसा मामा त्याला गुरासारखा मारत असेल तर काय करणार? शिवाय त्याची ती बायको... याची मामी! ती कसं काय करत असेल, हाही प्रश्न आहेच.

आईवेगळ्या मुलांना त्या शिवानंच राखायला पाहिजे!

हताशपणे मादेवय्या गावाकडे वळले.

अप्पण्णय्या शेडकडे आला. एका संदर्भात त्यानं याआधी कधीच विचार केला नव्हता. आता त्याला आठवलं. त्याचं सगळं स्वयंपाकघरातलं सामान धीरेगौडांच्या गोठ्यातल्या वळचणीवर होतं. आता गाव सोडून शेडमध्ये आणायला पाहिजे. गंगम्माला वेगळी शेड घालायची होती. त्यात सगळं जुनं सामान संपेपर्यंत ती शेडमध्येच राहील. त्यानंतर गावात राहायला जाईल. तोपर्यंत आपण ती आणायला पाहिजेत. उद्या निघायला पाहिजे.

त्या रात्री जेवायला वाढल्यानंतर गंगम्मा म्हणाली, "जेव्हा जिवंत होती तेव्हा तिनं तुझ्या-माझ्यात भांडण लावलं. आता कशाला आपण दूर दूर राहायचं? एकत्रच राहू या."

अप्पण्णय्याला राग आला. तो म्हणाला, "हे पाहा, तिनं काही मला सांगितलं नव्हतं. तूच रांडेच्ची सगळ्याला कारण आहेस!"

"जन्म दिलेल्या आईला शिव्या देतोस रांडेच्या?"

"होय, हरामखोर रांड! तुझ्याबरोबर मी, यानंतर राहणार नाही! तू मेलीस तर मी तुझे दिवसही करणार नाही!" एवढं सांगून तिथं असलेलं आपलं सामान घेऊन तो निघून गेला.

बाहेर चांदणं होतं. कुठल्या दिशेनं जायचं, हे त्यानं अजून ठरवलं नव्हतं. काही क्षण थांबून त्यानं विचार केला. नाचणी पिकवणारी देशावरची सगळी माणसं गाव सोडून गेली आहेत. आता देशावर जाणंच योग्य ठरेल. आता नाहीतरी चांदणं आहे. 'बेळ्ळीकेरे' आठ मैलांवर आहे. चालत जाऊन गावाबाहेरच्या देवळात झोपता येईल. सकाळी उठून पुढचा विचार करता येईल. तो पुन्हा चालू लागला.

संसार नसलेला अप्पण्णय्या पुन्हा भ्रमंतीसाठी बाहेर पडला आणि इकडे चेन्निंगराय आणि अण्णाजोईस पुढचा विचार करण्यात गुंतले. नंजम्माच्या महासमाराधनेच्या दिवशीच जोईसांनी चेन्निंगरायांपुढे दुसऱ्या लग्नाचा प्रस्ताव मांडला होता. तिपटूरहून तीन मैलांवर असलेल्या बेविनहळ्ळी गावात एक लग्नाची मुलगी होती. तिला वडील नाहीत. आई अत्यंत कठीण परिस्थितीत आहे. तिच्याकडे एखाद्या ग्रामस्थाकडून चेन्निंगरायांचं स्थळ नेलं तर हे लग्न जुळून येण्यासारखं होतं. अण्णाजोईसांनी त्यांना पटवलं होतं, "तुझं अजून एवढं कुठं वय झालंय? नवीन घर आहे, शानभोगकी आहे. नवीन बायको आणून अजून तू सुखानं संसार करू शकतोस! त्यांना तरी आणखी काय पाहिजे? मुलगी दिसायला देखणी आहे. असाच बावाजीसारखा किती दिवस राहणार आहेस?"

यात चेन्निंगरायांना न पटण्यासारखं काहीच नव्हतं. त्यांना पुन्हा उत्साह आला. ते म्हणाले, "तुम्ही मुलगी मिळवून दिली तर माझी काहीही हरकत नाही!"

"बोलणी करायला जाताना मुलीसाठी नवीन लुगडं घेऊन जायला पाहिजे. शानभोगकीची छाप पडायला पाहिजे! त्यामुळे खांद्यावर शाल पांघरून जायला पाहिजे. एकूण पंचाहत्तर रुपये तरी लागतील. ते आधी दे."

खरं होतं. बायको पाहिजे असेल तर खर्च करायलाच पाहिजे! नंजम्माच्या रात्रीच्या शिकवणीचे सव्वाशे रुपये अजून त्यांच्या कनवटीलाच होते. हे माहीत नसतं तर जोईसांनी हा लग्नाचा प्रस्ताव मांडलाच नसता! चेन्निंगरायांनी कनवटीची पुरचुंडी काढून त्यातले पंचाहत्तर रुपये काढून दिले. आता आणखी किती शिल्लक राहिलेत, याचा हिशेब जोईसांच्या लक्षात आला.

दुसऱ्याच दिवशी जोईस मोटारीनं तिपटूरला गेले. तिथे वीस रुपये खर्च करून एक हिरवी शाल विकत घेतली. ते माघारी आल्याचं चेन्निंगरायांनी पाहिलं. त्यांनी मुलीसाठी पन्नास रुपयांचं लुगडं आणलं, याला हाच पुरावा नाही का? दोन दिवसांनंतर एक शुभमुहूर्त बघून हे दोघं मोटारीनं तिपटूरला गेले. तिथल्या हॉटेलात जेवण झाल्यानंतर तिथल्या धर्मशाळेत झोपले. जोईसांनी सांगितल्याप्रमाणे त्यांनी सगळा सरंजाम आणला होता. दुसरे दिवशी सकाळी उठून जोईसांनी एका हजामाला आणलं आणि चेन्निंगरायांच्या दाढीचे पांढुरके खुंट आणि करडे केस कापून चेहरा स्वच्छ केला. स्वत: शेजारी उभं राहून केस किंवा दाढीचा एखादाही पांढरा केस चुकूनही नजरेला पडणार नाही, याची काळजी घेऊन सगळी हजामत पूर्ण केली. नंतर अंघोळ झाली. इस्त्री केलेला पंचा नेसून कोट-फेटा बांधून सजलेले चेन्निंगराय खूश झाले. त्यात जोईस म्हणाले, "आता हॉटेलला जाऊ या चल. तिथं मोठा आरसा आहे, त्यात बघून घे कसा राजबिंडा दिसतोस ते!"

हॉटेलमध्ये जोईसांनी सांगितलेले मसाला दोसा खाऊन येईपर्यंत चेन्निंगराय आरशात स्वतःचं प्रतिबिंब बघत उभे राहिले. हे त्यांना नवीन होतं. आधीच्या बायकोनं त्यांना कधीच असं कोट-फेटा बांधून नवा पंचा नेसायला देऊन कौतुकानं पाहिलं नव्हतं. दोसा-म्हैसूरपाक आणि इतर बोंडा वगैरे खाऊन झाल्यावर जोईसांनी एक घोडागाडी ठरवली.

'बेविनहळ्ळी' हे पंधरा-वीस घरं असलेलं 'कुग्राम' होतं. तिथं असलेल्या एकमेव घरातली मुलगी लग्नाची होती. कुणीच जवळपासचं नातेवाईक नसल्यामुळे तिचं लग्न राहिलं होतं. जेमतेम पोट भरू शकेल, एवढीच धान्य मिळणारी जमीन असल्यामुळे दोघी जेमतेम जगत होत्या, इतकंच.

घरापुढे घोडागाडी येऊन उभी राहताच ती भांबावून गेली होती. मुलगी चौदा वर्षांची होती. अजून वयात आली नाही, असं आई सांगत होती. मुलीला पाहिलं नसतं तरी चेन्निंगराय लग्नाला उभे राहिले असते. आता मुलीला पाहिल्यावर तर प्रश्नच नव्हता. सतत शानभोगकीच्या कामात गढलेले चेन्निंगराय आता अगदी देखणे दिसत होते. "बत्तीस वर्षं म्हणजे काही जास्त वय नाही. स्वतःचं घर आहे. शानभोगकी आहे! चार एकर जमीन आहे. या काळात तर फक्त शानभोगकीच संसार चालवायला पुरेशी आहे! तुमची मुलगी दररोज जेवण झाल्यावर दुधानं हात धुवेल!'' अशा भाषेत जोईसांनी सगळी माहिती सांगितली.

लग्न ठरलं. "उगाच उशीर कशाला करायचा?'' म्हणत जोईसांनी स्वतःबरोबर आणलेल्या पांढऱ्या कागदावर पत्रिका लिहून टाकली. "कुंडल्या जुळतात. नाही तरी वैशाखात खूप उत्तम मुहूर्त आहेत. त्यातला एक दिवस बघून खीर-भात करून लग्न करून टाका!'' असं त्यांनी सांगताच मुलीच्या आईला तर गगनात मावणार नाही, एवढा आनंद झाला. तिनंही घरात असलेलं तूप वापरून खीर करून दोघांनाही जेवू घातलं. लग्नाचं पक्कं करून दोघं तिपटूरला येऊन पोचले त्या वेळी गावाकडे जाणारी मोटार उभीच होती. पण दोघेही घरी परतायला अजिबात आतुर नव्हते. हॉटेलवाले कांदा-बटाटा घालून रुचकर आमटी करतात, दुसरे दिवशी परतलं तरी चालेल, याविषयी दोघांचं एकमत झालं. जोईस कापडाच्या दुकानात जाऊन आले होते. त्यांनी पंचा आणि लुगडं घेतलं. त्यांनी सोबत पैसे आणले नसल्यामुळे ते बावीस रुपयेही चेन्निंगरायांनी दिले.

चेन्निंगरायांचं लग्न ठरल्याची बातमी गावात सगळीकडे पसरली. कुणी म्हणालं, "हा कसला माणूस! एका लग्नाची सगळी कथा बघून झाली... आता हा आणखी एक लग्न करणार काय?'' सर्वक्का म्हणाली, "याच्याशी लग्न करून त्या बाईनं एवढी दुःखं भोगली... आता दुसरी बाई पुन्हा तेच भोगणार काय?''

उलट रेवणशेट्टी चेन्निंगरायांना म्हणाला, "शानभोग! तुम्ही आयुष्यात कधी

कधीच हातानं शिजवून घेतलं नाही. असेच राहिलात तर पोटाला कोण घालणार? तुम्ही लग्न कराच!''

चेन्निंगराय मात्र आनंद न दर्शवता अलिप्तपणे म्हणाले, ''कुणीही रांडेची आली तरी माझी कुणीच सेवा करणार नाही!''

आठवडा सरला. वैशाख आला. या महिन्यातच लग्न व्हायला पाहिजे. पहिल्या बायकोच्या अंगावरच्या कुड्या आणि गळ्यातलं मंगळसूत्र आहेच. वर शंभर रुपये उभे राहिले तरी पुरेसं आहे. घरात असलेली गाय विकली तर तेवढे पैसे सहज उभे राहतील.

पण नंतर मुलीकडचं कुणीही पुढची बोलणी करून दिवस ठरवायला आलं नाही. आणखी दहा-बारा दिवसांत एका लांबच्या नातेवाइकांना पुढचं ठरवायला पाठवून देते, असं मुलीच्या आईनं सांगितलं होतं; पण कुणीच आलं नाही. लग्नाला केवळ सहाच दिवस राहिले होते. चेन्निंगरायांना अखेर राहावलं नाही. जोईसांना विचारलं तर तेही म्हणाले, ''मलाही काही समजेना! तुम्हीच जाऊन या!''

अखेर एक दिवस ते स्वत:च तिपटूरला जाऊन गेल्या खेपेप्रमाणेच घोडागाडी करून, 'बेविनहळ्ळी'ला जाऊन पोचले. तर तिथे एक प्रौढ वयाचे गृहस्थ होते. आपली ओळख सांगून चेन्निंगरायांनी पुढची बोलणी सुरू करायच्या आधीच आतून आलेली मुलीची आई बोलू लागली, ''नवरा मिळाला नाही तर माझ्या मुलीला विहिरीत ढकलून देईन! पण तुमच्यासारख्याशी तिचं लग्न होऊ देणार नाही!''

काही न समजून शानभोग तिच्याकडे अवाक् होऊन पाहत राहिले. तीच पुढे म्हणाली, ''तो जोईस मेला रांडेच्या! माझ्याकडून वीस रुपये घेऊन माझ्या मुलीचं चांगल्या घरी लग्न लावून देतो म्हणाला! माझे डोळे दिपवून माझी फसवणूक करून गेला. पण एक पुण्यात्मा घरी येऊन सगळं सांगून गेले!''

''माझं काय चुकलं?''

''काय चुकलं? अहो, पहिल्या बायकोला कसं वागवलंत तुम्ही? पत्रावळी लावून जगली ती... तिनंच शानभोगकीची कामं केली... माझ्या मुलीला यातलं काहीही येत नाही! तुमच्या गावातलं घरही तिनंच स्वत: उभं राहून बांधलंय म्हणे! म्हणजे ते तर तिच्या माघारी तिच्या मुलालाच जाईल! आणि तुम्ही एकच मुलगा आहे म्हणून सांगितलंत. गेल्या वर्षी लग्न झालेली मुलगी आणि मुंज झालेला मुलगा वारला, हे खोटंय काय?''

''...हे... हे सगळं... तुम्हाला कुणी सांगितलं?...''

''कुणी सांगितलं ते काही महत्त्वाचं नाही. तुमच्या गावचे एक वयस्कर जंगम आले होते, त्यांनी सांगितलं... ते सगळं जाऊ दे...''

''खोटंय ते सगळं!''

"बरं... खोटं तर खोटं. तुम्ही सांगा तुमचं वय काय? बत्तीस म्हणून सांगितलं... ते खरं की खोटं?... बोला..."

शानभोगांना मादेवय्यांचा प्रचंड राग आला.

"तेही जाऊ दे, तुम्ही तुमच्या बायकोबरोबर शिव्या दिल्याशिवाय बोलत नव्हता म्हणे! त्यांनी तर सांगितलं, तुमच्यासारख्याला मुलगी देणं तर दूरच राहिलं, लोटाभर पाणीही पाजू नये, म्हणून! तुम्ही निघा आता... पुन्हा इकडे पाऊल टाकायचं नाही! समजलं?" आता ते प्रौढ गृहस्थही रागानं बोलायला लागले.

चेन्निंगराय बाहेर आले. त्या परिसरात उभं राहायचीही भीती वाटल्यामुळे ते न थांबता निघालेच. मनात मात्र मादेवय्यांविषयी संताप खदखदत होता... तिच्यायला... या मादेवय्याला काय धाड भरली होती इथंपर्यंत येऊन सगळं सांगायची? शंभर खोटं बोलून एक लग्न लावून दिलं तर ते पुण्याचं आहे, अशी म्हण आहे... ती या म्हाताऱ्याला माहीत नाही काय? याचं तळपट होऊ दे... कितीही शाप उच्चारले तरी त्यांचं मन शांत होत नव्हतं. तिपटूरच्या हॉटेलमध्ये ते जेवले. लगेच गावी जायची इच्छा त्यांना झाली नाही. खिशात आता फक्त वीस रुपये शिल्लक राहिले होते. गावी जाऊन तरी काय करायचं? इथं राहायला धर्मशाळा होती. गावभर चविष्ट पदार्थ बनवणारी हॉटेलं होती व हातात पैसेही होते.

एवढ्यात पावसाला सुरुवात होईल. सगळेजण शेड सोडून गावात परततील. आपण कुठल्या घरी जायचं? तो आईच्या घरी गेला. त्याला पाहताच गंगम्मा म्हणाली, "तुझी शानभोगकी गेली की! मरायला कुठं गेला होतास?"

"काय झालं?"

"तुझी ती मुर्दाड बायको मेल्यापासून हिशेब लिहिलेला नाहीस. म्हणून विचारायला सरकारी माणसं आली होती, तर तू गावात नव्हतास. त्यांनी शानभोगकी काढून घेतलीय. पोलिसांबरोबर शेकदार आणि गुंडेगौडा आले होते. त्यांनी घराचं कुलूप तोडून सगळी कागदपत्रं उचलून नेलीत... सगळी शिवलिंगय्याला दिलीत. यानंतर तो शानभोग आहे..."

हातापायातली शक्ती गेल्यासारखं होऊन चेन्निंगरायांनी जागीच बसकण मारली. गंगम्मानं सांगितलं, "बसलास काय! जा आणि माझी शानभोगकी मला द्या म्हणून सांगून ये."

'पण कसं विचारायचं? इतके दिवस कुठं होतास म्हणून विचारलं, तर काय सांगायचं? शिवाय यानंतर हिशेब कोण लिहिणार?' मग त्यांना एक उपाय सुचला. ते तडक कंबनकेरेच्या शानभोगांच्या, म्हणजे शिवेगौडाच्या घरी गेले. तो हिशेब लिहीत बसला होता. याला पाहताच त्यानं शानभोगाच्या तोऱ्यात विचारलं, "काय काम होतं?"

त्यांनी सांगितलं, "याआधी तुम्हीच माझी शानभोगकी पाहत होतात. यानंतरही पाहा. वर्षाकाठी मला पोटगी म्हणून काय देणार तेवढं बोलून घेऊ, तेवढं लिहिलं की काम झालं!"

"हे पाहा, मला काही तू शानभोगकी दिलेली नाहीस! मला सरकारकडून ते आलंय; त्यामुळे मी तुला काही द्यायचं कारणच नाही!"

"काहीच देणार नाही?"

"एक केसही देणार नाही! हेच कागदावर लिहून देऊ काय?"

चेन्निंगरायांना हा अपमान वाटला. काहीतरी शिव्या जिभेच्या टोकावर आल्या. पण शिवेगौडानं कुळवाड्याकरवी घराबाहेर काढलं तर काय करायचं, हा प्रश्न होता. त्यामुळे ते मुकाट्यानं तिकडून बाहेर पडले.

संतापानं त्यांचं सर्वांग धगधगत होतं. वाटेत मादेवय्यांचं देऊळ लागलं. मादेवय्यांच्या देवळात बसून सतत तंबाखू खायची त्यांची सवय; पण आता त्यांना संताप अनावर झाला होता. त्यामुळे देवळाच्या ओसरीत बसून त्यांनी विचारलं, "मादेवय्या, तुम्ही माझ्या बाजूचे आहात, असं मी इतके दिवस समजत होतो. हा माघारी चहाडी करायचा गुण केव्हापासून शिकलात तुम्ही?"

मादेवय्यांनी विचारलं, "तुमच्या लग्नावर गंडांतर आलं म्हणून असं म्हणताय काय?"

त्यांच्या बोलण्यातला शांतपणा बघून चेन्निंगरायांचा पारा आणखी चढला. ते घुश्शात म्हणाले, "हं..."

"थोडा हिशेब शिकून शानभोगकी केली असती, तर ही माझी हिंमत कुठं झाली असती? नंजम्मानी सगळं निभावलं. नंतर विश्वला ती शानभोगकी मिळू शकेल... जाऊ दे! तुम्ही केवढे... तुमचं वय काय?... त्या तुमच्या पार्वतीच्या वयाच्या मुलीबरोबर लग्न करायचा विचार तरी कसा करता? चार जणांचा संसार सांभाळायला ताकद लागते... नंजव्वा असताना तुमची ती ताकत मीच काय, सगळ्या गावानं बघितलीय! दुसरं म्हणजे सगळ्या बायका-मुली नंजव्वासारख्या नसतात... तुमच्या भावाच्या संसाराची काय गत झाली? तुम्ही लग्न करून आणलेली मुलगीही तसंच काहीतरी वेडंवाकडं वागली तर गावात तुमची नाचक्की होणार नाही काय? तेव्हा काय करणार?"

यावरचं उत्तर ठाऊक नसलं तरी त्यांचा राग मात्र थोडाही उतरला नव्हता.

मादेवय्याच पुढं म्हणाले, "हे पाहा, तुम्हीच तुमचा स्वभाव जाणून घ्या. तुमच्या हातून संसार निभावणार नाही. कशाला त्या फंदात पडता? त्यापेक्षा संन्यासी होऊन राहा! नंतर विश्वचं लग्न लावून द्या. बरं... तुम्ही शिवेगौडांकडे गेला होतात ना? काय म्हणाले ते?"

आईवरून शिव्या हासडत, ''काहीही देणार नाही म्हणाला भडवा!''

यावर मादेवय्या काही बोलले नाहीत. पटेल शिवेगौडाही जवळपास त्यांच्याच वयाचे होते. शिवलिंगेगौडा थोडा लहान असेल. म्हणजे दोघेही बऱ्याच वयाचे आहेत; पण मग पुढे कोण बघणार?

चेन्निगरायांनी मादेवय्यांच्या जवळचं पान-तंबाखू घेतलं आणि निघून गेले. नंतरही आठवडाभर चेन्निगराय गावातच होते. तेवढ्या अवधीत घरातली आणखी थोडी भांडी त्यांनी विकून टाकली. सगळी भांडी काशीमबड्डीकडे गेली. त्यानंतर दोन महिने ते गावाकडे फिरकले नाहीत. आपणही मादेवय्यांसारखे संन्यासी होऊन गावोगाव फिरून चरितार्थ चालवायचा, असं ठरवून ते तसे फिरत राहिले. 'अत्तिकेरे'कडे जाऊन त्यांनी कावेच्या रंगाचा अंगरखा आणि धोतर मिळवलं. तिम्मप्पाला त्यांनी साष्टांग दंडवत घातला आणि मनातला संन्यासाचा स्वीकार केला. संध्याकाळी भूक लागली. डोंगरावर कुणी गृहस्थाश्रमी नव्हतं. कशीबशी त्यांना नाचणीची उकड मिळाली. ती खाल्ल्यावर पान-तंबाखूची तल्लफ आली. तेही मिळालं. त्यांना वाटलं, हा संन्यासच आपल्यासाठी उत्तम आहे!

पण दोनच महिन्यांत या जीवनक्रमाचा त्यांना कंटाळा आला. तिकडच्याच भागात दोन महिने फिरून झाल्यावर पुरेवाट झाली. स्वतः शिजवून खायचाही कंटाळा आला. त्यात ते आपल्या गावापासून बरेच दूर असल्यामुळे सगळ्या जातींच्या घरी जाऊन जेवत होते. पण काही घरी हा माणूस वरचेवर येतो, हे बघून डाफरायला सुरुवात केली. सगळ्याचाच वैताग येऊन त्यांनी गावी जायचा निश्चय केला.

पण गावी तरी कोण होतं? कोण करून घालणार? ती बायकोच आणखी जगली असती, तर हा प्रश्नच नव्हता. अखेर ते पुन्हा माघारी तिपटूरला आले आणि तिथून गावी येऊन पोचले. गंगम्मा हनुमंताच्या देवळातच राहत होती. आता तीही एकटीच राहत होती. तिचा लाडका अप्पण्णय्याही तिच्याजवळ राहत नव्हता. नशिबाला दोष देत ती जीवन कंठत असताना एक दिवस संन्याशाच्या वेशातले चेन्निगराय तिच्यासमोर येऊन उभे ठाकले. कळकट कपडे, वाढलेली दाढी, केस... सगळं मादेवय्यांची आठवण करून देणारं होतं. त्यातली निम्मी दाढी आणि केस पांढरे झाले होते.

आधी तर तिला मुलाची ओळखच पटली नाही; पण ओळख पटल्यावर मात्र, ''रांडेच्या... काय रे तुझा हा अवतार...'' म्हणून डोळ्यांत पाणी आणलं.

त्यानं उत्तर दिलं, ''मग काय! कोण आहे मला या जीवनात? म्हणून संन्यासी झालो...''

''थूः मेल्या! मुडदा बशिवला तुझा! मी काय मेले होते? कुणीतरी बघेल! आत ये बघू! आणि उद्या त्या मुडद्या रुद्र्याला बोलावून डोक्यावरचं छप्पर उतरव!''

अशाप्रकारे चेन्निंगरायांच्या संन्यासाचा त्याग झाला आणि ते गंगम्माबरोबर राहू लागले. अप्पण्णय्याप्रमाणे यांना डोक्यावरून मोठाली ओझी वाहून आणायची सवय नसली, तरी त्यामुळे काही फार बिघडत नव्हतं. गंगम्मा फिरून येईपर्यंत हे कुठल्यातरी घराच्या ओसरीत बसून पान-तंबाखू चघळत राहायचे. तसं नंजम्मानं बांधलेलं घर होतंच. देवळात राहिलं तर निदान दररोज देवाची पूजा करायची कटकट होती. शिवाय केरवारे करून कधीकधी धुऊन देऊळ स्वच्छ ठेवावं लागायचं. त्यामुळे हे दोघं एक दिवस त्या घरात शिरले आणि दाराला कुलूप लावलं. गंगम्मानं नव्या घरात दूध उतू घालवलं. जोईसांनी सांगितलं, "सुनेला जाऊन वर्ष झालेलं नाही. एवढ्यात गृहप्रवेशाचं शास्त्र करता येणार नाही. वगैरे..." पण गंगम्मानं निक्षून सांगितलं, "मी गरीब रांडमुंड बाई. माझ्याकडे पेसे नाहीत..." असं म्हणून तिनं खिरीचं जेवण घालून दोन्ही जोईसांना दोन-दोन रुपये दक्षिणा देऊन साष्टांग दंडवत घातला. इतके दिवस नंजम्मा राहत असलेल्या गुंडेगौडांच्या घरात आता कुणीच नव्हतं. 'रामसंद्र'च्या गुंडेगौडाच्या एका नातेवाइकाच्या मुलानं आपण ते घर वापरू असं सांगत चावी मागितली. पण एवढ्या दुर्घटना घडलेल्या घरात शांत केल्याशिवाय राहणं योग्य नाही, असं म्हणत त्या घराला कुलूप लावण्यात आलं.

सोळा

१

मादेवय्यांना या गावी येऊन पन्नास वर्षांपेक्षा जास्त काळ लोटला होता. कुणाची ओळख नको-कुणाशी संबंध नको म्हणत ते या गावी आले आणि याच गावाला आपलं मानत राहू लागले. पण दिवस जाऊ लागले तशा दहा जणांच्या ओळखी झाल्या. भोवतालच्या कितीतरी गावांशी ओळखी वाढल्या. कुणाच्या अध्यातमध्यात न राहता, गरजवंताला मदत करायच्या त्यांच्या स्वभावामुळे त्यांना इथं कंटाळा यायचं कारणच नव्हतं. कुठल्याही संबंधांत कडवटपणा यायचं कारण नव्हतं. तरीही मध्यंतरी काही अप्रिय घटना घडल्यामुळे ते काही काळ काशीला निघून गेले होते. ती पुण्यनगरी असली तरी ते पुन्हा याच गावी परतले.

असं का व्हावं? पुन्हा याच गावात का आलो, याचं उत्तर त्यांनी अनेकदा शोधायचा प्रयत्न स्वतःशीच केला होता. पण त्यांनाही याचं उत्तर मिळालं नव्हतं. तसं त्यांचं काशीतही सगळं नीटच चाललं होतं. तिकडे जंगमवाडीत राहणं-जेवणं सगळं व्यवस्थित होत होतं. तिथली भाषाही त्यांना परिचित होती. तिथं राहून हवं तर चोवीस तास भजन करता आलं असतं. तरी निघावंसं वाटलं आणि याच 'रामसंद्र' गावी ते पुन्हा आले होते. इथल्या आजूबाजूच्या छोट्या छोट्या खेड्यांनी त्यांना पुन्हा ओढून घेतलं. त्यात काहीही वैशिष्ट्य नसलेल्या या गावानं त्यांना पुन्हा आपल्याकडे बोलावून घेतलं होतं, ही वस्तुस्थिती होती.

इथं आल्यावर त्यांचा नेहमीप्रमाणे दिनक्रम चालू होता. भोवतालच्या गावांमधून भिक्षा मागून आणायची आणि जमेल त्यांना जमेल तेवढी मदत करायची. तरीही अलीकडे त्यांना या गावाचा कंटाळा येऊ लागला होता. या गावात आपलं कुणी नाही, अशी भावनाही त्यांच्या मनात ठाण मांडू लागली होती. त्यांना कळत नव्हतं,

नाहीतरी आपण संन्यासी. आधीतरी आपलं कोण होतं आणि आता कशाला कुणी असायला पाहिजे? या प्रश्नाचं उत्तर मिळालं नाही, त्याचबरोबर मनाला ग्रासणारा एकटेपणाही कमी झाला नाही. कुठलेही बंध नसतील तर याच गावात कशाला राहायला पाहिजे?

हा विचार आता अधिकच प्रबळ होत चालला होता. काय ठेवलंय या गावात? इथंच राहायला पाहिजे म्हणून कुणी संगितलंय? त्यापेक्षा तुमकूर किंवा आणखी कुठल्यातरी गावी जाऊन का राहू नये? कुठं जायचं हे ठरलं नसलं तरी हे गाव सोडायचा विचार मात्र पक्का होत चालला होता.

ते याच विचारात असताना एक दिवस अप्पण्णय्या गावी आला. गावात-घरात कुणीच नव्हतं. सगळं ओकंओकं वाटत होतं. येताना त्यानं खंडीभर तांदूळ, पायलीभर तूर डाळ आणि पावशेरभर तिखट आणि मसालापूड आणली होती. सगळं देवेगौडाच्या गोठ्याच्या वळचणीपाशी ठेवून तो एकटाच स्वतःचा स्वयंपाक करून घेत होता. गावात त्याला मादेवय्या सोडले तर आणखी कुणीच आप्त राहिले नव्हते. जेवणखाण झालं, की त्याला मादेवय्यांच्या देवळात येऊन बसणं एवढाच विरंगुळा होता. तो काहीही बोलायला लागला, की त्याचा विषय आपोआप नंजम्मावहिनीपाशी वळत होता. पुन्हा पुन्हा तिचं आजारपण आणि तिचं मरण हेच त्याच्या तोंडी येत होतं. त्या रागात त्याच्या तोंडी रागानं शिव्याही येत होत्या.

मादेवय्या त्या वेळी मात्र म्हणाले, "मागं घडलं ते घडून गेलं. आता तू तुझा अण्णा आणि अम्माबरोबर सुखानं राहा."

"थूः तळपट होऊ दे त्या घराचं! त्या रांडेबरोबर मी राहीन, असं वाटलंच कसं तुम्हाला? पुरुष आहे मी! मी एकट्यानं देशावर फिरून दीड पोतं शुभ्र तांदूळ गोळा करून आणलाय! येऊन बघा हवं तर!"

यावर मादेवय्या काहीच बोलले नाहीत. या खेपेला अप्पण्णय्या एकूण वीस दिवस गावात होता; पण एकदाही त्या घरी फिरकला नाही. तो विषय निघाला तरी वैतागत होता. एकदा सांगत होता, "त्या दोघांच्या मागण्याच संपत नाहीत. वरचेवर गेलं तर लोक धान्य कसे देतील? देत नाहीत." नंतर वीस दिवसांनी घराला कुलूप लावून चावी गौडांकडे देऊन तो पुन्हा गेला.

अप्पण्णय्या गेला त्या रात्री मादेवय्यांना नंजम्माच्या संसाराची सगळी कथा आठवत राहिली.

छोटीशी नंजम्मा सून म्हणून गावी आली होती. तिच्या सासूचा स्वभाव, तिचा मूर्खपणा... धाडसानं मांडलेला वेगळा संसार, मुलाबाळांचे जन्म... त्यांना मोठं करणं... नवऱ्याची कणभरही मदत नसताना तक्रार करत न राहता मुलाची केलेली मुंज आणि मुलीचं लग्न... दोन्ही मुलांचे मृत्यू... अखेर नंजम्माचाही प्लेगनं

घेतलेला बळी... सगळ्या घटना एकापाठोपाठ एक आठवून गेल्या.

त्या क्षणी या कुटुंबाशी आपण किती जोडले गेलो आहोत, हे त्यांना तीव्रपणे जाणवू लागलं.

या मुलीच्या संसाराची सगळी दु:खद कथा आठवत असतानाच अचानक त्यांना त्याच संसाराचा शिल्लक राहिलेला एकमेव अंश, विश्वची आठवण झाली. अगदी लहान असल्यापासून तो त्यांच्या मांडीवर बसायचा, त्यांच्या भिक्षान्नामधला घास मागून घेऊन चवीनं खायचा, खोडकर... पण हुशार... त्याला शिकवायची नंजम्माची किती धडपड चालली होती! याच कारणासाठी तिनं त्याला आपल्यापासून दूर मामाच्या घरी ठेवला ना! त्याचा कदाचित खोडकरपणा कमी झाला असेलही. मामा-मामीला स्वत:चं मूलबाळ नाही; तरीही ते याची किती काळजी घेतील कोणजाणे? काही का असेना, हे गाव सोडून कायमचं जाण्याआधी एकदा नागलापूरला जाऊन त्याला भेटून यायचा त्यांनी निश्चय केला.

२

हे ठरवल्याच्या दुसरे दिवशी ते जेवून देवळाच्या कट्ट्यावर बसले होते. तंबाखू खायला चंची खोलत असतानाच त्यांनी पाहिलं, नरसी त्यांच्याचकडे येत होती. समोर येऊन ती बसली. तिच्या चेहऱ्यावर अस्वस्थता दिसत होती. तरी त्यांनी विचारलं, “काय नरसम्मा! आठ दिवस दिसली नाहीस. परगावी गेली होतीस काय?”

“हं ... नातेवाइकांच्या गावाला गेले होते...”

“पण चेहरा का असा झालाय? “

“तेच सांगायचं होतं... काल रात्री नागलापूरच्या तळ्यावरून येत होते. वाटेत विश्वप्पा भेटला...”

मादेवय्यांच्या तोंडून लगेच आलं, “कसंय लेकरू?”

“काय सांगू? इकडं असताना केळीच्या गाभ्यासारखं असलेलं लेकरू आता सुकलेल्या मुसळासारखं दिसतंय बघा! तळ्यावर प्यायच्या पाण्याची घागर भरून घेऊन जायला आला होता. आधी तर मी त्याला ओळखलंच नाही. पुढं गेल्यावर लक्षात आलं. गाडी थांबवून खाली उतरले. विचारलं, की कसा आहेस रे? तर काही बोलायच्या आधीच रडायलाच लागला बघा! किती समजावलं तरी थांबायला तयार होईना. मला म्हणायला लागला, गावाला घेऊन चल! तुम्हीच सांगा, मी कसं

त्याला घेऊन येणार? बराच रडत होता. नंतर म्हणाला, जातो, उशीर झाला तर मामी मारते, म्हणून! घागरीत पाणी भरून घेऊन गेला. एवढ्याशा मुलाकडे एवढी मोठी घागर देऊन पाठवलं होतं त्या बयेनं! काय म्हणायचं या बयेला?"

"तू गावात जाऊन कल्लेशजोईसला विचारलंस काय?"

"मी तसंच करणार होते; पण लेकराला त्रास नको म्हणून गेले नाही. पण जवळच शाळेच्या मास्तरांचं घर होतं. मास्तरांच्या बायकोला म्हटलं, कल्लेशजोईसांकडे राहतोय तो विश्व आमच्या गावचा आहे... ती माउली भडाभडा बोलायला लागली. तिनं सगळं सांगितलं. या पोरक्या मुलाला त्या बयेनं घरचा गडी केलाय. एवढ्या छोट्या मुलाकडून अवघड कामं करून घेते. काही चुकलं तर खूप मारते. डोकं चेचते. पोटाला अन्नही पुरेसं देत नाही. ती बया स्वत: तांदळाची भाकरी खाते आणि लेकराला नाचणीची भाकरी खायला घालते. अंगावर घालायला दोन कपडेही नाहीत. एकच शर्ट धुऊन घालायचा."

"हे सगळं कल्लेशला माहीत आहे? तो गप्प बसतोय?"

"पुरुष माणसांना काय कळतंय? तेवढं लक्ष तरी कुठं असतंय? कधीतरी पोराला घेऊन जाऊन मिठाई-बत्तासे घेऊन दिले की संपलं यांचं प्रेम! राग आला की लाकूड घेऊन बडवायलाही तयार! हे असलं प्रेम काय कामाचं?"

पुढं काही विचारायची गरजच नव्हती. आईच्या माघारी विश्व अगदीच आनंदात असेल, अशा भ्रामक कल्पनेत तेही नव्हतेच म्हणा! तरीही तो एवढे कष्ट भोगत असेल याचीही त्यांना कल्पना नव्हती. कल्लेशच्या बायकोच्या दुष्टपणाच्या कथा त्यांनीही बऱ्याच ऐकल्या होत्या. पण बहिणीच्या मुलाच्या संदर्भात मामा म्हणवणारा तरी त्याला सांभाळून घेईल, असं वाटलं होतं. बुद्धी नीट असती तर सगळंच नीट झालं असतं म्हणा!

नरसीनं विचारलं, "मादेवय्या, एक विचारते, उत्तर सांगाल?"

"काय? विचार बघू!"

"देवानं मला मुलंबाळं दिली नाहीत. माझी ओटी रिकामीच ठेवली. त्याला तिकडून घेऊन या आणि मला देऊन टाका! पोटचा मुलगा म्हणून सांभाळीन मी! माझं दुकान, माझं सोनं, माझे पैसे... सगळं त्याचंच होईल. तेव्हा पिलेग झाला होता तेव्हा नंजम्मानीच त्याला माझ्या मांडीवर ठेवून हे माझं लेकरू नाही-तुझं आहे, असं सांगितलं होतं. तुम्ही त्याला नागलापूरहून घेऊन या. त्याच्या केसालाही धक्का लागणार नाही, असं सांभाळेन..."

हेच दोन-तीनदा वेगवेगळ्या शब्दांत आर्जवानं सांगून नरसी निघून गेली. आता मादेवय्यांचं मनही विचार करू लागलं. पण त्या विचारांत सुसूत्रता आणि सुस्पष्टता नव्हती. त्यांच्या मनात अनेक विचार घोळत होते. आता नरसीनं तिच्या मनातले

विचार स्पष्टपणे बोलून दाखवले होते. पार्वती-रामण्णा वारले तेव्हाची घटना तर तिनं सांगितलीच होती तेव्हाही. त्यांनीही तेव्हा नंजम्माला गोष्ट सांगितली होती गोपीची. त्याचप्रकारे त्याच दिवशी नंजम्माही स्मशानाजवळच्या विहिरीत जीव द्यायला गेली होती; पण विश्वचा विचार करून ती माघारी वळली होती.

त्याच विश्वची काय गत आहे? "अक्कम्मा घासभर अन्न शिजवून घालेल," असं ती म्हणाली होती. तिच्या त्या भावावर कल्लेशवर तर विश्वास नाही. मुख्य म्हणजे या वयाच्या मुलाची भूक सांभाळायचं जेवढं महत्त्वाचं आहे, तितकंच त्याच्या बुद्धीची वाढ होणंही महत्त्वाचं नाही काय? अक्कम्मा जिवंत असती तर निदान त्याच्या पोटापाण्याची तरी काळजी राहिली नसती. तशा परिस्थितीत त्या कल्लेश आणि त्याच्या त्या दुष्ट बायकोवरही थोडातरी वचक राहिला असता. तिच्या माघारी लेकराला त्या घरी पाठवताना माझ्या बुद्धीला काय झालं होतं? मादेवय्या स्वत:लाच दोष देऊ लागले.

पण आता काय करायचं? आपली ती चूक कशी सुधारायची? विश्वला आणून नरसीच्या हाती सोपवायचं? नरसीकडे दहा-पंधरा हजार रुपये आहेत म्हणे. सोनंनाणं आहे. तिचं दुकानही चांगलं चालतंय. ती अतिशय प्रेमानं त्याला सांभाळेल, यात शंका नाही. त्या दुष्ट मामाच्या घरापेक्षा हेच चांगलं होईल. त्यांच्या मनानं ग्वाही दिली.

पण त्यांच्या मनात प्रश्न उठला, नंजव्वा जिवंत असती तर तिनं आपल्या लेकराला नरसीकडे सोपवलं असतं काय? नाही. नंजव्वा सारखं म्हणायची, "पोटाला मिळणं महत्त्वाचं नाही, त्यानं बुद्धिवंत व्हायला नको काय?"

आता त्याला कोण बुद्धिवंत करणार? त्याच्या जन्मदात्याची लायकी तर सगळ्या गावालाच ठाऊक आहे. आजी गंगम्मा! तिला बुद्धी असती तर तिच्या संसाराची कथा अशी कशाला झाली असती?

यानंतर या मुलाची काय गत?

याच विचारात आठ-दहा दिवस गेले. एक दिवस जेवण करून वामकुक्षी करताना एक विचार त्यांच्या मनात आला. नाहीतरी मी गाव सोडून जाणारच आहे. तेव्हा 'विश्वण्णाला'ही सोबत घेऊन गेलं तर कसं? मी त्याच्या पोटाला घालून शाळेला पाठवेन. हुशार लेकरू आहे! शाळेत जाऊन भरपूर शिकेल. हाच विचार योग्य ठरेल!

या केवळ विचारानंसुद्धा त्यांच्या शरीरावर रोमांच उभे राहिले. पण पाठोपाठ आणखी एक विचार मनात आला. आता माझं वय काही कमी नाही. ही जबाबदारी अंगावर असताना मला मरण आलं तर? तर या लेकराचं कोण करेल?

पुन्हा विचार सुरू झाला; पण आता त्या विचारांना एक दिशा होती.

माझं सगळं आयुष्य पायपीट करण्यात गेलं. या लेकराला शिकायचंय. त्याला अशी पायपीट करून चालणार नाही. माझ्या आयुष्याची काय खात्री? एकेका आजारात नंजव्वासारखी, पार्वती-रामण्णासारखी लहान वयाची माणसं वारली. तिथं माझ्यासारख्याची काय गत?

आणि जर कल्लेशनं पाठवायलाच नकार दिला तर? पण विश्वनं आपल्याला पाहिलं तर तो आपल्याबरोबर नक्की निघून येईल. तेव्हाच तो जायला नाही म्हणत होता. हे आठवताच ते एक दिवस नागलापूरला जायला निघाले.

३

रात्री नागलापूरला ते जाऊन पोचले तेव्हा रात्रीचे दहा वाजले होते. दुसरे दिवशी सकाळी वाटेतल्या नदीत अंघोळ करून धुतलेले कावेच्या रंगाचे कपडे घातले, विभूती लावून सरळ शाळेच्या दिशेनं गेले. योग्य ती वेळ साधूनच ते गेले होते. अपेक्षेप्रमाणे तिथे विश्व आला. मादेवय्यांना पाहताच काही क्षणांतच त्याला यांची ओळख पटली. धावत येऊन त्याने त्यांच्या कमरेला मिठी मारली. त्याला सोबत घेऊन ते जवळच्याच मठात गेले.

त्यांनी निरखून पाहिलं. नरसीनं सांगितलं होतं, त्यात काहीच अतिशयोक्ती नव्हती. त्याच्या हातापायाच्या काड्या झाल्या होत्या. त्यांनी विचारलं, "माझ्याबरोबर येणार काय आमच्या गावाला?"

"रामसंद्रला?"

"मी जाईन त्या गावाला माझ्याबरोबर चल. मी भिक्षा मागून दोघांचंही पोट भरेन. कुठल्यातरी दुसऱ्या गावाला जाऊ या. तू तिथं छानसा अभ्यास कर. येशील काय?"

"खोटं! खोटं सांगताय तुम्ही!"

"नाही बाळा! खरंच विचारतोय."

"शपथ घेऊन सांगा बघू!"

"तुझी शपथ बाळा!" त्यांनी त्याच्या डोक्यावर हात ठेवून सांगितलं.

"तर मग चला. जाऊ या..."

"नको. घरी जाऊन तुझ्या मामाला विचारू या."

हे ऐकताच विश्वला रडू फुटलं. तो रडतच म्हणाला, "ते नाही पाठवणार! पण ते नको म्हणाले तरी मी येईन! होय की नाही?" हे बोलणंही त्यानं तीन-

तीनवेळा शपथेवर कबूल करायला लावलं.

मादेवय्यांनी त्याला पुढे जाऊ दिलं आणि नंतर दहा मिनिटांनी ते घरी गेले, तेव्हा कल्लेश त्याला "भिक्कारड्या..." म्हणून रागावत होता. मादेवय्यांना बघताच त्याचा आवाज बंद झाला. ते विषय काढणार, त्याच वेळी घरासमोर एक मोठा घोडा येऊन उभा राहिला. कंठीजोईस त्यावरून उतरून घरात आले. तेही बऱ्याच कालावधीनंतर घरी येत होते. विश्वला कल्लेशनं घरी आणून ठेवून घेतलंय, हे त्यांना आधीच समजलं होतं. हे समजल्यावर ते घरी आले होते. नातवाला बघायची आशा त्यांना इकडे घेऊन आली होती.

घरात येताच त्यांनी विश्वला बोलावून त्याच्या हातात म्हैसूरपाक, वडे असलेलं पुडकं दिलं. नंतर मादेवय्यांना 'रामसंद्र' आणि नंजम्मानं बांधलेल्या घराविषयी चौकशी केली. वास्तपूस झाल्यावर कल्लेशनं मादेवय्यांना विचारलं, "जेवताय का? की तुम्ही तुमचं शिजवून घेणार? किंवा आपण तुमच्या लोकांपैकीही कुणाला तरी सांगू शकतो. तुम्ही म्हणाल तसं!"

"आमच्यापैकी कुणाला तरी सांगा." त्याप्रमाणे कल्लेशनं मलेशेट्टींच्या घरी निरोप पाठवला. स्वत: मलेशेट्टी येऊन मादेवय्या जंगमांना आपल्या घरी बोलावून घेऊन गेला. त्या घरी मलेशेट्टीची बायको स्वयंपाक करत असताना मादेवय्यांनी तिला कल्लेशच्या घरात विश्वची काय परिस्थिती आहे, याची चौकशी केली. मलेशेट्टी म्हणाला, "अशा घरात मुलं असता कामा नयेत." आतून त्याची बायकोही हेच सांगत म्हणाली, "अशा घरी मुलं ठेवण्यापेक्षा विहिरीत ढकलून दिलं तर बरं!"

क्षणभर विचार करून मादेवय्या म्हणाले, "तुम्ही कंठीजोईसांना इकडे बोलवून आणाल काय?" त्याप्रमाणे मलेशेट्टी लगेच बोलवायला गेला.

निरोप धाडताच कंठीजोईस एकटेच आले. मलेशेट्टीनं त्यांना पाट घालून बसायला संगितलं. आपण ज्या कारणासाठी आलोय, ते सगळं सांगून नंतर मादेवय्या म्हणाले, "हवं तर मलेशेट्टी किंवा स्वयंपाकघरातल्या त्यांच्या पत्नींना विचारा. गावातही कुणालाही विचारा. ते पोर कसं झालंय, हे तुम्हीही तुमच्या डोळ्यांनी बघा! तुमच्या सुनेचे गुण काही चांगले नाहीत. तुम्ही तुमच्या नातवाला माझ्याबरोबर पाठवून द्या. मी त्याचं सगळं करेन."

कंठीजोईसांना सुनेचं कंबरडं मोडावं, असं वाटण्याइतका संताप आला. मादेवय्याच पुढे म्हणाले, "तुम्ही काही सतत घरी राहणार नाही. या माउलीला सरळ करायला तिच्या नवऱ्यालाही जमलं नाही. तुम्ही आपलं याला माझ्या हाती सोपवा."

"पण तुम्ही घेऊन जाऊन काय करणार?" त्यांनी विचारलं.

"बघतो काय करायचं ते. जे करायचं ते चांगलंच करेन. माझ्यावर विश्वास असेल तर माझ्याबरोबर पाठवा."

काही क्षण ते काहीच बोलले नाहीत. एकीकडे ते रागानं घुमसत होते. मी मुलाचा आज्जा जिवंत आहे. मुलाचा मामा कल्लेश हयात आहे. असं सगळं असताना तुमच्या नातवाला सांभाळतो, असं म्हणत हा जंगम आलाय! काय याची ही हिंमत! या जंगमाच्या अविचारीपणाला शिव्या हासडायची त्यांची जबरदस्त इच्छा होती. पण त्यांच्या मनात एक वेगळा विचार आला. त्यांच्या मनात कल्लेशच्या संसाराविषयी अनेक प्रश्न उमटत होते. ती बया तर हडळ आहे! पोराचं पोट मारून त्याला मरतुकडा करून ठेवलंय! कल्लेशही पोराला मारतोय म्हणे! या मुलाला मीच माझ्यापाशी ठेवून घेतलं तर?

पण मी तरी याला जवळ ठेवून काय करणार? माझ्याजवळ राहिला तर घोडेसवारी, करणी, गंडा-दोरे हे सगळं करत... नको. त्याला हे आयुष्य नको.

या परिस्थितीत या मुलाकडे बघणारं कुणीही नाही, ही वस्तुस्थिती आहे. हा माणूस विश्वासाचा आहे. नंजूच याच्याविषयी किती चांगलं बोलायची.

त्यांनी विचारलं, "बरं! आज मी इकडं योगायोगानं आलोय. मी नसतो तर तुम्हाला कल्लेशलाच विचारावं लागलं असतं. त्यानं तुम्हाला नेऊ दिलं नसतं. मग तुम्ही काय केलं असतं?"

"आता तुम्ही आहात ना! मग कशाला तो विषय?"

"ते तर झालंच; तरीही खरं सांगा! मी आलो नसतो आणि त्यानं नाही म्हटलं असतं तर तुम्ही काय केलं असतं?"

"खरंच सांगू? यांनी नाही म्हटलं असतं तर उद्यापर्यंत थांबलो असतो. हा शाळेला आला असता. तिकडून त्याला घेऊन निघून गेलो असतो! तेव्हा मला कुणी अडवायला आलं असतं, तर मी त्याला माझ्या पद्धतीनं उत्तर दिलं असतं."

कंठीजोईस बराच वेळ मादेवय्यांकडे पाहत राहिले. नंतर उठले. मादेवय्यांचे दंड थोपटून म्हणाले, "वा ऽ वा रे वा! तुम्ही खरे मर्द! तुम्ही विश्वला खुशाल घेऊन जा! कल्लेशला काय सांगायचं आणि कसं सांगायचं, ते मी बघून घेईन." नाही म्हटलं तरी ते भावविवश झाले होते. तरी भावना न दाखवता ते तिथून निघून घरी गेले.

प्रातर्विधी संपवून मादेवय्या घरी यायच्या आधी कंठीजोईस आपल्या नातवाला घेऊन आले होते. त्याच्या शाळेला जाताना घालायचे कपडे आणि पुस्तकंही त्याच्याबरोबर होती. दुसऱ्या दिवशी सकाळी सगळे कपडे आणि सामान घेऊन निघताना मादेवय्यांनी विश्वला आजोबा, मामा, मामी... सगळ्यांना नमस्कार करायला सांगितलं. त्या वेळी कमलू दगडासारखी उभी होती. 'कल्लेशमामा'च्या डोळ्यांत पाणी चमकून गेलं.

आदले दिवशी संध्याकाळपासून कंठीजोईस अबोल झाले होते. रात्री ते जेवले

नाहीत. रात्री दोघंही बाहेरच्या ओसरीवर झोपले होते. ते मादेवय्यांशीही काही बोलले नाहीत. कल्लेशला सगळी परिस्थिती सांगण्यासाठी ते घोड्याचा लगाम पकडून तळ्यापर्यंत पाणी पाजायला गेल्यानंतर त्यांनी कल्लेशला सांगितलं, ''तू माघारी जा. मी यांना मैलभरपर्यंत जाऊन सोडून येतो.''

माघारी वळताना कल्लेशनं सांगितलं, ''मी याला थोड्या धाकातच ठेवलं होतं. याचा खोडकरपणा जास्त होता. त्यामुळे त्याला मुठीत ठेव म्हणून नंजूच सांगून गेली होती; नाहीतर हा बिघडेल, असं तिला वाटत होतं. घणाचे घाव बसल्यानंतरच दगडाला देवपण येतंय ना!''

''बरोबर आहे तुमचं; पण जागा बघून मारायला पाहिजे. तिकडं तुमचं थोडं चुकलं. बाकी तुमचा हेतू चांगलाच होता.''

मादेवय्यांचं बोलणं ऐकताना कल्लेशचा चेहरा काळाठिक्कर पडला होता. पुढे काही न बोलता तो निघून गेला. आणखी थोडं अंतर तिघंही चालत राहिले. नंतर मादेवय्या कंठीजोईसांना म्हणाले, ''आता तुम्हीही माघारी फिरा. आम्ही लौकर लौकर चालायला पाहिजे.''

जोईसांना काहीतरी बोलायचं होतं; पण शब्द सुचत नव्हते. शेवटी एका जागी मादेवय्या थांबले. काही क्षण कुणीच बोललं नाही. नंतर मादेवय्याच म्हणाले, ''आता आम्ही निघू?''

कंठीजोईस म्हणाले, ''तुम्ही इथं आलात...''

''होय... काय बोलायचंय तुम्हाला?''

''काही नाही...'' म्हणत त्यांनी खिशातून एक नोटांचं पुडकं काढून मादेवय्यांच्या कावेच्या रंगाच्या अंगरख्याच्या खिशात सारलं. सांगितलं, ''एकशे वीस रुपये आहेत. तुम्ही याला कुठं घेऊन जाता, ते मला नंतर पत्र लिहून कळवा. चन्नरायपट्टण, भुताचं घर, एवढा पत्ता लिहिला, की मला पत्र मिळेल. नागलापूरचे कंठीजोईस असं नाव लिहा.'' एवढं सांगून त्यांनी नातवाच्या दोन्ही गालांचे पापे घेतले आणि मागं वळून घोड्यावर स्वार झाले. त्यांची पाठमोरी आकृती दिसेनाशी होईपर्यंत ते दोघे तिकडे पाहत राहिले आणि नंतर आपल्या मार्गानं चालू लागले. कंठीजोईसांनी टाच मारली आणि इशाऱ्यासरशी त्यांचा घोडा गावाच्या दिशेनं धावत सुटला.

विश्व त्या दिशेला पाहत उभा राहिला. मादेवय्यांनी त्याचा हात हातात पकडला आणि रस्ता धरून पुढे चालू लागले. अर्धा मैल चालले तरी विश्व काहीतरी विचारात होता. मादेवय्यांनी त्याला विचारलं, ''कसला विचार करतोयस रे बाळा?''

''आज्जांपाशी आहे, तसा एक घोडा मलाही आणून द्याल काय?''

''आपल्याला कशाला पाहिजे रे घोडा?''

"आता आज्जा गेले की नाही, त्यापेक्षा जोरात मला घोडा पळवत घेऊन जावंसं वाटतंय."

"का रे? घोड्यावरून धावावंसं वाटतंय, आणि अभ्यास करावा असं वाटत नाही काय?"

"वाटतंय की! आमच्या वर्गात सगळ्या विषयांत मीच पहिला असतो! आणखी कुणालाही पहिला नंबर द्यायचा नाही, असं वाटतंय."

"तुझे मास्तर सांगत होते, तूच सगळ्या मुलांमध्ये हुशार आहेस म्हणून! तुला मी पाटी, पेन्सिल, पुस्तकं सगळं आणून देतो. चल..."

"पण कुठं जायचं? कुठल्या शाळेत जायचं मी?"

"त्याचा अजून मीही विचार केला नाही."

"कुठल्याही गावात गेलो तरी तिकडे पोहायला एक तळं असलं पाहिजे. एक घोडा पण पाहिजे. मला फार आवडतोय."

"बरं... देऊ या हं..." म्हणत त्यांनी त्याच्याकडे पाहिलं. कंठीजोईसांची आठवण करून देणारा चेहरा.

४

ते त्याच दिवशी 'रामसंद्र'ला पोचले. गंगम्मा घरात नव्हती. संध्याकाळी आपल्यापाशी शिल्लक असलेली नाचणी आणि मिरची मादेवय्यांनी विकून टाकली. एकशे वीस रुपये आले; शिवाय त्यांच्याकडे एक चांदीचं नाणं होतं. कंठीजोईसांनी दिलेले एकशे वीस रुपये होते. सगळे पैसे त्यांनी कनवटीला अडकवले. घरातली ॲल्युमिनिअमची भांडी आणि इतर वस्तूही देऊन टाकायचं ठरवलं.

निघताना विश्व म्हणाला, "आपण त्या आमच्या घरी जाऊ या?"

"कुठल्या घरी?"

"आम्ही राहत होतो त्या घरी. मला ते घर बघायचंय."

"काय आहे तिकडं बघण्यासारखं?"

"नाही... मला तिकडे जायचंय..." तो हट्टानं म्हणाला.

"ते घर रिकामं केल्यावर गुंडेगौडांच्या मुद्दय्या नावाच्या नातेवाइकांकडे दिलंय. त्यांच्याकडे घराची चावी आहे... बरं... चल..." म्हणत मादेवय्यांनी त्या घराची चावी मिळवली. कुलूप उघडून पाहिलं तर घरभर धूळ पसरली होती. घरात एक प्रकारचा कुबट वास पसरला होता. आत गेल्यावर विश्व सरळ स्वयंपाकघरात

गेला. तिथं थोडावेळ थांबून खांबांवर हात फिरवत राहिला. माडीवर जाऊन आला. अखेर मोठ्यानं म्हणाला, “अम्मा! तू इकडं पण नाहीस? कुठं आहेस तू?”

उत्तर आलं नाही.

नंतर मादेवय्यांकडे बघत म्हणाला, “म्हणजे माझी अम्मा खरोखरच मरून गेली?”

दरवाजा उघडून द्यायला आलेला मुद्दय्या दगडासारखा उभा होता. मादेवय्यांनी सांगितलं, “होय रे बाळा! तुझी अम्मा खरोखरच मरून गेलीय!”

आता विश्व मोठ्यानं रडू लागला. त्याला थोडा वेळ रडू दिल्यावर मादेवय्या म्हणाले, “चल. जाऊ या.”

तो मुकाट्यानं त्यांच्या मागोमाग चालू लागला. दोन कांबळी आणि पातेल्यांचं बोचकं डोक्यावर घेऊन तो पुढे चालू लागला. एकतारी आणि चिपळ्या घेऊन मादेवय्याही निघाले. विश्व खूपच बारीक झाल्यामुळे गावातल्या इतरांना कुणालाही त्याची ओळख पटली नाही. आपण गाव सोडून चालल्याचं मादेवय्यांनी कुणालाच सांगितलं नाही. तसं सांगितलं तर सगळे “का?” “कसं?” “कुठं?” वगैरे विचारत राहतील. त्यांना सगळ्या गोष्टी कशा सांगता येतील? मोटारीच्या वाटेनं कंबनकेरे गावाच्या रस्त्याला लागायला पाहिजे. एक गडी सगळं सामान घेऊन पुढे चालला होता. त्या वेगानं चालता न आल्यामुळे मादेवय्या बरेच मागे राहिले. त्यांचा हात धरून चालणारा विश्व खूपच गंभीर व अंतर्मुख होऊन चालला होता.

ते गाव सोडून एक मैल चालून आले होते. एका झाडाखालच्या दगडावर डोक्याशी गाठोडं ठेवून चेन्निंगराय झोपले होते. तोंडात तांबूल भरलं होतं. उताणं झोपून ते ओठांनी तो मुखरस आवरत होते. तिकडे मादेवय्यांचं लक्ष गेलं.

दोघांच्या पावलांची चाहूल लागल्यामुळे ते उठून बसले. मादेवय्या त्यांच्याशी काहीच बोलले नाहीत. हे इकडं आहेत म्हणजे जवळच कुठेतरी गंगम्माही असणार! तिनं पाहिलं तर ती, ‘माझ्या नातवाला कुठं घेऊन चाललात...’ म्हणून बभ्रा करेल याची कल्पना येऊन मादेवय्यांनी भराभरा पावलं टाकली. काही आपण होऊन बोलायचं म्हणजे तोंडातल्या मुखरसाचा त्याग करायला पाहिजे, असा विचार करून चेन्निंगरायही काही बोलले नाहीत.

विश्वनंच विचारलं, “अण्णा ना ते?”

आता चेन्निंगरायांना मुलाची ओळख पटली. काहीतरी बोलावं असं मनात असलं तरी मुखरसानं त्यांना मज्जाव केला. हा थुंकला तर जवळपास पान-तंबाखू मिळायची दुसरी काहीच व्यवस्था नव्हती. काय करावं, या विचारात ते असतानाच ते दोघंही चाळीस-पन्नास पावलं पुढे निघून गेले होते. विश्व मागं वळून बघत होता.

मादेवय्या म्हणाले, “तिकडे बघू नकोस! मुकाट्यानं पुढं चल बघू!”

चेन्निंगरायांना तोंडातली तंबाखू थुंकायला जमलंच नाही; त्यामुळे बोलणंही शक्य झालं नाही. हा जंगम मला बघून न बोलता निघून गेलाय! पुन्हा भेटू दे तर खरा! याला जाब विचारल्याशिवाय राहणार नाही! त्यांनी ठरवलं.

तेवढ्या अवधीत मादेवय्या आणि विश्व समोरच्या उतारावरून उतरून दिसेनासे झाले होते.

◆